D1772088

அஸ்கர் அலீ எஞ்ஜினியர் *(1939-2013)* முஸ்லிம் மதகுரு குடும்பம் ஒன்றில் பிறந்தார். பொறியியலில் (சிவில்) பட்டம் பெற்று, பம்பாய் மாநகராட்சியில் பொறியாளராக நீண்ட காலம் பணிபுரிந்தார். இஸ்லாம் பற்றிய ஆய்விலும் சமய ஒப்பியல் ஆய்விலும் ஈடுபாடு கொண்டவர். இஸ்லாம் பற்றிய நூல்களை அரபு, பாரசீக மொழிகளில் மூலவடிவிலேயே ஆழ்ந்து கற்றவர். மேற்கத்திய தத்துவ ஞானம், குறிப்பாக இருத்தலியல்வாதம், மார்க்ஸியம் தொடர்பான சிறப்பு நூல்கள் இவருக்கு ஈடுபாடுள்ள பிற துறைகளில் அடங்கும். எஞ்ஜினியர் சிறந்த சமூகநல, பொதுநலப் பணியாளராகவும் விளங்கினார். இஸ்லாம் பற்றியும் முஸ்லிம்கள் பற்றியும் பல முக்கியமான புத்தகங்களை எழுதி இருக்கிறார்.

இஸ்லாத்தின் தோற்றமும் வளர்ச்சியும்

ஒரு சமூக – பொருளாதாரப் பார்வை

அஸ்கர் அலீ எஞ்ஜினியர்

தமிழில்

ஐ. இசக்கி

மீள்பார்வை

அடையாளம் பதிப்புக்குழு

அடையாளம்

முதல் பதிப்பு: அடையாளம் 2008
இரண்டாவது மீளச்சு 2019
© ஓரியன்ட் ப்ளாக் ஸ்வான்
© தமிழ் மொழிபெயர்ப்பு: அடையாளம்

இம்மொழிபெயர்ப்பு *தி ஒரிஜின் அண்ட் டெவலப்மெண்ட் ஆஃப் இஸ்லாம்* என்னும் ஆங்கில நூலிலிருந்து மொழியாக்கம் செய்யப்பட்டுள்ளது. இதற்கான பதிப்புரிமையை ஓரியன்ட் ப்ளாக் ஸ்வான் நிறுவனம் அடையாளத்திற்கு வழங்கியுள்ளது.

வெளியீடு: அடையாளம், 1205/1 கருப்பூர் சாலை, புத்தாநத்தம் 621310, திருச்சி மாவட்டம், இந்தியா, தொலைபேசி: 04332 273444

நூல் வடிவம்: த பாபிரஸ், அச்சாக்கம்: அடையாளம் பிரஸ், இந்தியா

ISBN 978 81 7720 099 7

விலை: ₹ 280

Islaathin Thotramum Valarchiyum is the Tamil translation of *The Origin and Development of Islam* in English by Asghar Ali Engineer, Translated by Isakky, Published by Adaiyaalam, 1205/1 Karupur Road, Puthanatham 621310, Thiruchirappalli District, Tamilnadu, India, email: info@adaiyaalam.net

பொருளடக்கம்

	முன்னுரை	vii
1	ஆய்வின் பரப்பும் நோக்கமும்	1
2	இஸ்லாத்திற்கு முன் அரேபியச் சமூகம்	16
3	மக்காவில் இஸ்லாத்தின் தோற்றம்	57
4	இஸ்லாமும் மதீனா நிகழ்ச்சிகளும்	130
5	கலீஃபா ஆட்சி	199
6	மாற்றுக் கோட்பாடுகள்	255

முன்னுரை

இந்த நூல் பல ஆண்டுகள் நடத்தப்பட்ட ஆராய்ச்சியின் தொகுப்பு. நான் இஸ்லாத்தின் பிறப்பைச் சமூக-பொருளாதார மற்றும் வரலாற்றுப் பின்னணியில் அறிந்துகொள்ள முயன்றுள்ளேன். மனித குலத்திற்கே மாற்றத்தையும் விடிவையும் அளித்த இஸ்லாம் ஐயத்திற்கிடமின்றி அழிக்க முடியாத ஒரு புதிய கோட்பாடு. இங்கு இக்கோட்பாட்டை விளக்கத் தேவையில்லை.

நான் இந்தப் புத்தகத்தின் மூலம் இஸ்லாத்தின் தோற்றத்தைச் சமூக, பொருளாதாரப் பின்னணியில் விளக்க முயன்றுள்ளேன். எந்த ஒரு சமயக் கோட்பாடும் அது தோன்றிய சமூகத்தில் ஆழ வேரூன்றி இருக்கும் என்பதில் எனக்கு ஐயமில்லை. மார்க்ஸிய அணுகுமுறை சமூக-மதக் கோட்பாடுகளை விளக்குவதற்கு ஏற்ற கருவியாக உள்ளது. எனவேதான் நான் மார்க்ஸிய அணுகுமுறையைப் பயன்படுத்தத் தீர்மானித்தேன். இந்த ஆராய்ச்சியில் எனது நோக்கம் இஸ்லாம் எனும் தனித்துவமிக்க இயக்கத்தை அறிந்துகொள்வதுதான்.

இந்தப் புத்தகம் இஸ்லாமிய உலகில் அண்மையில் உருவாகியுள்ள குறிப்பிடத்தக்க மாற்றங்களுக்குமுன் எழுதப்பட்டது. எனினும் புதிய இஸ்லாமிய எழுச்சியை உணர்ந்துகொள்ள இப்புத்தகம் ஒரு பின்னணியாக அமையும்.

அஸ்கர் அலீ எஞ்ஜினியர்

இஸ்லாத்தின் தோற்றமும் வளர்ச்சியும்

1

ஆய்வின் பரப்பும் நோக்கமும்

இஸ்லாம் நமது சகாப்தத்தின் ஏழாம் நூற்றாண்டின் தொடக்கத்தில் தோன்றியது. சித்தாந்தத்தின் அடிப்படையிலான ஓர் இயக்கமாக அது தோன்றியது என்றே நான் கூறுவேன். சித்தாந்தம் என்பது மிகுந்த பொருட்செறிவுகொண்ட ஒரு சொல் ஆகும். நம்பிக்கைகளின் முழுமை யான ஒரு தொகுப்பே அதில் அடங்கியிருக்கிறது. சுருங்கக் கூறினால், இது ஒரு சமூக இயக்கம், வர்க்கம் அல்லது இது போன்றதொரு குழுவின் கோட்பாடுகள், புராணக் கதைகள், குறியீடுகள் ஆகியவற்றின் தொகுதியாக மாற்றம் பெறுகின்றது. இயக்கத்தைச் செயல்பட வைக்கும் பொறியமைப்புகளும் அதில் அடங்கியிருக்கக்கூடும் (இஸ்லாத்தின் விஷயத்தில் அது நிச்சயமாக அடங்கியிருக்கிறது). பிரெஞ்சு சித்தாந்தவாதிகள், சித்தாந்தங்களில் உள்ள அடையாளக் குறியீடுகளுக்கு மனோதத்துவ அடிப்படையில் விளக்கம் கூறுவது மட்டுமே சித்தாந்தங்களின் செயல் என்று கூறுகிறார்கள்.

ஆனால், மார்க்ஸும் எங்கல்ஸும் இந்த ஆய்வுப் பொருள் ஒரு குறிப்பிட்ட காலகட்டம் அல்லது சமூகத்துக்குரிய தனித்துவமான குறியீடுகளின் மொத்தத் தொகுதியாக மாறியது என்று கருதுகிறார்கள். ஹென்றி லஃபேப்வர் கூறுகிறார்: 'மார்க்ஸின் நோக்கம், பொதுவான, அதாவது, சமூக ரீதியான குறியீடு பற்றிய தத்துவம் ஒன்றை உருவாக்கு வதாகும். 'சித்தாந்தங்கள்' என்பவற்றின் தோற்ற வரலாற்றை விளக்கு வதற்கான அடிப்படைக் கூறுகளை அவர் வரையறை செய்தார். சித்தாந்தங்களை அவற்றின் வரலாற்று, சமூகவியல் நிலைமைகளுடன் தொடர்புபடுத்திக் காட்டினார்.'[1]

மீண்டும், சித்தாந்தம் என்பது நிஜத்தின் தலைகீழான, முனை சிதைந்த, உருமாறிய நிழலே என்ற ஒருண்மையையும் மார்க்ஸ் சுட்டிக்காட்டுகிறார். சித்தாந்தங்களில் மனிதர்களும் அவர்களுடைய நிலைமைகளும் கேமரா லென்ஸ் வழி தெரியும் பிம்பத்தைப் போலத்

தலைகீழாகத் தோற்றமளிக்கிறார்கள். இந்தத் தலைகீழ் மாற்றத்துக்கு நிச்சயமாக உயிரியல் ரீதியான காரணங்கள் உள்ளன. கண்ணின் உள்விழித்திரையில் பிம்பங்கள் தலைகீழாக மாறிவிழச் செய்யும் உடலியல் காரணங்கள் போன்றவை இவை. கோட்பாட்டின் அடிப்படைக் கூறுகளான மனச் சித்திரங்களில் தனிமனிதர்கள் நிஜத்தை மார்க்ஸின் சொற்களில் 'மேல் கீழாக'வே அறிகிறார்கள். மனிதர்கள் தாங்கள் எப்படி இருக்கிறார்களோ அப்படியே தங்களை அறிந்துகொள்வதில்லை. மாறாக, பலவகைப்பட்ட கருத்துகளும் மாயைகளும் பின்னிப்பிணைந்த ஒரு வலையின் ஊடாகவே உணர்ந் தறிகிறார்கள். இந்தக் கருத்துகளுக்கும் மாயைகளுக்கும் நிஜம் அடிப்படையாக இருக்கலாம் அல்லது இல்லாமலிருக்கலாம். எனவே ஒரு சித்தாந்தத்தை அதற்குரிய இடத்திலிருந்து பிரித்துப்பார்த்தால் வரலாற்றின் தவறான சித்திரத்தையோ வரலாற்றின் சாரத்தையோ அது தரக்கூடும். அப்படிப் பார்க்கும்போது சித்தாந்தம் என்பது பிழைகள், மாயைகள், தெளிவின்மைகள் ஆகியவற்றின் தொகுப்பாக மாறிவிடலாம். அது உருத்திரித்தும் இடம்பெயர்த்தும் காட்டும். வரலாற்று உண்மையை வைத்தே இவற்றை உணர்ந்துகொள்ள முடியும்.

ஒரு கோட்பாட்டை, அது தோன்றிய காலத்தின் பின்னணியில் வைத்துப் பார்த்தாலன்றி அதனை நேர்ப்படக் காணுதல் அரிது. சகாப்தம் படைத்த 'இஸ்லாம்' என்ற இயக்கத்தை அதனுடைய திட்டவட்டமான தனிப்பட்ட நிலைமையின் பின்னணியில் வைத்துப் பார்க்கும் முயற்சியே இந்தப் புத்தகம். இஸ்லாம் தோன்றுவதற்கு முன்பாகச் செயல்பட்டுவந்த பலவகைப்பட்ட சக்திகளைப் புரிந்து கொள்ளும் நோக்கத்துடன், தொடர்புள்ள எல்லா அம்சங்களையும் — அரசியல், சமூக, வரலாற்று அம்சங்களை—இயன்ற அளவு பகுத்தாய்வதற்கு முயற்சி மேற்கொள்ளப்பட்டுள்ளது. ஒரு சமூகத்தின் கட்டமைப்பு, மனோபாவங்கள், பண்புநெறிகள், கலாசார வழக்குகள் அல்லது அமைப்புகள் ஆகிய எல்லாவற்றையும் சேர்த்து முழுமையாக உணர்ந்து உள்வாங்கிக்கொள்வது மிகக் கடினமானது. இதை நான் அறிவேன். அந்தச் சமூகம், ஒரு மதச் சமூகமாக, தனக்கென்று கொள்கைகள், பண்புநெறிகள், மனோபாவங்கள் கொண்ட ஒரு சமூகமாக இருக்கும்போது இந்த முயற்சி மேலும் கடினமாகிறது. இஸ்லாம், தான் தோன்றிய சமூகத்தை முற்றிலுமாக மாற்றியமைத்த ஒரு மதக் கோட்பாடு ஆகும். அதேவேளையில், இஸ்லாத்தின் புதிய பண்புநெறிகளுக்கு முரண்படாதவையாக அந்தச் சமூகத்தில் இருந்த சாரமான அம்சங்களை அது ஏற்று வைத்துக்கொண்டது.

ஒவ்வொரு மனிதனும் ஒரு குறிப்பிட்ட கோணம் அல்லது தனிப் பட்ட, எடுப்பான, ஒரு நோக்கு நிலையிலிருந்துதான் விஷயங்களை நுணுகி ஆய்ந்து புரிந்துகொள்கிறான். அதனால் மற்ற நோக்கு நிலைகள் இல்லை என்று ஆகிவிடாது (என் விஷயத்தில் அப்படி ஆகிவிட வில்லை). மற்ற கண்ணோட்டங்களின் இணைப்புகளுக்கும் இடமில்லாமல் போய்விடாது. சமூக நிகழ்ச்சிகளை வரலாற்றுப் பொருள்முதல்வாத வெளிச்சத்தில் காண நான் முயன்றிருக்கிறேன். அந்த அணுகுமுறை சரியானது என்று நான் நம்புவதும், எனக்கு அது பிடித்திருப்பதும் இதற்குக் காரணங்கள்.[2] 'வரலாற்றுப் பொருள் முதல்வாதம்' என்ற தொடரைச் சிறிது விளக்குவது அவசியமாகிறது. முதலாவதாக, மேற்குறிப்பிடப்பட்டது போன்று அதை இங்கு வரட்டுத்தனமாகவோ யந்திரத்தன்மையுடனோ பின்பற்றவில்லை.

வரலாற்றுப் பொருள்முதல்வாதத்துக்குத் தோற்றம் கொடுத்த மார்க்ஸ் தாமே இந்த அபாயத்தை உணர்ந்திருந்தார். ரஷ்யாவில் நடந்த நிகழ்ச்சிகள் பற்றிய தமது பகுப்பாய்வில் வரட்டுவாதம் பின்பற்றப்பட வில்லை என்று ஒரு மறுப்பை மிக வன்மையாக விடுத்திருக்கிறார். 1877இல் அவர் ரஷ்யப் பத்திரிகை ஒன்றின் ஆசிரியருக்கு எழுதிய கடிதத்தில் இவ்வாறு குறிப்பிடுகிறார்:

(எனது விமர்சகர்) மேற்கு ஐரோப்பாவில் முதலாளித்துவம் தோன்றியது பற்றிய வரலாற்றுக் குறிப்பை, எல்லா மக்கள் மீதும் விதியினால் சுமத்தப்படும் விதிவழிச் செல்லல் என்ற சரித்திர — தத்துவார்த்தக் கொள்கையாக மாற்ற முயலுகிறார். ஒரு மக்களின் வரலாற்று ரீதியான சூழ்நிலை எப்படி இருந்த போதிலும், சமூக உழைப்பின் உற்பத்திச் சக்திகளை விரிவாக்கி, மனிதன் முழுமையாக அபிவிருத்தி அடையச் செய்யும் பொருளாதார அமைப்பை உருவாக்கும் நோக்கத்துடன் விதி இவ்வாறு செய்வதாக அவர் கூறுகிறார். அவர் கருத்தை நான் ஏற்கவில்லை. (அவர் என்னை மிகவும் கௌரவிக்கிறார்; அதே சமயம் மிகவும் அவமதிக்கிறார்.) ஓர் உதாரணத்தைப் பார்க்கலாம்.

எனது மூலதனம் என்னும் புத்தகத்தில் பல இடங்களில், புராதன ரோம் நகரின் பொதுமக்களுக்கு நேர்ந்த கதியைக் குறிப்பிட்டு இருக்கிறேன். ஆரம்பத்தில் அவர்கள் சுதந்திரமான விவசாயிகளாக, ஒவ்வொருவரும் தம்முடைய சொந்த நிலத்தில் தாமே விவசாயம் செய்பவர்களாக இருந்தார்கள். ஆனால் ரோமானிய வரலாற்றின் காலப்போக்கில் அவர்களின் நில உடைமைகள் பறிக்கப்பட்டன.

அவர்களுக்கு உற்பத்திச் சாதனமாகவும் வாழ்க்கைச் சாதனமாகவும் இருந்த நிலத்தை அவர்களிடமிருந்து பறித்துக்கொண்ட அதே இயக்கம், பெரிய நிலஉடைமைகள் மட்டுமின்றி பெரிய பண மூலதனம் உருவாகவும் காரணமாக இருந்தது. இவ்வாறாக ஒரு காலகட்டத்தில், ஒரு புறம் தங்களுடைய உழைக்கும் சக்தியைத் தவிர மற்ற எல்லாவற்றையும் பறிகொடுத்துவிட்ட சுதந்திர மனிதர்களும், மறுபுறம் இவர்களது உழைப்பைச் சுரண்டுவதற் காகப் பெற்ற செல்வங்களையெல்லாம் தங்களிடம் கொண்டவர் களுமாக மக்கள் இரு பிரிவுகளாக ஆனார்கள். ஆயின் ரோமானிய உழைப்பாளி மக்கள் ஊதியத்துக்கு உழைப்பவர்களாக அன்றி ஒரு வேலையும் இல்லாத ஒரு கூட்டமாக ஆனார்கள். அவர்களது நிலை அமெரிக்காவில் தென் மாநிலங்களில் இருந்த முன்னாள் 'ஏழை வெள்ளையர்'களின் நிலையைவிடப் பரிதாபகரமானதாக இருந்தது.

இவர்களுடன் கூடவே, முதலாளித்துவமுறை அல்லாத, ஆனால் வெவ்வேறு வரலாற்றுச் சூழ்நிலைகளில் வெவ்வேறு விளைவுகளை அளித்த ஓர் உற்பத்திமுறை உருவாகியது. இந்தப் பரிணாம வடிவங்கள் ஒவ்வொன்றையும் தனித்தனியாக ஆராய்ந்து ஒன்றுடன் ஒன்றை ஒப்பிட்டுப் பார்த்தால் இந்த நிகழ்வை விளக்கும் துப்பு எளிதில் கிடைக்கும். ஆனால், உலகளாவிய சரித்திர-தத்துவார்த்தக் கொள்கை என்ற பொதுவான அனுமதிச் சீட்டை வைத்துக்கொண்டு அந்த இடத்தை அடைந்துவிட முடியாது. இந்தக் கொள்கை சரித்திரத்தை மிஞ்சியது என்ற ஒன்றுதான் இதன் மிகப்பெரிய சிறப்பாகும்.[3]

இஸ்லாத்தை ஆராயும்போது ஏற்கெனவே மனத்தில் உருவாக்கிக் கொண்ட அல்லது 'சரித்திரத்தை மிஞ்சிய' மாதிரி வடிவத்தைப் பின்பற்றுவோர் — பெரும்பாலான மார்க்ஸியவாதிகள் இவ்வாறு தான் செய்கிறார்கள்—சரித்திர ரீதியான உண்மையை யந்திரத் தன்மையில் பார்த்து, ஏழாம் நூற்றாண்டின் அரேபிய சமுதாயத்தின் மேல் நிலப்பிரபுத்துவ சமூக-பொருளாதார அமைப்புகளைச் சுமத்திவிடுகிறார்கள். இங்கு ஓர் எடுத்துக்காட்டைச் சுட்டலாம். 'உலக வரலாற்றுச் சுருக்கம்' என்ற புத்தகத்தில் அதன் ஆசிரியர்கள் ஏழாம் நூற்றாண்டு தொடக்கத்தில் இருந்த அரேபியாவைப் பற்றி இவ்வாறு கூறுகிறார்கள்:

அரேபிய தீபகற்பத்திலும் அதையொட்டிய பகுதிகளிலும்

> நிலப்பிரபுத்துவ உறவுநிலைகள் கிறிஸ்துவுக்குப்பின் முதல் ஆயிரம் ஆண்டுகளின் நடுப்பகுதியில் தோன்றத் தொடங்கின. தீபகற்பத்தின் தெற்கு, தென்மேற்குப் பகுதியில் அடிமை உடைமையாளர்களான சமூகங்கள் படிப்படியாக வீழ்ச்சி அடைந்ததையும், மற்றப் பகுதிகளில் நாடோடி மக்களின் தொடக்ககால குலக்குழு முறை சிதறிப்போனதையும் தொடர்ந்து இந்த உறவுநிலை உருவாயிற்று.

ஆசிரியர்கள் மேலும் கூறுகிறார்கள்:

> இக்காலத்திற்குள்ளாகவே மந்தைகள், மேய்ச்சல் நிலங்கள் ஆகியவற்றின் பெரும் பகுதி குலக்குழுவின் பிரபுக்கள் கைக்குச் சென்றுவிட்டது. ஏழைமை நிலையில் இருந்த நாடோடி இனக் குழுக்களிடையே நிலப்பசி நிலவியது. குறிப்பாக, ஆடு, மாடு வளர்த்து உயிர்வாழும் வாழ்க்கைமுறை, வளர்ந்துவரும் மக்கள்தொகையைத் தாங்குவதற்குப் போதுமானதாக இல்லாதது இதற்குக் காரணமாயிருந்தது. நிலத்துக்காக இனக்குழுக்களிடையே பல்வேறு கூட்டணிகள் உருவாயின. அண்டையில் வாழும் இனக்குழுக்களை வென்று தங்கள் வசமுள்ள நிலப்பரப்பை விரிவுபடுத்தும் ஆசை வலுப்பெற்று வளர்ந்தது. இவ்வாறு நிலப் பரப்பை ஒன்றுபடுத்தும் போக்குக்கு மற்றொரு தூண்டுதலாக அரேபியாவின் அபிவிருத்தியடைந்த பகுதிகளினிடையே பொருளாதார, அரசியல் இணைப்புகள் அதிகமாக ஏற்பட்டு வந்தன. இந்தப் பகுதிகளில் நிலப்பிரபுத்துவ முறைகள் ஏற்கெனவே உருவாகி வந்தன. இந்தப் பகுதிகளுக்கும் நாடோடி மக்களுக்குமிடையேயும் இணைப்புகள் பல ஏற்பட்டன.
>
> அரபு மக்கள் எல்லோரையும் ஒன்றுபடுத்தும் போக்கு ஒன்று தொடங்கியது. நாடோடி மக்களிடையேயும், நிலைத்து வாழும் மக்களிடையேயும் நிலப் பிரபுத்துவமுறை உருவாகத் தொடங்கியது. இந்த இயக்கம் விரைவில் ஒரு மத இயக்கமாகவும் உருவெடுத்து புதிதாகத் தோன்றிய இஸ்லாம் மதத்தைப் பரப்பியது.[4]

இஸ்லாம் தோன்றியபோது இருந்த சமூக-பொருளாதார அமைப்புகள் பற்றிய இந்தப் பகுப்பாய்வு, வரலாற்று உண்மைக்குக் கொஞ்சமும் பொருந்தாதது என்பது இஸ்லாம் பற்றிக் கற்பவர் எவருக்கும் புலப்படும். இஸ்லாம் மக்கா நகரின் வர்த்தகச் சூழ்நிலை மிகுந்த பின்னணியில் தோன்றியது என்பதைப் பின்னர் காண விருக்கிறோம். சர்வதேச வர்த்தக மையமாகவும், பெருமளவில்

நிதிகள் கொடுக்கல் வாங்கல் நடக்கும் இடமாகவும் அது இருந்தது. இந்த வரலாற்று உண்மைக்குக் குர்ஆனின் பல வசனங்கள் சான்று கூறுகின்றன. பூர்ஷ்வா சரித்திராசிரியர்கள்கூட இதைக் கவனித் திருக்கிறார்கள். உண்மையில் அரேபியப் பாலைவனத்தின் நாடோடி இனக்குழுக்களிலோ, வணிக நகரமான மக்காவிலோ நிலப் பிரபுத்துவ முறையிலமைந்த உற்பத்திமுறையோ, நிலப்பிரபுத்துவ உறவுகளோ சிறிதளவுகூடக் காணப்படவில்லை. நிலப்பரப்பை விரிவு படுத்துவதற்காக நிலங்களைக் கைப்பற்றுவதற்கு இனக் குழுக் களிடையே போர்கள் நடந்தன என்று கூறுவதும் சரியல்ல. அரேபியாவின் பதூயின் இனக்குழுக்களைப் பற்றி நிச்சயமாகத் தெரிந்த உண்மைகளை வைத்துப் பார்க்கும்போது இந்தக் கூற்றுக்கு ஆதாரம் இல்லை. இஸ்லாம் தோன்றிய பகுதியிலும் அதைச் சுற்றிலும் விவசாய உற்பத்தியே முற்றிலுமாகக் கிடையாது. மழை மிகக் குறைவு ஆதலால் மேய்ச்சல் நிலங்கள்கூட ஆண்டு முழுவதும் நீடிப்பனவாக இல்லை. இனக் குழுக்களிடையே நடந்த சண்டைகள் பெரும்பாலும் கொள்ளையிடும் தாக்குதல்களாகவே இருந்தன. மேலே மேற்கோள் காட்டிய ரஷ்ய வரலாற்றாசிரியர்கள் இஸ்லாத்திற்கு முந்தைய அரேபியா பற்றிக் கிடைக்கும் விவரங்களைப் பகுப்பாய்வு செய்வதில் கவனமாகச் செயல்படவில்லை. அரேபியாவின் அப்போதைய சமூக- பொருளாதார அமைப்புகளை அவர்கள் யந்திரத்தனமாகப் புரிந்து கொண்டிருக்கிறார்கள். மார்க்ஸ் தமது தத்துவம் இதைப் போல யந்திர ரீதியில் பயன்படுத்தப்படுவது பற்றி மேலே எடுத்துக்காட்டிய பகுதியில் குறிப்பிட்டிருக்கிறார்.

அகமது எல் கோட்ஸி என்ற அரபு மார்க்ஸியவாதியும் அரேபியாவில் நிலவிய உண்மை நிலைமையைத் தவறாகப் பொருள் படுத்திக்கொள்ளும் இத்தகைய அணுகுமுறையைக் குறைகூறி இருக்கிறார். அவர் கூறுகிறார்:

> கிராமப்புறமான, நிலப்பிரபுத்துவ முறையைக்கொண்ட அரபுலகம் என்ற சித்திரத்தைப் பல வெளிநாட்டினர் மட்டுமின்றி, அதிக எண்ணிக்கையில் அரபு மார்க்ஸியவாதிகள்கூட ஏற்றுக் கொள்கிறார்கள். மிதமிஞ்சி எளிமைப்படுத்தப்பட்ட மார்க்ஸியத்தின் அடிப்படையில் உருவாக்கப்பட்ட இந்தச் சித்திரம் விஞ்ஞான அடிப்படையற்ற பெருவழக்காக உள்ள கூற்றுக்களில் ஒன்று. உண்மையில், மத்தியகால ஐரோப்பாவிலிருந்து அரபுலகம் மிகவும் மாறுபட்டதாக இருந்தது. இந்த அரபுலகத்துள் இன்று

போலவே என்றும் மூன்று வெவ்வேறு மண்டலங்களைக் காணலாம். இவை சமூகக் கட்டமைப்பிலும், அரசியல், பொருளாதார அமைப்புகளிலும் ஒன்றுக்கொன்று மிகவும் மாறுபடுகின்றன. அரபு கிழக்கு (அரபு மொழியில் அல்மஷாரிக் என்று அழைக்கப்படுவது) என்ற மண்டலம் அரேபியா, ஸிரியா (அதாவது, இன்றைய ஸிரியா, லெபனான், ஜோர்டான், இஸ்ரேல் ஆகியவை), இராக் ஆகிய நாடுகள் அடங்கியது. இரண்டாவது மண்டலம் நைல் நதி நாடுகள் (எகிப்து, சூடான்). மூன்றாவது மண்டலமான அரபு மேற்கு (அரபு மொழியில் அல்மகாரிப்) லிபியாவிலிருந்து துனீசியா, அல்ஜீரியா, மொராக்கோ, மோரிடானியாவரை பரவியிருப்பது. இந்தப் பிரிவுகளில், அரபு உலகை இரண்டாகப் பிரிக்கும் எகிப்து ஒன்றுதான் அன்றும் விவசாய மக்களின் நாகரிகத்தைக் கொண்ட நாடாக இருந்தது. இன்றும் அவ்வாறே இருக்கிறது. (நிலப்பிரபுத்துவ நாகரிகம் என்று நான் கூறவில்லை). ஆனால் மஷாரிக், மகாரிப் பகுதிகளின் சமூக அமைப்புகள் உழவர்களை அடிப்படையாகக் கொண்டவை அல்ல'.[5]

இந்தப் புத்தகம் கூடிய மட்டும் ஒரே மாதிரியைப் பின்பற்றுவதையோ, எந்தவொரு கோட்பாட்டு விளக்கம், சித்தாந்தம் அல்லது மாதிரி வடிவை யந்திரத்தனமாகப் பின்பற்றுவதையோ தவிர்க்க முயலும். உண்மை என்பது சமூக ரீதியானது என்றாலும் அரசியல் அல்லது கோட்பாடு ரீதியானது என்றாலும் மேலெழுந்தவாரியாக நினைப்பதைப் போலன்றி, மிகச் சிக்கலானது. அதைப் பகுத்தாய்ந்து அறிவதில் மிகவும் கவனம் தேவை. ஒரே தன்மையாகப் பின்பற்றுவதையோ, கொள்கைகளை வரட்டுத்தனமாகப் பின்பற்றுவதையோ தவிர்க்க வேண்டும். சமய சித்தாந்தங்களின் விஷயத்தில் மேலும் அதிக கவனம் தேவை. ஏனென்றால் அதில் சம்பந்தப்பட்ட பிரச்சினைகள் அதிகக் குழப்பமானவை; மற்ற சித்தாந்தங்களைவிட இதில் நம்பிக்கைகள் அதிக உறுதியுடனும் அதிகப் பிடிப்புடனும் கைக்கொள்ளப்படுகின்றன. எந்த ஒரு தனிப்பட்ட கோட்பாட்டு விளக்கம், மாதிரிவடிவம் அல்லது கருதுகோள்—அது எவ்வளவுதான் விஞ்ஞான ரீதியாக உண்மை என நிரூபிக்கப்பட்டிருந்தாலும் ஓர் உண்மையின் பல்வேறு அம்சங்களையும் முழுக்க முழுக்க விளக்கிவிட முடியாது என்பது இந்தப் புத்தக ஆசிரியரின் உறுதியான கருத்து.

மார்க்ஸிய தத்துவம் மேலே குறிப்பிட்டது போல யந்திரத்தனமாகப் பயன்படுத்தப்பட்டால் வரலாற்று உண்மைக்கு மிகவும் முரணான முடிவுகளைத் தந்துவிடக்கூடும். மார்க்ஸிய தத்துவத்தில் மிகவும்

பாராட்டத்தக்கது அதனுடைய முறைப்படுத்தப்பட்ட அணுகு முறையே என்பது என் கருத்து. இதை வரலாற்றுப் பொருள்முதல்வாத அணுகுமுறை என்று குறிப்பிடலாம். வரலாற்றுப் புதிர்களின் சிக்கல்களைப் புரிந்துகொள்வதற்கு மார்க்ஸிய முறைப்பாடு, மற்ற எந்த முறைப்பாடுகளையும்விட நன்றாக உதவுகிறது என்பதால் நான் அதைத் தெரிந்தெடுத்திருக்கிறேன். எனவே மார்க்ஸியத்தின் கொள்கைகள், நம்பிக்கைகளைவிட—இவை யதார்த்தமான நிலைமை களிலிருந்து இயல்பாக உருவாகவில்லை என்றால் நான் அவற்றை நிராகரிக்கிறேன்—அதன் முறைப்படுத்தப்பட்ட அணுகுமுறையே எனக்கு முக்கியமானது.

நான் பின்பற்றும் முறைப்படுத்தப்பட்ட அணுகுமுறையை விளக்கு வதற்கு டபிள்யூ. மாண்ட்காமரி வாட் எழுதிய 'சமூகவியலாளரும் இறைத்தூதரும்-இஸ்லாத்தின் தோற்றம் பற்றிய சிந்தனைகள்' என்ற கட்டுரையிலிருந்து மேற்கோள் காட்ட விரும்புகிறேன்:

> ஒரு மதம் என்பது அதன் தோற்றத்திலும் வளர்ச்சியிலும், ஒரு சமூக நிகழ்வு ஆகும். தீர்க்கதரிசி* (இறைத்தூதர்) ஒரு தனித் தன்மை யான கட்டமைப்புக் கொண்ட சமூகத்தைச் சேர்ந்த மக்களுக்குத் தமது போதனைகளை அளிக்கிறார். சமூகவியலாளர், தீர்க்கதரிசி தமது கருத்துகளால் உடனடியாகக் கவரும் சமூகத்திலும், சில காலம் கழித்துக் கவரும் சமூகத்திலும் உள்ள வர்க்கங்களையும், அவரது கருத்துகள் ஏற்கப்பட்டதால் உண்டான வர்க்க மாற்றங்களையும் ஆராயலாம். ஞானத்தின் சமூகவியலில் அவருக்கு இருக்கும் சம்பந்தத்தினால், தீர்க்கதரிசி அறிவித்த கருத்துகளுக்கும் ஒவ்வொரு வர்க்கத்தின் தனிப்பட்ட நலன்களுக்கும் இடையிலான உறவு நிலையையும் ஆராய்கிறார். இந்த விஷயங்களிலும் குறிப்பிட்டுக் கூறக்கூடிய வேறு விஷயங்களிலும், சமூகவியலாளர் தமது பணியைச் சரியாகச் செய்வாரானால், தீர்க்கதரிசியின் போதனைகள் பற்றி உண்மையான கூற்றுகளைக் கூறுகிறார். உதாரணமாக—முழுக்கவும் வரலாற்று உண்மை அல்லாத ஒரு சந்தர்ப்பத்தை எடுத்துக்கொண்டால்—தீர்க்கதரிசி செல்வத்தைத் தாக்கிப்

* ப்ரோஃபெட் என்னும் ஆங்கிலச் சொல்லுக்கு தீர்க்கதரிசி என மதச்சார்பற்ற மொழிபெயர்ப்பாக இந்த நூலில் கையாளப்படுகிறது. இந்தச் சொல்லைத் தமிழ்பேசும் முஸ்லிம்கள் இறைத்தூதர், நபி, நபிகளார், முஹம்மத் (ஸல்) எனக் குறிப்பிடுகின்றனர். நபிகளார், இறைத்தூதர், தீர்க்கதரிசி ஆகிய சொற்கள் முஹம்மதைக் குறிக்கும் (ப-ஆ).

பேசுவதன் மூலம் பணக்காரர்களுக்கு எதிராக ஏழை எளியோரின் நலன்களை முன்னேற்ற முயலுகிறார் என்று அவர் கூறலாம்.[6]

ஒரு சமூகவியலாளர் ஓர் இயக்கத்தின் வேர்களை முழுமையான சமூகக் கட்டமைப்பில் காண முயலுகிறார். இதற்கு நேர்மாறாக, இறையியலாளர் அதே உண்மையை வர்ணிப்பதற்கு வேறொரு விதமான முறையைக் கையாளுகிறார். அறிவுத்திறனும் கருத்துருவாக்கமும் கொண்ட நிலையைச் சார்ந்தது அது. மாண்ட்காமரி வாட் இதைப் பின்வருமாறு குறிப்பிடுகிறார்:

> இறையியலாளர் நிஜத்தின் அம்சங்கள் பற்றிய மனிதர்களின் நம்பிக்கைகள், கருத்துகள் ஆகியவற்றில் முக்கியமாகக் கருத்துச் செலுத்துகிறார். ஆனால் சமூகவியலாளர், ஒரு சமூகத்தில் பதிந்து போயிருக்கும் வாழ்க்கைமுறை, அதன் பண்புநெறிகள், நீதிக் கருத்துகள், சமூகக் கட்டமைப்பு என்ற ஒன்றுடன் ஒன்று தொடர்புள்ள பல்வேறு விஷயங்கள் பின்னிப்பிணைந்த ஒரு தொகுதியில் கருத்துச் செலுத்துகிறார். இவ்வாறாக, சமூகவியலாளர் ஒரு 'தொடர்பு இணக்கக் கொள்கை' என்பது போன்ற ஒன்றை வைத்துச் செயல்படுகிறார். கருத்துகள், நம்பிக்கைகள் என்பவற்றை மட்டும் கவனிக்காமல் பல்வேறு சமூக உண்மைகளிலும் கவனம் செலுத்துகிறார்.[7]

இதை மார்க்ஸியச் சொல்வழக்கில் கூறவேண்டுமானால், பொருளாதார அடிப்படையை வைத்துத்தான் மேல் கட்டமைப்பைப் புரிந்து விளக்க வேண்டும். ஆயினும் இந்தப் 'பொருளாதார அடிப்படை'க்கும் சமூக நிறுவனங்களுக்குமிடையே நேரடியான தொடர்பு இருப்பதாகக் கருதிவிடக்கூடாது. இரண்டுக்குமுள்ள உறவை வடிவமைக்கும் சிக்கலான நிகழ்முறை இருக்கிறது. ஏ. லாப்ரியோலா இதை நமது கவனத்துக்குக் கொண்டுவருகிறார்:

> சட்டங்கள், வழக்கங்கள், சிந்தனை, உணர்வுகள், கருத்துநிலைகள் (ஐடியாலஜி) ஆகியன அவற்றுக்கு அடிப்படையாக உள்ள பொருளாதாரக் கட்டமைப்பிலிருந்து தாமாகவே, யாந்திரிகமாகத் தோன்றியெழும் வகையில் அவற்றுக்கும் பொருளாதாரக் கட்டமைப்புக்குமுள்ள உறவு அமைந்திருப்பதில்லை. மாறாக, அவற்றுக்கும் பொருளாதாரக் கட்டமைப்புக்குமான உறவை வடிவமைக்கும் சிக்கலான, பல சமயங்களில் நுட்பமான, கடின மான நிகழ்முறை உள்ளது. அது எல்லா வேளைகளிலும் கண்டறிந்து கொள்ளப்படக்கூடியது அல்ல.[8]

பொருளாதார அடிப்படை சந்தேகமில்லாமல் மேல்கட்டமைப்பில் உள்ள முறைமைகளைத் தீர்மானிப்பதில் முக்கிய பங்கு வகிக்கிறது. ஆனால் அது மட்டுமே முக்கிய காரணம் அல்ல. முந்தைய காலங்களின் உற்பத்தி சக்திகள், உற்பத்தி உறவுநிலைகள் ஆகியவற்றிலிருந்து தோன்றிய மத-கலாசார முறையமைப்புகள் தாமே ஒரு சுய இயக்கச் சக்தி பெற்று, பிற்காலங்களின் சமூக, பொருளாதார முறையமைப்புகளில் தொடர்ந்து செல்வாக்குச் செலுத்துகின்றன. பொருளாதார அடிப்படைக்கும் மேல்கட்டமைப்பின் முறையமைப்புகளுக்குமிடையே ஒன்றுக்கு நேராக இன்னொன்று என்ற விதத்தில் தொடர்பு இருப்பதாகக் காட்ட முயன்றால் அது இயலாத காரியமாகும் அல்லது தவறுகள் நிறைந்ததாகும். மார்க்ஸியத்தை யந்திரத்தனமாகப் பின்பற்றுவதில் உள்ள அபாயங்களை எங்கல்ஸ் உணர்ந்திருந்தார். தமது வாசகர்களை அதுபற்றி எச்சரித்தார்:

> எங்களைவிட இளையவர்கள் சிலவேளை பொருளாதார அம்சத்திற்கு அதற்கு உரியதைவிட அதிக முக்கியத்துவம் அளிக்கிறார்கள் என்றால் அதற்கு மார்க்ஸும் நானுமே ஓரளவுக்குப் பொறுப்பாகிறோம். எங்களுடைய எதிர்ப்பாளர்கள் அதன் முக்கியத்துவத்தை மறுத்துக் கூறியதனால் அவர்களுக்கு எதிராக அதை நாங்கள் வலியுறுத்த வேண்டியதாயிற்று. பொருளாதார அம்சத்திற்கும் மேலடுக்குக்குமுள்ள வினை எதிர்வினையில் சம்பந்தப்பட்ட மற்ற அம்சங்களுக்குமுரிய முக்கியத்துவத்தை எடுத்துரைப்பதற்கு எங்களுக்கு எப்போதும் நேரமோ, இடமோ, சந்தர்ப்பமோ கிடைக்கவில்லை.[9]

இந்தப் புத்தகத்தில் பொருளாதார அம்சம் வலியுறுத்திக் கூறப்பட்டால் அதற்குக் காரணம், வரலாற்றின் மிகச் சக்திவாய்ந்த இயக்கங்களுள் ஒன்றின் தோற்றத்துக்கு வழிசெய்த சக்திகள் பற்றிய ஆய்வில் இந்த அம்சம், முழுமையாக இல்லாவிடினும் பெருமளவுக்குப் புறக்கணிக்கப் பட்டு வந்திருப்பதேயாகும். இறுதியாகப் பார்க்கும் போது பொருளாதார அம்சம்தான் எல்லாவற்றையும் நிர்ணயம் செய்யும் ஒரே அம்சம் என்று வலியுறுத்துவது என் நோக்கம் அல்ல. இந்தப் புத்தகத்தில் போகப் போக இது தெளிவாகும். என்னுடைய முழுத்திறனுக்கும் இயன்ற அளவில் மற்ற அம்சங்களையும்—மத, உளவியல் இயல்பு கொண்ட அம்சங்களையும்—எடுத்துக்கூற முயன்றிருக்கிறேன்.

இதுபோன்ற ஒரு விஷயத்தை விவாதிப்பதில் உள்ள அடிப்படைப் பிரச்சினை தத்துவம் சார்ந்தது; மனிதர்களின் சிந்தனைகளுக்கும்

வெளியுலகத்துக்கும் அவர்களின் செயல்களுக்கும் உள்ள உறவுநிலை பற்றியது அது. இந்த உறவுநிலை பற்றி பொதுவான கண்ணோட்டத்தில் தரப்படும் விளக்கம் திருப்தியாயில்லை. பொதுவான கண்ணோட்டத் தின்படி,[10] நாம் உலகத்தை கவனமாக, நுணுக்கமாக நோக்கி, எல்லா உண்மைகளையும் சேகரித்து அளவிட்டுக்கொண்டு, பின்பு மிகவும் வெளிப்படையாகப் புலப்படும் தீர்வை உருவாக்கி அதைச் செயல் படுத்துகிறோம். உண்மைகள் ஒரு குறிப்பிட்ட எண்ணிக்கையில்தான் உள்ளன என்பது இதில் உட்குறிப்பாகக் காணப்படுகிறது. இவை ஐயந்திரிபுக்கு இடமில்லாதவையாகவும், ஓரளவுக்கு எளிதாகக் கண்டறியக்கூடியனவாகவும் உள்ளன என்பதும், நம்முடைய பூர்வாங்க வேலையைச் சரியாகச் செய்திருந்தால் தீர்வுகள் தாமாகக் கிடைத்துவிடும் என்பதும் இதில் அடங்கியுள்ளன. நியாய அறிவுள்ள எல்லா மனிதர்களும் இதில் சம்பந்தப்பட்ட காரண, காரியத் தொடர்பு களை ஆராய்வார்கள் என்பதும், காணப்படும் தீர்வு, கிடைத்துள்ள தகவல்களிலிருந்து 'வெளிப்படை'யாகப் புலனாவது என்பதால் அதைத் தாமே மனமுவந்து ஏற்பார்கள் என்பதும் இதில் குறிப்பாக உள்ளன. அதாவது, உண்மைகள் தாங்களே தீர்வைத் தந்துவிடுகின்றன.

நியாய அறிவுள்ள மனிதர்கள் வரலாற்றை உருவாக்கினால் அது மாற்ற முடியாததாகவும் தவிர்க்க முடியாததாகவும் ஆகிவிடுகிறது. இதை வெளிப்படுத்துவதில் அறிவுள்ள மனிதர்கள் சுயசெயலற்றவர் களாக, உண்மைகளுக்கும் செயல்களுக்கும் இடையில் இணைப்புக் கண்ணிகளாக மட்டுமே இருக்கிறார்கள். இணைப்புக்கண்ணி கோணல் மாணலாக இருந்தால் அதற்குக் காரணம் அறிவற்ற மனிதர்களின் சிந்தனை 'புகை சூழ்ந்ததாக' இருப்பதாலோ அவர்கள் உண்மைகளைச் சரியாகப் பரிசீலிக்காமல் இருப்பதாலோ இருக்கலாம். உணர்ச்சிகள், முன்முடிவுகள், சுயநலங்கள் ஆகியவை சிந்தனையில் சூழும் புகை மூட்டங்களாகக் கருதப்படுகின்றன. மேலும் நமக்குச் சில இலட்சியங்கள் இருக்கின்றன; அவற்றை அடைய நாம் முயற்சி செய்கிறோம். 'லட்சியங்கள்' என்பவை அவற்றின் பரிசுத்தமான வடிவில் அடையமுடியாத குறிக்கோள்கள் என்று கூறப்படுகிறது. ஆயினும் அவற்றை அடையும் முயற்சியில் இந்த உலகை அவற்றை நோக்கி அமையுமாறு மாற்றிவிடுகிறோம், ஓரளவுக்கேனும் அடைந்து விடுகிறோம். இலட்சியங்கள் கொடுக்கப்படுபவை. அவை எங்கிருந்து வருகின்றன என்று கூற முடியாது. ஆனால் அவை கொடுக்கப்பட்ட விஷயங்களாகின்றன.

மேலே குறிப்பிட்ட அணுகுமுறை பற்றி நிகல் ஹாரிஸ் இவ்வாறு கூறுகிறார்:

> *லட்சியங்களுக்கும் உலகத்துக்கும் செயலுக்கும் உள்ள உறவுநிலை பற்றிய இரண்டு வடிவ மாதிரிகளும் சிறிதும் பொருளற்றவை என்றே கருதுவேன். சில முடிவுகளை எடுத்து அவற்றின்படிச் செயல்பட வைக்கும் நடைமுறை என்ன என்பதை நாம் சிந்தித்துப் பார்த்தால் அந்த நடைமுறைக்கும் இவற்றுக்கும் ஒரு அம்சத்தில் கூடப் பொருத்தம் இல்லை. நம்மில் பெரும்பாலானவர்களுக்கு ஒரு முடிவு எடுப்பது என்பது மிகவும் சிக்கலான விஷயம். இதில் தற்செயல் நிகழ்ச்சிகளும், தற்காலிக நோக்கங்களும், மற்றும் பல வகையான, சில சமயங்களில் குறிப்பால் மட்டும் உணர்த்தப்படும் நோக்கங்களும் பங்கு பெறுகின்றன.*[11] (சாய்வெழுத்து என்னுடையது).

மனிதர்கள் தொடர்புடைய எந்த நிலைமையும் அது வரலாற்றுப் பூர்வமானதானாலும் வேறு வகையானாலும் மிகவும் சிக்கலானது. இலட்சியங்களும் நம்பிக்கைகளும் சம்பந்தப்படும்போது அது மேலும் சிக்கலாகிறது. எனவே அதை ஏதேனும் ஒரேயொரு வாய்ப்பாடு அல்லது சிந்தனை முறையின் மூலம் புரிந்துகொள்ள முடியாது. சில முக்கிய அம்சங்களும் போக்குகளும் மிக எடுப்பாகக் காணப்படுவதை நிறுவிக்காட்டுவதுதான் செய்யக்கூடியதாகும். சாதாரணமான ஒரு நிலைமையில் முடிவு எடுக்கும் செயல்முறை மிகவும் சிக்கலாகவும் தற்காலிகமான அல்லது வேறுவகையான பல்வேறு அம்சங்களால் பாதிக்கப்படுவதாகவும் இருந்தாலும், புரட்சி தோன்றும் ஒரு நேரத்தில் கோட்பாடு அம்சமே ஓங்கி நிற்கும்; குறைந்தபட்சம், கோட்பாட்டில் வலுவான ஈடுபாடு கொண்டவர்களுக்கேனும் இந்த அம்சமே பெரியதாயிருக்கும். ஆனாலும், அது அவர்களின் ஈடுபாட்டின் அளவைப் பொறுத்திருக்கும். ஒன்றுக்கொன்று முரணான கண்ணோட்டங்களும், நம்பிக்கைகளும், கருத்துகளும் நிரம்பிய இஸ்லாம் போன்ற ஒரு மதத்தைக் குறித்து வரலாற்று ரீதியாக ஆய்வு செய்யும்போது இத்தகைய மனோபாவம் மிக முக்கியமானது. ஏனென்றால் இது ஒரே தன்மையான அச்சுமாதிரிகளைப் பின்பற்றும் சிந்தனையால் நேரக்கூடிய தவறுகளைத் தவிர்க்கிறது. வரலாற்று நிகழ்ச்சிகளை மார்க்ஸியக் கண்ணோட்டத்தில் காண நாம் முயலும் போது, மிகப் பரந்தமுறையில் மார்க்ஸிய அணுகுமுறையை, குறிப்பாக அதன் முறைப்பாட்டைத்தான் கருத்தில்கொள்கிறேனே தவிர, ஏற்கெனவே மனத்தில் உருவாக்கிக்கொண்ட எந்தவொரு கெடுபிடியான மாதிரி அமைப்பையும் கருத்தில் கொள்ளவில்லை.

சார்த்தர் கூறுகிறார்: 'இந்தக் கருத்தமைவுகளின் உண்மையான உள்ளடக்கம் கடந்தகால அறிவே. ஆனால் இன்றைய மார்க்ஸியவாதி அதை என்றுமுள்ள அறிவாகக் கருதிக்கொள்கிறார். பகுத்தாய்வு செய்யும் போது அவருக்கு இருக்கும் ஒரே அக்கறை இவற்றை யெல்லாம் அதனதன் 'இடத்தில்' வைப்பதேயாகும். இவை முன்னதாகவே மனத்தில்கொண்ட உண்மைகளைக் குறிக்கின்றன என்ற நம்பிக்கை எந்த அளவுக்கு அதிகமாக இருக்கிறதோ, அந்த அளவுக்கு அவர் நிரூபணத்தைப் பற்றிக் குறைவாகவே அக்கறைப் படுகிறார்.'[12] மேலும் அவரே கூறுகிறார்:

நான் புரிந்துகொள்வதை செழுமைப்படுத்தவும் செயலைத் தெளிவுபடுத்தவும் உண்மைகளைப் பொதுவான மார்க்ஸியக் கண்ணோட்டத்தில் பார்க்கும் கேள்விக்கு இனி இடமில்லை. பகுப்பாய்வு என்பது விவரங்களைக் களைந்து ஒதுக்குவதும் சில நிகழ்ச்சிகளின் முக்கியத்துவத்தை வெளிக்கொண்டுவருவதும் ஆகும். உண்மைகளின் இயல்புத்தன்மைகளை மாற்றுவது, அல்லது அவற்றுக்கென ஓர் இயல்பைக் கற்பனையாக உருவாக்கிப் பின்னர் அந்த இயல்பு அந்த உண்மைகளில் சாரமாக, மாற்ற முடியாத, கண்மூடித்தனமாகப் போற்றப்படுகின்ற, உத்தேசமாக உருவாக்கப்பட்ட கருத்துகளாக இருப்பதைக் கண்டுபிடிப்பதும் பகுப்பாய்வாகும். மார்க்ஸியத்தின் திறந்த கருத்தமைவுகள் மூடிக்கொண்டுவிட்டன. இவை இப்போது திறவுகோல்களாக, பொருள் விளக்கம் காட்டும் குறிப்புகளாக இல்லை. அவை ஏற்கெனவே முழுமையாக்கப்பட்ட ஞானமாகத் தம்மைக் கருதிக்கொள்கின்றன.[13]

இந்த ஆய்வு கூடியமட்டும் மேலே குறிப்பிட்ட அபாயங்களைத் தவிர்க்க முயலுகிறது. அதாவது, மாற்ற முடியாத, கண்மூடித்தனமாகப் போற்றப்படுகின்ற, உத்தேசமாக உருவாக்கப்பட்ட கருத்துகளைப் பயன்படுத்தவில்லை. முழுமையாகப் பகுப்பாய்வு செய்வதில் நம்பிக்கை வைக்கிறது. கிடைக்கும் அனைத்து உண்மை விவரங் களைக் கொண்டும் நிரூபிக்க முடியாத விஷயங்களில் ஒட்டு மொத்தமாகப் பொதுமைப்படுத்திக் கூறிச்செல்ல முயலவில்லை. இன்னமும் ஆராய்ந்தறியப்படாத பல பகுதிகள் உள்ளன. இவற்றைப் பற்றி கருத்துக் கூறுவதில் நான் மிக எச்சரிக்கையாக இருக்க முயன்றிருக்கிறேன். சார்த்தர் மிகப் பொருத்தமாகக் கூறியதைப் போல, ஆய்வுகளை ஒன்றுசேர்த்து முழுமையாகப் பயன்படுத்துவதைவிட்டு முழுமையை வைத்துக்கொண்டு நுணுக்க வாதங்கள் செய்வதில்

இறங்கிவிடவில்லை. ஆராய்ந்து உண்மைகளைக் காணவேண்டும் என்ற விஞ்ஞான ரீதியான மனப்பாங்குதான், அதாவது, மனிதசக்திக்கு இயன்ற அளவில் தன்னிலைப்படாமல் பாரபட்சமில்லாமல் ஆய்வதுதான் எந்தவொரு ஆழ்ந்த ஆய்வுக்கும் ஜீவ சக்தியாக இருக்கிறது (தத்துவ ரீதியான சில கருதுகோள்கள் தவிர்க்க முடியாதவை). ஆயினும் சில பகுதிகளில் பாரபட்சமற்ற ஆய்வுக்காக வேண்டி, நம்முடைய தத்துவ ரீதியான முன்கருதுகோள்களைத் தற்காலிகமாக ஒதுக்கிவைப்பது அவசியம் என்று இல்லாவிட்டாலும் விரும்பத்தக்கதாகிறது. வெவ்வேறு விதமான தத்துவக் கண்ணோட்டம் கொண்ட ஆய்வாளர்களும் ஏற்றுக்கொள்ளக்கூடிய முறை இது.

கடைசியாக, இந்தப் புத்தகம் இஸ்லாத்தின் தோற்றத்தையும் வளர்ச்சியையும் சமூக-பொருளாதாரக் காரணிகளின் அடிப்படையில் விளக்கிக் கூறுவதற்கான ஒரு பணிவான முயற்சி என்பதைத் தெளிவு படுத்திவிட விரும்புகிறேன். சமய நோக்குநிலை மிகவும் முக்கியமானது என்றாலும், அது மட்டுமே வரலாற்று நிகழ்ச்சிகளை முழுமையாக விளக்கிவிட முடியாது என்பது என் கருத்து. நான் எடுத்துக்கொண்ட முறைப்பாட்டின்படி எனக்கு உண்மை என்று தோன்றியதை நான் எழுதியிருக்கிறேன். வேறு எந்தக் கண்ணோட்டத் தையும், அதிலும் முக்கியமாக, இஸ்லாத்தை ஒரு மதமாகப் பின்பற்றுவோரின் கண்ணோட்டத்தைத் தவறு என்று நிரூபிக்கும் எண்ணம் எனக்கு இல்லை. நான் எடுத்துள்ள முயற்சி, இஸ்லாத்தை அதன் சமூகப் பின்னணியில் மேலும் தெளிவாகப் புரிந்துகொள்ள உதவுகிறது. எந்தவொரு மதத்தையும் அல்லது கோட்பாட்டையும் அதனுடைய உண்மையான சூழ்நிலையில் வைத்துப் பார்த்தாலன்றி முழுமையாகப் புரிந்துகொள்ள முடியாது. இதன் பொருள், இப்படிப்பட்ட ஓர் ஆய்வு, இன்னமும் கோடிக்கணக்கான மக்களை இயக்கிக் கொண்டிருக்கும் இஸ்லாத்தை ஒரே மதமாகக் கொள்ளும் நிலைக்கு எதிரானது என்பதல்ல.

குறிப்புகள்

1 ஹென்றி லஃபேப்வர், த சோசியாலஜி ஆஃப் மார்க்ஸ் (ஆங்.), பிரெஞ்சி லிருந்து மொழிபெயர்ப்பு நோபர்ட் குயூட்மேன், லண்டன், 1972, ப. 60.

2 ஒரு மதத்தின் தோற்றத்தையும் வளர்ச்சியையும் விளக்குவதற்கு வரலாற்றுப் பொருள்முதல்வாதத்தின் வழிமுறையைப் பயன்படுத்துவது, அந்த மதத்தை வைதீகமாகப் பின்பற்றுவோர் பல சமயங்களில் கருதுவது

போல, மத நம்பிக்கையை விட்டுக்கொடுப்பதாகப் பொருள்படாது. மதவியலில் தேர்ந்த அறிஞர்கள்கூட வேதநூலின் பல வசனங்களுக்கு வரலாற்று நிகழ்ச்சிகளின் பின்னணியில் விளக்கம் கூறுகிறார்கள். அதேபோல, மதத்தின் சில மரபு அமைப்புகளை விளக்குவதற்கும் சமூக-பொருளாதாரப் பின்னணி உதவுகிறது. சிந்தனைக்கு இடம் தராமல் அல்லது வைதீக முறையில் மதத்தைப் பின்பற்றுவோர் நிராகரிக்கும் கருத்துகளுக்கும் அறிவார்ந்த ஒரு மதத்தில் நிச்சயமாக இடமிருக்க முடியும். மதவழிக் கோட்பாட்டையோ விஞ்ஞானவழிக் கோட்பாட்டையோ அளவுமீறி வலியுறுத்துவது தேக்கநிலையில்தான் போய்முடியும்.

3 கார்ல் மார்க்ஸ், எங்கல்ஸ், *கரஸ்பான்டன்ஸ் 1846-95* (ஆங்.), நியூயார்க், 1934, பக். 354-355. இந்தக் கடிதம் அனுப்பப்படாமலே இருந்துவிட்டது. மார்க்ஸின் எழுத்துகளிலிருந்து பின்னர் கண்டெடுக்கப்பட்டது.

4 ஏ. இஸட். மான்ஃபிரட் (ப-ஆ), *ஏ ஷார்ட் ஹிஸ்டரி ஆஃப் த வேல்ட்* (ஆங்.), தொகுதி 1, மாஸ்கோ, 1974, பக். 183-184.

5 அகமத் எல் கோட்ஸி, *நேஷனலிசம் அண்ட் கிளாஸ் ஸ்ட்ரக்கில்ஸ் இன் தி அராப் வேல்ட்* (ஆங்.), மன்திலி ரிவ்யூ சிறப்பிதழ், தொகுதி. 22, ஜூலை-ஆகஸ்ட், 1970, ப. 4.

6 டபிள்யூ. மாண்ட்காமரி வாட், *த சோசியாலஜிஸ்ட் அண்ட் த புரோஃபெட்* (ஆங்.), பதிப்பாசிரியர்கள்: மாலிக் ராம், எம்.டி. அஹ்மத், அர்சி புரசன்டேசன், தொகுதி, ப. 31.

7 மேலது, ப. 34.

8 அடித்தளத்திற்கும் மேலடுக்குக்கும் நேரடியான உறவு உள்ளது என்பது மார்க்சியத்தை வறட்டுத் தனமாக விளக்குபவர்கள் கூறும் கருத்து ஆகும். இதற்கு நேர்மாறான கோட்பாட்டை லூக்காச் போன்ற பிற்கால மார்க்சியவாதிகள் உருவாக்கினர். அது, அடித்தளத்திற்கும் மேலடுக்குக்கும் உள்ள உறவுகளை வடிவமைக்கும் அம்சங்கள் பற்றிய கோட்பாடாகும்.

9 எங்கல்ஸ், *சி.எஸ். ஸ்மித்துக்கு, 27 அக்டோபர், 1980*, மார்க்ஸ், எங்கல்ஸ், தேர்ந்தெடுக்கப்பட்ட கடிதங்களிலிருந்து, மாஸ்கோ, 1975, ப. 500.

10 இங்கே தரப்படுவது நிகல் ஹாரிஸ், *பிலீஃப்ஸ் இன் சொஸைடி: த பிராப்ளம் ஆஃப் ஐடியாலஜி* (ஆங்.), லண்டன், 1971 என்னும் புத்தகத்திலிருந்து பக். 10-11, எடுக்கப்பட்டது.

11 மேலது.

12 மூான் பால் சார்த்தர், *சார்ச் ஃபார் ஏ மெதேட்* (ஆங்.), மொழிபெயர்ப்பு: ஹஜல் ஈ. பேம்ஸ், வின்டேஜ், புக்ஸ், யூஎஸ்ஏ, 1960, ப. 27.

13 மேலது, ப. 27.

2

இஸ்லாத்திற்கு முன் அரேபியச் சமூகம்

இஸ்லாம் அரேபியாவில், குறிப்பாக, மக்காவில் தோன்றியது என்பது யாவரும் அறிந்ததே. எனவே அதன் சமூகவியல் பின்னணியையும், கூடவே அதன் புவியியல், வரலாற்றியல், அரசியல், பொருளாதாரக் காரணிகளையும் ஆராய்வது அவசியம். வரலாற்றியல் பொருள்முதல் வாதத்தின் வெளிச்சத்தில் அதைப் புரிந்துகொள்ள வேண்டுமானால் இது மேலும் அவசியமாகிறது. அரபி மொழியில் அல்-ரப் அல்-காலி (வெறுமையான பகுதி) என்று அழைக்கப்படும் பரந்த அரேபியப் பாலைவனத்தில் மக்கா ஒரு முக்கியமான நகரியமாக இருந்தது. மக்கா, உண்மையில் இந்தப் பாலைவனத்துக்கு வடமேற்கே, மேற்குக் கடற்கரைக்கு அருகே அமைந்திருந்தது. அல்-ரப் அல்-காலி அநேகமாக உள்ளே செல்லமுடியாத, பெரிதும் அஞ்சப்பட்ட பாலைவனமாகும். பெர்ட்ராண்ட் தாமஸ் என்ற இளம் ஆங்கிலேயக் கீழை நாட்டியல் அறிஞர் 1931 ஜனவரியில் முதன்முதலாக அதைக் கடந்து சென்று, உலக நிலப்படத்தின் மிகப்பெரிய வெற்றிடங்களில் ஒன்றான அதன் இரகசியங்களை வெளிக்கொணர்ந்தார்.[1] சமீப காலத்தில் வில்ஃப்ரெட் தெஸிகர் என்ற மற்றொரு ஆங்கிலேயர் அதைக் கடந்தார். தமது பயண அனுபவங்களை அவர் அராபியன் சான்ட்ஸ் (அரேபிய மணல்கள்) என்ற புத்தகத்தில் விவரித்திருக்கிறார்.

இஸ்லாம் தோன்றிய இடமான மக்காவைச் சுற்றிலும் உள்ள பாலை வனம் உயிர்வாழ்க்கையை மிகவும் கடினமாக்கும் தன்மை கொண்டது. அதற்கெனத் தனிப்பட்ட ஒரு வாழ்க்கைமுறை கட்டாயமாகிறது. கடினமானதும் பழைமையானதுமான வாழக்கைமுறை அது. ஃபிலிப் கே. ஹிட்டி ஹிஸ்டரி ஆஃப் தி அராப்ஸ் (அரேபியர்களின் வரலாறு)

என்ற தம்முடைய புகழ்பெற்ற புத்தகத்தில் மிகப் பொருத்தமாகப் பின்வருமாறு குறிப்பிடுகிறார்:

> அரேபியாவின் நிலப்பரப்பு பெரும்பகுதி பாலைவனம். அதன் சுற்று விளிம்பில் குறுகலான ஒரு பகுதி மட்டும் மனிதர் வாழத்தக்கதாக உள்ளது. இந்தச் சுற்று விளிம்பு கடலால் சூழப்பட்டுள்ளது. மக்கள்தொகை நிலத்தின் தாங்கும் சக்திக்கு மேல் பெருகும்போது மிகுதியாக உள்ள மக்கள் வாழ்வதற்குக் கூடுதலாக நிலம் தேவையாகும். ஆனால், இந்த மக்கள் அரேபிய நிலப் பரப்பில் உள்நோக்கிச் செல்ல முடியாமல் பாலைவனம் தடுக்கிறது. வெளிப்புறமாகச் செல்வதற்குக் கடல் தடையாக உள்ளது. கடல் அநேகமாகக் கடந்து செல்ல முடியாத தடையாகவே (இஸ்லாத்திற்கு முந்தைய) அந்தக் காலத்தில் இருந்தது. எனவே மிகுதியாக உள்ள மக்கள் வெளியே பரவுவதற்கு ஒரே வழிதான் இருந்தது. அதுதான் அரேபிய தீபகற்பத்தின் மேற்குக்கரையில் வடக்கு நோக்கிச் செல்லும் வழி. அது ஸைனேயிடிக் தீபகற்பத்தில் இரு பிரிவு களாகப் பிரிந்து, அவற்றில் ஒன்று செழிப்பான நைல்நதிப் பள்ளத் தாக்குக்குச் செல்லுகிறது.[2]

இஸ்லாம் தோன்றிய காலத்துக்குள், பேராசிரியர் ஹிட்டி குறிப்பிட்ட கடல்மார்க்கம் 'அநேகமாகக் கடக்க முடியாதது' என்ற நிலை மாறி விட்டது. தொடக்கத்தில் முஹம்மதியர்கள் சிலர் புகலிடம் தேடி அபிஸீனியாவுக்கு ஓடிச் செல்ல நேரிட்டபோது அந்தக் கடல் மார்க்கத்தைப் பயன்படுத்த வேண்டியிருந்தது. வர்த்தகம் வளரவளர, நீர்ப் போக்குவரத்தில் முன்னேற்றங்கள் காண்பது அவசியமாயிற்று. பின்னரும்கூட அரேபியர்கள் இந்த முக்கியத் துறையின் முன்னேற்றத் துக்குப் பெரும் பங்காற்றினார்கள். தாங்களே போர்க் கப்பல்களைக் கட்டினார்கள். குர்ஆனில் கப்பல் செல்லுதல் பற்றிப் பல இடங்களில் குறிப்புகள் வருகின்றன. அலீ முஹம்மத் ஃபஹ்மி *முஸ்லிம் சீ பவர் இன் தி ஈஸ்டன் மெடிடெர்ரனியன் (கிழக்கு மத்தியத் தரைக்கடலில் முஸ்லிம் கடல் ஆதிக்கம்)* என்ற தமது புத்தகத்தில் பின்வருமாறு சுட்டிக் காட்டுகிறார்: 'குர்ஆனில் நாற்பது வசனங்கள், கடலை மனித குலத்துக்குப் பயன்படுமாறு வைத்த இறைவனின் அருள் பற்றிப் பேசுகின்றன. மனிதனின் கப்பல்கள் நீர்மேல் செல்லுமாறு அவனுக்கு நீர் (ஸக்ஹாரா) மீது ஆதிக்க வல்லமை கொடுத்திருப்பது இதற்கு ஒரு சிறப்பான சான்றாக உள்ளது. கப்பல் இயக்கக்கலை ஆழ்ந்த சுவடு பதித்துள்ளதாகத் தோன்றுகிறது:'உங்கள் இறைவன்,

அவன் அருளை நீங்கள் நாடச் செய்யும் பொருட்டு உங்களுக்காகக் கடலில் கப்பல்களை விரைந்து செல்லச் செய்பவன்; நிச்சயமாக அவன் உங்களிடம் எப்போதும் கருணை உள்ளவனாக இருக்கிறான்' என்று சுட்டிக் கட்டுகிறார்.

கடலில் கப்பல்கள் எதற்காகச் சென்று வந்தன என்பதும், அரேபியர்கள் என்ன மாதிரியான வேலைகளைச் செய்தார்கள் என்பதும் பின்வருமாறு வர்ணிக்கப்படுகின்றன: 'நீங்கள் உண்பதற்குப் புதிய இறைச்சியைப் பெறுவதற்கும், நீங்கள் அணியும் ஆபரணங்களை எடுத்து வருவதற்கும் கடலை உங்களுக்குக் கீழடங்கி இருக்கச் செய்தவன் அவனே; கப்பல்கள் கடலைக் கிழித்துக்கொண்டு செல்லச் செய்தவன் அவனே, அவனுடைய அருட்கொடையை நாடி அவனுக்கு நன்றி செலுத்துங்கள்.'

'இந்த வசனத்திலிருந்து அரேபியர்கள் கடலில் சென்றது முக்கிய மாக மீன் பிடிப்பதற்கும், முத்தும், பவழமும் எடுப்பதற்கும், ஒரு நாட்டிலிருந்து இன்னொரு நாட்டுக்கு இலாபம் தரும் வர்த்தகப் பொருள்களை ஏற்றிச் செல்வதற்குமே என்பது தெளிவாகத் தோன்றுகிறது. கடலை உயர்வாகப் போற்றுவதும், அதற்குப் பலியானவர்களைச் சிறப்பாகப் புகழ்வதும், கடல்வாணிபத்துக்கு எல்லா வகையிலும் ஊக்கமளிப்பதும் மரபாக உள்ளது'.[3]

இவ்வாறாக, இஸ்லாம் தோன்றுவதற்கு முன்பான காலத்தில் கடலானது கடக்க முடியாதது என்ற நிலை மாறிவிட்டது மட்டுமின்றி, உணவைப் பெறுவதற்கும் வர்த்தகத்துக்கும் கடல் பெருமளவில் பயன்படுத்தப்பட்டதைக் காண்கிறோம். வர்த்தகத்தை வளர்ப்பதிலும், நாடுகளை வெற்றிகொள்வதிலும் கப்பல் இயக்கக்கலையில் அரேபியர் களின் தேர்ச்சி பெருந்துணை புரிந்தது.

ஏற்கெனவே குறிப்பிட்டபடி, இஸ்லாத்தின் பிறப்பிடமான மக்கா பரந்த பாலைவனத்தின் சுற்றுவிளிம்பில் அமைந்திருக்கிறது. அந்தப் பாலைவனத்தில் 'பதூயின்' என்று அழைக்கப்பட்ட மக்கள் பரவலாக வாழ்ந்து வந்தார்கள். செமிடிக் வகை நாடோடி இனக்குழுக்களான இவர்கள் சில சமயங்களில் பாலைவனச் சோலைகளுக்கருகே குடியமர்ந்து ஓரிடத்தில் நிலைத்து வாழும் வாழ்க்கையை மேற் கொள்வதும் உண்டு. ஆயினும் பெரும்பான்மையான பதூயின்கள் நாடோடி வாழ்க்கையில் பேரார்வம் கொண்டிருந்தார்கள். தொழில் பெருக்கம்வாய்ந்த சமூகத்தில் மக்களுக்குச் சில வழக்கங்களும்,

வாழ்க்கைமுறைகளும், சமூக நெறிகளும் உருவாவது போலவே, நாடோடிச் சமூகத்திலும் தனிப்பட்ட மரபு அமைப்புகளும் — பழக்கங்களும்—பண்பாடும் உருவாகின்றன. அரேபியப் பாலைவனத்தில் நாடோடி வாழ்க்கைமுறையை மேற்கொள்வது என்பது டெட்ராய்டில் அல்லது மான்செஸ்டரில் தொழில்மயமான வாழ்க்கை முறையைப் போல, அங்குள்ள கண்கூடான நிலைமை களுக்கு ஏற்ற செயல்பாட்டில் 'விஞ்ஞான ரீதியானதே' என்ற பேராசிரியர் ஹிட்டி கூறுகிறார். இது ஒப்புக்கொள்ளத்தக்க கருத்து.

பதூயின்கள் கடினமாக உழைக்கும் மக்கள். விடாப்பிடியும் நீடித்த உழைப்பும் அவர்களது முக்கிய குணச் சிறப்புகள். கட்டுப்பாடு இன்மையும் அதிகாரத்தை மதியாமையும் அவர்களது முக்கிய குணக் குறைபாடுகள். இக்குறைபாடுகள் புதிதாகத் தோன்றிய இஸ்லாமிய அரசுக்குப் மிகப் பெரும் பிரச்சினைகளை உருவாக்கியதைப் பின்னர் காண்போம். கடினமான பாலைவன நிலைமைகளும், ஆதார வளங்களின்மையும் பதூயின்களை வரலாற்று ரீதியாகவே மிகவும் எளிய வாழ்க்கைக்குப் பழக்கப்படுத்தியிருந்தன. 'தவூப்'என்ற நீண்ட ஆடையும், இடுப்பில் அரைப்பட்டையும், மேலே நீண்டு தொங்கும் 'அபா' என்ற மேலாடையும் அவர்கள் அணிகிறார்கள். தலையை 'கூஃபிய்யா' என்ற துண்டினால் மூடி, 'இகால்' என்றழைக்கப்படும் கயிற்றால் கட்டிக்கொள்வார்கள். கால்சராய்கள் அணியும் வழக்கம் இல்லை. காலணிகளையும் அரிதாகவே பயன்படுத்துகிறார்கள். அவர்களது உணவும் எளிமையானதே. பொதுவாக, பேரீச்சம் பழங்களையும், ஒருவித மாவுக்கலவை அல்லது வறுத்த தானியக் கதிரையும் தண்ணீருடன் உண்பார்கள். ஒட்டகத்தின் அல்லது வெள்ளாட்டின் பாலை அருந்துகிறார்கள். கூடாரங்களில் வசிக்கிறார்கள். தங்களுடைய ஒட்டகங்கள், வெள்ளாடுகள் அல்லது செம்மறியாடுகள் கொண்ட மந்தைகளை ஓட்டிக்கொண்டு மேய்ச்சல் நிலங்களைத் தேடிக் கொண்டு இடம் மாறிப் போய்க்கொண்டே இருப்பார்கள். மற்றொரு இனக்குழுவின் கொள்ளைத் தாக்குதலுக்கு உள்ளாகாமல் தவிர்ப்பதும் இவர்கள் இடம்விட்டு இடம் சென்றுகொண்டிருப்பதற்கு ஒரு காரண மாகும். செல்லும் வழியில் காணும் ஒட்டகக் கால்சுவடுகளையும், சாணங்களையும் பார்த்தே தங்களுக்கு முன் அந்த வழியில் எந்த இனக் குழு சென்றுள்ளது என்பதை அனுபவத்தால் சொல்லிவிடுவார்கள்.

ஒட்டகங்களையும், வெள்ளாடு, செம்மறியாடுகளையும் வளர்ப்ப துடன் மற்ற இனக்குழுக்கள் மேல் கொள்ளைத் தாக்குதல் நடத்துவது

இவர்களுக்குப் பொருளாதார அவசியமாக உள்ளது. இனக்குழுக் களிடையே நடக்கும் 'கஜ்வா' அல்லது 'ரஸியா' என்ற கொள்ளைத் தாக்குதலை தேசிய மரபாகக் கருதும் அளவுக்கு அவற்றுக்கு அவசியம் இருக்கிறது. காட்டில் ஓருயிரின் இறப்பின் மூலம் மற்றொரு உயிர் வாழ்வது போல அரேபியப் பாலைவனத்தில் ஓர் இனக்குழு மற்றொரு இனக்குழுவைக் கொள்ளையடித்து வாழ்கிறது. இறைத்தூதர் மதீனாவுக்கு இடம்பெயர்ந்து சென்றவுடன், மக்காவில் உள்ள தமது எதிரிகளை அடக்குவதற்கு இந்த மரபுமுறையைப் பயன்படுத்திக் கொண்டார். வாய்ப்புக்கேடாக, மேற்கத்திய அறிஞர்கள் இந்த விஷயம் பற்றித் தெரிந்துகொள்ளாத காரணத்தால், இந்தச் செயலைத் தவறாகப் புரிந்துகொண்டு, தீர்க்கதரிசியை (இறைத்தூதரை) கொள்ளைக்காரர் என்றுகூடக் கண்டனமாகக் கூறியிருக்கிறார்கள்.

பாலைவனச்சோலைகளில் அல்லது மற்ற நகரங்களில் நிலைத்து வாழ்ந்த மக்கள் இத்தகைய கொள்ளைத் தாக்குதல்கள் பற்றி இயல்பாக மிகுந்த அச்சம் கொண்டிருந்தார்கள். பதினான்காம் நூற்றாண்டில் வாழ்ந்த வரலாற்று மேதை இப்னு கல்தூன் எழுதிய முகத்திமா என்னும் வரலாற்று அறிமுக நூலில் பதூயின்களின் இந்தக் காட்டு மிராண்டித் தனமான கொள்ளைத் தாக்குதல் வழக்கத்தைக் கண்டனம் செய்திருக்கிறார். அவர் எழுதுகிறார்:

> ...பதூயின்கள் காட்டுமிராண்டி மக்கள். காட்டுமிராண்டித்தனமும் அதற்குக் காரணமான நடப்புகளும் அவர்களுக்கு முற்றிலும் பழகிப்போனவை. அது அவர்களுடைய குணமாகவும், இயல்பாகவும் ஆகிவிட்டது. அது அவர்களுக்கு அதிகாரத்துக்குக் கட்டுப்படாத சுதந்திரம் அளிப்பதனாலும், மற்றும் தலைமைக்குப் பணிய வேண்டிய தேவை இல்லாததாலும் அவர்கள் அதை மிகவும் விரும்புகிறார்கள். இத்தகைய இயல்பு நாகரிகத்துக்கு நேர்மாறானது, முரணானது. பதூயின்களின் வழக்கமான செயல்முறைகளெல்லாம் அலைந்து திரிவதையே அவசியமாக்கு கின்றன. இது நாகரிகத்தின் தோற்றத்துக்கு அவசியமான நிலைத்த வாழ்வின் எதிர்மறையாகும். அவர்களுடைய வாழ்க்கையின் இயல்பே நாகரிகத்தின் அடிப்படையான கட்டிட அமைப்புக்கு எதிரானதாக அமைந்துள்ளது.
>
> மேலும் மக்களிடம் இருக்கும் எதையும் கொள்ளையிடுவது அவர்களின் இயல்பு. அவர்களது ஈட்டியின் நிழல் விழும் இடங்களில்தான் அவர்களுக்கு வாழ்க்கை உள்ளது. மற்றவர்

உடைமைகளை எடுத்துக்கொள்வதில் வரம்பு எதையும் ஏற்பதில்லை. உடைமைகள், வீட்டுப்பொருள்கள், பாத்திரங்கள் மீது அவர்கள் கண்பட்டால் அவற்றை எடுத்துக்கொள்கிறார்கள்...[4]

இப்னு கல்தூன் பதூயின்களின் வேறு சில குணங்களையும் குறிப்பிடுகிறார். நம் நோக்கில் இவை முக்கியமானவை என்பதுடன் நமது ஆய்வை நடத்தும் முறைக்கும் தொடர்பு உள்ளவை. அவர் கூறுகிறார்:

> மேலும், பதூயின்கள் சட்டங்களைப் பற்றியோ, மக்கள் தவறான செயல்களைச் செய்யாமல் தடுப்பது பற்றியோ, சிலரை மற்றவர்களிடமிருந்து பாதுகாப்பது பற்றியோ கவலைப்படுவதில்லை. கொள்ளையடித்தோ, ஏமாற்றியோ எடுத்துக்கொள்ளக்கூடிய உடைமைகளில்தான் அவர்களுக்கு நாட்டம்...
>
> பதூயின்களின் ஆளுகையில் அவர்களது குடிமக்கள் சட்டங்கள் ஏதுமற்று அராஜக நிலையில் வாழ்வது போல் வாழ்கிறார்கள். அராஜகம் மனிதகுலத்தை அழித்து நாகரித்தை நாசம் செய்கிறது. ஏனென்றால், நாம் முன்னமே கூறியது போல், அரசனின் அதிகாரம் இருப்பது மனிதனுக்குரிய இயற்கையான தன்மையாகும். அதுதான் மனித வாழ்வுக்கும் சமூக அமைப்புக்கும் உத்தரவாதம் அளிக்கிறது.[5]

இப்னு கல்தூனின் புத்தகத்திலிருந்து நான் விரிவாக மேற்கோள் கொடுத்திருப்பதன் காரணம், பதூயின்களைக் கட்டுப்பாடுகளை ஏற்கச் செய்வதிலும், பின்னர் தாம் அமைத்த மத்திய அரசு முறையின் ஆணைக்குக் கீழ்ப்படிந்து நடக்கச் செய்வதிலும் முஹம்மத் எத்தகைய கடுமையான பிரச்சினைகளை எதிர்கொள்ள வேண்டியிருந்தது என்பதைக் காட்டவே. மேலும், இவற்றை மனத்தில் கொண்டு பார்த்தால்தான் குற்றமும்-தண்டனையும் பற்றிய இஸ்லாமியச் சட்டங்களை அவற்றின் வரலாற்றியல்-சமூகவியல் பின்னணியில் சரியாகப் புரிந்துகொள்ள முடியும். இந்தச் சட்டங்கள் பற்றி பின்வரும் இயல்களில் விரிவாகப் பேசவிருக்கிறோம்.

பதூயின்கள் முக்கியமாக ஒட்டகத்தைச் சார்ந்து வாழ்கிறார்கள். ஒட்டகங்களுக்குத் தேவையான தீவனம் குன்றுப் பகுதிகளில் செடிகளும், புதர்களும் கொண்ட மேய்ச்சல் நிலத்தில் போதிய அளவில் கிடைக்காது என்பதால் அவர்கள் இடம்மாறிச் சென்றுகொண்டே இருக்க வேண்டிய தேவை அதிகமாகிறது. மேய்ச்சல் நிலங்களைத் தேடி அவர்கள் பாலைவனத்துக்குள் அதிக தூரம் செல்லவேண்டிய

அவசியமும் ஏற்படுகிறது. உண்மையில், பதூயின்களுக்கு ஒட்டகத்தின் பல்வேறு இனங்கள், வளர்ச்சி நிலைகள் ஆகியவற்றைக் குறிப்பதற்கு அரபிமொழிகளில் சுமார் ஆயிரம் சொற்கள் உள்ளன என்று கூறப் படுகிறது. வாளைக் குறிக்கும் சொற்கள்தான் இதற்கு ஈடாக அதிக அளவில் உள்ளன. இவ்வாறாக ஒட்டகங்களுக்கு உணவு தேட வேண்டிய அவசியத்தை முன்னிட்டு பதூயின்கள் அச்சம் தரும் அரேபிய பாலைவனத்தினுள் புகுந்து செல்வதில் தேர்ச்சி பெற்றார்கள். மேற்கு அரேபியப் பாலைவனங்களின் வழியாகச் செல்லும் நெடுந்தூர வர்த்தகச் சாரைகளை நடத்திச் செல்வதற்கு அவர்கள் மட்டுமே தகுந்தவர்களாக இருந்தார்கள்.

இந்த இனக்குழுக்களின் நிர்வாக அமைப்பைத் தெரிந்து கொள்வது அவசியம். பேராசிரியர் ஆர்.ஏ. நிக்கோல்சனின் கூற்றுப்படி 'இனக்குழுக்களின் ஆட்சிமுறை அதன் முக்கிய பிரமுகர்களால் வழிநடத்தப்பட்ட ஜனநாயக அமைப்பாகும். அவர்களுடைய அதிகாரமானது, உயர்ந்த குடும்பவழி, உயர்ந்த ஒழுக்கநெறி, செல்வம், ஞானவிவேகம், அனுபவம் ஆகியவற்றை அடிப்படையாகக் கொண்டது. ஆயினும் இந்தப் பிரமுகர்கள் தங்கள் இனக்குழுவைச் சேர்ந்த மற்றவர்களுக்குக் கட்டளை இடவோ, தண்டனை விதிக்கவோ துணியமாட்டார்கள். ஒவ்வொரு மனிதரும் தாமே தம்மை ஆட்சி செய்தார்; மற்றவர்கள் தம்மீது ஆட்சி செலுத்த முனைந்தால் அதைக் கண்டிக்கும் சுதந்திரம் இருந்தது. 'நீர் எமது தலைவராயிருந்தால் (அதாவது ஒரு ஸய்யித் நடந்துகொள்ள வேண்டியபடி விவேக உணர்வுடன் நடந்துகொண்டால்) நீர் எம்மை ஆளுவீர்; ஆனால், நீர் கர்வத்துக்கு இரையானால், போய்விடும், கர்வமாயிருந்துகொள்ளும்! (அதாவது எங்களுக்கு நீர் வேண்டாம்)'.[6]

விசுவாசம் என்று பழைய மதத்தைச் சேர்ந்த அரேபியர் கூறுவது மேல்நிலையில் உள்ளவர்களுக்கு விசுவாசமாயிருப்பதல்ல; சமமானவர்களுக்கு விசுவாசத்துடன் தம்மை ஈடுபடுத்திக்கொள்வதே; அது இரத்த உறவுடன் நெருங்கிய தொடர்புகொண்டது. குடும்பம், இனக்குழு – இவற்றை மொத்தமாகவும், இவற்றைச் சேர்ந்தவர்களைத் தனித்தனியாகவும் காப்பது புனிதக் கடமையாக இருந்தது (இனக்குழு என்பதில், பாதுகாப்பு உடன்படிக்கை அடிப்படையில் அதில் இணைந்து வாழும் அந்நியர்களும் அடங்குவர்). ஒருவர் தமது சொந்தமான மக்களை வாழ்விலும் தாழ்விலும் ஆதரித்து நிற்பதே கௌரவத்தைக் காக்கும் செயலாகக் கருதப்பட்டது.[7] உறவினர் உதவி

கோரினால், அது கொடுக்கத் தகுந்ததாக இருந்தாலும், இல்லா விட்டாலும், உடனடியாகக் கொடுக்கப்பட்டது. தீங்கு செய்தாலும், விசுவாசத்தையும், கௌரவத்தையும் காப்பதற்காக அதை மௌனமாகத் தாங்கிக்கொள்ள வேண்டும்.

பதூயின்கள் முறையான மதம் எதையும் பின்பற்றவில்லை. ஏதோ ஒருவகை விதி என்பதை நம்பினாலும் எந்தத் தெய்வத்தையும் வழிபடவோ, பிரார்த்தனை செய்யவோ இல்லை. அவர்களுக்கெனத் தனிப்பட்ட ஒழுக்க நெறியும் பண்புக் கோட்பாடுகளும் இருந்தன. நாடோடிச் சமூகத்தில் கூட்டு வாழ்க்கைமுறையும், அதன் எழுதப் படாத, ஆனால் கண்டிப்பாகப் பின்பற்றப்படுகிற நடத்தை நெறிகளும் தனிமனிதர்களுக்கிடையே போராட்டங்கள் எழுவதைத் தடுக்கின்றன. ஆயினும் இனக்குழுக்களிடையே தோன்றும் போராட்டங்களால் நீண்டகாலப் பகைமையும், போர்களும் உருவாகின்றன. இனக்குழுச் சமூகத்தில் தனிமனிதவாதத்துக்கு ஊக்கமளிக்கப்படாமல் கூட்டு வாழ்வுக்கே முக்கியத்துவம் அளிக்கப்படுவதால் இனக்குழுவுக்கும், தனிமனிதருக்கும் இடையே தோன்றும் போராட்டங்கள் குறைக்கப் படுகின்றன. இப்படிப்பட்ட சமூகத்தில் பெரும் நாடகங்களோ காவியமோ தோன்றாது. இவை தோன்றுவதற்கு அடிப்படையான தனிமனிதப் போராட்டத்துக்கு இந்தச் சமூகத்தில் இடமில்லை. இஸ்லாத்திற்கு முந்தைய 'ஜாஹில்லியன்' கவிதையில்கூடத் தனிமனித போராட்ட நாடகப்பண்பு இல்லை. மாறாக, அது இனக்குழுக்களின் புகழைப் பாடுவதுடன், தீரம், தாராளம், கௌரவம், குடிவழிப் பெருமை ஆகிய பண்புகளைப் புகழ்கின்றது. புகழ்பெற்ற இஸ்லாமியல் அறிஞர் டபிள்யூ. மாண்ட்காமரி வாட் கூறுகிறார்:

அரேபியர்கள் வாழ்க்கையில் பின்பற்றிய மதத்தை 'இனக்குழு மனிதநேயம்' என்று கூறலாம். இதன்படி மனிதனின் சிறப்புத் திறன்களை, அதாவது, ஆண்மை, மனவலிமை பற்றி அரேபியர் களின் இலட்சிய உருவகத்தின் எல்லாப் பண்புகளையும் வெளிப்படுத்துவதே வாழ்க்கையின் பொருளாகக் கருதப்படுகிறது. இந்தச் சிறப்பு இனக்குழுவுக்குச் சொந்தமேயன்றி, எந்தத் தனிமனிதருக்கும் அல்ல. இந்தப் பண்புகள் யாரேனும் தனிமனிதரின் வாழ்வில் காணப்பட்டால், அந்தப் பண்புகளை உடைய இனக் குழுவின் உறுப்பினராக அவர் இருப்பதால் அவரிடம் அவை இருப்பதாகக் கருதப்படும். தனிமனிதரின் மனத்தில் இனக் குழுவின் கௌரவத்தைப் பற்றிய எண்ணமே

இஸ்லாத்திற்கு முன் அரேபியச் சமூகம் ❖ 23

மேலெழுந்து நிற்கும். அது கௌரவத்துடன் விளங்கினால்தான் வாழ்க்கைக்கே அர்த்தம் இருக்கிறது. அதற்குக் கௌரவக் குறைவையும், அவமானத்தையும் கொண்டுவரும் எதையும் எப்பாடுபட்டாகிலும் தவிர்க்க வேண்டும்.[8]

பதூயின்கள் வீரம், தீரம், கௌரவம் போன்ற சில பண்புகளுக்கு எவ்வளவு முக்கியத்துவம் கொடுக்கிறார்கள் என்பதைக் காட்ட, க்ளப் பாஷா தம்முடைய *த லைஃப் அண்ட் டைம்ஸ் ஆஃப் முஹம்மத்* (முஹம்மதின் வாழ்வும் காலநிலையும்) என்ற தமது புத்தகத்தில் குறிப்பிடும் ஒரு நிகழ்ச்சியை உதாரணமாகக் கூறலாம்:

புகழ்பெற்ற போர்வீரரும், கவிஞருமான துரைத் இப்னுல்-ஸிம்மா முதுமை அடைந்து முஸ்லிம் காலம் தொடங்கிய பிறகுவரை வாழ்ந்தவர். இளமைக் காலத்தில் ஒரு நாள் அவர் பேனி கினனாவுக்கு எதிராகக் கொள்ளைத் தாக்குதலுக்குத் தலைமை தாங்கிச் சென்றுகொண்டிருந்தார். மொட்டையான ஹிஜாஸ் மலைக் கணவாயின் முகட்டில் அவர் சென்றுகொண்டிருந்தபோது கீழே திறந்த பள்ளத்தாக்கில் ஒரு குதிரைவீரன் கையில் ஈட்டியுடன் ஒட்டகத்தின் தலைக்கயிற்றைப் பிடித்து நடத்திச் சென்று கொண்டிருப்பதைப் பார்த்தார். ஒட்டகத்தின் மேல் ஒரு பெண் அமர்ந்திருந்தாள். துரைத் தமது ஆட்களில் ஒருவரைக் கூப்பிட்டு அந்தக் குதிரை வீரனிடம் விரைந்து சென்று, தாக்குதல் கூட்டம் வருவதாகவும், பெண்ணையும் ஒட்டகத்தையும் விட்டுவிட்டு ஓடிப்போய் உயிர் பிழைக்குமாறும் உரக்கக் கூறுமாறு சொன்னார். அவ்வாறே அந்த ஆள் தமது குதிரையைச் செலுத்திக் கூவிக் கொண்டு சென்றான். குதிரைவீரன் அமைதியாக ஒட்டகக் கயிற்றைப் பெண்ணின் கையில் கொடுத்துவிட்டு, குதிரையைத் திருப்பி, குதிரையில் வருபவனை நோக்கித் தாவிச் சென்று, ஈட்டியை அவன் நெஞ்சில் பாய்ச்சிக் குதிரையிலிருந்து கீழே வீழ்த்தினான். பிறகு திரும்பிச் சென்று ஒட்டகக்கயிற்றைத் தன் கையில் வாங்கிக்கொள்ள, இருவரும் ஏதும் நடவாதது போல் தொடர்ந்து சென்றார்கள்.

துரைத் கணவாய் வழியே இறங்கித் தமது குதிரையைச் செலுத்திச் சென்றபோது அந்தப் பயணிகள் இருவரும் அவர் பார்வையில் படவில்லை. ஆனால் தாம் அனுப்பிய வீரன் திரும்பி வராததால் மற்றொரு வீரனை அனுப்பினார். அவனையும் அந்தக் குதிரைவீரன் முன் போலவே குத்தித் தள்ளினான். மூன்றாவதாக ஒரு வீரனுக்கும்

இதே கதி நேர்ந்தது. ஆனால், இந்த முறை குதிரை வீரனின் ஈட்டி எதிரி வீரனின் உடலில் பாய்ந்தபோது ஒடிந்துபோயிற்று. கையில் ஆயுதம் ஏதும் இல்லாமல் குதிரைவீரன் மீண்டும் பெண் அமர்ந்துள்ள ஒட்டகக்கயிற்றைப் பிடித்துக்கொள்ள அவர்கள் பயணம் தொடர்ந்தது.

அருகருகே அவர்கள் சவாரி செய்தபோது குதிரைவீரன் பின்வரும் கவிதையைப் பெண்ணிடம் கூறினான்:

அமைதியாகச் சவாரிசெய், என் அழகுப் பெண்ணே
பாதுகாப்பாய் பத்திரமாய் அமைதியாய்.
நம்பிக்கை, மற்றும் மலர்ச்சிகொள்
அச்சம் எதுவும் வேண்டாம்.
எதிரியிடமிருந்து நான் ஓட முடியாது
அவன் என் ஆயுதத்தைச் சுவைக்கும் வரை.
என் தாக்குதலின் வேகத்தைக் காண்பான்
யாரும் உனக்குத் தீங்கிழைக்க வந்தால்.

மூன்று வீரர்களும் திரும்பி வராததைக் கண்டு வியப்படைந்த துரைத் தாமே குதிரையில் விரைந்தார். மூன்று வீரர்களின் உடல்களையும் வழியில் அடுத்தடுத்துக் கண்டார். தமக்கு முன்னே அந்தக் குதிரைவீரன் ஆயுதமற்றவனாய், நடைவேகத்தில் குதிரையைச் செலுத்திக்கொண்டு, பெண் அமர்ந்துள்ள ஒட்டகத்தின் கயிற்றைப் பிடித்து நடத்திச் செல்வதைக் கண்டார்.

குதிரைவீரன் தமது எதிரியே என்றாலும் அவனது அஞ்சாநெஞ்சம் கண்டு வியப்பு நிறைந்து துரைத் அவனருகே குதிரையைச் செலுத்தினார். 'வீரனே, உன்னைப்போன்ற ஒருவனுக்கு மரணத்தைத் தரக்கூடாது. ஆனால் என் ஆட்கள் பின்னே வந்துகொண்டிருக்கிறார்கள். நீயோ நிராயுதபாணியாக இருக்கிறாய். என் ஈட்டியைப் பெற்றுக்கொள், நண்பனே. என் ஆட்கள் உன்னைத் தொடராமல் நான் பார்த்துக் கொள்கிறேன்' என்று அவர் கூறினார்.[9]

இங்கு நாம் மேற்கொண்டிருக்கும் ஆய்வின் நோக்கத்துக்கு அரேபியர்களின் விருந்தோம்பல் மற்றும் தாராளகுணம் பற்றிச் சிறிது காண்பது அவசியம். இதற்கும் கிளப் பாஷாவின் புத்தகத்தில் வரும் ஒரு நிகழ்ச்சியை உதாரணமாகக் காட்டலாம். அவர் எழுதுகிறார்:

> இஸ்லாம் தோன்றுவதற்கு முந்தைய ஆண்டுகளில் பதூயின் பிரமுகர்களில் மிகவும் புகழ்பெற்று விளங்கியவர் தாயி இனக்குழுவைச் சேர்ந்த ஹாதிம் இப்னு அப்துல்லா. அநாதையான

ஹாதிமை அவரது தாத்தா வளர்த்தார். அவருக்கு வயது வந்து தமது தந்தையின் மந்தைகளுக்கு உரிமையாளரானதும் விருந்தினர்களுக்காக நிறைய மிருகங்களை வெட்டிக்கொண்டே வந்ததனால் வெகுவிரைவில் அவர் ஏழையாகிவிட்டார். ஒரு நாள் அவரிடம் வந்த மூன்று விருந்தினர்களுக்கு உணவு படைக்க மூன்று ஒட்டகங்களை வெட்டினார். அந்த மூவரும் புகழ்பெற்ற கவிஞர்கள். அவர்களில் ஒருவரான நபிகா அல்-தோபியானி என்பவர் தமக்கு விருந்தளித்த இளைஞரையும் அவரது இனக் குழுவையும் புகழ்ந்து கவிதை ஒன்றைப் புனைந்தார். 'உங்களிடம் கனிவு காட்டும் எண்ணத்தில் நான் இருந்தேன். ஆனால், நீங்கள் புனைந்த கவிதை என்னைக் கடன்பட்டவனாக்கிவிட்டது' என்று ஹாதிம் கூறி, அதற்காகத் தம்மிடம் உள்ள எல்லா ஒட்டகங்களையும் அந்தக் கவிஞர்கள் அன்பளிப்பாகப் பெற்றுக்கொள்ள வேண்டும் என்று வற்புறுத்திக் கொடுத்து விட்டார்.

சற்று நேரத்தில் அவரது தாத்தா அங்கு விரைந்து வந்து ஒட்டகங்கள் எங்கே என்று கோபத்துடன் கேட்டார். 'நான் அவற்றைக் கொடுத்துவிட்டேன்' என்றார் ஹாதிம். 'நான் அவற்றை வைத்திருந்தால் இருபது ஆண்டுகளில் எல்லாம் இறந்துவிடும். ஆனால், அவற்றுக்கு மாற்றாக நமது குடும்பத்தைப் புகழ்ந்து கூறும் கவிதை ஒன்றைப் பெற்றிருக்கிறேன்; அது வாய்வழிச் செய்தியாகப் பரவி காலம் உள்ளளவும் நிலைத்திருக்கும்.'[10]

ஹாஃபிஸ் இப்னு கதீர் தமது புத்தகத்தில் ஹாதிம் தாயியைப் பற்றித் தனியாக ஓர் இயல் எழுதியிருக்கிறார். அதில் அவர் ஒரு நிகழ்ச்சியைக் குறிப்பிடுகிறார். அரேபியர்களில் அவரைவிட அதிகத் தாராள குணம் உள்ளவர் யாரேனும் இருக்கிறார்களா என்று ஹாதிம் தாயியிடம் கேட்கப்பட்டபோது அரேபிய மக்கள் அனைவருமே தாராள குணம் உள்ளவர்கள் என்று பதிலளித்து ஒரு கதையைக் கூறியதாக அவர் குறிப்பிடுகிறார். 'ஒருமுறை நான் ஓர் அநாதைச் சிறுவனுடன் தங்கியிருந்தேன். அவனிடம் 100 வெள்ளாடுகள் இருந்தன. அவன் எனக்காக ஓர் ஆட்டை வெட்டி விருந்தளித்தான். நான் உண்ணும்போது அதன் மூளை மிகவும் சுவையாக இருப்பதாகப் பாராட்டினேன். அந்தப் பையன் மேலும் மேலும் அதைக் கொண்டுவந்து வைத்துக் கொண்டிருந்தான். கடைசியில் நான், போதும் என்று கூறினேன். காலையில் நான் எழுந்த போது அவன் தன்னுடைய ஆடுகள் அனைத்தையும் வெட்டிவிட்டான் என்றும் ஒன்றுகூட மிச்சமில்லை

என்றும் அறிந்தேன். ஏன் இப்படிச் செய்தாய் என்று கேட்டபோது, 'ஒன்றுமே செய்யாமல் உங்களுடைய நன்றிக்கு நான் எப்படித் தகுதியாக முடியும்?' என்று பதிலுரைத்தான். அதன்பின் என்னிடம் இருந்த நூறு ஒட்டகங்களில் மிகச் சிறந்ததை அவனுக்குக் கொடுத்தேன்.'[11]

ஹாதிம் தாயியின் தாராள குணம் எல்லோரிடமும் தவறாதிருந்தது எனக் கூற முடியாது என்றாலும், அது விதிவிலக்காக அவரிடம் காணப் பட்டதும் அல்ல. பொதுவாக பதூயின் மக்களிடம் காணப்பட்ட, இப்போதும் காணப்படுகிற, தாராளத்தன்மையை அது எடுத்துக்காட்டு கிறது. ஆயினும், இஸ்லாம் தோன்றுவதற்குச் சற்றுமுன்னால் மக்காவில் தயாளகுணம் அரிதாகவே காணப்பட்டது. மக்கா, நாடுகளுக்கிடையிலான வர்த்தக மார்க்கத்தில் முக்கிய நகரப்பகுதியாக அமைந்திருந்ததும், வர்த்தகச் சமூகமும் மந்தை மேய்த்து வாழும் நாடோடிச் சமூகமும் வெவ்வேறான மதிப்பீடுகளும், நெறிகளும் கொண்டிருந்ததும் இதற்குக் காரணம். இந்த இருவகைச் சமூகங் களுக்குமிடையில் இருந்த இந்த முரண்பாட்டைப் புரிந்துகொள்வது, இஸ்லாத்தை அதனுடைய சரியான சமூகவியல் பின்னணியில் பார்ப்பதற்கு மிகவும் முக்கியமாகும்.

வடக்கு அரேபியாவும் மத்திய அரேபியாவும் பெரும்பாலும் நாடோடி வாழ்க்கை முறையைக் கொண்டவையாகவும், நாகரிகம் இல்லாதவையாகவும் இருந்தன. மக்கா, தாயிஃப் அல்லது மதீனா போன்ற சில இடங்கள் இதற்கு விதிவிலக்காக இருந்தன. ஆனால், தெற்கு அரேபியா—இஸ்லாம் தோன்றிய சமயத்தில் சிதைவுபட்ட நிலையில் இருந்தாலும்—புராதன நாகரிகத்தின் முக்கிய மையமாக இருந்தது. அது தனக்கேயுரிய சிறப்பு அம்சங்களைப் பெற்றிருந்தது. உண்மையில் தெற்குக்கும் வடக்குக்கும் இடையில் மிக ஆழமான வேறுபாடு இருந்தது. ஜோயல் கார்மிக்கேல் த சேப்பிங் ஆஃப் த அரேப்ஸ் (அரேபியர்களின் உருவாக்கம்) என்னும் தமது புத்தகத்தில் கூறுகிறார்: 'வடக்கில் வாழ்ந்த மக்கள் நாடோடி வாழ்க்கை முறையையும், தெற்கில் வாழ்ந்த மக்கள் விவசாயத்தைத் தொழிலாகக் கொண்டு நிலைத்து வாழும் வாழ்க்கை முறையையும் கொண்டிருந்தது இந்த வேறுபாட்டுக்கு அடிப்படைக் காரணமாயிருக்கலாம். இந்த இரண்டுக்குமிடையில் இருந்த வேறுபாடு மிக அழுத்தமாகக் காணப்பட்டதால், பதினான்காம் நூற்றாண்டில் வாழ்ந்த அரேபிய வரலாற்றாசிரியர் இப்னு கல்தூன், உலக வரலாற்றைப் பற்றிய

தமது பார்வைக்கு அதையே ஒரு பின்னணியாக வைத்துக்கொண்டார். பதூயின்களுக்கும் நகர்வாழ் மக்களுக்குமிடையில் நிகழ்ந்த செயல்-மறுசெயல் தொடர்களின் விளைவுதான் வரலாறு என்பது அவரது கருத்தாயிற்று.' [12] பதூயின்களுக்கும் நகர்வாழ் மக்களுக்கு மிடையிலான அடிப்படை வேறுபாடுகளையும் அவர்களுக்கு இடையிலான செயல்-மறுசெயல் தொடர்களையும் தமது வரலாற்றுக்கு ஆதாரமாக இப்னு கல்தூன் எடுத்துக்கொண்டதை ஜோயல் கார்மிக்கேல் குறிப்பிடுகிறார்.

அது மிகவும் சரியானதே. இப்னு கல்தூன் இந்த வேறுபாட்டை மிக முக்கியமானதாகக் கருதுகிறார். ஏனென்றால், இஸ்லாத்தின் தோற்றத்துக்கு முன்னும், இப்னு கல்தூன் வாழ்ந்த காலத்திலும், உண்மையில் இன்று வரைக்கும்கூட, அரேபியாவின் சில பகுதிகளில் நாடோடி மக்களுக்கும் நிலைத்துவாழும் மக்களுக்குமிடையிலான தொடர்புகள் பல்வேறு சமூக, பொருளாதார, அரசியல் பிரச்சினைகள் எழுவதற்குக் காரணமாயிருந்துள்ளன. இஸ்லாத்தின் தோற்றத்திலும் வளர்ச்சியிலும் இவை பெரும்பங்கு கொண்டுள்ளன. இந்த வேறுபாடுகளை வலியுறுத்தி இப்னு கல்தூன் எழுதுகிறார்:

பதூயின்கள் வாழ்வின் அத்தியாவசியத் தேவைகளைப் பெறுவதோடு நின்றுவிடுகிறார்கள் என்றும், அதற்கு மேல் செல்ல முடிவதில்லை என்றும், ஆனால், நிலைத்து வாழும் மக்கள் தங்கள் வாழ்க்கையில் வசதிகளையும் சுகபோகங்களையும் சேர்ப்பதில் அக்கறை கொள்கிறார்கள் என்றும் குறிப்பிட்டோம். அத்தியாவசியத் தேவைகள் வசதிகளுக்கும், சுகபோகங்களுக்கும் முற்பட்டவை என்பதில் சந்தேகமில்லை. அத்தியாவசியத் தேவைகள் ஒருவகையில் அடிப்படையானவை; சுகபோகங்கள் இரண்டாம் பட்சமானவை. எனவே பதூயின்கள், நகரங்களுக்கும் நிலைத்து வாழும் மக்களுக்கும் முந்தையவர்கள் அடிப்படையானவர்கள். பாலைவன வாழ்வின் கடினம் நிலைத்த வாழ்வின் மென்மைக்கு முற்பட்டது. ஆதலால் நகர வாழ்க்கைக்கு மாறுவதே பதூயின்கள் நாடுகின்ற குறிக்கோளாகக் காணப்படுகிறது.[13]

முஸ்லிம்களின் புனித நூலான குர்ஆனில் பதூயின்கள் பற்றியும் நகர் வாழ் மக்கள் பற்றியும் குறிப்புகள் நிறையக் காணப்படுகின்றன. குர்ஆன் கூறுகிறது: 'பாலைவன அரேபியர்கள் நம்பாமையிலும் வெளி வேஷத்திலும் நகரத்தில் வசிப்பவர்களை மிஞ்சுகிறார்கள். அல்லாஹ் தனது தூதருக்கு வெளிப்படுத்திய சட்டங்களை அவர்கள் அறியாமல்

இருப்பதற்குக் காரணங்கள் அதிகம் உள்ளன. அல்லாஹ் முற்றும் அறிந்தவன், ஞானமுள்ளவன். பாலைவன அரேபியர் சிலர் அல்லாஹ் வுக்காகக் கொடுப்பதை அபராதமாகக் கருதுகிறார்கள். உங்களுக்குக் கேடு வருமென்று காத்திருக்கிறார்கள். கேடு அவர்களுக்கே. அல்லாஹ் எல்லாவற்றையும் செவியேற்கிறான்; முற்றும் அறிந்தவன்.[14]

இந்த வசனங்களில் நகரவாசிகளின் வழக்கப்படி நாடோடி பதூயின்கள் பற்றி இளக்காரமான இகழ்ச்சியும், அவர்களை நம்பமுடியாது என்ற கருத்தும் வெளிப்படுகின்றன. முஹம்மத் ஒரு நகரவாசி என்பதால் இயல்பாகவே பதூயின்கள் பற்றி ஐயப்பாடு கொண்டிருந்தார். அதேபோல பதூயின்கள் பாலைவன வாழ்க்கையின் சுதந்திரத்துக்குப் பழக்கப்பட்டிருந்ததால் அவர்கள் மீது முஹம்மத் ஏற்ற விரும்பிய கட்டுப்பாட்டை ஏற்க எளிதில் இணங்கவில்லை. அதனால்தான் அவர்கள் மீது இவ்வாறு விரோதம் உள்ளடங்கி யிருக்கிறது. ஆயினும் முஹம்மதுக்கு அவர்களை முற்றிலும் பிடிக்காமலில்லை; இஸ்லாத்தின் வரம்புக்குள் அவர்களைக் கொண்டு வந்துவிட வேண்டும் என்பதில் உறுதியாயிருந்தார். எனவே குர்ஆனின் பல வசனங்கள் அவர்களை விளித்துக் கூறுவனவாக, அறிவுரை கூறுவனவாக, அல்லாஹ் கொடுத்துள்ள கொடைகளை நினைவுபடுத்துவனவாக உள்ளன. 'அல்லாஹ் நீங்கள் வசிப்பதற்கு வீடுகள் கொடுத்திருக்கிறான். கூடாரங்கள் அமைக்க மிருகங்களின் தோலைக் கொடுத்திருக்கிறான். உங்களுடைய பயணங்களில் எடுத்துச் செல்ல இலேசாகவும் தங்குமிடத்தில் அடித்துக்கொள்ள எளிதாகவும் அவை உள்ளன. அவற்றின் கம்பளியும் உரோமத்தோலும் உரோமமும் உங்களுக்கு இதந்தருவனவாகவும் வீட்டுப்பொருள்கள் செய்ய உதவு வனவாகவும் உள்ளன' என்று குர்ஆன் பதூயின்களை விளித்துக் கூறுகிறது.[15] மற்றோரிடத்தில், 'கால்நடைகளிலும் உங்களுக்கு நல்ல படிப்பினை உள்ளது. அவற்றின் வயிற்றில் குடலுக்கும் இரத்த ஓட்டத் துக்கும் இடையிலிருந்து, அருந்துபவர்களுக்கு இனிமையானதா யிருக்கும் தூய்மையான பாலை நாம் கொடுத்திருக்கிறோம். பேரீச்சையின் பழங்களும் திராட்சைப் பழங்களும் உங்களுக்குக் கொடுத்திருக்கிறோம். அவற்றிலிருந்து உங்களுக்கு நல்ல உணவும் மதுவும் கிடைக்கின்றன. அறிவுடையோர் தெரிந்துகொள்வதற்கு இவற்றில் அத்தாட்சிகள் உள்ளன'[16] என்று கூறுகிறது.

இதிலிருந்து குர்ஆன் நாடோடி மக்களையும், நகர்வாழ் மக்களையும் வேறுபடுத்திப் பார்ப்பது தெளிவாகிறது. இந்த இரு பிரிவினரும்

அல்லாஹ்வின் சட்டங்களைப் பின்பற்றச் செய்வதற்கு இரு தரப்பினரையும் நோக்கிப் பேசுகிறது. இதற்காக இயற்கையான வாதங்களை அது எடுத்துரைக்கிறது. இந்த வசனங்கள் பதூயின்களின் பொருளாதாரம் எப்படி இருந்தது என்பதையும் புலப்படுத்துகின்றன.

தெற்கு அரேபியா பற்றி நாம் பேச வந்த விஷயத்தை மீண்டும் பார்ப்போம். அந்தப் பகுதிகளில் மிக வளர்ச்சியடைந்த ஸபீயன், மினீயன், கடபேனியன் நாகரிகங்கள் நிலவியிருந்தன என்பதை மனத்தில் கொள்ளவேண்டும். விவசாயத்தையும், இலவங்கப் பொருள்கள் வர்த்தகத்தையும் அடிப்படையாகக் கொண்டு அமைந்தவை இந்த நாகரிகங்கள். வெளியுலகுடன் வர்த்தகம் மூலம் கிறிஸ்தவ சகாப்தத்துக்கு ஆயிரம் ஆண்டுகளுக்கு முன்பே மக்கள் செல்வச்செழிப்புடன் வாழ்ந்தனர். தென் பகுதியில் அமைந்த அரபு முடியரசுகள் ஆறுகளில் அணைகள் கட்டின; கோட்டைகளும், ஆலயங்களும் எழுப்பின; நாட்டின் விவசாயத்தை மிகச் சிறப்பான அளவுக்கு வளர்த்தன. இந்தத் தென்திசை நாகரிகங்கள் விவசாயத்தை அடிப்படையாகக் கொண்டு அமைந்திருந்த போதிலும், ஐரோப்பிய மாதிரியிலான நிலப்பிரபுத்துவ முறையின் அடையாளங்கள் காணப்படவில்லை. அங்கு ஆண்ட மன்னர்கள், ஆன்மிகத்திலும் சமயச்சடங்கிலும் அதிகாரம் கொண்டிருந்த எகிப்திய மன்னர்களைப் போல் இருந்ததாகத் தோன்றுகிறது. பிரெஞ்சு இஸ்லாமியலாளர் மாக்ஸிம் ரோடின்ஸன் முஹம்மத் என்னும் வாழ்க்கை வரலாற்று நூலில் தெற்கு அரேபியா பற்றிப் பின்வருமாறு குறிப்பிடுகிறார்:

> ஸாரஸன்களின் நாடுகளிலிருந்து மாறுபட்டதாக இருந்த மற்றொரு அம்சம், பரவலான ஒரு மதநம்பிக்கை இருந்ததாகும். செல்வம் மிகுந்த பல ஆலயங்கள் இருந்தன; அவற்றில் பணிபுரியப் புரோகிதர்கள் இருந்தார்கள். இவர்களுக்குச் சமூகத்தில் முக்கிய பங்கு இருந்தது. ஆலய வழிபாட்டில் நறுமணப் பொருள்கள், நிவேதனங்கள், உயிர்ப்பலிகள், பிரார்த்தனைகள், தலயாத்திரைகள் (யாத்திரைக் காலத்தில் பாலுறவு தடை செய்யப்பட்டது) ஆகியவை இடம்பெற்றிருந்தன. தூய்மை, தூய்மையின்மை பற்றிப் பல விதிகள் இருந்தன. இவற்றை மீறுவோர் அபராதம் செலுத்துவதோடு தமது பிழையைப் பகிரங்கமாக ஒப்புக்கொள்ள வேண்டும். இந்த ஒப்புதல் வாக்குமூலங்கள் வெண்கலப் பலகைகளில் பொறிக்கப்பட்டு ஆலயங்களில் வைக்கப்பட்டன. இறந்தவர்களின் உடல்களோடு

பாத்திரங்களும் வீட்டுப் பொருள்களும் புதைக்கப்பட்டன. இறந்தவர்களைக் குறிக்கும் உருவச் சின்னங்களுடன் 'ஸ்டெலீ' என்ற நினைவிடங்கள் அமைப்பட்டன. அவர்களுக்கு நிவேதனங் களும் அளிக்கப்பட்டிருக்கலாம்.[17]

தென்பகுதியைச் சேர்ந்த அரேபியர்கள் பல தேவர்களையும் தேவதைகளையும் வழிபட்டனர். இவர்களில் மிக முக்கியமான 'அத்டர்' சுக்கிரனின் உருவகமாகக் கருதப்பட்டது. சந்திரதேவன் ஒருவரையும் அவர்கள் வழிபட்டார்கள். இந்த தேவன் ஸபாவில் 'அல்மக்கா' என்றும், மாயினில் 'வாத்' என்றும், கதபானில் 'அம்' என்றும் ஹத்ரமவுத்தில் 'ஸீன்' என்றும் அழைக்கப்பட்டார். சூரியன் பெண்பாலாக 'ஷம்ஸ்' என்ற தேவதையாகவும் வணங்கப்பட்டார். வெவ்வேறு இடங்களில் வெவ்வேறு தேவர்களும் தேவதைகளும் வழிபடப்பட்டனர். ஒவ்வொரு தெய்வத்துக்கும் தனிப்பட்ட வழிபடும் மக்கள் இருந்தார்கள். ஆலயங்கள் கல்லால் கட்டப்பட்டுச் சிறந்த கட்டடக்கலை அம்சங்களுடன் அமைந்திருந்தன. ஸபீயன் நகரமான மாரிப்பில் அகழ்வாய்வு செய்த அமெரிக்கத் தொல்பொருள் ஆய்வாளர்கள். 'அல்மக்கா' என்ற பெரிய ஸபீயன் தெய்வத்துக்கு அமைக்கப்பட்டிருந்த ஆலயம் ஒன்றைக் கண்டுபிடித்தார்கள். 'அவ்வாம்' என்ற பெயர் கொண்ட அந்த ஆலயம் நீள்வட்ட வடிவில் பெரிய அளவில் அமைக்கப்பட்டிருந்தது. அது 30 அடி உயரமும், சுமார் 300 அடி நீளமும் 250 அடி அகலமும் கொண்டதாக இருந்திருக்கக் கூடும். அலங்காரமான முகமண்டபமும், அதையொட்டி வரிசையாக எட்டுத் தூண்களைக் கொண்ட கட்டிடமும் இருந்ததாகக் கூறப்படுகிறது. செல்வம்மிக்க ஸபீயன் நாகரிகத்தின் அதிசயங்கள் பற்றிக் குர்ஆன் குறிப்பிடுகிறது. ஸபாவின் அரசி பெரும் செல்வம் படைத்தவளாக, மிகுந்த ஆடம்பரத்துடனும் புகழுடனும் ஆட்சி செய்தாள் என்றும் குர்ஆன் கூறுகிறது. இஸ்ரவேல் மன்னன் ஸாலமன் அவளது நாட்டின் மீது படையெடுக்கவிருந்தபோது அவள் அவருக்குப் பணிந்துவிட முடிவு செய்தாள். அன்பளிப்புகளுடன் தனது தூதனை அனுப்பி வைத்தாள். இதைக் குறிப்பிட்டுக் குர்ஆன் கூறுகிறது: 'அவளது தூதன் தம்மிடம் வந்தபோது ஸாலமன் கூறினார்: 'நீங்கள் எனக்குக் கொடுக்கத் தங்கமா கொண்டுவந்திருக்கிறீர்கள்? அல்லாஹ் எனக்கு அளித்திருப்பது அவன் உங்களுக்குக் கொடுத்திருக்கும் எல்லாவற்றையும்விட மேலானது. என்றாலும் நீங்கள் உங்கள் பொருளைப் பற்றிப் பெருமைப்படுகிறீர்கள். நீங்கள் உங்கள் மக்களிடம் திரும்பிச் செல்லுங்கள்; அவர்கள் எதிர்க்க முடியாத

படைகளுடன் வந்து, அவர்களைப் பணியவைத்து விரட்டி யடிப்போம்.'[18]

இந்த வசனம் தெற்கிலும் வடக்குக் கோடியிலும் (செழிப்பான பிறை வடிவப் பகுதி) எழில்மிக்க கட்டிடங்களைக் கட்டும் திறன்கொண்ட கட்டிடக்கலையை வளர்க்கும் அளவுக்குச் செல்வச் செழிப்புமிக்க நாகரிகங்கள் இருந்ததைத் தெளிவாகக் காட்டுகிறது. மத்திய அரேபியாவிலிருந்த அரேபியர்கள் (அங்கு மன்னராட்சி முறையோ, அரசு என்ற அமைப்பைப் பற்றிய கருத்தோ இல்லாத காரணத்தால்) மன்னர் முறையை ஒப்புக்கொள்ளவில்லை என்பது குறிப்பிடத்தக்கது. அதே அத்தியாயத்தில் உள்ள ஒரு வசனத்திலிருந்து இது தெளிவாகத் தெரிகிறது. அந்த வசனம் கூறுகிறது: '(அவள்) கூறினாள்: ஒரு மன்னன் ஒரு நகர்மீது படையெடுத்தால் அதனைப் பாழாக்கி, அதிலுள்ள கண்ணியமானவர்களைக் கேவலமானவர்களாக ஆக்கிவிடுகிறான்; இவர்களும் இவ்வாறே செய்வார்கள்.'[19] இந்த வார்த்தைகள் ஸபா அரசி கூறியவை என்றாலும், மன்னர்களைப் பற்றி இறைத்தூதர் முஹம்மத் கொண்டிருந்த மனப்பான்மைதான் இங்கு முக்கியமானது. அது சாராம்சத்தில் அரேபியர்களின் மனப்பான்மையே.

தெற்கு அரேபியா, முக்கியமாக யேமன், பண்டைக்காலத்திலிருந்தே அதனுடைய சுகமான தட்பவெப்பம், நிலவளம், செல்வம் ஆகியவற்றுக்குப் பெயர்பெற்றது. (டயானியசியஸ், பெரிஜஸ், தொகுதி V. 927ஐ பார்க்க). இவற்றால் கவரப்பட்டு மகா அலெக்ஸாண்டர், தமது இந்தியப் படையெடுப்பிலிருந்து திரும்பியபின், அதை வென்று கைப்பற்றத் திட்டமிட்டார். ஆனால் அதற்குப்பின் சிறிது காலத்திலேயே அவர் இறந்துபோனதால் அது நடக்கவில்லை. மக்காவுக்கும், வடக்கு அரேபியாவின் வர்த்தகத் துறைமுகங்களுக்கும், இறுதியாகக் கீழைப் பேரரசான பைஸாண்டியத்துக்கும் செல்லும் வர்த்தக மார்க்கத்தில் யேமன் ஒரு முக்கிய வர்த்தக மையமாக அமைந்திருந்தது. அரேபியர்களிடமிருந்து தாங்கள் பெற்ற பல பொருள்கள் அரேபியாவில் உற்பத்தியானவை என்று பலர் தவறாக நினைத்தார்கள். உண்மையில் அவை இந்தியா, சீனா, ஆப்பிரிக்கக் கடற்கரை ஆகியவற்றிலிருந்து வந்தவை என்பது சரித்திரம் கற்றோருக்குத் தெரியும். அரேபியப் பாலைவனங்கள் கடக்க முடியாதவையாக இருந்ததால் கிரேக்கர்களுக்கும் ரோமானியர் களுக்கும் அரேபியாவைப் பற்றி அதிகம் தெரியாது. உண்மையில்,

யேமனின் முக்கியத்துவம் காரணமாக அதைப் பணிய வைக்கப் போட்டி அரசுகள் பலமுறை முயற்சி செய்தன. பேராசிரியர் ஹிட்டி கூறுகிறார்:

> ரோமானியர்கள் உலகை வென்று ஆண்டவர்களாக இருந்த போதிலும் அரேபியர்கள் மீது தங்கள் நுகத்தடியைப் பூட்ட முடியவில்லை. ரோமானியர்கள் கி.மு. 24இல் அகஸ்டஸ் ஸீஸரின் ஆட்சிக்காலத்தில் எகிப்திலிருந்து அதன் ரோமானிய பிரதிநிதி ஈலியஸ் காலஸ் தலைமையில், தங்கள் நபேடீயன் கூட்டாளிகளின் ஆதரவுடன் 10,000 பேர் கொண்ட படையுடன் நடத்திய புகழ்பெற்ற படையெடுப்பு தோல்வியில் முடிந்தது. தெற்கு அரேபியர்களின் ஏகபோக உடைமையாக இருந்த போக்குவரத்து மார்க்கங்களைக் கைப்பற்றி அல்-யேமனின் வளங்களை ரோமின் நலன்களுக்குப் பயன்படுத்துவது அதன் நோக்கம்.[20]

ஆயினும் ரோமானியப் படை அரேபியாவின் பயங்கரப் பாலைவனங் களை ஊடுருவிச் செல்ல முடியாமல் படையெடுப்பு பெருத்த அவமானமான தோல்வியாக முடிவடைந்தது. அதன் பிறகு ரோமானியர்கள் அத்தகைய முயற்சியில் ஈடுபடவில்லை. ஆனால், பின்னாளில், ரோமானியக் கப்பல்கள் இந்துமாக்கடலில் செல்லத் தொடங்கியதன் மூலம் தெற்கு அரேபியாவின் செல்வச் செழிப்பு குலைந்து போயிற்று. இந்தப் பொருளாதாரச் சரிவைத் தொடர்ந்து அரசியல் அழிவும் ஏற்பட்டது.

அபிஸீனியர்களும், பாரசீகத்தின் ஸஸானிடுகளும் யேமன் மீது கண்வைத்திருந்தார்கள். கி.பி. 340-78இல் அபிஸீனியாவிலிருந்து ஒரு படையெடுப்பு நடந்தது. ஆனால், அதன் பிறகு யேமனின் 'ஹிம்யரைட்' மன்னர்கள் மீண்டும் சுயாட்சி பெற்றார்கள். உண்மையில், பழங்கதை உண்மையாயிருக்குமானால் மிகவும் புகழ்பெற்ற 'ஹிம்யரைட்' மன்னரான ஷம்மர் யரஷ் ஸாமர்க்கண்டை வென்றதாகத் தெரிகிறது. அவருடைய பெயரால்தான் அந்த நகருக்கு அந்தப் பெயர் வந்ததாகவும் அந்தப் பழங்கதை கூறுகிறது. ஆயினும், அபிஸீனியா மேலே குறிப்பிட்ட முதல் படையெடுப்புக்குப் பிறகு தனது ஆசையை விட்டுவிடாமல் மீண்டும் தாக்குதல்கள் நடத்தியது. யேமனில் யூதமதமும் கிறிஸ்தவமும் வந்த பிறகு அரசியல் நிலைமை மேலும் சிக்கலாயிற்று. தெற்கு அரேபியாவின் பூர்வீக மதம் முன்னே குறிப்பிட்டதுபோல, பேராசிரியர் ஹிட்டி 'கிரக-நட்சத்திர' முறை என்று அழைக்கும் முறையை அடிப்படையாகக் கொண்டது.

சந்திரனை வணங்கும் மதநெறி பரவலாக இருந்தது. (இஸ்லாமிய ஆண்டுக்கணக்கும் சந்திரனின் இயக்கத்தை அடிப்படையாகக் கொண்டதே.) முன்னே குறிப்பிட்டது போல சந்திரன் ஹத்ரமவுத்தில் 'ஸீன்' என்றும், மினீயர்களால் 'வாத்'என்றும், ஸபீயன்களால் 'அல்மக்கா' என்றும், கடபேனியன்களால் 'அம்' (தந்தையின் சகோதரர்) என்றும் அழைக்கப்பட்டது. உண்மையில், 'அம்' தெய்வங்களில் முதலிடம் பெற்றதாகவும் ஆணாகவும் கருதப்பட்டது. சந்திரன், சூரியனைவிடப் பெரிய தெய்வமாகக் கருதப்பட்டது குறிப்பிடத் தக்கது. சூரியன், 'ஷம்ஸ்' என்ற பெண் தேவதையாகவும், சந்திரனின் மனைவியாகவும் கருதப்பட்டது. அரபு மொழியில் சூரியன் பெண்பாலாக வழங்கப்படுகிறது. அரேபியாவின் பருவகாலங்களின் அமைப்பு, இதற்கு முழுமையாக இல்லாவிடினும், ஓரளவு விளக்கம் அளிக்க உதவுகிறது. மிகவும் வெப்பமான அந்த நாட்டில் தண்மையான நிலாக் கால இரவுகள் சூரியவெப்பத்தால் கொதிக்கும் பகல் நேரங்களைவிட இனிமையாக இருந்ததால் சூரியனைவிட சந்திரனுக்கு முதலிடம் கொடுக்கப்பட்டிருக்கலாம். விவசாயத்தை அடிப்படையாகக் கொள்ளாத மத்திய அரேபியா போன்ற சமூகத்தில் பருவகாலங்களையொட்டி ஆண்டுதோறும் விதைப்பு, அறுவடை போன்ற வேலைகளைச் செய்யும் நிலை இல்லாததால், எந்தப் பருவம் எந்த மாதத்தில் வரவேண்டும் என்பது முக்கியமில்லை. அதனால்தான் மாதமும் பருவமும் ஒழுங்காக ஒன்றிவரும் சூரிய ஆண்டுக்கணக்கும் அரேபியாவில் உருவாகவில்லை. சந்திரனின் இயக்கங்களைக் கண்ணால் காண்பதும் எளிதாக இருப்பதால் சந்திர ஆண்டுக்கணக்கு பின்பற்றப்பட்டது.

தெற்கு அரேபியாவில் கிறிஸ்தவமும் யூதமதமும் கொண்டு வரப்பட்டதில் ஏதேனும் ஒரு வகையில் அரசியல் உள்நோக்கம் இருந்தது. ரோமப் பேரரசு, பாரசீகப் பேரரசு ஆகிய இரண்டுமே அந்தப் பகுதியில் தங்களுடைய செல்வாக்கை நிலைநிறுத்துவதில் அக்கறை கொண்டிருந்தன. தெற்கு அரேபியாவில் கிறிஸ்தவம் எப்போது வந்தது என்பது நிச்சயமாகத் தெரியவில்லை. ஆனால், அங்கு வந்த முதலாவது கிறிஸ்தவ சமயத்தூதர்கள் கி.பி. 356இல் ரோம சக்ரவர்த்தி கான்ஸ்டாண்டியஸால் 'ஏரியன்' என்ற கிறிஸ்தவ மதப்பிரிவைச் சேர்ந்த தியோஃபிலஸ் இண்டஸ் என்பவரின் தலைமையில் அனுப்பி வைக்கப்பட்டார்கள் என்று கருத இடமிருக்கிறது. ஆயினும் ஸிரியாவில் கொடுமைக்கு உட்படுத்தப்பட்ட மதப் பிரசாரகர்கள், எப்போது என்று கூறமுடியாத ஒரு காலத்தில்

தெற்கே ஓடிவந்திருக்கக்கூடும் என்ற சாத்தியக்கூறும் இருக்கிறது. ரோமிலிருந்து கிறிஸ்தவ மதப்பிரசாரகர்கள் வந்ததற்கு அரசியல் நோக்கமே காரணம். சில காலத்திற்குப் பிறகு தியோஃபிலஸ், ஆடனில் (இப்போது ஏடன்) கிறிஸ்தவ ஆலயம் ஒன்றை நிறுவினார். இப்னு ஹிஷாமும்,[21] தபரியும்[22] கி.பி. 500இல் 'மனாஃபிஸைட்' பிரிவைச் சேர்ந்த துறவி ஒருவரை அரேபிய வர்த்தகச் சாரையைச் சேர்ந்தவர்கள் பிடித்து நஜ்ரானுக்குக் கொண்டுவந்ததைப் பற்றிய பழங்கதை ஒன்றைக் குறிப்பிடுகிறார்கள்.

யூதமதம் இரண்டாவது 'ஹிம்யரைட்' மன்னரின் ஆட்சியில் அங்கு கால் ஊன்றியது. ஆறாவது நூற்றாண்டின் தொடக்கக் காலத்தில் யூதமதம் யேமனில் மிகவும் வலுப்பெற்றது. கடைசி ஹிம்யரைட் மன்னர் து-நுவாஸ் அந்த மதத்தின் ஆதரவாளரானார். 'ஒரே கடவுள்' என்ற கோட்பாட்டைக் கொண்ட இந்த இரண்டு மதங்களுக்கிடையில் போட்டி கடுமையாகி அரசியல் வண்ணம் ஏறியது. தேசிய உணர்வைப் பிரதிபலித்த து-நுவாஸ் அபிஸீனிய ஆட்சியைத் தீவிரமாக வெறுத்தார். கிறிஸ்தவ மதம் அதனுடன் இணைந்ததாகக் கருதப்பட்டதால் அவர் அதற்கெதிராக யூதமதத்தை ஆதரித்தார். கிறிஸ்தவர்களைக் கொடுமைப்படுத்தினார். கி.பி. 523 அக்டோபரில் நஜ்ரானில் கிறிஸ்தவர்கள் பலரைப் படுகொலை செய்தார். எல்லா இடங்களிலும் உள்ள கிறிஸ்தவர்களின் பாதுகாவலராகக் கருதப்பட்ட ரோமச் சக்கரவர்த்தி முதலாவது ஜஸ்டினிடம் இது பற்றி முறையிடப்பட்ட போது அபிஸீனியாவின் ஆட்சியாளர் 'நீகஸ்'க்கு நடவடிக்கை எடுக்கும்படி உத்தரவிட்டார். நீகஸ் 70,000 அபிஸீனியர்கள் கொண்ட படையை செங்கடல் கடந்து அனுப்பிவைத்தார். இதில் பன்னாட்டு அரசியல் சதுரங்கத்தின் அனைத்து உத்திகளும் செயல்பட்டன. பைஸாண்டியம், அபிஸீனியர்கள் மூலமாக அரேபிய இனக்குழுக்கள் மீது ஆதிக்கம் பெற்று அவர்களைப் பாரசீகப் பேரரசுக்கு எதிராகப் பயன்படுத்த முயன்றது. அபிஸீனியர்கள் வெற்றி பெற்றார்கள். நீகஸின் துணை ஆட்சியாளர் அப்ரஹா, து-நுவாஸைத் துரத்தியடித்தார். துரத்தப்பட்டு ஓடியவர் தமது குதிரையுடன் செங்கடலில் குதித்து விட்டதாகக் கூறப்படுகிறது.[23] இவ்வாறாக யேமனில் புகழ்பெற்ற ஹிம்யரைட் மன்னர்களின் ஆட்சிக்காலம் முடிவுக்கு வந்தது.

அப்ரஹா, ஆறாவது நூற்றாண்டின் இறுதிவரை யேமனில் ஆட்சி செலுத்தி, அதை ஒரு அபிஸீனியக் குடியேற்ற நாடாக மாற்றியதாகச் சில வரலாறுகள் கூறுகின்றன. ஸனாவில் அவர் கட்டிய கிறிஸ்தவப்

பேராலயம் அந்தக் காலத்தில் இருந்த எழில்மிக்க பேராலயங்களில் ஒன்றாகக் கருதப்பட்டது. அந்தப் பேராலயத்தை அவர் கட்டியதற்கு மதமும் பொருளாதாரமும் காரணங்களாகும். மதத்தைவிடப் பொருளாதாரமே முக்கிய காரணமாக இருந்தது எனலாம். இறைத் தூதரின் முதலாவது வாழ்க்கை வரலாற்றை எழுதிய இப்னு இஸ்ஹாக் கூறுகிறார்: 'பின்பு அப்ரஹா ஸனாவில் உள்ள பேராலயத்தைக் கட்டினான், அந்தக் காலத்தில் உலகில் வேறு எங்குமே அதுபோன்ற ஆலயத்தைக் காணமுடியாது'. அவன் 'நீக்ஸி'க்குப் பின்வருமாறு கடிதம் எழுதினான்: 'மன்னரே, நான் உங்களுக்காக ஓர் ஆலயம் கட்டியிருக்கிறேன். உங்களுக்கு முன்னிருந்த எந்த மன்னருக்கும் இப்படிப்பட்ட ஆலயம் கட்டப்பட்டதில்லை. அரேபியர்களின் தலயாத்திரையை இந்த ஆலயத்துக்குத் திருப்பிவிடும்வரை நான் ஓயமாட்டேன்.'[24]

மக்கா நகரம் (இதைப் பற்றிப் பின்னர் விரிவாகக் காணவிருக் கிறோம்) பன்னாட்டு வர்த்தகத்துக்கு முக்கிய கேந்திரமாகவும் அரேபியர்களின் பழைய மதத்துக்கு ஒரு முக்கிய யாத்திரைத் தல மாகவும் இருந்தது. வர்த்தகத்துக்காகவும் தெய்வ வழிபாட்டுக்காகவும் ஏராளமான அரேபியர்கள் மக்காவுக்குச் செல்வது வழக்கமாயிருந்தது. அதனால் அங்கு வருமானம் மிகுதியாகக் கிடைத்தது. மக்காவில் அரேபியர்கள் வழிபட்ட கஅபாவை விஞ்சுவதாகத் தனது ஸனா ஆலயம் இருக்க வேண்டும் என்றும், வர்த்தகக் கேந்திரமாகவும் மதத்தலமாகவும் மக்காவுக்குப் போட்டியாக ஸனா இருக்க வேண்டும் என்றும் அப்ரஹா விரும்பினான். இதில் அவன் ஓரளவு வெற்றியும் பெற்றான். இந்த மத-பொருளாதாரப் போட்டியின் காரணமாக ஃபுகைம் இனக்குழுவைச் சேர்ந்த இரண்டு மக்கா அரேபியர்கள் ஸனா பேராலயத்தை ஒரு திருவிழாவின் போது அசுத்தப்படுத்தியதாக ஒரு செவிவழிச் செய்தி வழங்குகிறது.

ஆலயத்தின் புனிதத்தைக் கெடுக்கும் இந்தச் செயலால் சினமடைந்த அப்ரஹா மக்காவில் உள்ள அரேபியர்களின் ஆலயத்தை அழித்து மக்களுக்குப் பாடம் கற்பிக்க மக்கா மீது படையெடுத்துச் சென்றான். அவனது படையில் யானைகள் இருந்ததால் மக்காவின் வரலாற்றில் அந்த ஆண்டு 'அம் அல்-ஃபீல்' (யானை ஆண்டு) என்று அழைக்கப் படுகிறது. ஆனால் அப்ரஹாவின் படையினரிடையே அம்மை நோய் பரவியதால், சேதம் ஏதும் விளைவிக்காமல் பின்வாங்கிச் செல்லும்படி ஆயிற்று. (அம்மைநோயைக் குர்ஆன் சிறிய கூழாங்கற்கள்—

‘ஸிஜ்ஜீல்’ என்ற உருவகத்தால் குறிக்கிறது) குர்ஆனில் ‘யானை’ என்ற தலைப்புள்ள அத்தியாயத்தில் இந்த நிகழ்ச்சி குறிப்பிடப் படுகிறது. குர்ஆன் கூறுகிறது:

யானைகளுடன் வந்த படையை அல்லாஹ் என்ன செய்தான் என்பதை நீங்கள் எண்ணிப் பார்க்கவில்லையா? அவர்களது சூழ்ச்சியை முறியடிக்க அவன் பறவைக் கூட்டத்தை அனுப்பி வைக்க, அந்தப் பறவைகள் அவர்கள் மீது களிமண் உருண்டை களை வீசி எறிந்தன அல்லவா? அதனால் அவர்கள் மாடுமேய்ந்த செடிகளைப் போல ஆகிவிடவில்லையா?[25]

அப்ரஹாவின் படையெடுப்பு தோல்வியடைய வேண்டும் என்பது கடவுளின் சித்தம் என்பது குர்ஆனின் கருத்து. இறைவன் தனது இல்லத்தை, அதாவது ‘கஅபா’வைக் காப்பாற்றிக் கொண்டான். அதே ஆண்டில், அதாவது, கி.பி. 570-71இல் இறைத்தூதர் முஹம்மத் பிறந்தார்.

தெற்கு அரேபியாவின் செல்வச் செழிப்புக்கு யேமன் வழியாக நடைபெற்ற பன்னாட்டு வர்த்தகம் மட்டுமின்றி, பாசனத்துக்குத் தண்ணீர் வழங்கிய மாரிப் அணையும் பெரிதும் ஆதாரமாக இருந்தது. இஸ்லாம் தோன்றுவதற்குமுன் இந்த அணை பயன்படுத்தப்படாமல் பாழடைந்து, பல இடங்களில் உடைப்புகளும் ஏற்பட்டிருந்தன. யேமனின் செல்வச்செழிப்பு சீர்குலைந்து மக்கள் வாழ்க்கைக்கு வழிதேடி வடக்கு நோக்கி இடம்பெயர்ந்து செல்லத் தொடங்கியதற்கு இதுவும் ஒரு காரணம். வரலாற்றுக் காலங்களில், தெற்கு அரேபியா விலிருந்தும் மத்திய அரேபியாவிலிருந்தும் அரேபியர்கள் வறுமையாலும் பசியாலும் உந்தப்பட்டு, மக்கள் குடியமர்ந்து வாழ்ந்த செழிப்பான பிறை வடிவப் பகுதிக்குள் அலையலையாகச் செல்லத் தொடங்கினார்கள். குடியமர்ந்த பகுதிகளும், பாலைவனச் சோலைகளும் குறைந்த அளவிலேயே மக்கள் வாழ்வுக்கு இடமளிக்க முடியும். சமவெளிகளின் மேய்ச்சல் நிலங்களில் ஒரு வரம்புக்கு உட்பட்டே ஒட்டகங்களும் ஆட்டுமந்தைகளும் மேய்ந்து வாழமுடியும். இந்த அளவுகளுக்கு மேலாகும்போது, போர் தொடுத்துப் பிறமக்களின் நாட்டைக் கைப்பற்றுவது, குடியமர்ந்த பகுதிகளை ஆண்டுதோறும் கொள்ளையிடுவது போன்றவையே பட்டினியைத் தவிர்க்க மாற்று வழிகளாகின்றன.

இஸ்லாம் பாலைவன மக்களான பதூயின்களின் உதவியுடன் வடகிழக்கிலும் வடமேற்கிலும் பெரிய வெற்றிகள் பெற்று நாடுகளைக் கைப்பற்றியதுகூட, நிலத்தின் மீது அதிக நெருக்குதல் ஏற்பட்டு,

வடக்கு நோக்கிப் பெருந்தொகையில் மக்கள் இடம்பெயர்ந்து சென்ற நிகழ்ச்சிகளின் வெளிப்பாடே என்பதை இங்குக் குறிப்பிட வேண்டும். அரேபியர்களின் வரலாற்றில் மீண்டும் மீண்டும் இவ்வாறு நடந்திருக்கிறது. தெற்கில் இத்தகைய அபாயம் ஏற்படும்போதெல்லாம் மக்கள் உணவு தேடி வடக்கு நோக்கிச் செல்லத் தொடங்கினார்கள். 'மாரிப்' அணை உடைந்தது இத்தகைய அபாயங்களில் ஒன்றாகும். இஸ்லாமிய இலக்கியத்தில் இந்த நிகழ்ச்சி அழியா இடம்பெற்றுவிட்டது. இந்த நிகழ்ச்சி இஸ்லாத்திற்கு 400 ஆண்டுகளுக்கு முன் நடந்ததாக அல்-இஸ்ஃபஹானி தம்முடைய வரலாற்று நூலில் குறிப்பிடுகிறார். கி.பி. 961இல் எழுதி முடிக்கப்பட்ட இந்த நூலின் எட்டாவது புத்தகத்தை அவர் ஹிம்யரைட் மன்னர்களின் ஆட்சியைப் பற்றிக் கூறுவதற்கு ஒதுக்கியிருக்கிறார். ஆனால், இது அபிஸீனியர்களின் ஆட்சிக்காலத்தில் நடந்ததாக யகூட் கூறுவதே அதிக உண்மையாக இருக்கலாம் என்று தோன்றுகிறது. அதன்பின் உடைப்பு அடைக்கப் பட்டதாகத் தெரிகிறது. ஆனால் இறுதியாக நடந்த பேரழிவு குர்ஆனில் (அத்தியாயம் 34, வசனம் 15) பின்வருமாறு குறிப்பிடப்படுகிறது:

ஆனால் அவர்கள் புறக்கணித்தார்கள். எனவே நாம் அவர்கள் மேல் அணையின் தண்ணீரைத் திறந்துவிட்டு, அவர்களுடைய தோட்டங்களுக்குப் பதிலாக கசப்பும் புளிப்பும் உடைய பழங்களைத் தரும் மரங்களையும் சில இலந்தைப் புதர்களையும் கொண்ட இரண்டு தோட்டங்களை வைத்தோம். அவர்களுடைய நன்றிகொன்ற செயலுக்காக அவர்களைத் தண்டித்தோம். நன்றி மறப்பவரையன்றி நாம் யாரையும் தண்டிப்பதில்லை.

இந்த நிகழ்ச்சி கி.பி. 542க்குப்பின், கி.பி. 570க்கு முன் நடந்திருக்கலாம் என்று ஹிட்டி கூறுகிறார். இந்த அணையுடைப்பு முன்னே குறிப்பிட்டது போல, தெற்கு அரேபியாவின் நிலைத்து வாழும் நாகரிகத்துக்குப் பெரிய அடியாக விழுந்தது. இறைத்தூதரின் வாழ்க்கை வரலாற்றை எழுதியவர்களில் புகழ்பெற்ற மற்றொருவரான ஹிஷாமும், மாரிப் அணை உடைந்த நிகழ்ச்சியைக் குறிப்பிடுகிறார். அவர் கூறுகிறார்: 'உம்ரு பின் ஆமிர் யேமனிலிருந்து வெளியேறிச் சென்றதற்கான காரணத்தை அபூஜைத் அன்ஸாரி என்னிடம் பின்வருமாறு விளக்கினார்: தண்ணீரைத் தேக்கி வைப்பதற்காகக் கட்டப்பட்டிருந்த அணையில் ஒரு காட்டெலி வளை தோண்டிக் கொண்டிருப்பதை அவர் பார்த்தார். நிலங்களுக்குப் பாசனம் வேண்டும்போது அந்தத் தண்ணீரைத்தான் பாய்ச்சி வந்தார்கள். அந்த அணை இந்த நிலைமையில்—ஓர் எலி அதில் வளை தோண்டிக்

கொண்டிருந்த நிலைமையில்—பத்திரமாக இருக்க முடியாது என்பதை உம்ரு புரிந்துகொண்டார். அதனால் அவர் யேமனைவிட்டு வேறு எங்காவது சென்றுவிட முடிவுசெய்தார்... அச்சமயத்தில் பனி ஆஜாதும் உம்ரு பின் ஆமிர் போன பிறகு நாங்கள் இங்கே வாழமாட்டோம் என்று கூறினர். எனவே அவர்களும் தங்கள் உடைமைகளை யெல்லாம் விற்றுவிட்டு அவருடன் புறப்பட்டுச் சென்றார்கள்.' [26] பேராசிரியர் ஆர்.ஏ. நிகோல்ஸன் கூறுகிறார்: 'மாரிப் அணைக்கட்டு உடைந்ததைப் பற்றி அடிக்கடி குறிப்பிடப்பட்டுள்ளது. யேமனைச் சேர்ந்த பல இனமக்கள் பெருமளவில் வடக்கு நோக்கிச் செல்வதற்கு அது காரணமாயிருந்தது. இவ்வாறு சென்றவர்கள் இடையில் ஹிஜாஸில் தங்கினார்கள். அங்கு 'ஜுர்ஹுமைட்களை' கொன்றொழித்த பிறகு வடக்கு நோக்கித் தங்கள் பயணத்தைத் தொடர்ந்தார்கள். இவர்களில் ஒரு குழுவினர் — லுஹய் தலைமையிலான பனு குஜா குழுவினர்—மக்காவுக்கருகே குடியமர்ந்தார்கள்.' [27] மார்க்ஸுக்கு எழுதிய கடிதங்களில் எங்கல்ஸ் இந்த விவரத்தைக் குறிப்பிட்டு இருக்கிறார்:

> நிலம் இவ்வாறு செயற்கையாக வளம் பெறுவது பாசன அமைப்பு சீர்குலைந்த உடனேயே நின்றுபோய்விட்டது. ஒரு காலத்தில் மிகச் சிறப்பான முறையில் சாகுபடி நடந்துவந்த பெரும் பரப்புகள் (பல்மைரா-பெட்ரா, யேமனின் பழங்கால சிதைவுச் சின்னங்கள், எகிப்து, பாரசீகம், ஹிந்துஸ்தான் ஆகியவற்றின் சில பகுதிகள்) இப்போது தரிசாகவும் தாவரங்கள் இல்லாமலும் இருப்பதற்கு இதுதான் காரணம். பெரும் நாசம் விளைக்கும் ஒரேயொரு போரின் காரணமாக ஒரு நாடே பல நூற்றாண்டுகளுக்கு மக்களே இல்லாமல் வெறுமையடைந்து அதன் நாகரிகம் முழுவதுமே அழிந்துவிடக்கூடும் என்பதையும் இது எடுத்துக்காட்டுகிறது. தெற்கு அரேபியாவின் வர்த்தகம் முஹம்மதுக்கு முன்னால் அழிவுற்ற சூழ்நிலையும் இதுதான் என நான் நினைக்கிறேன். இந்த அழிவு முஹம்மதியப் புரட்சியின் முக்கிய காரணங்களில் ஒன்று என நீங்கள் கருதுவது மிகவும் சரியானதே.[28]

இவ்வாறு மக்கள் பெரும் அளவில் ஹிஜாஸ், மத்திய அரேபியா, வடதிசைப் பகுதிகள் ஆகியவற்றை நோக்கிச் சென்றதன் காரணமாகப் பொருளாதார நிலைமையிலும் பெரும் விளைவுகள் ஏற்பட்டன. இது தவிர வேறு சில காரணிகளும் அந்தப் பிராந்தியத்தின் வழக்கமான பொருளாதார அமைவைப் பெரிதும் சீர்குலைத்தது. பைஜாண்டிய, பாரசீகப் பேரரசுகளிடையே இடைவிடாது உரசல் இருந்து வந்ததனால்

வணிக மார்க்கங்கள் நிலையற்று மாறிக்கொண்டேயிருந்தன. இறுதியாகப் பார்க்கும்போது, வர்த்தக மார்க்கங்கள் உருவானதன் விதம்தான் அரேபியர்களின் வரலாற்றில் எதிர்பார்க்க முடியாத மாற்றங்களை ஏற்படுத்தியது என்பதில் சந்தேகமில்லை. உதாரணமாக, கி.பி. ஆறாம் நூற்றாண்டின் பிற்பாதியில் யூப்ரடிஸ்-பாரசீக வர்த்தக மார்க்கம், பைஜாண்டியப் பேரரசுக்கும் பாரசீகப் பேரரசுக்குமிடையே நிலவிய இடைவிடாத உரசல் காரணமாக இடையூறுகளும் அபாயங்களும் நிறைந்ததாக மாறிவிட்டது. மத்திய தரைக்கடல் பகுதிக்கும் கிழக்கே யுள்ள நாடுகளுக்குமிடையில் நடந்த வர்த்தகத்தால் இந்த மார்க்கம் அதுவரை மிகவும் பலனடைந்து வந்தது. இந்த உரசலால் தீர்வைகள் அதிகரித்தன. அரசியல் போட்டிகளும் பொதுவான குழப்ப நிலைமையும் உருவாயின. எகிப்தும் அப்போது சீர்குலைந்த நிலையில் இருந்ததால் அதன் வழியாகவும் மாற்று மார்க்கம் அமைந்திருக்க முடியாது. எனவே வர்த்தகர்கள் அமைதியான, ஆனால் கடினமான மற்றொரு மார்க்கத்தைப் பயன்படுத்த வேண்டியதாயிற்று. ஏற்கெனவே பார்த்தபடி யேமன், இஸ்லாம் தோன்றுவதற்குமுன் அந்நிய ஆட்சிக்கு உட்பட்டது. அந்தக் காலத்துக்குள் வடக்கே பல்மைராவும் நபாடியாவும் முற்றிலும் மறைந்து போயின. மக்கா, ஒரு சமூக- பொருளாதார வெற்றிடத்தை நிரப்புவதற்கு இது சரியான தருணமாயிருந்தது.

மக்கா நிறுவப்படுதலும் அதன் முக்கியத்துவமும்

மக்கா, தென் அரேபியாவிலிருந்து வட அரேபியாவுக்குச் செல்லும் லவங்கப் பொருள்கள் வர்த்தகப் பாதையில் அமைந்திருந்ததுதான் அதன் வளர்ச்சிக்குக் காரணம் என்பதில் சந்தேகமில்லை. பல திசைகளில் செல்லும் மார்க்கங்களுக்கு மையமாக அமைந்திருந்ததால் இடையில் தங்கும் ஊராக அது பயன்படுத்தப்பட்டிருக்கலாம். மக்காவிலிருந்து மத்தியதரைக்கடல், பாரசீக வளைகுடா, ஜித்தா வழியாகக் கடல் கடந்து ஆப்பிரிக்கா ஆகியவற்றுக்கு வர்த்தக மார்க்கங்கள் சென்றன. அதை இரண்டு பிரிவுகளாகப் பிரிக்கலாம்: (அ) நகர்ப்புறம், (ஆ) நாடோடிப் பகுதி. மக்கா, மிக முக்கியமான நகரக் கேந்திரங்களில் ஒன்று. அங்கு மிகச் சிக்கலான வர்த்தக நடவடிக்கைகள் நடத்தப்பட்டன. இந்த நகர்ப்புறப்பகுதியில் வசித்த மக்கள் ஆரம்பத்தில் நாடோடியாய் வாழ்ந்தவர்களே. பதூயின்கள் நகரவாசிகளானதும் ஒரு நீண்ட வரலாறு. பொருளாதார நெருக்கடி அல்லது நீண்டகால வறட்சி ஏற்படும்போது அவர்கள் வடக்கே

செழிப்பான பகுதிகள் மீது படையெடுப்பார்கள். மார்க்ஸுக்கு எங்கல்ஸ் எழுதிய ஒரு கடிதத்தில் இதைக் குறிப்பிடுகிறார். 'நான் முன்பு பேசிய மாபெரும் அரேபியப் படையெடுப்பு சம்பந்தமாக: பதூயின்கள், மங்கோலியர்களைப் போலவே, அவ்வப்போது படையெடுப்புகள் நடத்தினார்கள். அஸிரியப் பேரரசையும் பாபிலோனியப் பேரரசையும் பதூயின் இனக்குழுக்களே நிறுவின. பின்னாளில் பாக்தாதின் கலீஃபா ஆட்சி அதே இடத்தில்தான் எழுந்தது. பாபிலோனியப் பேரரசை நிறுவிய சால்டியன் மக்கள் இன்னமும் அதே இடத்தில் அதே பெயரில், பெனிசாலித் (இப்போது பனி காலித்) என்று அழைக்கப்பட்டு வாழ்ந்து வருகிறார்கள்.' [29]

மக்கா நகர் முக்கிய மதத்தலமாகவும் வர்த்தகக் கேந்திரமாகவும் இருந்தது. அங்கு நடைபெற்ற பன்னாட்டு வர்த்தகமே அதன் முக்கியத் துவத்துக்கு முதன்மையான காரணம். அதனால் தெற்கு யேமனில் அபிஸீனிய ஆட்சியாளனாக இருந்த அப்ரஹா, ஸனா நகரை முக்கிய வர்த்தகக் கேந்திரமாக உருவாக்கி மக்காவை இரண்டாம் இடத்துக்குத் தள்ள விரும்பினான். ஆனால் அது நடக்கவில்லை. மக்கா மிக முக்கிய மான வர்த்தகக் கேந்திரமாகவும் அரேபியரின் பழைய மதத்தின் முக்கியத் தலமாகவும் தொடர்ந்து இருந்துவந்தது. மக்கா நகரம், கடற்கரைக்கு இணைகோடு போல நீண்டு கிடக்கும் ஒரு மலைத்தொடரில் உள்ள இடைவெளியில் அமைந்துள்ளது. அந்தத் தொடரின் மலைகள் கருப்பு, மஞ்சள் நிறங்களில் தாவரங்களற்று, பாறைகள் நிரம்பி, மண்ணின் சுவடே இல்லாது, கூர்முனைகள் கொண்டு உள்ளன. மலையை அறுத்துச் செல்லும் வாடியின் செயலால், சிலசமயம் பெரும் வெள்ளப்பெருக்கை ஏற்படுத்தும் மிகப் பலமான மழைப்புயல்களால் அந்த இடைவெளிப் பள்ளத்தாக்கு உருவாகியுள்ளது.[30]

ஆனால் இந்த மழைப்புயல்கள் காலமுறையிலன்றி வருகின்றன; குறுகிய காலத்துக்கே நீடிக்கின்றன. அரேபியாவில் பல இடங்களில் போலவே, இங்கும் விவசாயம் செய்வது இயலாது. மக்கா பள்ளத்தாக்கு வறண்டதாக, தாவரங்கள் அற்றதாக உள்ளது. கிறிஸ்தவ சகாப்தத்துக்கு நீண்டகாலம் முன்பே இரண்டு முக்கிய வர்த்தகக் கேந்திரங்கள் உருவாகியிருந்தன: ஒன்று, மகோரபா, அதாவது மக்கா, இன்னொன்று அதற்குச் சற்று வடக்கே யத்ரிப்பா என்ற யத்ரிப். மக்கா ஏற்கெனவே குறிப்பிட்டபடி நீண்டகாலமாகவே புனிதத் தலமாக இருந்துவந்துள்ளது. அங்கு தண்ணீர் வழங்கும் ஊற்றாக

அமைந்துள்ள புகழ்பெற்ற ஜம்ஜம் கிணறு இதற்குக் காரணமாக இருக்கலாம். வடக்கிலிருந்து தெற்கே, பாலஸ்தீனிலிருந்து யேமனுக்குச் செல்லும் சாலையும், கிழக்கிலிருந்து மேற்கே பாரசீக வளைகுடாவைச் செங்கடல் கரையுடனும், எத்தியோப்பியாவுக்குச் செல்லும் மார்க்கத்துடனும் இணைக்கும் சாலைகளும் அங்கு சந்திப்பதால், மக்கா வர்த்தகக் கேந்திரமாயிற்று. இந்த வர்த்தகக் கேந்திரம் பல்வேறு இனக்குழுக்களிடையே நடந்த நாசகரமான இரத்தப் பழிச் சண்டைகளிலிருந்து பாதுகாப்பளிக்கும் புகலிடமாக இருந்தது. மக்காவில் யாரையும் தொல்லைக்கு உட்படுத்துவதை மரபுவழக்கம் அனுமதிக்கவில்லை. அதனால் அங்கு வர்த்தகர்களுக்கு பதூயின்களின் கொள்ளையடிப்பிலிருந்து பாதுகாப்புக் கிடைத்தது.

மக்கா (பெக்கா என்றும் அதற்குப் பெயர் உண்டு) நிச்சயமாக உலகின் மிகப் பழமையான நகரங்களில் ஒன்று. பைபிளில் மெஸா என்று குறிப்பிடப்படுவது இந்த நகர்தான் என்று சிலர் கருதுகிறார்கள்.[31] அதன் நீளம் தெற்கிலிருந்து வடக்காகச் சுமார் இரண்டு மைல்; அதன் அகலம் அஜ்யத் மலையின் அடிவாரத்திலிருந்து கோயிக்கான் மலையின் உச்சிவரை சுமார் ஒரு மைல். இந்த இடப்பரப்பின் நடுவே அமைந்துள்ள நகரம் அருகேயுள்ள மலைகளிலிருந்து வெட்டி யெடுக்கப்பட்ட கற்களால் கட்டப்பட்டது. அதன் மண்ணில் அநேகமாக வளம் இல்லாததால் விவசாயம் சாத்தியமில்லை. அதனால் மக்கா மக்கள் உணவு தானியத்தை வேறு இடங்களிலிருந்துதான் வாங்க வேண்டியிருந்தது. முஹம்மதின் முப்பாட்டனார் ஹாஷிம் அவரது இனக் குழுவின் தலைவராயிருந்தார். அவர் மக்கா மக்களுக்கு உணவு தானியம் வாங்குவதற்கு ஆண்டுதோறும் இரண்டு ஒட்டகச் சாரைகள், ஒன்று கோடைக்காலத்திலும், மற்றது குளிர் காலத்திலும் சென்றுவர ஏற்பாடு செய்திருந்தார். குர்ஆனில் இது (அத்தியாயம் 106) குறிப்பிடப்படுகிறது. (இந்த அத்தியாயம் பசித்தவர்களுக்கு உணவு அளிப்பது பற்றியும், பயத்திலிருந்து பாதுகாப்பு அளிப்பது பற்றியும் குறிப்பிடுகிறது.) கி.பி.5ஆம் நூற்றாண்டின் இறுதிக்குள் 'குஸய்' என்பவர் மக்கா நகரையும் அதன் ஆலயத்தையும் தமது அதிகாரத்தின் கீழ் கொண்டு வந்தார்.[32] அவர் குறைஷ் இனக்குழுவைச் சேர்ந்தவர். பல்வேறு குலக் குழுக்களைக் கொண்ட இந்த இனக்குழு அவர் மூலம், மக்காவில் குஸா இனக்குழு பெற்றிருந்த இடத்தைப் பிடித்துக்கொண்டது.

மக்காவில் சமூக-குடும்பக் கட்டமைப்பு

இங்கே, சமூகவியல் கோணத்தில், அரபு மக்களின் சமூகக் கட்டமைப்புப் பற்றியும், குடும்பமுறை பற்றியும் சில வார்த்தைகள் கூறுவது பொருத்தமாகும். இங்கும்கூட நாடோடிகளுக்கும் நகர வாசிகளுக்கும் இடையில் உள்ள வேறுபாட்டை நாம் மனத்தில் கொள்ள வேண்டும். பதூயின்கள் கூடாரங்களில் வசிக்கிறார்கள். அவர்கள் பாலைவனத்தில் முகாமிட்டுத் தங்குகிறார்கள். பதூயின் சமூகத்தின் அடிப்படையாக இருப்பது குலக்குழு அமைப்பாகும். ஒரு குடும்பத்தைச் சேர்ந்தவர்கள் ஒரு கூடாரத்தில் வசிக்கிறார்கள். ஒரு கூடாரத் தொகுதி (ஒரு முகாம்) 'ஹய்' என்று அழைக்கப்படுகிறது. ஒரு ஹய்யின் உறுப்பினர்கள் அரபு மொழியில் 'கவும்' என்று கூறப்படும் குலக்குழுவாக அமைகின்றனர். உறவுத் தொடர்புள்ள குலக்குழுக்கள் சேர்ந்து 'கபீலாஹ்' என்ற இனக்குழு ஆகின்றன. ஒரே குலக்குழுவைச் சேர்ந்தவர்கள் அனைவரும் தங்களை ஒரே இரத்தத்தைச் சேர்ந்தவர்களாகக் கருதுகிறார்கள். தங்களுக்கு ஒரு தலைவரைத் தேர்ந்தெடுக்கிறார்கள். 'ஷேய்க்' என்று அழைக்கப்படும் இந்தத் தலைவர் சமமானவர்களில் முதன்மையானவராகக் கருதப் படுகிறார். ஒரு குலக்குழுவினர் ஒரே போர் முழக்கத்தைப் பயன்படுத்துகிறார்கள். இவர்களின் பெயருக்கு முன்னால் 'பனூ' என்ற அடைமொழி சேர்த்து வழங்கப்படுகிறது. சில குலக்குழுப் பெயர்களின் வேர்ச்சொற்கள் பெண்பால் பெயர்களாக உள்ளன. இதை வைத்து இஸ்லாம் தோன்றுவதற்கு முன்புவரைகூட தாய்வழிச் சமூகமுறை நடப்பில் இருந்தது என்று சில அறிஞர்கள் முடிவு செய்கிறார்கள். ஆனால் இந்தக் கருத்தில் வலு இல்லை. மிகப் பழங்காலத்தில் தாய் வழிச் சமூக முறையின் சுவடுகள் இருந்ததையே இந்தப் பெயர்கள் காட்டுகின்றன.

சிதறிக்கிடக்கும் இத்தகைய சில அடையாளங்களைக் கொண்டு, தாய்வழிச் சமூகமுறையைப் பின்பற்றிய அரபுச் சமூகம் இறைத்தூதரின் காலத்தில் தந்தை வழிச் சமூகமுறைக்கு மாறிக்கொண்டிருந்தது என்றும், எனவே அது தனிமனித உரிமையை நோக்கிய பொதுவான சமூக வளர்ச்சியில் ஒரு மாறுதல் கட்டத்தில் இருந்தது என்றும் மாண்ட்காமரி வாட் கூறுகிறார். இந்தக் கருத்தை மாக்ஸிம் ரோடின்ஸன் மறுக்கிறார். அவர் கூறுகிறார்: 'மதீனா போன்ற சில பகுதிகளில் இந்த முறை, ஒரு பெண் பல கணவர்களை மணக்கும் சில வகையான வழக்கங்களுடன் கூடவே நடப்பில் இருந்திருக்கிறது எனத் தோன்றுகிறது. அத்துடன்

கூடவே பெண்களுக்குக் குறிப்பிடத் தக்க அளவில் பங்கு அளிப்பதும் ஏற்கப்பட்டிருந்தது (மிகப் பழங்காலத்தில் அரபு அரசிகள் இருந்தார்கள் எனப் பல ஆதாரங்கள் புலப்படுத்துகின்றன). சில சமயங்களில் கணவன் மனைவியின் வீட்டில் அவளுடன் வசிப்பது, பெண் வழியே சொத்துரிமை செல்லுவது ஆகிய வழக்கங்களும் இருந்தன.'[33]

இந்த நாடோடி மக்கள் விரைவில் இடம் மாறிக்கொண்டே இருந்தார்கள். ஒரே இடத்தில் வசிக்கவில்லை. தண்ணீரும், மந்தைகளுக்கு மேய்ச்சல் நிலமும் தேடி ஒவ்வொரு இடமாக மாறிச் செல்வார்கள். மற்ற இனக்குழுக்கள் மீது கொள்ளைத் தாக்குதல் நடத்த அவர்கள் இடம் மாறினார்கள். இதனால் அவர்களிடம் நில உடைமை பற்றிய கருத்து உருவாகவில்லை. செழிப்பான பாலைவனச் சோலையான மதீனாவில்கூட தனிநபர் நில உடைமை உருவாகும் அளவுக்கு விவசாயம் வளரவில்லை. சாகுபடிக்குத் தகுந்த நிலங்கள் கூட்டு உடைமையாக இருந்தன. மக்காவிலும்கூட நிலச்சொத்து என்று கூறும் அளவுக்கு எதுவும் இருக்கவில்லை. ஆனால் குடும்பங்களின் உடைமையான வீடுகள் இருந்தன. சொத்துரிமை பற்றி முழுமையான வடிவில் சட்டங்கள் எதுவும் இருக்கவில்லை. மரபுவழியிலான சில வழக்கங்கள் மட்டுமே இருந்தன. மக்காவைச் சேர்ந்த பிரமுகர்கள் சிலருக்கு அருகிலுள்ள தாயிஃப் பாலைவனச் சோலையில் சொந்தமாக நிலம் இருந்தது. ஆனால் இது அவர்களுக்கு ஒரு கோடை வாசத்தலமாகவே இருந்தது. மக்காவைவிட அங்கு தட்பவெப்பநிலை நன்றாக இருந்தது இதற்குக் காரணம். மக்கா நகர வர்த்தகர்கள் கோடை காலத்தில் தங்குவதற்கு அங்கு மாளிகைகள் கட்டினார்கள். பனூ தக்கீஃப் குலக்குழுவினர் தாயிஃபில் வசித்தார்கள். அவர்கள் தானியங்களை உணவாகக்கொண்டிருந்தார்கள் என்பது குறிப்பிடத் தக்கது. மற்ற அரேபியர்களுக்குப் பேரீச்சம்பழமும் பாலுமே உணவாக இருந்தன. நிலச்சொத்துக்களும் விவசாயத்துக்கெனத் தனிநபர் நிலஉடைமையும் இல்லை என்பதைப் பார்க்கும் போது, இஸ்லாத்தின் ஆரம்பகாலம் நிலப்பிரபுத்துவ முறையின் பின்னணியில் இருந்ததாகப் பலர் தெரிவித்திருக்கும் கருத்து தவறானது. இஸ்லாம் உருவான காலத்தில் சில ரஷ்ய அறிஞர்கள் கருதுவதுபோல அங்கு நிலப்பிரபுத்துவ முறை உருவாகிக் கொண்டிருக்கவில்லை.[34] அந்த முறையின் அடிப்படையில் அரபு இனக்குழுக்களை ஒன்றிணைக்கும் செயல்பாடும் நடக்கவில்லை. இது பற்றி இந்தப் புத்தகத்தில் பின்னர் விரிவாகப் பரிசீலிக்கவிருக்கிறோம்.

இனி, நகர்ப் பகுதிகளில் குடும்ப அமைப்பு எவ்வாறு இருந்தது எனப் பார்ப்போம். நகர்ப்பகுதிகளில் முக்கியமானது மக்கா. அங்கு இனக்குழுக் கட்டமைப்பு உடைந்துபோய் தனிநபர் வாழ்க்கைமுறை உருவாகத் தொடங்கியிருந்தது என்பதைப் பின்னர் காணவிருக்கிறோம். இனக்குழு ஒற்றுமைக்கு முக்கியத்துவம் குறைந்துவிட்டது. புதிய சொத்துரிமை நிலைகள் உருவாகிக் கொண்டிருந்ததால் குலக்குழுக்கள் உடைந்து குடும்பங்கள் தனி அமைப்புகளாக மாறிவிட்டன அல்லது மாறிக்கொண்டிருந்தன. அதேசமயம் குலக்குழு அல்லது இனக்குழு விடம் விசுவாசம்கொண்டிருப்பது சமூகத்துக்கு இன்னமும் தேவையாய் இருந்தது. அரசுமுறை போன்ற அமைப்புகள் இல்லாத நிலையில் ஒழுங்கைப் பாதுகாக்கவும் இனக்குழுச் சட்டத்தைச் செயல்படுத்தவும் இந்த விசுவாசம் அவசியமாயிருந்தது. இவ்வாறாகச் சமூகத்தில் ஒன்றுக்கொன்று எதிரான முரண்பாடுகள் உருவாகிக் கொண்டிருந்தன; ஒருபுறம் சட்டத்தைச் செயல்படுத்தும் அதிகார அமைப்பு எதுவும் இல்லாததால் இனக்குழு விசுவாசம் தேவையாயிருந்தது; மற்றொரு புறம் இனக்குழுக் கட்டமைப்பு உடைந்து சிதறிக்கொண்டிருந்தது. நமக்குக் கிடைக்கும் வரலாற்று ஆதாரங்களைக் கவனமாக ஆராய்ந்தால், கி.பி. ஆறாம் நூற்றாண்டில் மக்கா மக்கள், தனித்தனிக் குடும்பங்களாக இல்லாவிட்டாலும், அளவில் சிறிய குடும்பமாக வாழ்ந்தார்கள் என்று தோன்றுகிறது. குர்ஆனில் உள்ள ஒரு வசனம் இதைத்தான் காட்டுகிறது. 'பார்வையற்றவர்கள், முடமானவர்கள், நோயுற்றவர்கள் ஆகியோர் உங்களுடன் உண்பதனால் அவர்களுக்குக் குற்றம் இல்லை. நீங்களும் உங்களுடைய குழந்தைகள், தந்தையர், அன்னையர், சகோதரர்கள், சகோதரிகள், தந்தையின் சகோதரர்கள், தந்தையின் சகோதரிகள், தாயின் சகோதரர்கள், தாயின் சகோதரிகள், அல்லது, உங்கள் நண்பர்கள் ஆகியோரின் இல்லங்களில் உண்பது குற்றமல்ல. உங்களிடம் சாவி ஒப்படைக்கப்பட்டிருக்கும் வீட்டில் உண்பதும் குற்றமல்ல. நீங்கள் தனித்தனியாக உண்டாலும் சேர்ந்து உண்டாலும் சட்டத்துக்குப் பொருந்தியதே' [35] என்று அது கூறுகிறது.

வெவ்வேறு உறவினர்களின் வீடுகள் தனித்தனியாகக் குறிப்பிடப் படுகின்றன. இதிலிருந்து இஸ்லாத்தின் தீர்க்கதரிசி தோன்றிய காலத் திற்குள் மக்காநகரவாசிகள் சிறிய குடும்ப அலகுகளாக வாழத் தொடங்கிவிட்டார்கள் என்று தெரிகிறது. இதே வசனத்திலிருந்து குழந்தைகள் வயது வந்தபிறகு தனியாக வாழ்ந்தார்கள் அல்லது தனிக் குடும்பங்கள் அமைத்துக்கொண்டார்கள் என்றும், மகள்கள்

திருமணமான பிறகு கணவர்களுடன் சேர்ந்து வாழச் சென்று விட்டார்கள் என்றும் தெரிகிறது. முஹம்மதை முதலில் பின்பற்றத் தொடங்கியவர்களில் மக்காவின் செல்வாக்குமிக்க குலக்குழுக்களின் முக்கிய பிரமுகர்களின் நெருங்கிய உறவினர்கள் இருந்தார்கள் என்பது இங்கு குறிப்பிடத் தக்கது. இவர்கள் செல்வம் மிக்க ஏகபோக உரிமையாளர்களின் நெருங்கிய உறவினர்களாக இருந்தபோதிலும் மிகவும் இலாபந்தரும் பொருளாக்க முயற்சிகளில் சேர்க்கப்படவில்லை. எனவே இவர்கள் மக்காவின் முக்கிய குலக்குழுக்கள் பின்பற்றிய ஏகபோக உரிமைக் கொள்கையை முஹம்மத் தாக்கியதால் அவரிடம் கவரப்பட்டார்கள் என்று கருதுவது முற்றிலும் தவறாகாது. அல்லது இந்த ஏகபோக உரிமைவாதிகளின் கீழ் அமைந்த வாழ்க்கை முறை இவர்களுக்குத் திருப்தி அளிக்காமல் இருந்திருக்கலாம்.[36] இவர்களுடைய அதிருப்தியிலிருந்து, ஒருவருடைய குழந்தைகளைத் தவிர மற்ற நெருங்கிய உறவினர்களுக்கு, சொத்துக்கள் பொது உடைமையாகக் கொள்ளப்படும் இனக்குழுச் சமூகத்தில் இருப்பது போல, சொத்தில் பங்கு இல்லை என்பதும் தெளிவாகத் தெரிகிறது. இவற்றிலிருந்து பெற்றோரும் அவர்களது குழந்தைகளும், சமயங்களில் சில அடிமைகளும் வேலைக்காரர்களும் சேர்ந்து ஒரு குடும்ப அலகாக அமைந்திருந்தார்கள் என்பது தெரிகிறது.

மக்காநகர மக்களின் மதம்

மக்காநகர மக்களின் குடும்ப அமைப்புமுறையை விவரித்தோம். இப்போது அவர்களுடைய மதம் பற்றிக் கவனிக்கலாம். முன்னமே நாம் கண்டபடி, பாலைவன நாடோடி மக்களுக்கு முறையான கோட்பாடு அடிப்படையிலான மதம் எதுவும் இருக்கவில்லை. அவர்கள் பின்பற்றியது ‘இனக்குழு சார்ந்த மனிதநேயம்’ என்று கூறலாம். மனிதர்களின் சிறப்புத் திறன்களும் இனக்குழுவின் பெருமையுமே இதில் முழுமையான முக்கியத்துவம் பெற்றன. ஆனால் மக்காவில் வாழ்ந்த நகரவாசிகளின் விஷயம் வேறு. ஒரு நகரத்தில் நிலையாகக் குடியமர்ந்து, பல்வேறு தொழில்களில், முக்கியமாக வர்த்தகத்தில் ஈடுபட்டு வாழ்ந்த இந்த மக்களுக்கு முறையான மதம் ஒன்று தேவைப்பட்டது. மேலும், மக்காநகர மக்களிடையே செல்வ விநியோகத்தில் இருந்த கடுமையான ஏற்றத்தாழ்வு காரணமாக மிகவும் கீழ்த்தளத்தில் இருந்த மக்களின் வாழ்க்கை பொருளில்லாமையின் இன்னல்கள் நிறைந்ததாக இருந்தது. எனவே அவர்களுக்கு ஏதேனும் ஆன்மிக ஆறுதல்

தேவையாயிருந்தது. கிரீஸ் நகர அரசுகளில் இருந்தது போல மதம் இங்கும் அருள்வாக்குக் கூறும் பணியையும் நிறைவேற்றியது.*

விவசாயத்தை அடிப்படையாகக் கொண்ட ஒரு சமூகம் பயிர் விளைச்சலுடன் தொடர்புடைய வழிபாடுகளையும் சடங்குகளையும் உருவாக்கிக்கொள்கிறது என்பது நன்கு தெரிந்ததே. இந்த வழிபாடுகள் தெளிவற்ற வடிவங்களில் தொடங்கி மெதுவாக வளர்ந்து நிர்ணயமான வடிவங்களைப் பெறுகின்றன. ஆனால் மக்கா, வளமற்ற பாலைநிலப் பகுதியில் அமைந்திருந்ததால் அங்கு விவசாயம் நடக்கவில்லை என்பது நாம் அறிந்ததே. எனவே அங்கே வழிபாடுகள் எதுவும் தோன்ற வாய்ப்பில்லை. ஆயினும் மக்காவில் உள்ள புனிதத்தலத்திலும் அதைச் சுற்றிலும் இஸ்லாத்தின் தீர்க்கதரிசி (இறைத்தூதர்) தமது போதனைகளைத் தொடங்கிய காலத்தில் பற்பல தெய்வங்கள் வணங்கப் பட்டு வந்தன; அவர் அதை எதிர்த்துப் போராட வேண்டியிருந்தது. அந்தத் தெய்வங்கள் எங்கிருந்து வந்தன? அவை அங்கேயே தோன்றியவை அல்ல என்பது நமக்குக் கிடைக்கும் எல்லாச் சான்றுகளிலிருந்தும் தெளிவாகத் தெரிகிறது. மக்காவில் உருவ வழிபாடு, அதாவது மனிதர்களைப் போன்ற வடிவத்தில் செதுக்கப்பட்ட கல்லுருவங்களை வணங்கும் வழக்கம் ஸிரியாவிலிருந்து முஹம்மதின் காலத்தில்தான் புதிதாகக் கொண்டுவரப்பட்டது என்று இஸ்லாத்தின் ஆரம்பகால வரலாற்று ஆசிரியர்களில் ஒருவரான இப்னு ஹிஷாம் கூறுகிறார்.[37] இஸ்லாத்தை ஏற்காத அரேபியர்களை முஸ்லிம் வரலாற்றாசிரியர்கள் 'உருவவழிபாட்டுக்காரர்கள்' என்று குறிப்பிடாமல் 'இணை வைப்போர்' —அதாவது ஓரிடத்தில் உள்ள ஆவிசக்திகளைக் கடவுளுடன் இணைத்துப் பேசுபவர்கள் என்றுதான் குறிப்பிடுகிறார்கள் என்பது கவனிக்கத்தக்கது.

ஸிரியா, வடக்கில் உள்ள வளமான பகுதியில் அமைந்திருந்தது; அங்கே விவசாயம் நடைபெற்றது. 'கஅபா'வில் 360 சிலைகள் இருந்தன

* ஒரு மதம் அல்லது ஆன்மிக இயக்கம் தோன்றுவதற்கு இது ஒன்றுதான் காரணமாயிருக்க முடியும் என்று நான் கூற வரவில்லை. ஆன்மிகம், மனிதனின் சில உயர்ந்த உணர்ச்சிபூர்வமான, அறிவுபூர்வமான தேவைகளை நிறைவு செய்கிறது என்பது உண்மையே. எந்த ஒரு தனிப்பட்ட விளக்கமும், அது எவ்வளவு ஆழமாக இருந்தாலும், போதியதாகாது. நான் இங்கே கூறமுயல்வது, ஒரு மத அல்லது ஆன்மிக இயக்கம், அது தோன்றும் இடத்தில் உள்ள பொருளியல் சூழ்நிலையுடன் ஒரு தெளிவான — ஆனால் சிக்கலான — தொடர்புள்ள வடிவத்தைப் பெறுகிறது என்பதேயாகும்.

என்றும் இவற்றில் முக்கியமானது 'ஹுபல்' என்றும் அதை ஸிரியாவில் உள்ள 'பெல்கா'விலிருந்து அம்ரு இப்னு லோஹபி என்பவர், அது வேண்டியபோது மழை பெய்யச் செய்யும் என்று சொல்லி அரேபியாவுக்குக் கொண்டு வந்தார் என்றும் பிரபல முஸ்லிம் வரலாற்றாசிரியர் அல்ஷஹ்ரேஸ்தானி கூறுகிறார். ஹுபல் மழை பெய்யச் செய்யும் என்று கூறப்பட்டது குறிப்பிடத்தக்கது. இது விவசாயத் தொழில் நடக்கும் பகுதியைச் சேர்ந்த தெய்வத்துக்குக் கூறப்படும் சக்தியாகும்.

ஹுபல், கஅபாவின் மையமான இடத்தில் ஒரு கிணற்றின் மீது வைக்கப்பட்டிருந்ததாகப் புகழ்பெற்ற முஸ்லிம் வரலாற்றாசிரியர் தபரி தெரிவிக்கிறார். மக்களின் மிக முக்கியமான தெய்வமாக அது கருதப்பட்டது. அதற்கு அர்ப்பணிக்கப்பட்ட எல்லாப் பொருள்களும் கிணற்றினுள் போடப்பட்டன. ஹுபல் அருள்வாக்குக் கூறும் தெய்வமாகவும் இருந்தது. அதன் அருகே ஏழு பகடைக்காய்கள் வைக்கப்பட்டிருந்தன. ஒவ்வொன்றிலும் ஒரு வாசகம் பொறிக்கப் பட்டிருந்தது. ஒரு பகடைக் காயின் மேல்'தேயத்' (இரத்தப் பணம்) என்று பொறிக்கப்பட்டிருந்தது. குறைஷ் இனக்குழு மக்களிடையே ஏற்பட்ட வழக்குகளில் யார் இரத்தப் பணம் செலுத்தவேண்டும் என்பதில் பிரச்சினை எழுந்தால் இந்தப் பகடைக்காயைப் போட்டுப் பார்ப்பார்கள். யார் அதைக் கொடுக்க வேண்டும் என்று வருகிறதோ அவர் அதைச் செலுத்தியாக வேண்டும். ஒரு பகடைக்காயில் 'ஆம்' என்றும், மற்றொன்றில் 'இல்லை' என்றும் பொறிக்கப்பட்டிருக்கும். ஏதேனும் காரியம் செய்யலாமா, கூடாதா என்பதைத் தீர்மானிப்பதற்கு இந்தப் பகடைக் காய்களைப் போட்டுப் பார்த்து 'ஆம்' என்று வந்தால் செய்வதும், 'இல்லை' என்று வந்தால் செய்யாமலிருப்பதும் முடிவு செய்யப்பட்டது. ஒரு பகடைக்காயின் மேல் 'தண்ணீர்' என்று பொறிக்கப்பட்டிருந்தது. கிணறு தோண்டத் தொடங்குவதற்கு முன் இந்தப் பகடைக்காயைப் போட்டுப் பார்த்து, 'தண்ணீர்' என்று வந்தால் கிணறு தோண்டுவார்கள்.[38] இவ்வாறாக, விவசாயப் பகுதியைச் சேர்ந்த ஒரு தெய்வம் மக்காவில் கொண்டுவந்து வைக்கப்பட்ட பிறகு அது இயற்றும் தொழிலே மாறிப்போவதைக் காண்கிறோம்.

மக்காவின் வேறு மூன்று முக்கிய தெய்வங்கள் மனாத், அல்-லாத், அல்-உஸ்ஸா ஆகியவை. தோர் அந்த்ரே கூறுகிறார்: 'இந்தத் தெய்வங் களை வணங்கும் வழக்கம் மிகப் பழங்காலத்திலேயே தோன்றியது. 'மனாத்' மக்காவுக்குத் தெற்கே வசித்த, போர்க்குணமும் கவிதையில்

ஈடுபாடும் கொண்ட ஹுதைல் இனக்குழு மக்களால் மிகவும் போற்றப்பட்டது. இந்தத் தெய்வத்தின் பெயரை வைத்துப் பார்க்கும்போது விதி, நற்பாக்கியம் ஆகியவற்றின் தெய்வமாக இது இருந்திருக்கலாம் என்று தோன்றுகிறது. கிரேக்க தெய்வங்களிடையே விதி தேவதைகளில் ஒன்றான 'டைகி ஸோடேரியா' என்ற தேவதையை ஒத்ததாக இந்தத் தெய்வம் காணப்படுகிறது. அந்தக் கிரேக்க தேவதை ஜியஸ் என்ற தெய்வத்தின் மகளாகவும், கடலிலும் போரிலும் பொதுச் சபைகளிலும் மனிதனுக்கு விடுதலை அளிப்பதையும் உதவி செய்வதையும் தொழிலாகக் கொண்டதாகவும் கருதப்பட்டது.'[39] இரண்டாவதான அல்-லாத், ஹெரோடோடஸ் வாழ்ந்த காலத்திலேயே இருந்தது. அவர் அதை 'அலிலாட்' என்று குறிப்பிடுகிறார். 'அல்-லாத்' என்ற சொல்லே பெண் தெய்வம் என்று பொருள் தருவதாகும். நபாடியன் சாசனங்களிலும் 'தெய்வங்களின் தாய்' அல்-லாத் என்றே குறிப்பிடப்படுகிறது. இவ்வாறாக அரேபிய வட்டாரங்களில் அல்-லாத் தேவதை, செமிடிக் மக்களின் தாய்மை, வளமை, சுவர்க்கம் ஆகியவற்றின் பெருமைமிக்க தேவதையைப் போன்றதாக இருந்தது எனக் கருதலாம். மேற்கத்திய செமிடிக் பகுதிகளில் அந்தத் தேவதைக்கு இருந்த வடிவமே இதற்கும் இருந்தது எனக் கொள்ளலாம்.

எனவே இந்தத் தெய்வமும் மக்காவிலேயே தோன்றியது அல்ல என்பதும், வடக்கேயிருந்து இறக்குமதியானது என்பதும் தெளிவாகிறது. மூன்றாவதான அல்-உஸ்ஸாதான் தீர்க்கதரிசியின் காலத்தில் மூன்று தெய்வங்களிலும் மிக அதிகமாக வழிபடப்பட்டது. அதன் பெயர் 'சக்திவாய்ந்த' அல்லது 'கௌரவிக்கப்படுகிற' என்ற பொருளைத் தருகிறது. அல்-உஸ்ஸாவின் புனிதத்தலம் மக்காவுக்கு வடக்கே சில மைல் தூரத்தில் இருந்த நக்லாவில் அமைந்து இருந்தது. 'ஹிஜ்ரா'வுக்குப் பின் எட்டாவது ஆண்டில் அந்தப் புனிதத் தலத்தை அழிப்பதற்கு தீரரான காலிதை 30 குதிரைவீரர்களுடன் முஹம்மத் அனுப்பி வைத்ததாக வாகிதீ தெரிவிக்கிறார். காலித் அந்தத் தேவதையின் வேலமரங்களை வெட்டிச்சாய்த்துக் கடைசி மரத்தை வெட்டிக்கொண்டிருந்தபோது நீண்ட கூந்தல்கொண்ட நிர்வாணக் கறுப்புநிறப் பெண் ஒருத்தி அவரை அணுகினாள். அங்கே இருந்த அந்தத் தேவதையின் பூசாரி 'தைரியமாயிரு, அல்-உஸ்ஸா, உன்னைக் காத்துக்கொள்' என்று கூவினார். முதலில் காலித் பயத்தால் நடுங்கினார்; ஆயினும் பின்பு தைரியம்பெற்றுத் தமது வாளின் ஒரே வீச்சால் அவளது தலையைப் பிளந்தார்.[40]

மேலே கண்ட விவரங்களிலிருந்து, மூன்று முக்கிய தெய்வங்களும் பெண்பாலாகவும், வடதிசை நாடுகள் அல்லது மத்திய தரைக்கடல் நாடுகளின் பயிர்விளைச்சல் விருத்தி சடங்குகள் அல்லது தாய் வழிபாட்டுடன் தொடர்பு உள்ளவையாகவும் இருப்பது தெரிகிறது; மக்காவில் தந்தைவழிச் சமூகமே முக்கியமாகப் பின்பற்றப்பட்டதால் அங்கே தாய்வழிபாடுகள் சமூக அமைப்புடன் ஒருங்கு சேரவில்லை. குர்ஆன் தந்தைவழிச் சமூகத்தை சட்டப்படியாக ஏற்று, பெண்தெய்வங் களைப் பல இடங்களில் 'என்ன? நீங்கள் ஆண் சந்ததிகளை விரும்புவீர்கள், ஆனால் அல்லாஹ்வைப் பெண் என்பீர்களா? இது நியாயமற்றது' என்று விமர்சிக்கிறது. நாம் ஏற்கெனவே கண்டபடி, மக்காவில் மட்டுமாவது தந்தைவழிச் சமூகம் மிகப் பழங்காலம் முதல் முக்கியமாயிருந்து வந்தது. ஆண்மகனை உயர்வாகக் கருதிய அத்தகைய சமூகத்தில் பெண்பால் தெய்வங்களும் அவற்றின் விளைச்சல் விருத்திச் சடங்குகளும் உருவாகியிருக்க முடியாது. எனவே இந்தத் தெய்வங்கள் விவசாயம் முக்கிய தொழிலாக இருந்த ஒரு பகுதி யிலிருந்தே, அதாவது வடக்கேயுள்ள செழிப்பான பிறைவடிவப் பகுதியிலிருந்தே, இறக்குமதி செய்யப்பட்டன என்பதுதான் நாம் காணக்கூடிய ஒரே முடிவாகும்.

'மனாத்' என்ற தாய்தெய்வமும் வணங்கப்பட்டது. அதிர்ஷ்ட தேவதையாகவும் பதூயின் மக்களின் இல்லுறை தெய்வமாகவும் அது இருந்தது. பாலைவன நாடோடி மக்கள், காலத்தை மிகப் பெரிய அழிக்கும் சக்தியாகக் கருதினார்கள். அவர்களுடைய வாழ்வில் இயல்பான இந்தக் கருத்து அரேபியர்களின் இலக்கியத்தில் ஆழ்ந்து ஊடுருவிக் காணப்படுகிறது. காலம்தான் மனிதனின் விதியைத் தீர்மானிக்கிறது என்றும், மனிதன் எப்படித்தான் முயன்றாலும் பயனில்லை என்றும் அரேபியர்கள் கருதினார்கள். அதனால் அதிர்ஷ்டம் தரும் தெய்வமான மனாத்துக்கு முக்கியத்துவம் ஏற்பட்டது. இந்தத் தெய்வத்துக்குக் குறிப்பிட்ட வடிவம் எதுவும் கிடையாது. சில சமயங்களில் கரடுமுரடான பெரிய கற்கள் — இவை முன்னொரு காலத்தில் நிலவிய பெருங்கல் அமைப்புகளைச் சேர்ந்தவை என்பது சில அறிஞர்களின் கருத்து — நிறுவப்பட்டு வணங்கப்பட்டன.

ஆல்ஃபிரெட் கியோம் கூறுகிறார்: 'அரேபியர்கள் தங்கள் பூர்வீக வழிபாடுகளை, பெரிய கற்கள், பாறைகள், மரங்கள், கிணறுகள் ஆகியவற்றில் உறைவனவாகக் கருதப்பட்ட தெய்வம் அல்லது ஆவிக்கு அர்ப்பணித்தார்கள். இந்தக் கற்கள் பலிபீடங்களாகப்

பயன்பட்டன. பலியிடப்பட்ட உயிரின் இரத்தம் இவற்றின் மீது பூசப்பட்டது அல்லது ஊற்றப்பட்டது; இனக்குழு மக்கள் இவற்றைச் சுற்றி நடனமாடினார்கள். இந்த முறையில் இரத்த சகோதரத்துவம் உருவாக்கப்பட்டது என்று ஹெரோடோடஸ் கூறுவது மிகவும் நம்பக்கூடியதாக உள்ளது. வழிபாட்டை நடத்தியவர்கள் அந்த இரத்தத்தை நாவால் நக்குவதன் மூலம் அல்லது கைகளை அதில் நனைப்பதன் மூலம் தங்களுக்கிடையேயும், தங்களுக்கும் அந்தக் கல்லுக்குரிய தெய்வத்துக்கு இடையேயும் பிணைப்பை உருவாக்கிக் கொண்டார்கள். அல்-உஸ்ஸா தேவதைக்கு நடத்தப்பட்ட இத்தகைய பலி குறித்து கிறிஸ்தவயியல் ஆய்வாளர் நிலஸ் விவரமாகக் குறிப்பிடுகிறார்.

குர்ஆனில் மனிதப் பலி பற்றிய குறிப்பு எதுவும் இல்லை என்றாலும், மேலே குறிப்பிட்ட எழுத்தாளரின் எழுத்துகளிலிருந்தும், ஆரம்பகால அரபி மூலங்களிலிருந்தும், இந்தத் தெய்வங்களுக்கு தூமா, ஹீரா ஆகிய இடங்களில் நரபலி கொடுக்கப்பட்டதென்பது தெரிகிறது'[41] தீர்க்கதரிசியின் பாட்டனார் அப்துல் முத்தலிப் தமது மகனை பலி கொடுக்க நேர்ச்சை செய்திருந்தார் என்று இப்னு இஸ்ஹாக் தமது 'ஸீரத்' நூலில் தெரிவிக்கிறார். அவர், 'அப்துல் முத்தலிப், ஜம்ஜம் கிணற்றை வெட்டிக்கொண்டிருந்தபோது குறைஷிகளின் எதிர்ப்பு எழுந்த சமயத்தில் இவ்வாறு நேர்ச்சை செய்ததாகக் கூறப்படுகிறது; கடவுளுக்குத்தான் உண்மை தெரியும். தமக்குப் பத்துப் புதல்வர்கள் பிறந்து வளர்ந்து தம்மைப் பாதுகாக்கக் கிடைப்பார்களானால் அவர்களில் ஒருவரைக் கஅபாவில் கடவுளுக்குப் பலிகொடுப்பதாக அவர் நேர்ச்சை செய்தார்'[42] என்று கூறுகிறார். இப்னு இஸ்ஹாக் மேலும் தொடர்ந்து எந்த மகனைப் பலிகொடுப்பதென்று 'ஹுபல்' தேவதையின் முன் திருவுளச் சீட்டுப் போட்டுப் பார்க்கப் பட்டதையும், அதில் தீர்க்கதரிசியின் தந்தையான அப்துல்லாவின் பெயர் வந்ததையும் விவரிக்கிறார். அப்துல்லாவைப் பலி கொடுப்பதென்று அப்துல் முத்தலிப் தீர்மானித்தார். ஆனால் குறைஷ் மக்கள் அதைத் தடுத்து, கழுவாயாக வேறு பலி கொடுக்குமாறு கூறி அப்துல்லாவின் உயிரைக் காப்பாற்றினார்கள்.[43]

இதே காரணத்தினால்தான் ஆரம்பகால அரபுச் சமூகத்தில், கிரேக்க, எகிப்திய, இந்திய சமூகங்களில் இருந்தது போல மனங்கவரும் கற்பனைகளோ புராணக்கதைகளோ காணப்படவில்லை. குர்ஆனில் வரும் புராணக்கதைகள்கூட அரபு மக்களுக்குச் சொந்தமானவை

அல்ல; வளமிக்க வடபகுதியில் தோன்றிய யூதமதம், கிறிஸ்தவம் ஆகிய மதங்கள் தொடர்பானவை. 'புதிய லாரூஸ் புராணக் கலைக் களஞ்சியத்'தில் (நியூ லாரூஸ் என்சைக்ளோபீடியா ஆஃப் மிதாலஜி) அரபு அல்லது இஸ்லாமியப் புராணக் கதைகள் பற்றித் தனியான பகுதிகள் இல்லை. 'புராதன பாரசீகத்தின் புராணக்கதைகள்' என்ற தலைப்பின் கீழ் ஓர் உட்பிரிவாக இது இடம்பெறுகிறது. இதுவும் ஒரு பக்கத்துக்கு மேல் இல்லை. இதில் பெரும் பகுதியும் பாரசீகமயமான இஸ்லாத்தைப் பற்றிக் கூறுகிறது. இந்தக் கலைக்களஞ்சியம் கூறுகிறது, 'புராணக் கதைகள் உருவாவதற்கு வாய்ப்பான சூழ்நிலை இல்லாத மதம் இஸ்லாத்தைப் போல வேறு எதுவும் இல்லை எனலாம். சட்டத்தைப் பற்றிய அதன் வறண்ட, முறையான கருத்துக் காரணமாக, தனிநபர்கள் கற்பனையில் ஈடுபடுவதற்கு மட்டுமின்றி, மக்களின் கற்பனைகள் சிறகடிப்பதற்குக்கூட இடமில்லாமல் போகின்றது.'[44] கலைக்களஞ்சியம் மேலும் கூறுகிறது: 'அரேபியர்கள் இயற்கை வழிப்பட்ட, இயற்கைப் பொருள்களில் எல்லாம் உயிர் உறைகிறது என்று கருதும் மதத்தைப் பின்பற்றி, கற்களையும் மரங்களையும் வணங்கினார்கள். அவர் களுடைய கருத்துப்படி பிரபஞ்சம் முழுவதிலும் நல்லவையும் தீயவையும் ஆன ஆவிகளும், ஜின், ஜீனீ என்ற சக்திகளும், மனிதர்களுக்குத் தீங்கு செய்வதற்கென்றே பல்வேறு வடிவங்களை எடுத்துத் தோன்றும் இஃப்ரீத்களும் நிரம்பியிருந்தன. இவர்களின் வழிபாட்டுமுறையில் கரடுமுரடான பாறைக் கற்கள் சிலைகளாக வைத்து வணங்கப்பட்டன. 'மனாத்' தேவதையின் சிலை அப்படிப்பட்டதே...' குர்ஆனிலும் ஜின்கள் ஒரு தனி வகையான படைப்புகளாகவும், மனிதர்களின் மனத்தில் தீய எண்ணங்களை இடுவனவாகவும் குறிப்பிடப்படுகின்றன. குர்ஆன் கூறுகிறது: 'சொல்லுவீராக, மனிதர்களின் நாயகனிடம், மனிதர்களின் இறைவனிடம் புகல் நாடி ஓடுகிறேன் என்று. மனிதர்களின் உள்ளங் களில் கெட்ட எண்ணங்களைத் தூவிவிட்டு மறைந்துவிடும் ஜின்களிடமிருந்தும் மனிதர்களிடமிருந்தும் எனக்குப் பாதுகாப்பு அளிக்குமாறு நாடுகிறேன், என்று.'[45]

குர்ஆனில் பல இடங்களில் குறிப்பிடப்படும் ஆத், ஸமூத் ஆகியோரின் கதை அரேபியாவில் தோன்றிய ஒன்று. ஆதின் கதை வளம்மிக்க தென்பகுதியைச் சேர்ந்தது. ஆத் இனக்குழு பைபிளில் வரும் நோவாவின் வம்சத்தினர் என்று கருதப்படுகிறது. பேபல் கோபுரம் கட்டப்பட்ட போது பல்வேறு மொழிகளின் குழப்பம் ஏற்பட்டபின் நோவா, ஹத்ரமவுத் பகுதியில் அல்-அஹ்காஃப் என்ற

இடத்தில் போய்த் தங்கியதாகக் கூறப்படுகிறது. அங்கு அவரது சந்ததியினர் பல்கிப் பெருகினார்கள். அவர்களின் முதல் மன்னர் 'ஷத்தத்' குர்ஆனில் குறிப்பிடப்படுகிறார். அவர் ஆதின் புதல்வர். அவர் எழில்மிக்க நகரம் ஒன்றை அமைத்ததாகப் பரம்பரைக் கதை குறிப்பிடுகிறது. அந்த நகரில் அழகான அரண்மனை ஒன்றை எழுப்பி, அதில் பெரும் பொருளும் உழைப்பும் செலவிட்டு அழகு மிக்க பூங்காவனம் ஒன்றை அமைத்தார். அவருடைய மனத்தில் அகந்தை வளர்ந்து, தாம் நிரந்தரமானவர் என்றும் அழிக்கப்பட முடியாதவர் என்றும் நினைத்தார் என்று குர்ஆனில் வரும் கதை குறிப்பிடுகிறது. இதன் விளைவாக அவர் தண்டிக்கப்பட்டார்; அவருடைய நகரம் அழிக்கப்பட்டது. 'அல்லாஹ், ஆத் மக்களை எப்படித் தண்டித்தான் என்பதை நீங்கள் கேட்டதில்லையா? நாட்டிலேயே அது போன்ற ஒன்று கட்டப்படாத, தூண்கள் கொண்ட, இரம் நகரின் மக்களை?' என்று குர்ஆன் கூறுகிறது.[46] இந்தக் கதை, வளம்மிக்க விவசாய அடிப்படைகொண்ட தென்பகுதியின் செழிப்பான காலம் ஒன்றைத் தெளிவாகக் குறிப்பிடுகிறது.

அரேபியாவைச் சேர்ந்த 'ஸமூத்' என்ற மற்றொரு இனக்குழு குர்ஆனில் குறிப்பிடப்படுகிறது. பரம்பரைக் கதைகளில் வரும் இந்த மக்கள் வடக்கு அரேபியாவில் ஹிஜாஸுக்கும் ஸிரியாவுக்கும் இடையில் வாழ்ந்தார்கள். அவர்கள் பாறைகளில் குடைந்து உருவாக்கப்பட்ட உறைவிடங்களில் வசித்ததாகத் தோன்றுகிறது. இந்தப் பாறைக் குடைவுகள் சமாதிகளாக இருந்திருக்கக்கூடும் என்றும், வசிக்குமிடங்கள் என்று தவறாகக் கருதப்பட்டதாகவும் நபேடியன் கல்வெட்டுக்களிலிருந்து தெரிகிறது. அவர்கள் 'ஆத்' மக்களைப் போலவே பாவம் செய்தார்கள் என்றும் 'ஸாலிஹ்' என்ற தங்கள் தீர்க்கதரிசியை எதிர்த்தார்கள் என்றும், அதனால் ஒரு பூகம்பத்தில் அவர்கள் கொல்லப்பட்டார்கள் என்றும் குர்ஆன் குறிப்பிடுகிறது.

'அதன்பின் இடிபோன்ற முழக்கத்துடன் ஒரு பூகம்பத்துக்கு அவர்கள் உள்ளானார்கள். காலையில் அவர்கள் தங்கள் வீடுகளில் குப்புற விழுந்து இறந்துகிடந்தார்கள்' என்று குர்ஆன் கூறுகிறது.[47] இந்தப் பாறைக் குடைவு உறைவிடங்கள் பெருங்கல் அமைப்புகளாகவும் (பெரிய கல் சமாதிகளாக) இருக்கக்கூடும். இவற்றை இப்போதும்கூடக் காணலாம். இஸ்லாமியப் புராணக்கதைகள் இல்லாமலிருப்பது, அந்த மதம் தோன்றிய மத்திய அரேபியாவில் பொருளை அடிப்படை

யாகக் கொண்ட ஒரு நாகரிகம் போதிய அளவுக்கு உயர்ந்து வளர்ந்திருக்கவில்லை என்பதைக் காட்டுகிறது.

குறிப்புகள்

1 ஃபிலிப் கே. ஹிட்டி, ஹிஸ்டரி ஆஃப் தி அராப்ஸ் (ஆங்.), 8வது பதிப்பு, இலண்டன், 1965, ப. 71.

2 மேலது, ப. 10.

3 அலீ முஹம்மத் ஃபஹ்மி, முஸ்லிம் சீ பவர் இன் தி ஈஸ்டன் மெடிடெர்ரனியன் (ஆங்.), லண்டன், 1950, ப. 57.

4 இப்னு கல்தூன், த முகத்திமா (ஆங்.), அரபியிலிருந்து மொழிபெயர்ப்பு ரோசன்தால்; சுருக்கி அளித்தவர் என்.ஜே. தாவூத், லண்டன், 1958, ப. 83.

5 மேலது, ப. 119.

6 ஹமசாவிலிருந்து ஆர்.ஏ. நிகோல்ஸன் தமது ஏ லிட்ரரி ஹிஸ்டரி ஆஃப் த அராப்ஸ் (ஆங்.), கேம்பிரிட்ஜ், 1907 என்னும் புத்தகத்தில் (ப.83) தந்துள்ள மேற்கோள்.

7 மேலது, ப. 83.

8 டபிள்யூ. மாண்ட்காமரி வாட், முஹம்மத், புரோஃபெட் அண்ட் ஸ்டேட்ஸ்மேன் (ஆங்.), லண்டன், 1961, ப. 51.

9 கிளப் பாஷா, த லைஃப் அண்ட் டைம்ஸ் ஆஃப் முஹம்மத் (ஆங்.), லண்டன், 1970, பக். 31-32

10 மேலது, பக். 32-3

11 ஹாஃபிஸ் இப்னு கதீர், அல் பிதாயா, வஅல் நிஹாயா, தொகுதி 1, தாருல் ஃபிக்ருல் அரபி, கெய்ரோ, ப. 216.

12 ஜோயல் கார்மிக்கேல், த சேப்பிங் ஆஃப் தி அராப்ஸ், லண்டன், 1969, ப. 10.

13 கல்தூன், மேலே குறிப்பிட்ட புத்தகம், ப. 93.

14 குர்ஆன், 'பாவமீட்சி' என்ற அத்தியாயம், வசனம் 97, 98.

15 மேலது.'தேனீ' என்ற அத்தியாயம், வசனம் 80.

16 மேலது. 'தேனீ' என்ற அத்தியாயம், வசனம் 66, 67

17 மாக்ஸிம் ரோடின்ஸன், முஹம்மத், பிரெஞ்சிலிருந்து மொழிபெயர்ப்பு ஏ. கார்டர், லண்டன், 1974, ப. 22.

18 குர்ஆன், அத்தியாயம் 27, வசனம் 44.

19 மேலது, அத்தியாயம் 27, வசனம் 34.

20 ஹிட்டி, மேலே குறிப்பிட்ட புத்தகம், ப. 46.

21 இப்னு ஹிஷாம், ஸீரா, பதிப்பு: எஃப் உஸ்டின்ஃபெல்ட் (1958-60), பக். 20-22

22 தபரி, தரீக் அல் ருசல் வ'அல் முல்க், பதிப்பு: எம்.ஜே. தெ ஜோஜி, தொகுதி 1, லெய்டன், 1897, ஆன்வேர்ட்ஸ், பக். 919-925.

23 மேலது. பக். 124-125.

24 இப்னு இஸ்ஹாக், த லைஃப் ஆஃப் முஹம்மத், ஸீரத் ரசூலுல்லாஹ், மொழிபெயர்ப்பு: ஏ. கியோம், ஆக்ஸ்ஃபோர்ட் யுனிவர்சிடி பிரஸ், கராச்சி, 1978, ப. 21.

25 குர்ஆன், அத்தியாயம் 105.

26 பார்க்க இப்னு ஹிஷாம், ஸீரத்துல் நபி காமில் (உருது மொழிபெயர்ப்பு: மவுலானா அப்துல் ஜலீல் ஸித்தீகி, மற்றும் குலாம் ரஸூல் மெஹர்), தில்லி, 1982, ப. 37.

27 நிகோல்ஸன், ஏ லிட்ரரி ஹிஸ்டரி ஆஃப் தி அராப்ஸ், ப. 63.

28 கார்ல் மார்க்ஸ், ஃபிரடெரிக் எங்கல்ஸ், ஆன் ரெலிஜியன் (நியூயார்க், 1964) பக். 124-5.

29 மேலது. பக். 124-5.

30 இப்போதும் கூட ஸவூதி அரேபியாவில் தற்காலிகமாகப் பெரும் வெள்ளப்பெருக்குகள் ஏற்படுகின்றன. டைம்ஸ் ஆஃப் இந்தியா (25 டிஸம்பர் 1989) நாளிதழில் வெளியான ஒரு செய்தி: 'ஸவூதி அரேபியாவின் வடமேற்கு மூலையில் ஏற்பட்ட வெள்ளத்தில் 32பேர் உயிரிழந்தார்கள். சென்ற 50 ஆண்டு காலத்தில் இதுவே மிகவும் கடுமையான வெள்ளப் பெருக்காகும்... சென்ற வாரம் ஐந்து நாள்களாகப் பெய்த மழையினால் பள்ளத்தாக்குகளில் பெருகி ஓடும் வெள்ளத்தில் 31 பேர் காணாமல் போயிருக்கிறார்கள்...'

31 பைபிள், த புக் ஆஃப் ஜெனிசிஸ் (ஆங்.), அத்தியாயம் 10, வசனம் 30,

32 இப்னு ஹிஷாம், மேலே குறிப்பிட்ட புத்தகம், பக். 150-52. குஸய் எவ்வாறு மக்காவைத் தமது அதிகாரத்தின் கீழ்க் கொண்டுவந்தார் என்பதை விவரிக்கிறது.

33 ரோடின்ஸன், மேலே குறிப்பிடப்பட்ட புத்தகம்.

34 ஏ.இஸட், மான்ஃபிரட், ஏ சார்ட் ஹிஸ்டரி ஆஃப் த வேல்ட், மாஸ்கோ, 1974, ப. 12.

35 குர்ஆன், அத்தியாயம் 24, வசனம் 61.

36 மாண்ட்காமரி வாட், இஸ்லாம் அண்ட் தி இன்டர்பிரிடேசன் ஆஃப் சொஸைடி (ஆங்.), லண்டன், 1961, ப. 12.

37 முன்பு குறிப்பிடப்பட்ட இப்னு ஹிஷாம் புத்தகம் பக்கம் 108 பார்க்க. விஷயம் அறிந்த சிலர் தம்மிடம் கூறியதாகப் பின்வரும் செய்தியை அவர் தெரிவிக்கிறார்: உம்ரு பின் லாஹி தமது வேலை தொடர்பாக மக்காவிலிருந்து ஸிரியாவுக்குச் சென்றார். அந்தப் பகுதியில் அமாலீக்

என்ற மக்கள் வசித்தார்கள். அவர்கள் விக்கிரகங்களை வணங்குவதைப் பார்த்து அவை என்ன என்று அவர் வினவினார். அதற்கு அவர்கள் ‘இந்த விக்ரகங்களிடம் நாங்கள் மழைவேண்டும் என்று கேட்டுக் கொண்டால் அவை மழை பெய்யச் செய்கின்றன, உதவி கோரும்போது உதவி அளிக்கின்றன; அதனால்தான் நாங்கள் இவற்றை வணங்குகிறோம்’ என்று கூறினார்கள். உம்ரு பின் லாஹி அந்த விக்கிரகங்களில் ஒன்றை அரேபியர்களின் நாட்டுக்குக் கொண்டு சென்று அவர்கள் அதை வணங்கச் செய்ய விரும்புவதாகக் கூறி தமக்கு ஒரு விக்கிரகத்தைத் தருமாறு கேட்டார். அவர்கள் ஹுப்பல் என்ற விக்கிரகத்தை அவருக்குக் கொடுத்தார்கள். அவர் அதை மக்காவுக்குக் கொண்டுவந்து ஓரிடத்தில் அமைத்தார். அதை வணங்குமாறு மக்களுக்கு உத்தரவிட்டார்.

38 அல் தபரி, *தரீக் அல் ரசூல்*, உருதுவில் மொழிபெயர்த்தவர் சையத் முஹம்மத் இப்ராஹிம், கராச்சி, 1967, ப. 27.

39 தோர் அந்த்ரே, *முஹம்மத், த மேன் அண்ட் ஹிஸ் ஃபெய்த்*, லண்டன், 1956, ப. 17.

40 மேலது, பக். 17-18.

41 ஆல்ஃபிரெட் கியோம், *இஸ்லாம்*, லண்டன், 1969, பக். 8-9.

42 இப்னு இஸ்ஹாக், *ஸீரத் ரசூலுல்லாஹ்*, ப. 66, பார்க்க.

43 மேலது, ப.67. ஆயினும் மனிதர்களைப் பலியிடும் வழக்கம் மிகச் சாதாரணமாக இருந்ததாகத் தெரியவில்லை. மக்கா சமூகம் விவசாயச் சமூகம் அல்ல என்பதை முன்பே குறிப்பிட்டிருக்கிறோம். ஆனால் இத்தகைய பலிகள் பொதுவாக விவசாய சமூகத்துடன் தொடர்புள்ள பயிர் விளைச்சல் வேண்டும் பலிகளாகும். மேலும், புரோகிதர் வர்க்கம் என்று எந்தவித உற்பத்தி வேலையும் செய்யாமல் சமயச் சடங்குகளில் மட்டும் ஈடுபட்டிருக்க வேண்டுமானால், அதற்குத் தேவையான அளவு பொருளாதார உபரி இருக்க வேண்டும்.

44 குயிராண்ட் (ப-ஆ), *நியூ லாரூஸ் என்சைக்ளோபீடியா ஆஃப் மிதாலஜி*, மொழிபெயர்ப்பு: ஆர். அல்டிங்டான், டி. அமெஸ், லண்டன், 1969, ப. 323.

45 குர்ஆன், அத்தியாயம் 114.

46 மேலது, அத்தியாயம் 89.

47 மேலது, அத்தியாயம் 7, வசனம் 76.

3

மக்காவில் இஸ்லாத்தின் தோற்றம்

இஸ்லாத்தின் தீர்க்கதரிசி (இறைத்தூதர்) முஹம்மத் தமது புதிய மதத்தை மக்கா நகரில் போதிக்கத் தொடங்கினார். எனவே போதனையைத் தொடங்கிய சமயத்தில் மக்காவில் இருந்த நிலைமையைப் புரிந்துகொள்வது அவசியம். முன்னமே குறிப்பிட்டபடி மக்கா பன்னாட்டு வர்த்தக மார்க்கத்தில் அமைந்திருந்தது மட்டுமின்றி அந்த நகரமே முக்கிய வர்த்தக மையமாகவும் விளங்கியது. தெற்கு அரேபியாவிலிருந்து வடக்கு அரேபியாவுக்குச் செல்லும் லவங்கப் பொருள்கள் வர்த்தக மார்க்கத்தில் அமைந்திருந்த காரணத்தால் மக்கா செல்வச் செழிப்புப் பெற்றது என்பதில் ஐயமில்லை. பல்வேறு திசைகளில் செல்லும் வர்த்தகர்கள் வழியில் தங்கிச்செல்ல வசதியான இடமாக மக்கா பயன்பட்டிருக்கக்கூடும். மத்திய தரைக்கடல், பாரசீக வளைகுடா, ஜித்தா வழியாக செங்கடல் ஆகியவற்றுக்கும், கடல்கடந்து ஆப்பிரிக்காவுக்கும் செல்லும் மார்க்கங்கள் பிரியும் இடமாக அது அமைந்திருந்தது.[1]

பலதரப்பட்ட வர்த்தக நடவடிக்கைகள் நடைபெற்ற மிக முக்கிய நகரங்களில் ஒன்றாக மக்கா விளங்கியது. இந்த நகர மக்கள் முன்னாளில் நாடோடி வம்சாவளியினரே. நாடோடி பதூயின்கள், வாழ நெருக்கடியான பிரச்சினைகள் ஏற்பட்டபோது மக்கா போன்ற வளரும் நகரங்களில் குடியேறினர், அல்லது செழிப்பான நிலங்களைத் தேடி வடக்கே சென்றார்கள் என்பதைச் சென்ற இயலில் பார்த்தோம். பல்வேறு பகுதிகளில் இஸ்லாமியப் பேரரசுகள் உருவான பின்பும் நெடுங்காலத்துக்கு மக்கள் இவ்வாறு இடம்பெயர்வது நீடித்தது. உண்மையில் இது, இப்னு கல்தூன் கூறுவது போல இந்தப் பேரரசுகளின் எழுச்சியையும் வீழ்ச்சியையும் தீர்மானித்த ஒரு முக்கிய காரணியாக இருந்தது. நாடோடி இனத்தைச் சேர்ந்த

இந்த மக்கள் ஒரு நகரில் சென்று குடியேறும்போது தங்களுடைய பழைய வாழ்க்கையின் விருப்பு வெறுப்புகளையும் இனக்குழு விசுவாசத்தையும் (இதை இப்னு கல்தூன் 'அஸபீயா' என்று குறிப்பிடுகிறார்). கூடவே கொண்டு சென்றார்கள். இந்தக் குழு விசுவாசமே இவர்கள் ஒன்றுபட்ட அரசியல் குழுவாக அமைய முக்கிய பலமாக இருந்தது. இந்தக் குழுவுணர்வு பற்றி இப்னு கல்தூன் கூறுகிறார்:

> ஒரு குழுவைச் சேர்ந்த மக்களிடையே குழுவுணர்வு உறுதியாக உருவாகிவிட்டால், அதனுடன் தொடர்பில்லாத வேறு குழுவுணர்வுகளைக் கொண்ட மக்கள் மீது தனது ஆதிக்கத்தை நாட்ட முயல்வது அதன் இயல்பாகும். இதில் ஒன்று, மற்றதனுடன் சமபலம் கொண்டதாக இருந்துவிட்டால், அல்லது அதன் ஆதிக்க முயற்சியை முறியடித்துவிட்டால், இந்தப் போட்டியில் சம்பந்தப்பட்ட இரண்டு குழு மக்களும் ஒருவருக்கொருவர் சமமாகிவிடுகிறார்கள். ஒவ்வொரு குழுவுணர்வும், உலகம் முழுவதிலும் இனக்குழுக்களும் நாடுகளும் செய்வதைப் போலவே, தன்னுடைய நிலப்பகுதியிலும், தன் மக்கள் மீதும், தனது அதிகாரத்தைக் காத்துக்கொள்கிறது.[2]

இத்தகைய பல்வேறு குழுவுணர்வுகளும் மக்காவில் செயல்பட்டன. இதன் விளைவாக, ஹில்ஃபுல் ஃபுதூல் (இதைப் பற்றி இந்த இயலில் பின்னர் கூறப்படும்) என்ற 'வீரக்குழாம்' போன்ற பல்வேறு கூட்டமைப்புகள் தோன்றலாயின. இந்தக் குழுக்களிடையே ஆதிக்கப் போட்டிகள் வளர்ந்தன. இதனால் சமூகத்தில் பதற்றநிலை தோன்றியது. இந்தப் போட்டிகள் அரசியல் ஆதிக்கத்துக்காகவன்றி, வர்த்தக ஆதிக்கத்துக்காகவே நடந்தன. மக்கா நகரம், இஸ்லாம் தோன்றி வளர்ந்த கால கட்டத்தில் மிக முக்கியமான வர்த்தக மையமாக விரைவாக உருவெடுத்துக்கொண்டிருந்தது. தவிரவும், அது மேற்கு அரேபியாவின் அறிஞர்கள், அரசியல் தலைவர்கள் ஆகியோரின் நகரமாகவும் பெருமை பெற்றது.

ஹெச்.ஏ.ஆர். கிப் எழுதுகிறார்: 'சுறுசுறுப்பான, செல்வம்மிக்க நகரம் அது; இந்துமாக்கடலுக்கும் மத்தியதரைக்கடலுக்கும் இடைப்பட்ட ஏற்றுமதி, இறக்குமதி வர்த்தகம் முழுவதும் அநேகமாக அதன் ஏகபோகமாக இருந்தது; பண்டைய பல்மைரா நகரத்தை நினைவூட்டுவதாக, ஆனால், அதனுடைய பளபளப்பான கிரேக்க மேற்பூச்சு இல்லாததாக இருந்தது. அந்த நகர மக்களின் பழக்க

வழக்கங்களிலும் சமூக அமைப்புகளிலும் அரபு மக்களுக்குரிய எளிமைப் பண்பு ஓரளவு மாறாமல் இருந்தபோதிலும், அரபு இனக்குழு மக்களுடனும், ரோமானிய அதிகாரிகளுடனும் அவர்கள் கொண்டிருந்த வர்த்தக, ராஜீயத் தொடர்புகள் மூலம் மனிதர் களைப் பற்றியும் நகரங்களைப் பற்றியும் விரிவான அறிவைப் பெற்றிருந்தார்கள்.[3] நாடோடி இனக் குழுக் கட்டமைப்பு, புதிய வர்த்தக வாழ்க்கைமுறையின் நெருக்குதலுக்கு உட்பட்டுச் சிதைந்து கொண்டிருந்தது. இனக்குழு எல்லைகளுக்கு அப்பாற்பட்ட புதிய உறவுமுறை ஒன்று உருவாகிக்கொண்டிருந்தது. இந்தப் பின்னணியைப் புரிந்துகொண்டால்தான் இஸ்லாம் என்ற மதமாக உருவெடுத்த இயக்கத்தின் முக்கியத்துவத்தை உணர முடியும்.

மக்காவில் அந்தக் காலகட்டத்தில் குறைஷ் என்ற இனக்குழு ஆதிக்கம் பெற்றிருந்தது. சாதாரணமாக எந்த ஓர் இனக்குழுவும் இருந்தது போல இதுவும் பல்வேறு குலக்குழுக்களைக் கொண்ட தொகுப்பாக இருந்தது. குறைஷ் இனக்குழுவைச் சேர்ந்த குஸைய்யின் புதல்வர்களில் ஒருவரான அப்துல் மனாஃபின் நான்கு புதல்வர்கள் வர்த்தகத்தைப் பெருக்க வாய்ப்புள்ள பகுதிகளைத் தங்களுக்குள் பங்கிட்டுக்கொண்டார்கள் என்பது பாரம்பரியக் கதை. இவர்களில் ஒருவர் பாரசீகத்துக்கும், மற்றொருவர் எதியோப்பியாவுக்கும், மூன்றாமவர் யேமனுக்கும், நான்காமவர் பைஜாண்டிய ஸிரியாவுக்கும் சென்றார்கள். குறைஷ் இனக்குழுவினர் மக்காவின் வர்த்தகம் பெருகி வளர்வதற்கு வேண்டிய அனைத்தையும் செய்தார்கள்.

காலப்போக்கில் இந்த இனக்குழுவே மக்காவில் மிகவும் செல்வாக்குக் கொண்டதாக ஆயிற்று. தீர்க்கதரிசியின் மறைவுக்குப் பிறகு ஆட்சி நடத்தும் உரிமை தங்களுக்குத்தான் இருக்கிறது என்று கருதும் அளவுக்கு அந்த இனக்குழுவின் ஆதிக்கம் ஓங்கியிருந்தது. அதனால் கலீஃபாவாக வருபவர் அந்தக் குழுவைச் சேர்ந்தவராகவே இருக்க வேண்டும் என்ற மரபை அவர்கள் தொடங்கி வைத்தார்கள். எல்லா முஸ்லிம்களும், அவர்கள் எந்த இனக்குழுவைச் சேர்ந்தவர் களாக இருந்தாலும் சமமான உரிமைகள் உடையவர்கள் என்ற கருத்துக்கு இது முரண்பட்டதாக இருந்தது. பிறகு ஓர் இயலில் நாம் காணப் போகும் காரிஜைட் இயக்கம் தோன்றுவதற்கு மற்றும் பல காரணங்களுடன் பதூயின் மக்களின் சமத்துவக்கொள்கையும் முக்கிய காரணமாக இருந்தது. பொதுவாக நகரவாசிகளும், குறிப்பாக குறைஷ் இனத்தவரும் அதிகாரத்தைத் தங்கள் ஏகபோகமாக வைத்திருப்பதை

எதிர்த்து எழுந்த கிளர்ச்சி அது. இவ்வாறாக, ஆறாம் நூற்றாண்டுக்குள் குறைஷ் இனக் குழுவினர் வர்த்தகத்தில் தங்கள் ஆதிக்கத்தை ஏற்படுத்திக்கொண்டார்கள். அவர்களின் வர்த்தக அணிகள் நான்கு திசைகளிலும் பல நாடுகளிலும் சென்று வர்த்தகம் நடத்தின.

மக்காவின் முன்னணி வர்த்தகர்கள் பெரும் செல்வங்களுக்கு அதிபதிகளாகி, அந்த நகரின் வர்த்தகப் பொருளாதாரத்தின் கேந்திர முனைகளைத் தங்கள் கட்டுப்பாட்டின் கீழ் வைத்திருந்தார்கள். பல்வேறு நாடுகளிலிருந்தும் வர்த்தகர்கள் புதிய முயற்சிகளைத் தொடங்க மக்காவுக்கு வரலானார்கள். பல்வேறு தொழில்களைச் செய்யும் கைவினைஞர்களும் பெரும் எண்ணிக்கையில் அந்த நகரில் வந்து வசிக்கத் தொடங்கினார்கள். மக்காவின் செல்வம் மிக்க வணிகர்களை நம்பி அவர்களது வாழ்க்கை நடைபெற்றது. அந்தக் காலத்தில் மக்காவில் நடைபெற்ற பல்வேறு தொழில்களை ஜாஹிஸ் குறிப்பிடுகிறார். தச்சர்கள், கொல்லர்கள், வாள்கள் செய்வோர், மது வியாபாரிகள், தையல்தொழில் செய்வோர், நெசவாளர்கள், அம்புகள் செய்வோர், எழுதுபொருள்கள் விற்போர், லேவாதேவிக்காரர்கள், எண்ணெய் வியாபாரிகள், தோல் பதனிடுவோர், தோல் வியாபாரிகள் முதலானவர்கள் மக்காவில் தொழில் நடத்தினார்கள்.[4] நகரின் மிக முக்கியமான பொருளாதார நடவடிக்கையாக இருந்தது வர்த்தகமே. ஏற்றுமதி வர்த்தகத்தின் மூலம் கிடைத்த இலாபங்கள், மற்ற வழிகளில் கிடைத்த வருவாயைவிட மிக அதிகமாக இருந்தன. நகரில் பெருகிக்கொண்டே வந்த மக்கள் தங்கள் உணவுக்கு வர்த்தகத்தையே நம்பியிருந்தார்கள். (உணவுக்கு வேண்டிய தானியம் வடகிழக்கில் உள்ள யமாமா என்ற இடத்திலிருந்து கொண்டுவரப்பட்டது.) மக்காவைத் தனது அதிகாரத்தின் கீழ் கொண்டுவர விரும்புகிறவர் அந்நகரின் வர்த்தக அணிகள் செல்ல முடியாமல் தடுத்துவிட்டால் போதும் (பின்னாளில் மக்காவின் வர்த்தகத்தை மூச்சுத்திணறச் செய்வதற்கு முஹம்மத் இந்த வழியைத்தான் பின்பற்றினார்)[5]. இதே காரணத்தினால்தான் குர்ஆனில் வர்த்தகர்களின் பேச்சில் வழங்கும் உவமைகளும் உருவகங்களும் காணப்படுகின்றன. ‘கடவுள் கணக்கு வைப்பதில் வல்லவர்,’ என்று குர்ஆனில் மீண்டும் மீண்டும் கூறப்படுகிறது. இதே போல ‘நம்பிக்கை வைப்போர் இலாபத்திலும், நம்பாதவர்கள் நஷ்டத்திலும் வியாபாரம் நடத்துகிறார்கள். தவறை வழிகாட்டியாகக் கொள்வோர் நஷ்ட பேரம் நடத்துகிறார்கள்’ என்றும் வசனம் வருகிறது.

முஹம்மத் மதீனாவில் அரசின் தலைவராக இருந்த சமயத்திலும், பொருள்களை மொத்தமாக வாங்கிச் சில்லரையில் இலாபத்துக்கு விற்பதில் விருப்பமற்றவராக இருக்கவில்லை என்று இமாம் ஹன்பல் முஸ்னத் என்னும் தமது புத்தகத்தில் குறிப்பிடுகிறார்.[6] மாண்ட்காமரி வாட்டும் பின்வருமாறு கூறுகிறார்: 'மக்கா ஒரு வர்த்தக மையமாக மட்டுமின்றி நிதி கொடுக்கல், வாங்கல் மையமாகவும் இருந்தது... மக்காவில் பல்வேறு விதமான நிதி நடவடிக்கைகள் நடத்தப்பட்டன என்பது தெளிவாகத் தெரிகிறது. முஹம்மத் காலத்தில் மக்கா நகரின் முக்கியப் பிரமுகர்கள் வேறெதையும்விட நிதிகள் கொடுப்பதை முக்கிய தொழிலாகக் கொண்டிருந்தார்கள். அவர்கள் கொடுக்கல் வாங்கலில் சாமர்த்தியமும், ஊகங்களில் மதிநுட்பமும், ஏடன் முதல் காஸா அல்லது டமாஸ்கஸ்வரை நல்ல இலாபந்தரும் முதலீடுகள் செய்வதில் ஆவர்மும் கொண்டவர்களாக இருந்தனர். அவர்கள் பின்னிய நிதி வலையில் மக்கா நகரின் மக்கள் அனைவரும் மட்டுமின்றி சுற்றிலும் உள்ள பகுதிகளின் பிரமுகர்களும்கூட அகப்பட்டிருந்தார்கள். குர்ஆன் பாலைவனச் சூழலிலன்றி மதிப்புயர்ந்த நிதிப் பரிமாற்றச் சூழலில் தோன்றியது.'[7]

மக்காவின் நிலைமையைப் புரிந்துகொள்வதற்கு, வர்த்தகம், குறிப்பாக அதிக இலாபம் தரும் வர்த்தகத் துறைகள் பெருமளவில் விரிவடைந்தது கி.பி.610க்கு முந்தைய பத்தாண்டுகளில்தான் என்பதைத் தெரிந்துகொள்வது அவசியம். எனவே முஹம்மதின் சமகாலத்தினர், ஓரளவுக்காவது மேய்ச்சல் நிலங்களைச் சார்ந்த வாழ்க்கை நடத்திய மக்களிலிருந்து ஒரு தலைமுறைக்கு மேல் பிந்தையவர்களாக இருக்க முடியாது. முஹம்மதின் பாட்டனார் அப்ரஹாவுடன் செய்துகொண்ட உடன்பாட்டின் நிபந்தனைகளிலிருந்து அவரிடம் மிகப்பெரும் அளவில் ஒட்டக மந்தைகள் இருந்தன என்பதை அறிகிறோம். அதே சமயம் முஹம்மதின் காலத்தில் மக்கா நகரில் வாழ்ந்த மக்களில் பலர் வர்த்தக நடவடிக்கைகள் மூலமே வாழ்க்கை நடத்தினார்கள் என்பதும் அநேகமாக நிச்சயமாகத் தெரிகிறது. இவ்வாறாக ஒன்று அல்லது இரண்டு தலைமுறையில், மேய்ச்சல் நிலங்களைச் சார்ந்த நாடோடி மக்கள், வர்த்தகத்தை நம்பி வாழும் நிலைக்கு மாறிவிட்டார்கள். பொருளாதாரக் கீழ்க் கட்டமைப்பில் ஏற்பட்ட இந்த மாற்றம், மக்கா நகர சமூகத்தில் பெரும் கொந்தளிப்பை உருவாக்கியது என்பதைப் பின்னர் காணவிருக் கிறோம். புதிய சமூக-பொருளாதார அணியமைப்புகள் உருவாகிக் கொண்டிருந்ததே இதற்குக் காரணம்.

உடைமைகள் சம்பந்தமாகப் புதிய உறவு நிலைகள் உருவாகி யிருந்தன. பதூயின் மக்களின் நாடோடிச் சமூகத்தில் உடைமைகள் எல்லோருக்கும் சொந்தமாயிருந்தன; ஆனால் மக்காவில் வர்த்தகச் சமூகம் ஒன்று உருவானதைத் தொடர்ந்து கூட்டு உடைமைமுறை மாறி தனிநபர் சொத்துரிமை முறை ஏற்பட்டுவிட்டது. ஆயினும் அதற்குத் தகுந்த முறையில் சட்டங்கள் ஏற்படவில்லை. இந்தத் தேவையை இஸ்லாம் நிறைவு செய்தது; இதைப் பின்னர் காண இருக்கிறோம். டி.எஸ். மர்கோலியூத் இவ்வாறாக கூறுகிறார்:

> மக்காவில் தனிநபர் சொத்துரிமை முறை இருந்தது; உண்மையில் ஓரளவு வளர்ச்சி பெற்றதாகவே இருந்தது என்றே தோன்றுகிறது. இரத்தப்பகைக் கொள்கைக்கு அந்த முறை முரணானதாகக் காணப்பட்ட போதிலும் அது அங்கு உருவாகியிருந்தது. மக்காவின் குடும்பத் தலைவர்கள் வெளி வர்த்தகத்தில் ஒரு கூட்டுப்பங்கு நிறுவனத்தின் உறுப்பினர்களாகச் சித்திரிக்கப்படுகிறார்கள். ஒவ்வொரு முறையும் கிடைக்கும் இலாபம் முதலீட்டாளர்களிடையே விகிதக் கணக்குப்படி பகிர்ந்துகொள்ளப்பட்டது. அதை அவர்கள் தங்கள் விருப்பப்படிச் செலவு செய்தார்கள், அல்லது சேர்த்து வைத்தார்கள் அல்லது புதிய முயற்சிகளில் முதலீடு செய்தார்கள்.[8]

மக்காவில் தனியார் சொத்துரிமை இருந்ததாக தபரியும் குறிப்பிடுகிறார். முஹம்மதின் பாட்டனாரான அப்துல் முத்தலிபுக்கும் அவருடைய தந்தையின் சகோதரருக்கும் இடையே ஒரு கிணறு உள்ளிட்ட சில சொத்துக்கள் பற்றி எழுந்த தாவாவைப் பற்றி அவர் கூறுகிறார்.[9] தபரியும்கூட, குஸய் மக்காவின் மீது தமது அதிகாரத்தை நிலைப் படுத்திக்கொண்டிருந்த சமயத்தில் நடந்த சொத்து வாங்கல்-விற்றல் பற்றி விவரங்கள் தருகிறார்.[10]

இனி, மக்கா நகர சமூகத்தின் மற்றொரு அம்சத்தைக் கவனிப்போம். பலதிறப்பட்ட சிக்கலான வர்த்தக நடவடிக்கைகள் அந்த நகரில் நடை பெற்று வந்தபோதிலும், முறைப்படி அமைந்த அரசோ, அதிகாரிகள் அமைப்போ, நிலையான இராணுவமோ இல்லை. மக்காவில் விவசாயம் நடத்த வாய்ப்பு இல்லாததால் அங்கு நிலப்பிரபுத்துவ முறையோ அரசுரிமை முறையோ உருவாக வழியில்லை. உண்மையில் மக்கா நகர மக்களோ, நாடோடி மக்களோ பேசிய அரபுமொழியில் மன்னர் என்பதைக் குறிக்கும் சொல் எதுவும் இல்லை. ‘மாலிக்’ (மன்னர்) என்ற சொல் வெளிநாடுகளில் ஆண்ட அரசர்களைக் குறிப்பதற்குப் பயன்படுத்தப்பட்டது.

இப்னு குர்தத்பேஹ் என்ற முஸ்லிம் வரலாற்றாசிரியர் உலகின் ஆட்சியாளர்களின் பெயர் அடைமொழிகள் என்னும் தமது புத்தகத்தில் பாரசீகம், ரோம், துருக்கி, திபேத், சீனா, இந்தியா, அபிஸீனியா முதலான பல்வேறு உலக நாடுகளின் மன்னர்களுக்கு வழங்கிய பட்டப் பெயர்களைத் தொகுத்திருக்கிறார். இந்த நாடுகளின் பட்டியலில் அரேபியா இடம்பெறவில்லை. அங்கு அரசர் யாரும் இல்லை என்பதே இதற்குக் காரணம்' (அரேபியா என்பதில் தெற்கு அரேபியாவையும், பைஸாண்டியம், பாரசீகம் ஆகியவற்றின் எல்லையில் உள்ள இடைப் பகுதி நாடுகளையும் நாம் சேர்க்கவில்லை). மக்காவில் அரசாங்க அமைப்பு என்று குறிப்பிடும்படியாக இருந்தது மலா என்ற சபை மட்டுமே. இந்தச் சபை பெரிதும் பல்வேறு குலக்குழுக்களின் தலைவர்களையே உறுப்பினர்களாகக் கொண்டிருந்தது. மற்றும் ஒரு குறிப்பிடத்தக்க அம்சம், இந்தச் சபை ஓர் ஆலோசனைக் குழுவே என்பதும் இதனுடன் இணைந்ததாக நிர்வாக அதிகார அமைப்பு எதுவும் இல்லை என்பதும் ஆகும். மேலும், ஒவ்வொரு குலக்குழுவும் கொள்கையளவில் சுதந்திரமானது; எனவே சபையின் தீர்மானம் எதுவும் அதைக் கட்டுப்படுத்தாது. சபையில் ஒருமனதாகச் செய்யப்பட்ட முடிவுகளைத்தான் செயல்படுத்த முடியும். அரசின் அரசியல், நிர்வாகக் காரியங்களுக்கென வரிகள் எவையும் விதிக்கப்படவோ, வசூலிக்கப்படவோ இல்லை. ஆயினும் கஅபாவின் மேல் போர்வை சார்த்துவதற்கும் யாத்திரிகர்களுக்கு விருந்தோம்பல் செய்வதற்கும் சில சமயங்களில் குலக்குழுக்களுக்கு நன்கொடைப் பங்கு விதிக்கப்பட்டதாகக் கூறப்படுகிறது. தீர்க்கதரிசி (முஹம்மத்) செய்த முக்கிய பணிகளில் ஒன்று அரசு யந்திரத்தை உருவாக்கியது. ஆயினும் அவரது வாழ்நாளில் அது தொடக்கநிலை வடிவத்திலேயே இருந்தது. மக்கா நகரக் காலத்தில் ஜகாத் என்பதன் கருத்து, குர்ஆனிலிருந்து நாம் அறிகின்றபடி, அரசு விதிக்கும் வரியாக இல்லாமல் (அந்தச் சமயத்தில் அரசு என்பது உருவாகியிருக்கவில்லை), ஒருவர் தம்மைத் தூய்மைப்படுத்திக் கொள்வதற்காக வழங்கப்பட்ட நன்கொடையாகவே இருந்தது என்பதும் முக்கியமானது.

மேலே குறிப்பிட்டபடி, வர்த்தகத்தை முதன்மையாகக் கொண்ட மக்கா நகரிலும்கூட அரேபியர்கள், குறைந்த அளவிலேனும் சில இனக் குழு அமைப்புகளைப் பின்பற்றி வந்தார்கள். வர்த்தகத்தில் ஆதிக்கம் பெற்றிருந்த சிறுகுழுவினர் மலா போன்ற அமைப்புகளைச் சகித்துக் கொள்ளுதல் என்ற அளவிலேயே இருந்தனர். எந்த ஒரு வர்த்தக சமூகத்தையும் போலவே இந்தச் சிறுகுழுவும் மன்னராட்சி முறையை

விரும்பவில்லை. எந்த வலிமைமிக்க தனிநபரும் தங்கள் மீது ஆட்சி செலுத்துவதை மக்காவின் அரபு வர்த்தகர்கள் விரும்பவில்லை என்பதைக் காட்டுவதற்கு மற்றுமொரு உதாரணத்தைக் குறிப்பிடலாம். உஸ்மான் பின் ஹுவைரித் சம்பந்தப்பட்ட இந்த நிகழ்ச்சியை லாமென்ஸ் குறிப்பிடுகிறார்.

வர்த்தகரான உஸ்மான் ஒரு அந்நிய அரசின் (இங்குக் குறிப்பிடப் படுவது பைஸாண்டியம்) உதவியுடன் தமக்கு ஒரு சிறப்பான அந்தஸ்தை ஏற்படுத்திக்கொள்ள ஆசைப்பட்டார். அவர் கிறிஸ்தவ மதத்தைத் தழுவி அதன் மூலம் ஓரளவு ஆதரவைப் பெற்றார். பாரசீகம், தென்பகுதியை வென்று தனதாக்கிக்கொண்டதன் காரணமாக பைஸாண்டியத்தில் ஏற்பட்ட எதிர்விளைவின் ஒரு அம்சமாக இது இருந்திருக்கக்கூடும். ஆனால் மக்கா நகர வர்த்தகர் களிடையே இந்த நிகழ்ச்சிகள் சந்தேகத்தை ஏற்படுத்தின. உஸ்மானின் திட்டத்தைக் கவிழ்ப்பதற்கு வெளிப்படையான காரணமாக இருந்தது அவர் மன்னராவதற்கு முயற்சி செய்கிறார் என்று அவரது சொந்த அஸத் குலக்குழுவையே சேர்ந்த அல்-அஸ்வத் பின் அல்-முத்தலிப் குற்றம் சாட்டியதாகும். உஸ்மானின் திட்டம் இறுதியில் தோல்வி அடைந்தது.

அரேபியர்கள், பைஸாண்டியத்தில் மிகவும் விரும்பி வாங்கப்படும் பொருள்களை வழங்குவோர் என்ற வலுவான நிலையில் இருப்பதை மிக நன்றாக உணர்வில் கொண்டிருந்தார்கள் என்பதும் முக்கியமானது. இப்படிப்பட்ட அரசியல் களத்தின் சூழ்நிலையில் வளர்ந்த முஹம்மத் தமது எதிரிகளை அவர்களது ஆட்டத்திலேயே தோற்கடிப்பதற்கு மிகவும் எச்சரிக்கையுடன் செயல்பட வேண்டியிருந்தது. அவரது அரசியல் நுண்மாண் நுழைபுலம் அவருக்கு வெற்றியைத் தேடித்தந்தது; அவரது எதிரிகள் தோல்வி கண்டார்கள். சாதாரணமாக மதவிஷயத்தில் அலட்சிய மனோபாவம் கொண்ட மக்கா நகர வர்த்தகர்கள் முஹம்மத் மீது கடும்பகை கொண்டதற்கு இது ஒரு காரணமாயிருந்தது.

மக்காவிலும் அதைச் சுற்றிய இடங்களிலும் வணங்கப்பட்ட புற மதத்தினரின் விக்கிரகங்கள் மக்கா சமூகத்தில் ஒன்றிணைந்தவை அல்ல என்பதைச் சென்ற இயலில் பார்த்தோம். ஸிரியாவின் விவசாய சமூகத்திலிருந்து சமீபத்தில்தான் அவை இறக்குமதி செய்யப் பட்டிருந்தன. மக்காவின் வர்த்தகர்களுக்கு விவசாய சமூகத்தின் பூமி நன்கு விளைய வேண்டி நடத்தும் தெய்வ வழிபாட்டில் ஈடுபாடு இல்லை; புறத்தோற்ற அளவில் அவர்கள் வணங்கிய தெய்வங்களிடம்

அவர்களுக்கு உண்மையில் பற்றுதல் இல்லை; அவற்றை அவர்கள் ஆழ்ந்த ஆன்மிக அனுபவம் அளிப்பனவாகக் கருதவில்லை. நாடோடி அரபுமக்களும் இனக்குழு மனிதநேயத்தில்தான் ஈடுபாடு கொண்டிருந்தார்களேயன்றி தெய்வ வழிபாட்டுமுறைகளில் அதிகமாக அக்கறை காட்டவில்லை. அப்படியானால் முஹம்மத் தம்முடைய புதிய மதத்தைப் போதிக்கத் தொடங்கியபோது அவருக்கு அவ்வளவு எதிர்ப்பு வந்ததற்குக் காரணம் என்ன?

பிரபல எகிப்திய அறிஞர் டாக்டர் தாஹா ஹுஸைன் தம்முடைய அல்-ஃபித்னத்துல் குப்ரா (மகத்தான எதிர்ப்பு எழுச்சி) என்னும் நூலில் இதை விளக்கும் வகையில் பின்வருமாறு எழுதுகிறார்: 'நான் ஒன்றை உறுதியாகக் கூறமுடியும்: அவர் (தீர்க்கதரிசி), கடவுள் ஒருவரே என்பதை மட்டும் போதித்து, சமூக, பொருளாதார முறைகளைத் தாக்கிப் பேசாமல், எளியவருக்கும், வலியவருக்கும், ஏழைகளுக்கும், பணக்காரர்களுக்கும், அடிமைக்கும், எஜமானனுக்கும் இடையில் இருந்த ஏற்றத்தாழ்வுகளை அப்படியே இருக்கவிட்டிருந்தால், கடும் வட்டி வாங்குவதைத் தடை செய்யாமலிருந்திருந்தால் (இது சற்று சந்தேகத்துக்கிடமானதே; ஏனென்றால் தீர்க்கதரிசி மதீனாவுக்குச் சென்ற பிறகுதான் இதைத் தடைசெய்தார் என்று சில அறிஞர்கள் கூறுகிறார்கள்) பணக்காரர்கள் தங்கள் செல்வத்தில் ஒரு பகுதியைத் தேவையுள்ளவர்களுக்கும் வறியவர்களுக்கும் விநியோகிக்க வேண்டும் என்று கூறாமலிருந்திருந்தால், குறைஷ் இனக்குழு மக்களில் மிகப் பெரும்பாலானவர்கள் அவரது மதத்தை ஏற்றுக் கொண்டிருப்பார்கள்; ஏனென்றால் பெரும்பாலான குறைஷ் மக்களுக்குத் தாங்கள் வணங்கிய விக்கிரகங்களிடம் உண்மையான மதிப்போ, உணர்ச்சிபூர்வமான பற்றுதலோ கிடையாது. அவற்றிடம் அவர்கள் நம்பிக்கையற்ற மனப்பான்மையே கொண்டிருந்தார்கள்; அவற்றை வணங்குவதை ஒரு விளையாட்டாகவே செய்தார்கள். உண்மையில் அவர்கள் சாதாரண அரபுமக்கள் மீது தங்கள் பிடி தளராமலிருக்கவும் அவர்களைச் சுரண்டி வாழ்வதற்கும் ஒரு சாதனமாகவே அந்த விக்கிரகங்களைப் பயன்படுத்தினார்கள்.'[12] பிரபல இஸ்லாமியல் அறிஞர் ஹெர்.ஏ.ஆர். கிப்பும் இந்தக் கருத்துக்கு உடன்பாடாகப் பின்வருமாறு கூறுகிறார்: 'மக்காவாசிகளின் எதிர்ப்புக்கு அவர்களுடைய பழமைபேணும் கொள்கையோ, புதிய மதக் கொள்கையில் நம்பிக்கையின்மையோ தூண்டுதலாக இருந்ததை விட (முஹம்மதின் உயிர்த்தெழும் கொள்கையை அவர்கள் பரிகசித்தார்கள் என்றாலும்கூட), அரசியல், பொருளாதாரக்

காரணங்களே முக்கிய தூண்டுதலாக இருந்தன. அவருடைய போதனைகளால் தங்களுடைய பொருளாதாரச் செழிப்புக்கு ஏற்படக்கூடிய பாதகமான விளைவுகள் பற்றியும், குறிப்பாக, அவருடைய ஏகதெய்வக் கொள்கையால் தங்களுடைய புனிதத் தலங்களின் பொருளாதார உடைமைகளுக்கு ஏற்படக்கூடிய அபாயம் பற்றியும் அவர்களுக்கு அச்சம் உண்டாயிற்று. மேலும், அவருடைய போதனையை ஏற்றுக்கொண்டால் சிறுகுழுவின் ஆதிக்கம் அமைந்துள்ள தங்கள் சமுதாயத்தில் ஒரு புதிய, சக்திமிக்க அரசியல் அதிகாரம் உருவாக வழி ஏற்படும் என்பதை அவர்கள் முஹம்மதை விடவும் மிக விரைவாக உணர்ந்துகொண்டார்கள்.' [13]

எந்த வர்த்தக சமூகமும் தனிநபரின் தலைமையை ஏற்கவோ, அவருக்குக் கட்டுப்பாடற்ற அதிகாரம் அளிப்பதையோ பொதுவாக விரும்புவதில்லை. அரேபியாவில் ஆட்சி அதிகாரம் பெறுவதற்கு உஸ்மான் செய்த முயற்சியின் தோல்வி இதை எடுத்துக்காட்டுகிறது. முஹம்மத் தம்மை இறைத்தூதர் (தீர்க்கதரிசி) என்றும் தேர்ந்த மதியும் தெளிந்த ஞானமும் பெற்றவர் என்றும் கூறிக்கொண்டதை மக்காவின் சக்திவாய்ந்த வர்த்தகர்கள் ஏற்றுக்கொண்டால் அவருக்கு வரம்பற்ற அதிகாரம் அளிப்பது போன்ற ஒரு நிலையை ஒப்புக் கொள்ள வேண்டியதாகும். அவர் தீர்க்கதரிசி என்ற உயர்ந்த நிலையில் இருப்பதாக ஏற்றுக்கொண்டுவிட்டால் அவருடைய ஆணைகளுக்கு உட்பட்டு நடக்க முடியாதென எப்படி மறுக்க முடியும்? அதிகாரத்தை நியாயமான முறையில் பகிர்ந்து கொடுப்பதற்கு வர்த்தகர்களுக்கு இருந்த சிறந்த சாதனம் 'மலா' என்ற சபையே. எப்படியானாலும் மக்காவின் வர்த்தக ஆதிக்கச் சிறுகுழுவினர் முஹம்மதுக்கு அத்தகைய உயர்ந்த இடம் கொடுக்க இணங்கமாட்டார்கள். புதிய மதத்தில் சேர்ந்தவர்களைக் கொடுமைப்படுத்தும் செயல்கள் மிகவும் தீவிரமாகி யிருந்த ஒரு சமயத்தில் முஹம்மத் மக்காவின் தலைமைப் பிரமுகர் களுடன் ஒரு சமரச உடன்பாடு செய்துகொள்ள எண்ணியதாக தபரி கூறுகிறார். [14] அல்-லாத், அல்-உஸ்ஸா ஆகிய தெய்வங்களை அல்லாஹ்விடம் மனிதர்களுக்காகப் பரிந்து பேசும் தெய்வங்கள் என்று ஏற்றுக்கொள்ள அவர் தயாராயிருந்தார். ஆனால் இப்படிச் சமரசம் செய்துகொண்டால் தம்முடைய புதிய மதத்தின் அடிப்படையே தகர்ந்து போகும் என்பதையும், தமது எண்ணங்களை நிறைவேற்ற முடியாமல் போகும் என்பதையும் உணர்ந்து அந்த யோசனையைக் கைவிட்டார். குர்ஆனிலும் இந்த நிகழ்ச்சி குறிப்பிடப் படுகிறது. அருளப்பட்ட வசனம் பின்வருமாறு உள்ளது:

நீர், அல்-லாத், அல்-உஸ்ஸா, மூன்றாவதான மனாத் ஆகியவற்றை எண்ணிப் பார்த்தீரா? (குர்ஆன் 53: 19-20).

இதனுடன் பின்வருமாறு ஒரு வசனத்தைச் சேர்க்க முஹம்மத் எண்ணினார்:

அவர்கள் உயர்ந்த நிலைபெற்ற பறவைகள்; அவர்கள் இடையில் நின்று பரிந்துரைப்பது உண்மையில் விரும்பப்படுகிறது.

இந்த இரண்டாவது வசனம், புதிய மதத்தை அழிப்பதற்காக சைத்தானால் மனத்தில் புகுத்தப்பட்டது என்று பின்பு கூறப்பட்டது. இந்த நிகழ்ச்சிக்கு வேறு பின்னணிகள் இருந்திருக்கக்கூடும் என்றாலும், முஹம்மத் தமது மக்கள் ஒன்றுபட்டிருப்பதை முக்கியமாகக் கருதினார் என்பதும், அதற்குத் தேவையானால் அவர்களின் தெய்வங்களுக்குத் தமது மதத்தில் இடமளிக்கக்கூட எண்ணினார் என்பதையும் இது தெளிவாகக் காட்டுகிறது. அரபு மக்களை ஒன்றுபடுத்தி, உலகின் மற்ற மக்களுக்கு, அதாவது ரோமானியர்களுக்கும் பாரசீகர்களுக்கும் நிகராக நிற்கச் செய்ய வேண்டும் என்பது அவரது நோக்கம். இந்த இரண்டு பேரரசுகளில் எதனுடனும் சாராமல் விலகி நின்று கூடியவரை அமைதியாகத் தங்கள் வர்த்தகத்தை நடத்திச் செல்வது அரபு வர்த்தகப் பிரமுகர்களின் கொள்கையாயிருந்தது. ஆயினும் பன்னாட்டு உறவு நிலைகளும் ரோமானிய, பாரசீகப் பேரரசுகளிடையே இடைவிடாது நடந்துவந்த போர்களும் அவர்கள் இந்த நடுநிலையில் நீடிப்பதைக் கடினமாக்கிக் கொண்டிருந்தன. இந்த நிலையில், தனது சுயபலத்தில் நின்று மக்காவின் பெரிய வர்த்தகர்களின் நலன்களைப் பாதுகாக்கும் சக்தியுள்ள அரபு வல்லரசு ஒன்று உருவாக வேண்டியது அவசியமாக இருந்தது.

இந்த விஷயம் தொடர்பாக, அரேபியர்கள் தூகர் என்ற இடத்தில் நடந்த சண்டையில் பாரசீகர்கள் மீது பெற்ற வெற்றியை எவ்வளவு முக்கியத்துவம் கொண்டதாகக் கருதினார்கள் என்பது குறிப்பிடத்தக்கது. மிகவும் புகழ்பெற்ற அந்தச் சண்டை நடந்த இடம் கூஃபாவுக்கு அருகே வாஸித்[15] செல்லும் திசையில் அமைந்திருந்தது. அரேபிய இனக்குழுக்களிடையே நடந்த பெரும்பாலான சண்டைகளைப் போலன்றி இதற்கு ஒரு வரலாற்று முக்கியத்துவம் இருந்தது. இந்தச் சண்டையில் சம்பந்தப்பட்ட பக்ர் பின் வாயில் என்னும் அரபு இனக்குழுவினருடன் பாரசீக இராணுவத்தின் துருப்புக்களும் இருந்தார்கள். இந்தச் சண்டை சிறிய கைகலப்பு என்று கூறும் அளவிலேயே இருந்தது (ஆனால் பல்லாயிரக் கணக்கான வீரர்கள்

கலந்துகொண்டதாக சில ஆதாரங்கள் கூறுகின்றன.) என்றாலும், பாரசீகர்களை வெல்ல முடியாது என்று கருதியிருந்த அரேபியர்கள் உண்மையில் அவர்கள் அப்படி இல்லை என்பதை இந்தச் சண்டையில் தெரிந்து கொண்டார்கள். பல ஆண்டுகளுக்குப் பின் இதே பக்ர் பின் வாயில் இனக்குழு அல்-முத்தனா பின் ஹரிதாவின் தலைமையில் இராக்கினுள் முதல் படையெடுப்பை நடத்துவதற்கு முன்னின்று முயற்சி எடுத்தது தற்செயலானதல்ல என்று ஸீடனி சுட்டிக் காட்டுகிறார். அரேபிய இனக்குழுக் கூட்டணியை எதிர்த்துப் போரிடுவதில் பாரசீகர்களின் பலவீனத்தை அந்த இனக்குழு அறிந்திருந்தது.

இந்தச் சண்டைக்குக் காரணமாக இருந்தது கடைசி லக்மிட் தலைவரான அல்-நுமான் பின் அல்-முன்திர் பாரசீக மன்னர் குஸ்ரவ் பர்வேஸால் சிறையிடப்பட்ட நிகழ்ச்சி என்று கூறலாம். அதைத் தொடர்ந்து நிகழ்ச்சிகள் பின்வருமாறு நடந்திருக்கக்கூடும் என்று ஊகிக்கலாம்: லக்மிட் மன்னராட்சியை மாற்றி நேரடியான அரசுமுறை ஒன்றை பாரசீக ஸஸானிட் ஆட்சியாளர்கள் ஏற்படுத்தினார்கள். இது அவர்கள் செய்த தவறு. அல்-நுமான் சிறைவைக்ககப்பட்டதும், அதைத் தொடர்ந்து அவர் மரணமடைந்ததும் பக்ர்-பின்-வாலி இனக் குழுவினரைச் சண்டைக்குத் தூண்டியிருக்கலாம். அல்லது எல்லையில் காவலாக இருந்த அந்தத் தலைவர் இறந்துபோனதால் அவரால் ஏற்பட்டிருந்த பயத்திலிருந்து விடுபட்டவர்களாக கொள்ளையடிக்கும் செயல்களில் ஈடுபட்டிருக்கலாம். ஸஸானிட்கள் இவர்களைத் தண்டிக்கத் தீர்மானித்தார்கள். ஆனால், பாரசீகத் துருப்புகள் தோற்கடிக்கப்பட்டு ஸவத் என்ற இடம்வரை துரத்திச் செல்லப் பட்டார்கள். பல்வேறு காரணங்களால் இந்தத் தோல்விக்குப் பழிவாங்கும் எதிர்த்தாக்குதல் நடக்கவில்லை. இந்தச் சண்டை கி.பி. 604க்கும் 611க்கும் இடையில் நடந்திருக்கக்கூடும். இந்த வெற்றிச் செய்தி கேட்டு முஹம்மத் மிகவும் மகிழ்ச்சியடைந்தார். ‘முதல் முறையாக அரேபியர்கள் பாரசீகர்களை வென்றிருக்கிறார்கள். என் மூலமாகவே கடவுள் அவர்களுக்கு உதவினார்’ என்று அவர் கூறியதாகப் பதிவுச் சான்று உள்ளது.[16]

அரேபியர்கள் பாரசீகர்களை வெல்ல வேண்டும் என்பதில் தீர்க்க தரிசி அக்கறை கொண்டிருந்ததை இப்னு இஸ்ஹாக் குறிப்பிடும் மற்றொரு நிகழ்ச்சியும் எடுத்துக்காட்டுகிறது. தீர்க்கதரிசி தமது புதிய மதத்தைப் போதிப்பதைக் கைவிட வேண்டும் என்று அவரிடம்

கூறும்படி குறைஷ் தலைவர்கள் சிலர் அவரது தந்தையின் சகோதரர் அபூதாலிபைக் கேட்டுக் கொண்டார்கள். அவர் தீர்க்கதரிசியை (இறைத்தூதரை) கூப்பிட்டார். இப்னு இஸ்ஹாக் கூறுகிறார்: 'அவர் வந்தபோது அபூ தாலிப் கூறினார்; 'இந்தப் பிரமுகர்கள் உம்மிடம் ஒன்றைக் கொடுத்து ஒன்றைப் பெற வந்திருக்கிறார்கள்.' அதற்கு அவர், 'நீங்கள் அரேபியர்களை ஆளவும், பாரசீகர்களை உங்களுக்குக் கீழ்ப்படுத்தவும்கூடிய ஒரு வார்த்தையை எனக்குத் தாருங்கள்' என்று பதிலுரைத்தார்.'[17]

இந்த நிகழ்ச்சியும், ஸஸானிட்களை அரேபியர்கள் வென்றபோது அவர் கூறிய வார்த்தைகளும் அரேபியர்கள் ஒன்றுபட்ட சக்தியாக உருவாக வேண்டும் என்ற அவரது எண்ணத்தைக் காட்டுகின்றன. அரேபியர்கள் பன்னாட்டு வர்த்தகத்தில் முக்கிய இடத்தைப் பெற்றிருப் பதனால் ஒன்றுபட்டு நின்று தங்கள் பாதுகாப்பைத் தாங்களே பார்த்துக் கொள்ளும் சக்தியாக உருவாக வேண்டும் என்று அவர் விரும்பினார். அரேபியர்கள் தங்கள் வாணிபத்தை நடத்திச் செல்ல உதவியாக பாதுகாப்பு அமைப்பு ஒன்றை உருவாக்க விரும்பினார். பேராசிரியர் முஹம்மத் ஹபீபும் இந்தக் கருத்துக்கு உடன்பாடாக எழுதுகிறார்:

> நம் நாட்டில் தீர்க்கதரிசியின் (இறைத்தூதரின்) வாழ்க்கை வரலாற்றை எழுதியவர்களில் மிகப் பெரியவரான மவுலானா ஷிப்லீ அவரைப் பிரதானமாக 'உலக விவகார மனிதர்' என மதிப்பிடவில்லை; அவர் சாராம்சத்தில் ஒரு ஆன்மிக, அறநெறி போதனையாளராகவே இருந்தார் என்பது இதற்கு அவர் கூறும் காரணம். இது சரியானதே; தீர்க்கதரிசியின் வாழ்க்கை வரலாறு எதுவும், எவ்வளவுதான் சுருக்கமாக இருந்தாலும் அவரது மத போதனைகளைக் குறிப்பிடாமலிருக்க முடியாது. ஆயினும், *அரசியல் நிறுவனங்களின் வளர்ச்சி பற்றிய நோக்கில் பார்த்தால் தீர்க்கதரிசியின் முதன்மையான பணி, அரேபியா முழுவதற்கும்-பைஸாண்டிய, பாரசீக பேரரசுகளுக்குக் கீழடங்கிய பகுதிகள் நீங்கலாக, ஒரு பாதுகாப்பு அமைப்பை ஏற்படுத்தியதே ஆகும். அந்த அடிப்படையின் மேல்தான் பின்வந்தவர்கள் கட்டிடம் எழுப்பினார்கள்.*[18] (சாய்வெழுத்து என்னுடையது)

முஹம்மத் தமது திட்டத்தில் மிகுந்த ஈடுபாடுகொண்டிருந்தார் என்பது தெளிவாகத் தெரிகிறது. தமது இயக்கத்தின் ஆரம்ப நிலையில், ஒற்றுமையை உருவாக்குவதற்காக புறமத அரேபியர்களுடன் சமரச ஏற்பாடு செய்துகொள்ளவும் தயாராயிருந்திருக்கக்கூடும். ஆனால்

இந்தச் சமரசம் தமது இயக்கத்தின் அடிப்படைக் கருத்துக்கே விரோதமாகயிருக்கும் என்பதை உணர்ந்ததும் அந்த எண்ணத்தைக் கைவிட்டு, அதைப் பற்றிய வசனம் சைத்தானால் வந்தது என்று கூறிவிட்டார். முஹம்மத் அரேபியர்களை ஒற்றுமைப்படுத்துவதில் வெற்றி பெற்றார்; ஆனால், அதற்காக அவர் மக்காவின் வர்த்தக ஆதிக்கச் சிறுகுழுவினருடன் சமரசப்பட்டுப் போகாமல் தமது சொந்தக் கருத்துகளின் அடிப்படையிலேயே அதை அடைந்தார். இதற்காக அவர் மக்காவைவிட்டு (வடக்கே 300 மைல் தூரத்தில் உள்ள) மதீனாவுக்குச் சென்று குடியேற வேண்டியதாயிற்று. மக்கா பொருளாதாரத்தின் மென்னியைப் பிடிப்பது போலச் சில நடவடிக்கைகளையும் எடுக்க வேண்டியிருந்தது. வேறு சில ராஜீய நடவடிக்கைகளும் ஆயுதமேந்திப் படையெடுப்பு நடத்தப்படும் என்ற அச்சுறுத்தலும் இதற்குத் துணை செய்தன. இறுதியாக மக்கா சரணடைந்தது.

இங்கே சொல்ல வந்த விஷயத்துக்கு இப்போது மீண்டும் வருவோம். நமக்குக் கிடைக்கும் எல்லா ஆதாரங்களிலுமிருந்து, மக்காவில் ஓர் அரசுக்குரிய நிர்வாக அமைப்பு, நீதிமன்ற அமைப்பு, சட்டமன்றம் போன்ற எதுவும் இருக்கவில்லை என்று தெரிகிறது (‘மலா’ என்ற சபை ஓர் ஆலோசனை மன்றமாக இருந்ததேயன்றி சட்டமியற்றும் அதிகாரமோ நிர்வாக அதிகாரமோ பெற்றிருக்க வில்லை). எனவே, நிர்வாகம் நடத்தும் அதிகாரவர்க்கமோ, நிலையான இராணுவமோ இருக்கும் பேச்சே இல்லை. நாடுவிட்டு நாடுசென்று நடத்தும் வர்த்தகத்தில் பல்வேறு அபாயங்களும் பொருள்களைக் கொண்டு செல்வதில் பெரும் கஷ்டங்களும் இருந்தன. இவற்றை யெல்லாம் எதிர்கொள்ளத் துணிந்து அது நடத்தப்பட்டதால் அதில் கிடைத்த இலாபம் மிகவும் நிறைவாக இருந்தது என்று கருதலாம். ஆயினும் அரசு யந்திரம் எதுவும் இல்லாத நிலையில் வரிவிதிப்பு முறை எதுவும் இல்லை என்ற காரணத்தால் வரிவருவாய் ஆவணங்கள் எதுவும் கிடைக்கவில்லை. மக்கா நகர சமூகத்துக்கு இந்த வர்த்தகத்தின் மூலம் வருவாய் கிடைத்தபோதிலும் கூட அங்கு அரசு அமைப்பின் உறுப்புகளோ, அடக்கி ஒடுக்கப் பயன்படும் படை அமைப்பு எதுவுமோ உருவாகவில்லை. ஆனால், அரசு அமைப்புகளை அந்தச் சமூகம் விரும்பவில்லை என்று கூற முடியாது. அந்த விருப்பம் மிகுதியாகவே இருந்தது; சக்திவாய்ந்த இனக்குழு நிறுவனங்களையும் மீறி, அரசு அமைப்புகளை உருவாக்குவதற்கான மனப்போக்கு உருவாகி வந்தது. ஆனால் அந்தச் சமூகம் முன்னேறிச் செல்வதற்கு தேவையானவற்றை உருவாக்கித் தருவதற்கு தீர்க்கதரிசி முஹம்மதைப்

போன்ற சிந்தனையாளரும், அமைப்பாளரும் செயல்வீரருமான ஒருவர் தேவையாயிருந்தது. அந்தச் சமூகத்தில் உருவாகிக்கொண்டிருந்த புதிய சக்திகளுக்கு உத்வேகம் கொடுப்பதற்கு அவற்றை நிறுவனங்களாக உருவாக்க வேண்டியிருந்தது. ஒவ்வொரு இனக் குழுவின் உள்ளேயும் பல்வேறு இனக்குழுக்களுக்கிடையிலும் ஒற்றுமை ஏற்படாமல், கட்டாய அடிப்படையில் ஆள் சேர்த்து அமைக்கப்பட்ட இராணுவம் ஒன்று இல்லாமல், சமூகத்தை நெறிப்படுத்தி வழிநடத்த அரசு இயந்திரம் எதுவும் இல்லாமல், ஓரளவு பின்தங்கிய, வளர்ச்சி பெறாத பகுதியைச் சேர்ந்த அரேபியர்கள் எப்படி வடக்கே உள்ள பெரும்பகுதிகளை வென்று கைப்பற்றி, உலகின் இரண்டு வலிமைமிக்க பேரரசுகளை உலுக்கியிருக்க முடியும்?

இவ்வாறாக, வரலாற்றில் தனிமனிதனின் பங்கை-தனிமனிதன், குறிப்பிட்ட வரலாற்றுச் சூழ்நிலையில், சில பொருளியல், ஆன்மிக சக்திகளின் தூண்டுதலுக்கும் வழிகாட்டலுக்கும் உட்பட்டே செயல் படுகிறான் என்றாலும், குறைத்துக் கூற முடியாது. அப்போதைய அரேபிய சமூகத்தில் அதற்கு மிகவும் அவசியமாயிருந்த தேவையைப் பூர்த்திசெய்ததன் மூலம் முஹம்மத் தீர்மானமான பணியைச் செய்தார் என்று நிச்சயமாகக் கூறலாம். மாண்ட்காமரி வாட் தமது முஹம்மத் புத்தகத்தில் இவ்வாறு கூறுகிறார்: ‘கருத்துகள், குறிப்பாக, மதக் கருத்துகள், ஒரு சமூக அமைப்பு, அதன் பொருளியல் சூழ்நிலையில் ஏற்படும் மாறுதல்களை ஏற்று இணங்கிச் செயல்படச் செய்வதில் பெரும் பங்கு வகிக்கின்றன. பொருளியல் மாறுதலின் முதல் விளைவாக சமூக இணக்கத்தில் பிறழ்வு ஏற்படுகிறது. சமூகத்தின் உறுப்பினர்களிடையே அதிருப்தியும் அமைதியின்மையும் ஏற்படுகின்றன. இவை ஏதேனும் ஒன்றிலிருந்து விலகிச் செல்வதான எதிர்மறைத் தன்மைகளாகும். உடன்பாட்டுத் தன்மையாக ஒரு குறிக்கோள் கிடைத்தாலன்றி இவை பலனுள்ள இயக்கங்கள் ஆக முடியாது. இந்தக் குறிக்கோள் சமூகத்தில் பலரால் ஏற்றுக்கொள்ளப்பட வேண்டுமானால் கருத்துகள் வடிவில் வெளியிடப்பட வேண்டும்.’[19] முஹம்மத் இந்தக் கருத்துகளை வன்மையாகவும் பலனுள்ள முறையிலும் மதத்தின் மூலமும் ஆன்மிகத்தின் மூலமும் வெளிப் படுத்தினார் என்பதில் இஸ்லாத்தைப் பற்றிக் கற்கும் ஒருவருக்குச் சந்தேகம் இருக்க முடியாது.

இஸ்லாத்தின் தோற்றத்துக்கான மூலகாரணத்தைப் புரிந்து கொள்வதற்கு மக்கா நகர சமூகத்தின் அடிப்படைப் பிரச்சினைகளைப்

புரிந்துகொள்ள வேண்டும். அரசு இயந்திரம் இல்லாத நிலையில் சமூகத்தில் சட்டத்தையும் ஒழுங்கையும் காக்க ஒரேவழி 'மலா' சபையின் ஒருமனதான முடிவுகளைச் செயல்படுத்துவதற்கு இனக்குழுக்களின் ஒத்துழைப்பைப் பெறுவதேயாகும். ஆனால், மேய்ச்சல் நிலத்தைச் சார்ந்த நாடோடிப் பொருளாதாரம் வர்த்தகப் பொருளாதாரமாக மாறியிருந்ததனால் இனக்குழு முறையே உடைந்துகொண்டிருந்தது. வர்த்தக நடவடிக்கைகளில் இனக்குழு எல்லைகள் மறக்கப்பட்டன. வெவ்வேறு இனக்குழுவினரையும் கொண்ட வர்த்தகக் குழு அமைப்புகள் உருவாகியிருந்தன. வர்த்தகத்தில் கிடைத்த இலாபங்கள் இந்த இனக் குழுக்களுக்குக் கொடுக்கப்படவில்லை. மாறாக இலாபத்தை நோக்கமாகக் கொண்டு பல்வேறு அபாயங்களையும் ஏற்கத் துணிந்து வர்த்தகத்தை நடத்திய தனிநபர்கள் பகிர்ந்துகொண்டார்கள்.

இவ்வாறாக சில தனிமனிதர்கள் செல்வத்தில் உயர்ந்து வந்தார்கள்; அதேசமயம் அவர்களின் இனக்குழுவில் உள்ள மற்றவர்கள் பொருளா தாரச் சிரமங்களுக்கும் வறுமைக்கும் உள்ளானார்கள். இந்த நபர்கள் இனக்குழுவின் அறநெறி மரபுப்படி தங்களுடைய செல்வங்களை மற்றவர்களுடன் பகிர்ந்துகொள்ளத் தயாராயில்லை. இதனால் இனக் குழுக்களின் பலவீனப் பிரிவுகளிடையேயும், இலாபமிக்க வர்த்தக நடவடிக்கைகளில் இடம்பெறமுடியாத அல்லது அதன் வெளிவரம்பில் மட்டுமே இடம்பெற முடிந்த இனக்குழுக்களிடையேயும் மிகுந்த அதிருப்தி ஏற்பட்டது. இவ்வாறாக, ஒரு சிறிய அளவிலேனும் இனக் குழு ஒற்றுமைக்குப் பதிலாக வர்க்க ஒற்றுமை ஏற்பட்டு வந்தது. வெவ்வேறு இனக்குழுக்களைச் சேர்ந்த சக்திமிக்க வர்த்தகர்கள் குழுக் களாக அமைந்துகொண்ட போது அவற்றில் வாய்ப்பு மறுக்கப்பட்ட நபர்களும் இனக்குழு எல்லைகளை மறந்து தங்களுக்குள் குழு அமைப்புகளை உருவாக்கிக் கொள்ள முயன்றார்கள். இப்படிப்பட்ட குழுக்களில் ஒன்று ஹில்ஃபுல் ஃபுதூல் எனப்பட்டது.

இது அமைக்கப்பட்ட விதம் பற்றி முஹம்மத் ஹமீதுல்லா பின்வருமாறு கூறுகிறார்: 'தீர்க்கதரிசியின் மூத்த பெரிய தந்தையும் குடும்பத்தின் தலைவருமான அஸ்-ஸுபைர், பெருமதிப்புக்குரிய முதியவரும் பணக்காரருமான அப்துல்லா இப்னு ஜுதானின் இல்லத்தில் ஒரு பொதுக் கூட்டத்தைக் கூட்டினார். அந்தக் கூட்டத்தில் புகழ்பெற்ற ஹில்ஃபுல் ஃபுதூல் என்ற வீரர்குழாமை அமைக்க முடிவு செய்யப்பட்டது. நகரத்தில் ஒடுக்கப்படும் கொடுமைக்கு

உள்ளாகும் ஒவ்வொருவருக்கும் விரைந்துசென்று உதவி அளிக்க இந்தக் குழாமின் உறுப்பினர்கள் உறுதியெடுத்துக்கொண்டார்கள். இளைஞரான முஹம்மத் உறுதியெடுக்கும் நிகழ்ச்சியில் மிகுந்த ஆர்வத்துடன் பங்கேற்றார். பின்னாளில் அவர் இறைத்தூதராக ஏற்கப்பட்ட பின்பும்கூட இவ்வாறு கூறுவது வழக்கம்: 'ஹில்ஃபுல் ஃபுதூல் தொடங்கப்பட்ட கூட்டத்தில் நான் கலந்துகொண்டேன். இந்தப் பெருமையை விட்டுக்கொடுப்பதற்கு ஈடாக செந்நிற ஒட்டகங்களின் மந்தை ஒன்றைக் கொடுத்தால்கூட நான் இணங்க மாட்டேன். இன்றும்கூட யாரேனும் அந்தக் குழாமின் பெயரால் என்னை உதவிக்கு அழைத்தால் நான் ஓடோடிச் சென்று உதவுவேன். ஹாஷிம், முத்தலிப், ஜுஹ்ரா, தலிம் ஆகிய இனக்குழுக்கள் இந்த அறப்பணிக் கூட்டமைப்பில் பங்குபெற்றன.'[20]

இந்தக் குழுவின் நோக்கம் பற்றி மாண்ட்காமரி வாட் சிறிது மாறுபட்ட தகவல் தருகிறார்:

> குலக்குழுக்களின் கூட்டமைப்பாக இது அமைந்தது. 'சான்றோர் குழாம்' என்று இதை அழைக்கலாம்; ஆயினும் அதன் பெயருக்கு வேறு விளக்கங்களும் தரப்படுகின்றன. இந்தக் குழாம் அமைக்கப் பட்ட கூட்டத்தில் முஹம்மத் கலந்துகொண்டார். தமது பின்னாளில் கூட அவர் இதை அங்கீகரித்தார். வர்த்தகத்தில் நேர்மையைப் பாதுகாப்பது அதன் நோக்கம். அதற்கு மேலும் ஒரு நோக்கம் இருந்திருக்கலாம். யேமனைச் சேர்ந்த வர்த்தகர்களை மக்காவின் சந்தையிலிருந்து விலக்கிவைப்பதைத் தடுப்பதில் அது அக்கறை கொண்டிருக்கக்கூடும். இந்தக் குழாமில் சேர்ந்திருந்த குலக் குழுக்கள் தாங்களே சொந்தமாக யேமனுக்கு வர்த்தக அணிகளை அனுப்ப இயலாதவையாக, அல்லது மக்காவுக்கும் ஸிரியாவுக்கும் இடையிலான வர்த்தகத்தில் தனி ஈடுபாடு கொண்டவையாக இருந்தன.[21]

இந்தக் குழாமை அமைத்த நோக்கம் பற்றிய கருத்துகளில் இவ்வாறு சிறு வேறுபாடு இருந்தபோதிலும் ஒன்று தெளிவாகத் தெரிகிறது: பலவீனமான, ஒடுக்கப்பட்ட நபர்களுக்கோ, சமூகத்தில் உயர்ந்த நிலையைப் பெற்ற பலசாலிகளுக்கெதிராக நிற்க முடியாத இனக்குழுக்கள் அல்லது தனிநபர்களுக்கோ நியாயம் கிடைக்கச் செய்வதற்காக அது அமைக்கப்பட்டது. மாண்ட்காமரி வாட் கூறுவது உண்மையாக இருந்தாலும் பெரிய அளவில் வர்த்தக முயற்சியில் ஈடுபட முடியாத இனக்குழுக்களும் தனிநபர்களும் தங்களுடைய நலனைப் பாதுகாத்துக்

கொள்வதற்கு இத்தகைய கூட்டமைப்பு தேவைப்பட்டது. இவர்கள் மத்தியதர வர்த்தகர்களாக இருந்திருக்கலாம். இந்தக் குழாமை அமைப்பதன் மூலம் சமூகத்தில் உள்ள ஏகபோக வர்த்தகர்களின் ஆதிக்கத்திலிருந்து தங்களைப் பாதுகாத்துக்கொள்ள அவர்கள் முயன்றார்கள். அல்லது ஹமீதுல்லா கூறுவது உண்மையாயிருந்தால், மக்காவின் சமூகத்தில் மிகவும் அதிருப்தியடைந்த நபர்கள் பலர் இருந்தார்கள் என்பதையும், தங்களுடைய பொருளியல் நலன்களைப் பாதுகாக்க அவர்களுக்குக் கூட்டமைப்பு தேவையாயிருந்தது என்பதையும் அது காட்டுகிறது. தீர்க்கதரிசி, தமது இளம் வயதிலேயே மக்கா நகர சமூகத்தில் மண்டியிருந்த கேடுகளைப் போக்க ஏதாவது செய்ய விரும்பினார் என்பதையும் அது காட்டுகிறது. இந்தக் குழாம் அமைப்பில் மிகத் தீவிரமாகப் பங்கெடுத்துக்கொண்ட பனூ ஹாஷிம் குலக்குழு, தனது இனக்குழுவில் உயர்ந்த இடம் பெற்றதாக இருந்தாலும், பொருளாதார ரீதியில் பிற்பட்டதாக இருந்தது. அதனால் அதற்கு முன்பிருந்த முக்கியத்துவம் குறைந்து வந்தது. இந்த மாற்றம் அதற்குக் கோபமூட்டி இருக்கவேண்டும். இந்தக் குழாம் அமைப்பு இயல்பான இனக்குழு உறவுநிலைகளில் சில மாற்றங்களை ஏற்படுத்தியது; இனக்குழு அமைப்புடன் தொடர்புள்ள சில கடமைகளை, அதற்கு அந்நியமாயிருந்த சில குழுக்களுக்கும் நீட்டியது. குழாம் அமைப்பின் நிறைவு நிகழ்ச்சியில் புனித உணர்வுடன் மரபுவழியான சடங்குகளும் உறுதி ஏற்கும் நிகழ்ச்சியும் நடைபெற்றதாக இப்னு ஹிஷாம் கூறுகிறார். புனிதச் சூழ்நிலை கொண்ட இந்த நிகழ்ச்சிகளின் நினைவு, குழாமின் உறுப்பினர்கள் ஏற்றுக்கொண்ட பொறுப்புகளைத் தவறாமல் நிறைவேற்ற உதவ வேண்டும் என்பது இதன் நோக்கம். இவ்விவரங்கள் இவர்களைப் போன்ற வேறு சில குலத்தவருக்கும் பொருந்தி வந்திருக்கின்றன. இம்மாதிரியான நிகழ்ச்சிகள் பற்றி எழுதப்பட்டிருக்கும் விவரங்கள், உறுதிமொழிகள் எடுக்கும்போது வழக்கமாக இடம்பெறும் சம்பிரதாயங்களை நினைவுபடுத்துவனவாக உள்ளன. குழாமின் உறுப்பினர்கள் ஒற்றுமையாக இருந்து, அஹ்லாஃப் என்ற அமைப்பை ஏற்படுத்திக்கொண்ட மக்கா நகர ஏகபோக வர்த்தகர்களின் சவால்களை எதிர்த்து நிற்கச் செய்ய வேண்டும் என்பதுதான் இதற்கெல்லாம் அடிப்படையாக இருந்த நோக்கம்.

மக்காவில் வர்த்தகம் வளர்ச்சியடைந்ததன் விளைவாக இனக் குழுவின் கூட்டு வாழ்க்கை முறைக்கு முரணான தனிநபர் சுயேச்சை வாழ்க்கை முறை ஏற்படத் தொடங்கியது. ஒவ்வொருவரும்

தன்னுடைய இனக் குழுவின் நலன்களைக் கருதாமல் தனது சொந்த நலனையே கருதி செயல்படலானார்கள். பொது ஒழுங்கைப் பாதுகாப்பது குலக்குழு முறையைச் சார்ந்திருந்தபோதிலும், ஒரு தனிக் குடும்பமோ, ஒரு தனிநபரும் அவரைச் சார்ந்தவர்களுமோ, ஒரு தனி அமைப்பாக இருக்க முடிந்தது. ('மலா' சபையின் முடிவுகளை ஏற்றுச் செயல்படுத்த சம்பந்தப்பட்ட குலக்குழுக்களோ இனக் குழுக்களோ சம்மதித்தால்தான் அவற்றைச் செயல்படுத்த முடியும்.) இந்த நிலை காரணமாக தனிநபர்கள் தங்கள் குலக் குழுக்களுக்கு எதிரான முறையில் செயல்படும் நிகழ்ச்சிகள் அடிக்கடி நடந்திருப்பதைக் காண்கிறோம். ஹாஷிம் இனக்குழுவைச் சேர்ந்த அபூலஹப் மற்ற அனைவரிடமிருந்தும் மாறுபட்டு முஹம்மத் பற்றிய கருத்தில் வேறுபட்டு நின்றார். முஹம்மதை ஆரம்பகாலத்தில் பின்பற்றியவர்கள் தங்களுடைய குலக்குழுவினரும், பெற்றோரும்கூட தெரிவித்த எதிர்ப்பைப் புறக்கணித்தே முஸ்லிம்கள் ஆனார்கள். வர்த்தகப் பங்காளிகளும்கூட சில சமயங்களில் குலக்குழு உறவுகளை மீறி கூட்டுச் சேர்ந்திருந்தார்கள். இரண்டு, மூன்று பேர் சேர்ந்த பங்காளிக் கூட்டுகளும் இருந்தன; பலர் சேர்ந்த குழுக்களும் இருந்தன. பெண்களுக்குக்கூட சொத்தில் தனிப்பட்ட உரிமை இருந்தது. முஹம்மத் திருமணம் செய்துகொண்ட கதீஜா அதற்குமுன் செல்வம் மிகுந்த வர்த்தகராக இருந்தார் என்பதும், வர்த்தக அணிகளுக்கு நிதி அளிப்பதன் மூலம் நல்ல இலாபம் பெற்றார் என்பதும் நன்கு தெரிந்ததே. முஹம்மத் ஒரு நேர்மையான மனிதர் என்று அவர் அறிந்து கொண்டு தமது வர்த்தகப் பணிகளை அவரிடம் ஒப்படைத்தார். குர்ஆனும் தனிநபர் சுயேச்சை முறையை மீண்டும் மீண்டும் வலியுறுத்துகிறது. ஒரு தனிநபரின் செயலுக்கு அவரேதான் பொறுப்பு என்றும் அவரது குலக்குழுவோ இனக்குழுவோ பொறுப்பாக மாட்டா என்றும் அது கூறுகிறது. இஸ்லாம் தோன்றியதற்குமுன் இனக் குழுச் சமூகத்தில் ஒரு நபரின் செயலுக்கோ, செய்யாமைக்கோ அவரது இனக்குழுவே பொறுப்பாளியாகக் கருதப்பட்டது. ஒருவர் கொலை செய்துவிட்டால் அவரது குலக்குழு அல்லது இனக்குழுவே அதற்குப் பழியேற்க வேண்டும். குர்ஆன் தெளிவாகக் கூறுகிறது: 'எந்த ஒருவனும் மற்றொருவனின் சுமையைச் சுமக்க முடியாது. சுமையேற்றப்பட்ட ஒருவன் உதவிக்காக அழைத்தால் மிக நெருங்கிய உறவினர்கூட அவனுடைய சுமையைப் பகிர்ந்துகொள்ள முடியாது.'[22]

இவ்வாறாக, முஹம்மத் தமது புதிய மதத்தைப் போதிக்கத் தொடங்கிய சமயத்தில் மக்காவில் இனக்குழுக் கூட்டுமுறைக்கு

மாறான தனிநபர் சுயேச்சைமுறை உருவாகி, அதன் காரணமாக சமூகத்தில் போராட்டம் ஏற்பட்டுக்கொண்டிருந்தது. குர்ஆனில் மக்கா காலத்திய ஆரம்பகால அத்தியாயங்கள், ஒவ்வொரு நபரும் தனது செயல்களுக்கு முழுமையாகப் பொறுப்பேற்க வேண்டும் என்றும் வேறு யாரும் எவ்வளவு நெருங்கிய உறவினர்களும்கூட அதில் பங்குகொள்ள முடியாது என்றும் தெளிவாகக் கூறுகின்றன. இம்மாதிரியான தனிநபர் பொறுப்பு இனக்குழுவின் கூட்டுப் பொறுப்புக் கருத்துக்கு முற்றிலும் எதிரானது. இனக்குழுவின் அறநெறிப் பண்பை உடைக்கும் நோக்கத்துடன் குர்ஆன் இவ்வாறு கூறவில்லை; ஏற்கெனவே உருவாகியிருந்த சமூக நிலைமையையே அது வலியுறுத்திக் கூறுகிறது. அந்த நிலைமையிலிருந்து மீண்டும் பழைய நிலைமைக்குத் திரும்பிச்செல்ல முடியாது; அது சரித்திரச் சக்கரத்தைப் பின்நோக்கிச் சுழற்ற முயலுவதாகும். இந்த வகையில் இஸ்லாம் அப்போதிருந்த மக்கா சமூகத்தின் முற்போக்கான மாற்றங்களை உறுதிப்படுத்த முயன்றது.

ஆயினும் இனக்குழு முறையின் அறநெறிப் பாங்குகள் உடைந்ததால் சமூகத்தில் ஏற்பட்டிருந்த பதற்ற நிலைகளைப் புதிய மதம் சமாளிக்க வேண்டியிருந்தது. இதை எப்படிச் செய்வது? பழைய இனக்குழுக் கூட்டுமுறையைத் திரும்பக் கொண்டுவர முடியாது. அப்படிச் செய்தால் வர்த்தகக் கட்டமைப்பு சிதறிப் போவதோடு, சமாளிக்க முடியாத புதிய பதற்றநிலைகள் உருவாகும். இதே போன்ற ஒரு நிலைமையில் கி.மு. ஆறாம் நூற்றாண்டு இந்தியாவில் புத்தர் செய்தது போல,[23] ஒரு பொருளாதார நிலை மாறி வேறொரு பொருளாதார நிலை உருவாவதால் சமூகம் போராட்டக் களமாகும்போது அதிலிருந்து தப்பித்துக்கொள்ள உலகைத் துறந்து செல்லும் துறவு வழியை முஹம்மத் கருதவில்லை. இதற்கு மாறாக முஹம்மத் என்ன செய்தார் என்பதில்தான் புதிய மதத்தின் புரட்சி கரமான தன்மை பொதிந்துள்ளது. சமூகத்தின் முற்போக்கான மாற்றங்களை அவர் ஆதரித்து நின்று, அதே சமயம் இந்த மாற்றங ்களால் சமூகத்தில் ஏற்பட்ட பதற்றநிலைகளைப் போக்குவதற்கு இனக்குழு சமூகத்தில் உள்ள சில பண்புகளைப் பின்பற்றுவதற்குத் தெரிந்தெடுத்தார். வரலாற்றின் வழியில் ஏற்பட்ட மாற்றங்களுடன் மோதி முரண்படாமல் தனிநபர் சுயேச்சைமுறைக்கும் கூட்டு வாழ்க்கை முறைக்கும் இடையே சமச்சீர் நிலையை ஏற்படுத்த உதவும் பண்புகள் அவை. இவ்வாறாக, மக்கா கால அத்தியாயங்களின்— மிகைச் சொற்கள் இல்லாமலும் வன்மையாகவும் அமைந்தவை

இவை — மக்காவின் பணக்காரர்களுக்கு ஏழைகளையும் வறுமையில் வாடுவோரையும், அநாதைகளையும், விதவைகளையும் கவனித்துக் கொள்ளும்படி அறிவுரை கூறுகிறார்.

பணக்கார வர்த்தகர்களுக்குத் தேவைப்படும் பணிகளைச் செய்துகொடுக்க பல்வேறு தொழில்களைச் செய்யும் கைவினைஞர்கள் இருந்தார்கள். இனக்குழுக்களில் ஏழைகளாக உள்ள மக்களும் அடிமைகளும் (இவர்கள் பெரும்பாலும் வெளிநாடுகளைச் சேர்ந்தவர்கள்) சொல்ல முடியாத பொருளாதாரக் கஷ்டங்களுக்கு உட்படுத்தப்பட்டார்கள். ஆதிக்க நிலையில் இருந்த இனக்குழுக்கள் மீது இவர்களிடம் மனவருத்தம் வளர்ந்திருந்தது. ஹெச்.ஏ.ஆர். கிப் கூறுகிறார்: ‘மக்காவின் செல்வச் செழிப்பில் இருண்ட பக்கம் ஒன்று இருந்தது. செல்வம் மிகுந்த வர்த்தக சமூகத்தில் வழக்கமாகக் காணப்படும் தீமைகளாக மிக உயர்ந்த செல்வம், மிகத் தாழ்ந்த வறுமை, அடிமைகளையும் கையாள்களையும் கொண்ட கீழுலகம், சமூக வாழ்க்கையில் வர்க்க அடிப்படையிலான தடைகள் ஆகிய தீமைகள் வளர்ந்திருந்தன. முஹம்மத், சமூக அநீதியையும் மோசடி களையும் மனங்கொதித்துக் கண்டனம் செய்வதைப் பார்க்கும் போது அவருடைய மனவேதனைக்கு ஆழ்ந்த, உள்ளார்ந்த காரணங்களாக இருந்தவற்றில் இதுவும் ஒன்று என்பது தெளிவாகத் தெரிகிறது. ஆனால் அவரது உள்ளக்குமுறல் சமூகப் புரட்சிப் பிரசாரமாக வெளிப்படவில்லை. அது மதத்தின் வடிவம் பெற்று வெளிப்பட்டது. செமிடிக் தீர்க்கதரிசிகள் ‘மன்னிப்புக் கோருங்கள்; கடவுளின் நீதிநாள் கையருகே உள்ளது’ என்று அளித்த எச்சரிக்கையைத் தமது சக குடிமக்களுக்கு அறிவிக்குமாறு கடவுள் தம்மை அழைத்திருக்கிறார் என்ற ஆழ்ந்த, அசைக்க முடியாத நம்பிக்கையாக அது வெளியிடப் பட்டது.’ [24] குர்ஆனில் பெரும் எண்ணிக்கையிலான வசனங்கள் செல்வத்தின் தீமைகளைக் கண்டனம் செய்கின்றன.

‘அல்லாஹ்வின் கருணையினால் கிடைத்த பொருள்களைக் கொண்டு கஞ்சத்தனம் செய்கிறவர்கள் அது தங்களுக்கு நல்லது என்று எண்ண வேண்டாம். அது அவர்களுக்குத் தீமையேயன்றி வேறல்ல. அவர்கள் கஞ்சத்தனம் செய்து குவித்த பொருள்கள் மறுமைநாளில் அவர்களுக்குத் தளையாகிவிடும். வானத்திலும் பூமியிலும் அல்லாஹ்வுக்கே பாத்தியதை இருக்கிறது. அல்லாஹ் நீங்கள் செய்பவற்றை நன்கு அறிந்தவனாயிருக்கிறான்.’ [25] மற்றும் ஒரு வசனத்தில் அல்லாஹ் பின்வருமாறு எச்சரிக்கிறான்: ‘நம்பாதவர்களை,

அவர்களுடைய செல்வங்களோ, மக்களோ அல்லாஹ்வின் தண்டனையிலிருந்து தடுத்துவிட முடியாது. அவர்கள் நகரத்துக்கு உரியவர்கள். அதில் அவர்கள் நிரந்தரமாக இருப்பார்கள். இந்த உலகில் அவர்கள் செலவிடும் செல்வங்கள், தங்களுக்குத் தாங்களே தீங்கிழைத்துக்கொண்டவர்களின் தானிய வயல்களைத் தாக்கி அழித்துவிடும் கடும் குளிர்காற்றைப் போன்றவை. அல்லாஹ் அவர்களுக்கு அநியாயம் செய்யவில்லை. அவர்கள் தமக்குத்தாமே அநியாயம் செய்துகொள்கிறார்கள்."²⁶

மேலே எடுத்துக்காட்டப்பட்ட வசனம் மற்றொரு விஷயத்தையும் சுட்டிக்காட்டுகிறது. மக்கா நகர வர்த்தகர்கள் மிகுந்த அகம்பாவம் கொண்டவர்களாகிவிட்டார்கள். மேலும் அவர்கள் செல்வங்களையும், பொருள்களால் பெறும் சுகங்களையும் தங்கள் குழந்தைகளையும் வாழ்க்கையின் இறுதியான குறிக்கோள்களாகக் கருதினார்கள். சுகபோகங்களை அனுபவிப்பதே வாழ்க்கை என்ற மனோபாவம் கொண்ட இத்தகைய வாழ்க்கை முறையில் சமூகத்தில் உள்ள பொருளில்லாத மக்களைப் பற்றியோ, வாழ்க்கையின் ஆக்கபூர்வமான ஆன்மிக அம்சம் பற்றியோ, எண்ணிப் பார்க்கவே இடம் கிடையாது. ஏற்கெனவே குறிப்பிட்டபடி அவர்களுக்குத் தங்களுடைய முன்னோர்களின் பழைய மதத்திலும் அதிக ஈடுபாடு இல்லை. எனவே அவர்கள் பெற்ற பெருஞ்செல்வம் அவர்களை அகந்தையில் மிதக்கச் செய்தது. எனவே முஹம்மத் அவர்களது வாழ்க்கையில் சமச்சீர்நிலையை மீண்டும் ஏற்படுத்துவது அவசியம் என்று கருதி, அந்த நோக்கத்துடன் வாழ்க்கையின் ஆன்மிகப் பக்கத்தை வலியுறுத்தினார். ஆனால் அவர் புதிய நிலைமையின் தேவைகளைப் புறக்கணிக்காமல் அவற்றை ஏற்றுக்கொண்டு இதைச் செய்தார். ஒருபுறம் முஹம்மத் தம்மைப் பின்பற்றுவோரை வர்த்தகத்தில் ஈடுபடுமாறு அறிவுறுத்தினார். குர்ஆன் கூறுகிறது:

> நம்பிக்கையாளர்களே, உங்கள் செல்வத்தை உங்களுக்குள்ளேயே ஆடம்பரத்தில் கரைத்துவிடாதீர்கள். அதை வைத்து ஒருவருக் கொருவர் இணக்கமாக வர்த்தகம் செய்யுங்கள்.

மறுபுறம் வர்த்தகத்திலும் இலாபம் தேடுவதிலும் மூழ்கிப் போய் கடவுளை மறந்துவிடாமலிருப்பவர்களைப் போற்றிக் கூறுகிறது:

> வர்த்தகமோ, இலாபமோ அல்லாஹ்வை மனத்தில் நினைப்பதை மாற்றிவிடாத மனிதன் காலையிலும் மாலையிலும் அவனைத் துதிக்கிறான்.²⁷

செல்வத்தை வீண்பெருமையில் கரைத்துவிடாமல் வர்த்தகத்தில் ஈடுபடுத்தக் கூறும் வசனத்திலிருந்து அப்போதைய சமூகத்தில் இனக்குழு வாழ்க்கையின் மிச்சசொச்சங்கள் சில இன்னமும் ஒட்டிக்கொண்டிருந்தது தெரிகிறது. முதல் இயலில் நாம் பார்த்தது போல பதூயின் சமூகத்தில் தாராளகுணம் ஒரு முக்கிய நற்பண்பாகக் கருதப்பட்டது. சில சமயங்களில் தாராள குணத்தைக் காட்டும் செயல்கள் வரம்பு மீறிப் போவதும் உண்டு. ஹாதிம் தாயி தம்மிடம் விருந்தினராக வந்த கவிஞர்கள் சிலரிடமிருந்து தமது இனக்குழுவைப் புகழ்ந்துரைக்கும் கவிதைகளைப் பெறுவதற்காக தம்மிடமிருந்த ஒட்டகங்களை எல்லாம் கொடுத்துவிட்டார் என்ற கதை (இயல் 2 பார்க்க) இதற்கு எடுத்துக்காட்டாக உள்ளது. இம்மாதிரியான செயல்கள் முதலீட்டுக்கு மூலதனம் தேவைப்படும் வர்த்தக சமூகத்துக்கு ஒத்துவராதவை. பிராடஸ்டண்ட் கிறிஸ்தவ மதம் ஐரோப்பாவில் தொழில்புரட்சியின் தொடக்க காலத்தில் தோன்றியதால் கடின உழைப்பையும் சிக்கனத்தையும் போதித்தது. இந்த நற்பண்புகளை ஜெர்மன் சமூகவியல் அறிஞர் மார்க்ஸ் வெபர் வலியுறுத்துகிறார். வெவ்வேறு சமூகங்களில் மனிதன் நடந்து கொள்ளும் முறையை, உயிர்வாழ்தல் பற்றி அவை கொண்டுள்ள பொதுவான கருத்துடன் தொடர்புபடுத்திப் பார்த்தால்தான் புரிந்து கொள்ள முடியும் என்ற தத்துவத்தை அவர் நிறுவ முயன்றார். மனிதர்களும், குழுக்களும் கொண்டுள்ள உலக நோக்குகள்தான், பொருளாதாரம் உள்ளிட்ட எல்லாத் துறைகளிலும் அவர்கள் நடந்துகொள்ளும் முறையைப் புரிந்துகொள்வதற்கு விளக்கமாக உள்ளன என்றால், மதக் கொள்கைகளும் அவற்றுக்குக் கூறப்படும் பொருள்களும் அந்த உலக நோக்குகளின் ஒருங்கிணைந்த பகுதிகளாக உள்ளன. அதே சமயம் அவர், மதக் கருத்துகள் உண்மையில் பொருளாதார நடத்தையை நிர்ணயிக்கின்றன என்றும், எனவே, அவை பொருளாதார மாற்றத்துக்கு ஒரு காரணமாகின்றன என்றும் வாதிக்கிறார். இது முதலில் கூறப்பட்ட தத்துவத்துக்கு ஓரளவு முரண்படுகிறது.[28]

மாக்ஸ் வெபர், மக்காவின் இஸ்லாமிய சமூகம் பற்றிச் செய்த பகுப்பாய்வு அநேகமாக மிகச் சரியாக அமைந்திருப்பது குறிப்பிடத் தக்கது. அவர் 'வீரப்பண்பு கொண்ட போர் வீரர்கள், விவசாயிகள், வர்த்தகர்கள், இலக்கியம் கற்ற அறிவுஜீவிகள் ஆகிய வர்க்கத்தினர் வெவ்வேறு விதமான நடைமுறைகளைப் பின்பற்றி வந்தனர்... போர்வீரர் வர்க்கத்துக்கும், விவசாயி வர்க்கத்துக்கும், அறிவாளர்

வர்க்கத்துக்கும், வர்த்தகர் வர்க்கத்துக்கும் இடையே காணப்பட்ட வேறுபாடுகள் தனிப்பட்ட முக்கியத்துவம் உள்ளவை. அறிவாளர் வர்க்கத்தினர் எப்போதுமே பகுத்தறிவுவாதத்தைப் பேசிவந்தனர். அவர்களைப் பொறுத்தமட்டில் அது ஓரளவுக்குத் தத்துவ ரீதியில் மட்டுமே நின்றது. வர்த்தகர்களையும் கைவினைஞர்களையும் கொண்ட வர்க்கத்தினர் ஓரளவுக்குச் செயல்ரீதியாகவும் பகுத்தறிவு வாதத்தைக் கடைப்பிடிப்போராக இருந்திருக்க முடியும். இந்த இரண்டு வகையான பகுத்தறிவுவாதங்களும் வெவ்வேறு தன்மை கொண்டவையாக இருந்தாலும் மதரீதியான மனோபாவங்களைத் தீர்மானிப்பதில் இவற்றுக்குப் பெரும்பங்கு இருந்தது' [29] என்று கூறுகிறார்: குர்ஆனை கவனமாக ஆய்ந்து பார்த்தால், செயல்ரீதியான பகுத்தறிவுவாதத்தையே அது முற்றிலுமாக வலியுறுத்துவது தெளிவாகப் புலனாகிறது. மனிதகுலத்தின் நன்மைக்காக இயற்கையை அடக்கியாளுவதைப் பற்றி அது மீண்டும் மீண்டும் பேசுகிறது. 'வானிலும் பூமியிலும் இருப்பவை எல்லாம் உங்களுக்குக் கீழ்ப் படுத்தப்பட்டுள்ளன' என்று குர்ஆன் கூறுகிறது. இயற்கையிலிருந்து உதாரணங்களை எடுத்துக்கூறி, குர்ஆன் திரும்பத் திரும்ப வினவுகிறது: இவற்றைப் பற்றி நீங்கள் நினைத்துப் பார்ப்பதில்லையா? இவற்றை நீங்கள் புரிந்துகொள்ளவில்லையா? குர்ஆன் கூறுகிறது: 'அல்லாஹ் வானத்திலிருந்து நீரை இறக்கிவைத்து, பூமியில் ஊறச் செய்து கீழே ஊற்றுக்களாகச் சேரச் செய்கிறான் என்பதை நீங்கள் பார்க்க வில்லையா? எல்லாவகையான செடிகளையும் அவன் முளைக்கச் செய்கிறான். அது உலர்ந்து, மஞ்சள் நிறமாகிறது. அவற்றை அவன் கூளமாக ஆக்குகிறான். நிச்சயமாக இதில் நற்புத்தி உடையவர் களுக்குப் படிப்பினை இருக்கிறது.[30] மீண்டும் அது 'உண்மையான நம்பிக்கையாளர்களுக்கு அத்தாட்சிகள் உள்ளன,'[31] என்கிறது. நடைமுறை பகுத்தறிவுவாதத்துடன் அது இவ்வாறு கூறுகிறது: 'நாம் மனிதர்களுக்காக உண்மையைக் கொண்டுள்ள வேதத்தை உம்மீது இறக்கி வைத்தோம். அதைக் கொண்டு நேர்வழியில் செல்பவன் நன்மை அடைகிறான்; வழி தவறுபவன் தானே தீமை அடைகிறான், நீர் அவர்களுக்குப் பொறுப்பேற்பவர் அல்ல."[32]

இவ்வாறாக, மாக்ஸ் வெபர் சுட்டிக்காட்டியபடி, குர்ஆன் தத்துவ ரீதியான பகுத்தறிவுவாதத்தைவிட செயல்ரீதியான பகுத்தறிவையே காட்டுகிறது. காரணம், அது வர்த்தக சமூகத்தில் தோன்றியது. மாக்ஸ் வெபர் மேலும் கூறுகிறார்: 'செயல்ரீதியான பகுத்தறிவுவாதத்தைக்

கடைப்பிடிப்பது நகர வாழ்வில் எல்லா மட்டங்களிலும் உள்ள பல்வேறு பிரிவுகளிலும் பொதுவாகக் காணப்படும் போக்காகும். இயற்கையுடன் பொருளாதாரப் பிணைப்புகள் நீங்கிப் போன வாழ்க்கை முறையின் பழக்கவழக்கங்களால் அது அமைகிறது. இவையெல்லாம் இயற்கையையும், மனிதனையும் மிகவும் பண்படாத சாதனங்களை வைத்தேனும், கட்டுப்படுத்தி ஆட்சி செய்வதை அடிப்படையாகக் கொண்டுள்ளன.'[33]

மக்காவிலும் மதீனாவிலும் இஸ்லாத்தின் ஆரம்பகாலத்தைப் பொறுத்தமட்டில் இது மிகவும் உண்மையாகும். மேலும் இஸ்லாம், நகரத்தைச் சார்ந்த மதம் ஆதலால் அத்தகைய மதத்தின் அடையாளங்களாக இ. கெல்லன் கொடுத்துள்ள வர்ணனை இதற்குப் பொருத்தமாக இருப்பதாகத் தோன்றுகிறது. கண்டிப்பான ஏகதெய்வக் கொள்கை, மதநெறியைக் கண்டிப்பாகக் கடைப்பிடித்தல், மதநூல் கடவுளின் அருளால் வெளிப்படுத்தப்படுதலுக்கும், அதனுடன் தொடர்புள்ளதாக எழுத்தறிவுக்கும் முக்கியத்துவம் தருதல், மதத்தை ஏற்பவர்களிடையே சமத்துவம், இதன் விளைவாக மனிதனுக்கும் கடவுளுக்குமிடையே நடுவில் ஒருவர் இல்லாமை (இது இருந்தால் உலக நடைமுறையில் ஒரு அதிகாரப் படிக்கட்டு அமைப்பு உருவாகும்), மிகக் குறைவான சமயச்சடங்குகள், அதற்கேற்றபடி நிதானம், உணர்ச்சிப்பெருக்கைவிட விதிகளைப் பின்பற்றுவதற்கு முக்கியத்துவம் ஆகியவை இந்த அடையாளங்களாகும். இவை யெல்லாம் இஸ்லாத்தின் விஷயத்தில் உண்மையாக உள்ளன. இஸ்லாத்தில் சடங்குகளுக்கும் உணர்ச்சிப் பெருக்குக்கும் முக்கியத்துவம் இல்லை.

எனவே மதகுருக்கள் வர்க்கம் ஒன்று தேவைப்படவில்லை. அரேபியாவில் இஸ்லாத்தின் தொடக்ககாலத்தில் மிகைப்படுத்தப் பட்ட ஆன்மிக அல்லது மூடுமந்திரமான நடைமுறைகள் எதுவும் இருக்கவில்லை (ஆயினும், பிற்காலத்தில் அரேபியரல்லாத விவசாய சமூகங்களில் பாரசீகம், மத்திய ஆசியா, இந்தியா முதலான நாடுகளில் இத்தகைய மிகையான நடைமுறைகள் வளர்ந்தன.) மேலும், இஸ்லாத்தின் ஆரம்ப காலத்திலாவது, சமத்துவம் மிக முக்கியமாக வலியுறுத்தப்பட்டதோடு மதகுரு வர்க்கம் எதுவும் இருக்கவில்லை. அரேபிய சமூகத்தில் மதகுரு வர்க்கம் உருவாகும் போக்கையும் சடங்குகளும் மூடுமந்திரமான நடைமுறைகளும் பெருகி வருதலையும், நிதானமான, அடக்கமான நடைமுறைகள்

கைவிடப்படுவதையும் எதிர்த்து அவ்வப்போது கிளர்ச்சிகள் நடந்துவந்துள்ளன. இவற்றில் கடைசியாக நடந்தது சவுதி அரேபியாவில் இஸ்லாம் தோன்றிய நகரத்திலேயே அப்துல் வஹாப் நடத்திய கிளர்ச்சியாகும்.

இவ்வாறாக, மக்காவில் இஸ்லாம் தோன்றிய மூலகாரணத்தைச் சரியாகப் புரிந்துகொள்வதற்கு ஒரு வர்த்தகச் சமூகத்தின் இயல்பான பண்புகளை மனத்தில்கொள்ள வேண்டும். குர்ஆன் உயர்வாக எடுத்துரைக்கும் சிறந்த பண்புகள், பொருள்களைச் செலவிடுவதில் விரயத்தைத் தவிர்த்தல், குடியிலும் சூதாட்டத்திலும் ஈடுபடாமை, மணவாழ்வுக்குப் புறம்பான பால் உறவுகளைத் தவிர்த்தல், அதன் மூலம் குடும்பத்தின் புனிதத்தன்மையைக் காத்தல், எழுத்து மூலம் வர்த்தக ஒப்பந்தங்களைப் பதிவு செய்தல், ஏழைக்கு தர்மம் செய்தல் ஆகியவையாகும். இந்தப் பண்புகள் வழக்கமாக வர்த்தக சமுதாயங்களில் காணப்படுகின்றன என்பதைச் சொல்லத் தேவையில்லை. ஒன்றும் வேண்டாம் என்று துறந்துவிடுதலுக்கும், பொருள்களை விரயம் செய்யும் ஆடம்பரத்துக்கும் இடையே ஒரு நடுவழியாக இவை அமைந்துள்ளன. மக்கா நகர சமூகத்தில் வர்த்தக முதலாளித்துவத்தின் வளர்ச்சிக்கு ஊக்கமும் உதவியும் அளிப்பதற்கு இத்தகைய வழி, வரலாற்றின் தேவையாக இருந்தது. செல்வத்தை ஆடம்பரமாகச் செலவிடுவது மதிப்புமிக்க பொருளாதார வளங்களை வீணாக்கும் செயலாகும். மாறாக, முற்றிலுமாக எல்லாவற்றையும் துறந்து ஒதுக்கிவிடுவது வர்த்தகம் நடத்திப்பொருள் ஈட்டுவதையே அர்த்தமற்றதாக்கிவிடும். இந்த இரண்டுக்குமிடையே சமநிலையான வழியைப் பின்பற்றுவதுதான் வர்த்தகம் நல்ல முறையில் வளர்ச்சி பெறுவதை உறுதிசெய்யும்.

இத்தகைய சமநிலையை வலியுறுத்தியதுதான் முஹம்மதின் சிறப்பாகும். இத்தகைய ஓர் அறநெறிக் கோட்பாடு சமூகத்தின் தேவைகளுக்குப் பொருத்தமாக இருந்ததால் மக்களுக்குப் பொதுவாக ஏற்கத் தக்கதாக இருந்தது. மேலும் சமூகத்தில் இருந்த பதற்ற நிலைகளைக் குறைப்பதற்கும் அது உதவியாயிருந்தது. ஏற்கெனவே குறிப்பிட்டபடி மக்காவின் மக்களில் ஒரு பெரும் பகுதியினர் ஏழைகளாக, அடக்கி ஒடுக்கப்பட்டவர்களாக இருந்தார்கள்; அவர்களிடையே அதிருப்தி கொந்தளித்துக் கொண்டிருந்தது. முஹம்மத் இந்த நிலைமை கண்டு பெரிதும் கோபமடைந்து, சமூகத்தில் இருந்த கெடுபிடி நிலையை நீக்க எண்ணினார். சமூகத்தில் ஏழைகளாக உள்ள மக்களிடம் அவர்

82 ❈ இஸ்லாத்தின் தோற்றமும் வளர்ச்சியும்

கொண்டிருந்த பரிவுக்கு மதத்தின் மூலம் ஒரு வடிகால் கிடைத்தது. அதனால்தான் குர்ஆனில் மக்கா காலத்திய அத்தியாயங்கள் மிகைச் சொற்களின்றி வன்மையாகவும் பொருளைச் சேர்த்து வைப்போருக்கு அச்சந் தரும் எச்சரிக்கைகள் கொண்டவையாகவும் அமைந்துள்ளன. ஆனால், மதீனா கால அத்தியாயங்கள், மாறிவிட்ட சூழ்நிலை காரணமாக, நிதானமும் சாந்தமும் கொண்டவையாகவும் வாழ்க்கை விதிகளை வகுப்பனவாகவும் அமைந்துள்ளன. (மதீனாவில் தீர்க்கதரிசி (இறைத்தூதர்) ஓர் அரசு அமைப்பின் செயல்முறைகளில் சம்பந்தப்பட்டவராக இருந்தார் என்பது இதற்குக் காரணம்).

இந்த நோக்கத்தை நிறைவேற்றுவதற்காகவும் சமூகக் கட்டுக்கோப்பு சிதறிப்போகாமல் காப்பதற்காகவும் முஹம்மத் தர்மம் செய்தலையும், ஏழை எளியோரைக் காப்பாற்றுவதையும், விதவைகள், அநாதைகள் ஆகியோரைப் பராமரிப்பதையும் அவர்களின் உரிமைகளை அநியாய மாகக் கைப்பற்றலாகாது என்பதையும் முக்கியமாக அறிவுறுத்தினார். அடிமைகளின் நலத்தில் நாட்டம் கொண்டு நடக்குமாறும், முடிந்த வரையில் அவர்களுக்கு விடுதலை அளிக்குமாறும் கூறினார். பொது வாகவே சமூகத்தில் நலிவுற்ற பிரிவினரின் நலவாழ்வில் அக்கறை கொள்ள வேண்டும் என்று வலியுறுத்தினார். மேலே குறிப்பிடப்பட்ட மக்களுக்கெல்லாம் இனக்குழுச் சமூகத்தில் கேட்காமலே ஆதரவும் பாதுகாப்பும் அளிக்கப்பட்டது; ஏனென்றால் அதில் தனிமனிதச் சொத்துரிமை முறை கிடையாது.

ஆனால், மக்கா நகர சமூகத்தில் மரபுவழியான இனக்குழு முறை தகர்ந்துபோய், தனிநபர்கள் வர்த்தக முயற்சிகளில் ஈடுபடத் தொடங்கிய பிறகு இந்த நிலை மாறிவிட்டது. மேலும் ஒருவருடைய வர்த்தகத்தில் கிடைக்கும் இலாபத்தில் அவருடைய சகோதரர்கள், அவரது தந்தையின் சகோதரர்கள் போன்ற நெருங்கிய உறவினர் களுக்குக்கூடப் பங்கு இல்லாததால் அவர்கள் ஏமாற்றமடைந்தார்கள். இவ்வாறாக இறைத்தூதரின் பாட்டனாரான அப்துல் முத்தலிபுக்கும் அவருடைய தந்தையின் சகோதரரான நவ்ஃபலுக்கும் இடையே ஒரு கிணறு உள்ளிட்ட முன்னோர் சொத்து சம்பந்தமாக தாவா ஏற்பட்டதை தபரி குறிப்பிடுகிறார். நவ்ஃபல் ஓரளவுக்கு நல்ல நிலைமையில் இருந்த போதிலும்கூட கிணற்றின் மீது தமக்குள்ள உரிமையைவிட்டுக் கொடுக்கத் தயாராயில்லை.[34] தீர்க்கதரிசி தந்தையின் சகோதரர்களில் ஒருவரான அபூஜஹல், மக்காவின் பணக்கார வர்த்தகர்களுடன் வர்த்தகத்தில் பங்காளியாகச் சேர்ந்திருந்ததால் நல்ல வசதி

பெற்றவராயிருந்தார். ஆனால் தீர்க்கதரிசியின் தந்தை இறந்த பிறகு அவரைப் பராமரித்து வந்தவரான அவரது தந்தையின் மற்றொரு சகோதரர் அபூதாலிப் பொருளாதாரத்தில் அவரைவிடக் குறைந்த நிலையில் இருந்தார். முஹம்மத் மக்காவின் பணக்கார விதவையான கதீஜாவைத் திருமணம் செய்துகொண்டபின் அபூதாலிபின் பொருளாதாரச் சுமையைக் குறைப்பதற்காக அவருடைய புதல்வர்களில் ஒருவரான அலீயைப் பராமரிக்கும் பொறுப்பைத் தாம் ஏற்றுக் கொண்டார். தம்முடைய தந்தையின் சகோதரர்களில் மிகவும் இளையவரான அப்பாஸை மற்றொரு புதல்வரைத் தத்து எடுத்துக் கொள்ளச் செய்தார். ஒருவருடைய உறவினர்கள் சிரமதசையில் இருந்தால் அவர் அவர்களைக் கவனித்துக்கொள்ள வேண்டியதன் அவசியத்தைக் குர்ஆன் வலியுறுத்துகிறது.

தீர்க்கதரிசி தம்மைச் சுற்றிலும் நிலவிய அமைதியின்மையையும் பதற்றநிலைமையையும் கண்டு ஆழ்ந்த மனவேதனை அடைந்தார். இவையெல்லாம் பெரும் சமூகக் கொந்தளிப்பு ஏற்படப் போவதைக் காட்டும் அறிகுறிகள் என்பதை அவர் உணர்ந்திருக்கக்கூடும். எனவே, மக்கா காலத்தைச் சேர்ந்த தொண்ணூறு அத்தியாயங்களில் பெரும்பாலானவற்றில் அந்நகரின் பணக்காரர்களை இறைவன் இடித்துரைக்கிறான். குர்ஆன் கூறுகிறது:

> புறங்கூறிப் பேசுகின்ற ஒவ்வொருவருக்கும் கேடுதான். அவர்கள் பொருளைத் தேடிச் சேர்த்து வைத்துக்கொள்கிறார்கள். தங்களுடைய செல்வங்கள் தங்களை உலகில் நிரந்தரமாக்கி வைக்கும் என்று எண்ணிக்கொள்கிறார்கள். அவ்வாறல்ல. அவர்கள் 'ஹுதமா' என்ற எரியும் நெருப்பில் தூக்கிப் போடப்படுவார்கள். அந்த நெருப்பு என்னவென்று உமக்குத் தெரியுமா? அது அல்லாஹ் மூட்டி வைத்த நெருப்பாகும். மனிதர்களின் இதயங்கள்வரை அது எழுந்து எரியும். கொழுந்துவிடும் உயர்ந்த தூண்கள் போல அது எல்லாப் பக்கங்களிலுமிருந்து அவர்களைச் சூழ்ந்துகொள்ளும்.[35]

இதே போல மற்றொரு அத்தியாயம் இவ்வாறு கூறுகிறது:

> நியாயத் தீர்ப்பை மறுப்பவனை நீர் எண்ணினீரா? அவன் அநாதையை விரட்டுகிறவன்; ஏழைக்கு உணவளிக்க மற்றவர்களைத் தூண்டமாட்டான்; தொழுகையில் கவனமில்லாமல் பிறர் காண்பதற்காகத் தொழுகிறவன்; ஆதரவற்றவர்களுக்கு தர்மம் செய்யாதவன்.[36]

இதேபோல மற்ற பெரும்பாலான மக்கா அத்தியாயங்களும் மக்கா

நகரப் பணக்காரர்களின் பேராசையையும் செல்வத்தைக் குவித்து வைக்கும் போக்கையும் மிகுந்த உணர்ச்சியுடன் கண்டனம் செய்கின்றன. மேலே எடுத்துக்காட்டப்பட்ட குர்ஆனின் 104ஆவது அத்தியாயத்தில், செல்வங்களைத் தேடித்தேடிச் சேர்த்து வைப்பவர்கள், தங்களுடைய செல்வத்தால் தாங்கள் மரணமற்றவர்கள் ஆகிவிட முடியும் என நினைக்கிறார்கள் என்று தெளிவாகக் கூறப்பட்டுள்ளது. ஆனால் அவர்கள் நினைப்பது மாபெரும் தவறு. அவர்கள் அல்லாஹ் மூட்டிய நரக நெருப்பில் வீசியெறியப்படுவார்கள். நகரத்தீ என்பதைக் குறிப்பதற்குக் குர்ஆனில் 'ஹுதமா' என்ற சொல் பயன்படுத்தப்படுகிறது. தன்னுள் போடப்படும் எதனையும் சிதறடிக்கும் கடுமையான நெருப்பு என்பது இந்தச் சொல்லின் பொருள் என்று அல்-முன்ஜித் கூறுகிறது. 'நொறுக்கிட, துண்டு துண்டாக உடைத்திட, மோதிச் சிதறடிக்க' என்று அந்தச் சொல் பொருள் தருவதாக அல்-காமூஸ் அல்-அஸரீ கூறுகிறது.[37]

பணக்காரர்களுக்கும், ஏழைகளுக்கும் இடையே மிகுந்த ஏற்றத் தாழ்வுகள் இருப்பதும், அந்த இடைவெளி விரிவடைந்து வருவதும் காரணமாக, இந்த அபாயத்தைக் கட்டுப்படுத்த ஏதேனும் செய்ய வில்லை என்றால், மக்களின் கோபம் பொங்கியெழுந்து நெருப்பாகப் பரவி சமூகம் விரைவில் உடைந்து சிதறிப்போகும் என்பதை முஹம்மத் உணர்ந்தார் என்று இதிலிருந்து தெரிந்துகொள்ளலாம். ஆனால், அவர் ஆழ்ந்த மதஉணர்வு உடையவராதலால் இந்த எச்சரிக்கையைத் தெரிவிப்பதற்கு மதத்தின் சொல்லாட்சியைப் பயன்படுத்தினார். கடவுளின் தண்டனை வரும் என்பதில் அவருக்கு நிச்சயமான நம்பிக்கை இருந்தது என்பது பல காரணங்களால் உறுதியாகிறது. உரிய காலத்தில் நிலைமையைச் சீர்ப்படுத்தவில்லை யென்றால் வரவிருக்கும் அபாயத்தை அவர் உள்ளுணர்வால் அறிந்திருந்தார் என்று நிச்சயமாகக் கூறலாம். அவரே நல்ல அனுபவம் பெற்ற வர்த்தகர் ஆதலால், சில தனிநபர்கள் பொருள்களைத் துறந்துவிடுவதால் மட்டும் பலன் கிடைக்காது என்பதையும் அறிந்திருந்தார். ஹனீஃப் என்று அழைக்கப்படும் சில பேர் ஏற்கெனவே அந்த வழியைப் பின்பற்றியிருந்தார்கள். ஆனால் தனிப்பட்ட முறையில் அவர்கள் 'விமோசனம்' பெற்றதனால் சமூகத்தில் இருந்த தீமைகள் நீங்கிவிடவில்லை. பொருள் ரீதியாகவும், மற்ற வகைகளிலும் இனக்குழுவின் உள்ளே எல்லோருக்கும் சமத்துவநிலையை உறுதிசெய்யும் நாடோடி வாழ்க்கைமுறைக்கு மீண்டும் செல்லவும் அவர் விரும்பவில்லை. அவ்வாறு மீண்டும்

செல்வது, வர்த்தகத்தின் மூலம் கிடைத்த வளமான வாழ்வை அழித்துவிடுவதுடன் மேலும் அதிகக் கொந்தளிப்பையும் ஏற்படுத்தி விடும். எனவே சமூகத்தில் இணக்கத்தை ஏற்படுத்துவதற்குச் சிறந்த வழி பணக்காரர்கள், வறுமையின் பிடியில் சிக்கித் தவிக்கும் எளியோருக்கு தாராள மனத்துடன் உதவி செய்ய வேண்டும் என்பதை அவர்கள் உணரச் செய்வதேயாகும்.

இதைச் செய்வதற்கு அவர் ஜகாத் என்ற ஒரு கருத்தை அவர்களுக்குத் தந்தார். ஆரம்பத்தில் இது ஓர் அரசு வரிவிதிப்பாக இருக்கவில்லை; ஏனென்றால் அப்போது அரசு என்ற அமைப்பு உருவாகியிருக்க வில்லை (அரசு இருந்திருந்தால் அது பணக்காரர்களான மக்காவாசிகள் மீது வரிவிதித்து அதைக்கொண்டு குறைந்த அளவிலேனும் உதவி நடவடிக்கைகள் எடுத்திருக்கும்). மக்காவில் ஜகாத் என்பது, ஒருவர் தமது செல்வத்தைத் தூய்மையாக்குவதற்காக அதில் ஒரு பகுதியைத் தர்மமாக வழங்குவதைக் குறித்தது. மக்கா காலத்தில் ஜகாத் கட்டாயமாக இருக்கவில்லை. பிரதானமாக அது தர்மச்செயலாகவே இருந்தது. சமூகப் பதற்ற நிலையைத் தணிப்பதற்கு இது அவசியம் என்று தீர்க்கதரிசி (முஹம்மத்) கருதினார். அவரைப் பற்றிய மரபுச் செய்திகள் சில இதைத் தெளிவாக்குகின்றன. அவர் ‘உங்கள் சொத்திலிருந்து ஜகாத் வழங்குங்கள்; அது உங்களைத் தூய்மைப் படுத்துவதோடு உங்களுக்கு உறவானவர்களிடம் உங்கள் கடமையைச் செய்வதற்கும் உதவும். பிச்சையேற்போர், அண்டை அயலார், வறியோர் ஆகியவர்களின் உரிமைகளைக் கவனித்துச் செயல்படுங்கள்; ஆடம்பரச் செலவு செய்யாதீர்கள்’ என்று கூறியதாகச் சொல்லப் படுகிறது.

மேலும் ‘ஜகாத் கொடுக்காத நாடு தட்டுப்பாட்டையும் வறுமை யையும் வரவழைக்கிறது’, என்றும், ‘ஜகாத் கொடுக்காதவர்களின் நம்பிக்கையையோ தொழுகையையோ அல்லாஹ் ஏற்றுக்கொள்வ தில்லை’ என்றும் அவர் கூறியதாகச் சொல்லப்படுகிறது.[38] இதற்கு மிகவும் பிற்பட்ட காலத்தில்தான் மதீனாவில் ஜகாத் ஓர் அரசுவரியாகக் கட்டாயமாக்கப்பட்டது; ஏனென்றால் அந்தக் காலத்திற்குள் அங்கே ஓர் அரசு, முஸ்லிம்கள், முஸ்லிம் அல்லாதோர் ஆகிய இனக் குழுக்களின் கூட்டமைப்பாக உருவாகியிருந்தது. தீர்க்கதரிசி மக்காவைவிட்டு மதீனாவுக்குச் சென்றபின் எட்டாவது ஆண்டில் ஜகாத் கட்டாயமாக்கப்பட்டது என்றும், ஒன்பதாவது ஆண்டில், அதை வசூலித்து வருவதற்கு அரேபியாவின் பல்வேறு பகுதிகளுக்கும்

சில அதிகாரிகள் அனுப்பி வைக்கப்பட்டதாகவும் தபரி தெரிவிக்கிறார்.[39] இந்தக் காலத்துக்குள் மக்காவும் வென்று பிடிக்கப்பட்டுவிட்டது. புதிதாக நிறுவப்பட்ட அரசு முழுமையாக வடிவம் பெறவில்லை என்றாலும் ஒழுங்காகச் செயல்படத் தொடங்கிவிட்டது. இவ்வாறாக ஹிஜிரி எட்டாவது ஆண்டில்தான் ஜகாத்தின் பல்வேறு உபயோகங் களையும் பற்றிய குர்ஆன் வசனம் தெரிவிக்கிறது. அது கூறுகிறது: 'தர்மம் செய்வதை அல்லாஹ்வின் காரியங்களுக்கே பயன்படுத்த வேண்டும். சிறைப் பிடிக்கப்பட்டவர்களையும் கடன்பட்டவர் களையும் மீட்பதற்கும், ஏழைகள், ஆதரவற்றவர்கள், வழிப் போக்கர்கள், தர்மப்பொருள்களைத் திரட்டும் பணியில் அமர்த்தப் பட்டுள்ளவர்கள், இஸ்லாத்தில் சேர்க்கப்படுவோர் ஆகியோருக்கு வழங்குவதற்கும் அதைப் பயன்படுத்தவேண்டும்.'[40] 'இது அல்லாஹ் விதித்துள்ள கடமை. அவன் அறிவுடையவன், எல்லாம் அறிந்தவன்.'[41] மக்காவில் வெறும் தர்மச் செயலாக இருந்த ஜகாத் கட்டாயமான வரியாக, அல்லது குர்ஆனின் வார்த்தைகளில் 'அல்லாஹ் விதித்துள்ள கடமை'யாக மாறிவிட்டது. தீர்க்கதரிசி மதீனாவுக்குள் பிரவேசித்தபின் சில ஆண்டுகளில் இஸ்லாம் மக்காவில் இருந்ததுபோல சில தனிமனிதர்களின் கூட்டமாக இல்லாமல் மதமாக மாறி, புதிதாகத் தோன்றிய அரசு அமைப்புக்கு சித்தாந்தத்தையும் செயல்படுவதற்கான வழிகாட்டி நெறிகளையும் தருவதாகிவிட்டது.

ஜகாத்தை என்னென்ன காரியங்களுக்குப் பயன்படுத்தலாம் என்று குர்ஆனில் கொடுக்கப்பட்டிருக்கும் பட்டியலைக் கவனிப்பது முக்கியம். முதலாவதாக ஜகாத் பணம் அல்லாஹ்வின் காரியங் களுக்குப் பயன்படுத்தப்பட வேண்டும் என்று அது கூறுகிறது. இது சற்று தெளிவற்றதாகவும், அரசின் தலைவரான முஹம்மத் தீர்மானிக்கின்றபடி அவ்வப்போது எந்தப் பொதுச் செலவுக்கும் பொருந்தும் என்று பொருள் கொள்ளும்படியாகவும் உள்ளது. அடுத்தபடியாக, சிறைப்பிடிக்கப்பட்டவர்களையும் கடன்பட்டவர் களையும் மீட்பது கூறப்படுகிறது. எதிரிகளுடன் நடந்த சண்டை களிலும் மக்காவாசிகளுடன் நடந்த பல சண்டைகளிலும் பலர் சிறைப்பிடிக்கப்பட்டார்கள். இது முன் எப்போதும் இல்லாத ஒரு நிகழ்ச்சி ஆதலால் அவர்களை என்ன செய்வது என்று யாருக்கும் தெரியவில்லை. அரசு இயந்திரம் அப்போதுதான் மெதுவாக உருவாகிக்கொண்டிருந்ததால் அடக்குமுறை அமைப்பு எதுவுமில்லை. அவர்களை அடைத்து வைப்பதற்கு சிறைச்சாலைகள் கிடையாது.

அவர்களை என்ன செய்வது என்று தீர்க்கதரிசி தமது தோழர்களைக் கலந்தாலோசித்ததாக இந்தியாவின் பிரபல இஸ்லாமியல் அறிஞர் ஷிப்லி நுஃமானி கூறுகிறார்.[42] சிறைப்பிடிக்கப்பட்டவர்களில் பலர் மக்காவின் முக்கியமான மனிதர்கள் என்பது மட்டுமின்றி முஸ்லிம்களுக்கு மிகவும் நெருங்கிய உறவினர்களாகவும் இருந்தார்கள். இஸ்லாம் சம்பந்தப்பட்ட விஷயத்தில் உறவினர்கள் என்று பார்க்கக்கூடாது என்றும், சிறைப்பிடிக்கப்பட்டவர்கள் அனைவரையும் கொன்றுவிட வேண்டும் என்றும், ஒவ்வொருவரும் தங்களுடைய உறவினர்களைத் தாங்களே கொல்லவேண்டும் என்றும் உமர் யோசனை கூறினார்.

ஆனால், இறைத்தூதர் இந்த யோசனையை நிராகரித்துவிட்டு, மீட்புப் பணம் பெற்றுக்கொண்டு அவர்களை விடுவிக்கலாம் என்று அபூபக்கர் கூறிய யோசனையை ஏற்றுக்கொண்டார். பணம் செலுத்தி மீட்பதற்கு உறவினர்களோ இனக்குழுவோ இல்லாதவர் களுக்குரிய மீட்புப்பணத்தை அரசுக் கருவூலத்திலிருந்து, அதாவது ஜகாத்தாக வசூலிக்கப்பட்டுள்ள தொகையிலிருந்து செலுத்தலாம். மேலும், மக்காவைவிட்டு வந்துவிட்ட முஸ்லிம்களில் சிலர், வாழ்வதற்கு வேறு வழி ஏதும் இல்லாத காரணத்தால் கடன் பட்டிருந்தார்கள். எனவே, ஜகாத் தொகையிலிருந்து ஒரு பகுதியை இவர்களின் கடன்களைத் தீர்ப்பதற்குப் பயன்படுத்த வேண்டும் என்று குர்ஆன் விதித்தது. மதீனாவிற்கு வந்து குடியமர்ந்த முஸ்லிம்களின் தேவைகளை நிறைவேற்ற இடமளித்து சமூகத்தில் பதற்றநிலையைக் குறைப்பது அவசியமாயிருந்தது. அதனால்தான் ஜகாத்தில் ஒரு பகுதியைக் கடன்பட்டவர்களுக்காகப் பயன்படுத்துமாறு குர்ஆனில் கூறப்பட்டது.

இதே போல சமூகத்தில் ஆதரவற்றவர்களாகவும் ஏழைகளாகவும் உள்ள மக்களைப் பராமரிப்பதும் அவசியமாயிருந்தது. இவர்களைப் புறக்கணித்ததால் மக்காவில் பதற்றநிலை ஏற்பட்டிருந்தது. மக்காவின் பணக்காரர்கள் தங்கள் செல்வங்களின் ஒரு பகுதியை இவர்களின் நல்வாழ்வுக்குப் பயன்படுத்த வேண்டும் என்று முஹம்மத் மீண்டும் மீண்டும் வலியுறுத்த வேண்டியிருந்தது. எனவே, மதீனாவிலும் இவர் களைக் கவனித்துக்கொள்ள வழிசெய்யப்பட்டது. அங்கும் பல ஏழை களும் ஆதரவற்றவர்களும் இருந்தனர். மேலும், சிலரது கைகளில் செல்வங்கள் குவிவதனால் சமூகத்தில் கொந்தளிப்பு வெடித்தெழக் கூடியநிலை ஏற்படும் என்பதை முஹம்மத் மக்காவில் தமது

அனுபவத்தின் மூலம் அறிந்திருந்தார். எனவே, சமூகத்தில் ஓர் உறுதிப்பாட்டை ஏற்படுத்துவதற்காக செல்வத்தை விநியோகப்பதற்கு, தர்மம் செய்வதன் மூலமாக வழிசெய்வது அவசியமாகிறது. தனிநபர் சொத்துரிமையின் ஆணிவேரை வெட்டுவதன் மூலம் இதைச் செய்ய முயன்றால் அப்போதைய நிலையில் பொருள் வளங்கள் மேலும் வளரமுடியாமல் போகும். சமூகத்தை முழுமையாக எடுத்துக் கொண்டால் இது ஏற்கத்தக்கதாக இராது. எனவே, ஜகாத்தின் ஒரு பகுதியை ஆதரவற்றவர்களுக்கும், ஏழைகளுக்கும் வழங்குவதைக் குர்ஆன் கட்டாயமாக்குகிறது. ஜகாத்தில் ஒரு பகுதியை வழிப் போக்கர்களுக்குச் செலவிட வேண்டும் என்று குர்ஆன் விதிக்கிறது. நாம் ஏற்கெனவே பலமுறை குறிப்பிட்டபடி மக்காவின் பொருளாதாரம் முழுவதும், மதீனாவின் பொருளாதாரம் ஓரளவுக்கும், பன்னாட்டு வர்த்தகத்தைச் சார்ந்து நின்றன. இது வர்த்தக அணிகள் மூலம் நடத்தப்பட்டது. எனவே வழிப்போக்கர்களுக்கு வசதிகள் செய்து கொடுக்க நிதி ஒதுக்குவது அவசியமாயிற்று. இவர்களின் பயணத்தில், வழியில் பல கஷ்டங்கள் இருந்தன. ஆயினும் முஹம்மத் பொதுப் பணிகள் நடத்துவதைக் கருத்தில் கொண்டிருந்ததாகத் தெரியவில்லை. ஆனால், தாம் வர்த்தகத்தில் ஈடுபட்டிருந்த காலத்தின் அனுபவத்தினால் போலும் அவர் வழிப்போக்கர்களின் நலனுக்காகச் செலவிடுவதற்கு அரசின் வரவு செலவுத் திட்டத்திலேயே வழிசெய்வது அவசியம் என்று கருதினார்.

மேலும், ஜகாத் நிதியின் ஒரு பகுதி அதை வசூலிக்கும் பணியில் அமர்த்தப்படுவோருக்கென ஒதுக்கப்பட்டது. இதை ஒரு வகையில் அரசின் அதிகாரிகள் அமைப்புக்கு ஆரம்பம் என்று கருதலாம். ஆனாலும் முறையான அரசுப்பணி அமைப்பு ஒன்று ஏற்பட்டு விட்டதாகக் கூற முடியாது. என்றாலும், இந்தத் திசையில் ஓர் ஆரம்பம் ஏற்பட்டிருப்பது தெளிவாகத் தெரிகிறது. அரசு அதிகாரிகள் வர்க்க அமைப்பு முழுமையாக உருவாவதற்கு முஹம்மத் காலமான பிறகு பல்லாண்டுகள் ஆயின. முஹம்மதின் காலத்தில், இஸ்லாமிய அரசு, அதற்குப் பிந்தைய காலத்தைவிட அடக்குமுறைகளும் ஒடுக்கு முறைகளும் குறைந்ததாக இருந்தது. தீர்க்கதரிசியின் காலத்தில் காவல்துறையோ, இராணுவமோ இருக்கவில்லை. மக்காவின் குறைஷிகளுடனும், மற்றப் பாலைவன நாடோடி மக்களுடனும் நடந்த சண்டைகளில் அவரிடம் ஈடுபாடு கொண்டு அவரைப் பின்பற்றியவர்கள்தான் போரிட்டார்களேயன்றி தொழில் முறையான இராணுவ வீரர்கள் அல்ல. வெகுகாலத்துக்குப் பின்புதான்

மக்காவில் இஸ்லாத்தின் தோற்றம் ✦ 89

இராணுவம் தொழில்முறையில் அமைக்கப்பட்டது. இதற்கு ஓர் ஆரம்பம் இரண்டாவது கலீஃபா உமரின் காலத்தில் ஏற்பட்டது. அவர் தம்முடைய போர் நடவடிக்கைகளில் வழக்கமாகக் கலந்து கொண்டவர்களின் பதிவேடு ஒன்றை வைக்கத் தொடங்கியதே இந்த ஆரம்பமாக அமைந்தது எனலாம்.

அரசின் அடக்குமுறைத் தன்மையின் வளர்ச்சியில் மற்றொரு படியான காவல்துறை அமைப்பு இதற்கும் பிற்பட்ட காலத்தில், அநேகமாக உமய்யத் காலத்தில் உருவாக்கப்பட்டது. தபரி, தமது வரலாற்று நூலின் 4ஆம் தொகுதியில் பின்வருமாறு சில விவரங்களைத் தெரிவிக்கிறார்: *உம்ரு பின் ஸயீத் மதீனாவுக்கு வந்தபோது, உம்ரு பின் ஜுபைரை காவல்துறையின் தலைவராக நியமித்தார். அப்துல்லா பின் ஜுபைருக்கும் உம்ரு பின் ஜுபைருக்கும் இடையே (இருவரும் சகோதரர்கள்) விரோதம் இருப்பதைத் தெரிந்து அவர் இவ்வாறு நியமித்தார். இதைக் கருத்தில்கொண்டு அஷ்டாக் அவரை (அதாவது உம்ரு பின் ஜுபைரை) மதீனாவில் உள்ள சிலரிடம் அனுப்பி வைத்தார். அவர் அவர்களை அடித்து நொறுக்கினார். அப்துல்லா பின் ஜுபைரின் ஆதரவாளர்கள் என்று தெரிந்த எல்லோரையும் இரக்கமின்றி அடித்து நொறுக்கினார். சில பேரை நாற்பது முறையும், சிலரை ஐம்பது அல்லது அறுபது முறையும் சவுக்கால் அடித்தார். உம்ரு பின் ஸயீத் (மதீனாவின் ஆளுநர்) அவரிடம் உமது சகோதரருக்கு ஆறுதல் சொல்ல யார் செல்வார்கள் என்று கேட்டதற்கு தம்மால்தான் அதைச் செய்ய முடியும் என்று பதிலளித்தார்.'*[43]

இந்த நிகழ்ச்சி, நான்காவது கலீஃபா அலீயின் புதல்வர் ஹஸனிடமிருந்து அதிகாரத்தைக் கைப்பற்றிக்கொண்ட முஆவியாவின் மரணத்துக்குப் பின் நடந்தது. முஆவியாதான் உண்மையில் இஸ்லாத்தில் மன்னர் ஆட்சியையும் வம்சாவளி ஆட்சிமுறையையும் தொடங்கி வைத்தவர். அவர் தமது ஆட்சியை நிரந்தரமாக்குவதற்காக அடக்குமுறை நடவடிக்கைகளை மேற்கொண்டார். அவர்தான் காவல்துறையை உருவாக்கியிருக்கலாம் என்று தோன்றுகிறது. ஏனென்றால் நமது வரலாற்று ஆதாரங்களில் அவர் காலத்துக்குமுன் இதைப் பற்றிய குறிப்பு ஏதும் இல்லை. இரண்டாவது கலீஃபா உமரும், நான்காவது கலீஃபா அலீயும் தாங்களே கையில் சவுக்கை எடுத்துக்கொண்டு சென்று சட்டத்தை, அதாவது இஸ்லாமிய ஷரீயாவை, அமல் செய்தார்கள் என்று ஆரம்பகால வரலாற்றாசிரியர்கள் கூறுகிறார்கள். சட்டத்தை மீறுபவர்களுக்கு அவர்கள் பகிரங்கமாக சாட்டையடி

கொடுத்தார்கள். இதேபோல மாகாணங்களில் வாலி என்று அழைக்கப்பட்ட ஆளுநர் தாமே நேரில் சென்று சட்டத்தைச் செயல் படுத்தினார். ஷுர்த்தா என்று அழைக்கப்பட்ட காவல்துறையின் பணிகளை இந்தக் காலகட்டத்தில், தலைநகரில் முக்கியமாக கலீஃபாவும் அவரது தோழர்களும், மாகாணத் தலைமையிடங்களில் ஆளுநரும் அவரது தோழர்களும் தாமாகவே சேவை முறையில் நடத்தினார்கள். இதைப் பற்றிப் பின்னர், இஸ்லாத்தின் ஆரம்ப காலத்தில் அரசு அதிகாரிகள் அமைப்பு உருவானது பற்றி விவரிக்கும் போது, மேலும் கூறுவோம். கலீஃபாக்கள் ஆட்சியின் முதல் முப்பது ஆண்டுகளில் நமக்குக் கிடைத்துள்ள வரலாற்று ஆதாரங்கள் பலவற்றில் நிர்வாக, அரசு அதிகார அமைப்புகள் பற்றி குறிப்பிடப் பட்டுள்ளபோதிலும் காவல்துறை பற்றிய விவரம் எதுவும் இல்லை. மாறாக, கலீஃபாவோ, மாகாண ஆளுநர்களோ தாங்களே சவுக்கடி போன்ற தண்டனைகளை நிறைவேற்றினார்கள் என்று காண்கிறோம்.

ஜகாத் நிதியை என்னென்ன காரியங்களுக்குச் செலவிடலாம் என்று குர்ஆன் கூறும்போது கடைசியாக, மதத்துக்கு மாற்றப்பட்டவர் களுக்குச் செலவிடலாம் என்று குறிப்பிடுகிறது. இஸ்லாமியச் சொல் வழக்கில் இது 'முஅல்லஃபதுல் குலூப்', அதாவது உள்ளத்தைச் சமரசப்படுத்திக் கொண்டவர்கள் என்று குறிப்பிடப்படுகிறது. எந்தவொரு சித்தாந்த இயக்கத்திலும் நடப்பது போல, ஒரு பயனைக் கருதி இஸ்லாத்தில் சேர இணங்கக்கூடியவர்கள் மக்காவிலும் மதீனாவிலும் இருந்தார்கள். அவர்களுடைய பகைமையை நீக்கவும், ஆதரவைப் பெறவும் அவர்களை இஸ்லாத்தில் சேரும்படித் தூண்டுவது அவசியமாயிருந்தது. இவ்வாறாக இஸ்லாத்தின் தொடக்கநிலையில் தர்ம காரியமாகவும், தூய்மைப்படுத்தும் சாதனமாகவும் மட்டுமே இருந்த ஜகாத், மதீனா காலத்தில் இஸ்லாம் ஒரு முறையான அமைப்பாக உருவான பிறகு, கட்டாயமான வரியாக, குறிப்பிட்ட அரசு காரியங்களுக்குப் பயன்படுத்தக்கூடிய நிதியாக மாறிவிட்டது.

முன்னமே நாம் குறிப்பிட்டபடி இஸ்லாமிய இயக்கம், ஆரம்பத்தில், சமூகத்தில் பலவீனப் பிரிவினர், ஒடுக்கப்பட்டவர்கள் ஆகியோரின் விருப்பங்களின் பிரதிபலிப்பாக இருந்தது. எனவே ஆரம்பகாலத்தில் அதற்கு ஆதரவு தந்தவர்கள் யார் என்பதைப் பார்ப்பது சுவாரஸ்யமாக இருக்கும். எகிப்தைச் சேர்ந்த அப்துல் முத்தால் அஸ்-ஸயீதி என்பவர் இதைப் பற்றி ஓர் ஆய்வு நடத்தி

புதிதாகத் தோன்றிய இஸ்லாம் முக்கியமாக இளைஞர்களின் இயக்கமாக இருந்தது என்று கூறுகிறார்.[44] வரலாற்று ஆவணங்களில் வயது விவரம் குறிப்பிடப்பட்டுள்ளவர்களில் மிகப் பெரும்பாலோர் முஹம்மத் மக்காவைவிட்டு மதீனாவுக்குச் சென்ற (ஹிஜ்ரா) சமயத்தில் நாற்பது வயதுக்குக் குறைந்தவர்களாக இருந்தார்கள். இவர்கள் அதற்கு எட்டு அல்லது பத்து ஆண்டுகளுக்கு முன் இஸ்லாத்தில் சேர்ந்தார்கள். பணத்தைச் சேர்த்து வைக்காதீர்கள், செல்வத்தால் அகம்பாவம் கொள்ளாதீர்கள் என்று பணக்காரர்களுக்கு முஹம்மத் அறிவுரை கூறியது ஒடுக்கப்பட்ட மக்கள், அடிமைகள், அநாதைகள் போன்றவர்களின் மனத்தைத் தொட்டது என்றாலும், இத்தகைய மக்கள் மட்டுமே அவரது ஆதரவாளர்களானார்கள் என்று கூற முடியாது. அவரது ஆதரவாளர்கள் அனைவரும் ஏதுமற்ற ஏழைகள் என்றோ, இனக்குழுத் தொடர்புகள் இல்லாத சமூகத்தின் அடித்தள மக்கள் என்றோ கூற முடியாது. உண்மையில் அவர்களில் பலர் முன்னணியில் இருந்த இனக்குழுக்களைச் சேர்ந்தவர்கள். நமது காலத்தில் சமூக, அரசியல் நடைமுறைகள் பற்றி பிரக்ஞைகொண்ட மத்தியதர வகுப்பைச் சேர்ந்த படித்த மக்கள் தங்களுக்கு வசதி வாய்ப்புகள் மறுக்கப்படுவது பற்றி அதிருப்திகொண்டவர்களாக, சமூக மாற்றங்களில் முக்கிய பங்குகொள்வது போலவே முஹம்மதின் ஆதரவாளர்களும் இருந்தார்கள். அவர்களும் மக்கா நகர சமூகத்தின் மத்தியதரப் பிரிவைச் சேர்ந்தவர்களே. அந்தச் சமூகத்திலும் ஒன்றுக்கொன்று பகையான வர்க்க உறவுகள் உருவாகியிருந்தன.

முஹம்மதை ஆதரிக்க முன்வந்த பல்வேறு குழுக்களும் என்ன காரணத்துக்காக அவரை ஆதரித்தார்கள் என்பது பற்றி மாண்ட்காமரி வாட்டும் ஆழ்ந்து ஆராய்ந்திருக்கிறார். முதலாவதாக மிகவும் செல்வாக்குள்ள குலக்குழுக்களின் முக்கிய தலைவர்களின் நெருங்கிய உறவினர்கள் பலர், பெரும்பாலும் இளைஞர்கள், முஹம்மதைப் பின்பற்றினார்கள். இவர்கள் பணக்காரர்களான ஏகபோக வர்த்தகர்களுக்கு நெருங்கிய உறவினர்களாக இருந்தபோதிலும் இலாபம் மிகுந்த வர்த்தக முயற்சிகளில் சேர்க்காமல் ஒதுக்கப்பட்டிருந்த காரணத்தால், முஹம்மதும், ஏகபோக வர்த்தகத்துக்கு எதிரான அவரது கொள்கையும் இவர்களைக் கவர்ந்திருக்கக்கூடும். அல்லது ஏகபோக வர்த்தகர்களின் கீழ் இருந்த வாழ்க்கை முறை பற்றி இவர்கள் அதிருப்தி அடைந்திருக்கலாம். செல்வங்களை மேலும் மேலும் சேர்த்துக் குவிப்பது இவர்களுக்கு அர்த்தமற்றதாகியிருக்கக்கூடும்.

இரண்டாவதாக, மக்காவின் மற்ற குலக்குழுக்களையும் குடும்பங் களையும் உதாரணமாக, ஃபுதூல் கூட்டமைப்பில் உள்ள குலக் குழுவைச் சேர்ந்தவர்கள் இருந்தார்கள். இவர்களும் இளைஞர்களே என்றாலும், மிகப் பலவீனமான பிரிவைச் சேர்ந்த வயதானவர்கள் சிலரும் இருந்தார்கள். இவர்கள் முஹம்மதை ஆதரிப்பதற்கு முக்கிய காரணமாக இருந்தது இவர்களிடம் அதிகமாகவோ, குறைவாகவோ காணப்பட்ட வறுமை (சுமார் நூறு பேர் அல்லது அவர்களில் பெரும்பாலானவர்கள் இந்தப் பிரிவைச் சேர்ந்தவர்கள் என்று மதிப்பிடப்படுகிறது).

மூன்றாவதாக, முஹம்மதைப் பின்பற்றியவர்களில் ஒரு சிறு தொகையினர், பலவீனமானவர்கள் என்று வர்ணிக்கப்படுகிறார்கள். இதன் பொருள், இவர்கள் ஏழைகள் என்பதைவிட (சிலர் சுமாரான அளவில் பணவசதி படைத்தவர்களாக இருந்திருக்கக்கூடும்), இவர்களுக்குச் சரியான பாதுகாப்பு இல்லை என்பதாகும். இவர்கள் மக்காவில் அந்நியர்களாக இருந்தவர்கள், குறைஷ் இனக்குழுவைச் சேராதவர்கள்.[45] அரேபியரல்லாத மக்கள் பற்றிய பிரச்சினையால் ஆரம்பகால முஸ்லிம் சமூகத்தில், குறிப்பாக, கூஃபாவில் பெரும் பதற்றநிலை ஏற்பட்டதையும், அதன் காரணமாகவே உம்யத் வம்சம் வீழ்ச்சியடைந்தது என்பதையும் பின்னர் காணவிருக்கிறோம். இஸ்லாமிய இயக்கம் தொடங்கப்பட்ட சமயத்தில் அரேபியரல்லாத மக்களின் எண்ணிக்கை பற்றி இப்போது கிடைக்கும் ஆதாரங்களை வைத்து மதிப்பிடுவது கடினம் என்றாலும், அவர்களின் தொகை மிகக்குறைவு அல்ல என்று ஓரளவு நிச்சயமாகவே கூறமுடியும்.

இறைத்தூதர் அவர்களது ஆதரவைப் பெற விரும்பினார்; அவர்களுக்கு அரேபியர்களுடன் சமநிலை அளிக்க விரும்பினார். எனவே குர்ஆன், 'உங்களில் கடவுளால் மிகவும் கௌரவிக்கப் படத்தக்கவர், கடவுளிடம் மிகவும் அச்சம்கொண்டு நடப்பவரே' என்று கூறுகிறது. அரேபியருக்கும் அரேபியரல்லாதவருக்கும் இடையே உள்ள பாகுபாடு இவ்வாறு ஒதுக்கித் தள்ளப்படுகிறது. சமூகத்தில் பதற்றநிலையைத் தணிப்பதற்கு இது மிகவும் அவசிய மாயிருந்தது. மனிதர்கள் அனைவரும், அவர்கள் எந்த நாடு அல்லது இனத்தைச் சேர்ந்தவர்களானாலும் சரிநிகர் சமமானவரே என்று இஸ்லாம் வலியுறுத்தியபோதிலும், அரேபியருக்கும் அரேபியர் அல்லாதவருக்கும் இடையே இருந்த பாகுபாடு அவ்வளவு எளிதில் மாறிவிடக்கூடியதாக இல்லை; அதன் காரணமாகப் பல

பிரச்சினைகள் தோன்றிக்கொண்டுதான் இருந்தன. இதன் ஒரு வெளிப்பாடாக எழுந்ததுதான் ஷூபிய்யா இயக்கம் என்பது நன்கு தெரிந்ததே. இந்த இயக்கம் சமூகத்தில் எளிதில் மாற்ற முடியாத சில சமச்சீரற்ற நிலைகளை ஏற்படுத்தியது.

மாண்ட்காமரி வாட் தமது புத்தகத்தில் மற்றோர் இடத்தில் இப்னு ஹிஷாமை மேற்கோள்காட்டி[46] ஒரு நிகழ்ச்சியைக் குறிப்பிடுகிறார். நான்கு பேர் மக்காவில் பழைய புறமத வழக்கப்படி பலிகொடுப்பதை நிறுத்திவிட்டு, ஆபிரஹாமின் தூய்மையான மதத்தை ஏற்றுக்கொள்ளச் சம்மதித்தார்கள் என்பது அந்த நிகழ்ச்சி. இதைக் குறிப்பிட்டுவிட்டு அவர் ஒரு வினாவை எழுப்புகிறார். அரேபியா ஏன் கிறிஸ்தவ அல்லது யூதமதத்தைப் பின்பற்றாமல் முஸ்லிம் நாடாக மாறியது என்பது அந்த வினா. தொடர்ந்து அவர் கூறுகிறார்: ‘இதற்கு விடை, கிறிஸ்தவ அல்லது யூதமதத்தைப் பின்பற்றியிருந்தால் செல்வாக்கு மிக்க அரேபியர் பலருக்குப் பிடிக்காத அரசியல் ஈடுபாடுகள் ஏற்பட்டிருக்கும் என்பதே. அரேபியர்கள் நோக்கில் கிறிஸ்தவம், பைஜாண்டியப் பேரரசு, அபிஸீனியா ஆகியவற்றின் மதம்; யூத மதம் பாரசீகப் பேரரசுடன் நெருங்கிய தொடர்புடையது.’ [47] வாட் கூறுவது உண்மைதான் என்றாலும், வெளிநாடுகளுடன் தொடர்புள்ள செமிடிக் மதங்களிடம் அரேபியர்களுக்கு ஏன் அவ்வளவு வெறுப்பு என்பதை அவர் விளக்காமல்விடுகிறார். அந்தப் பேரரசுகளின் அரசியலுடன் ஈடுபாடு ஏற்படும் என்று கூறி நின்றுவிடுகிறார். இதைப் பற்றி மேலும் ஆழ்ந்து ஆராய்வது சுவாரஸ்யமாயிருக்கும்; இஸ்லாத்தின் தோற்றம் சம்பந்தமாகவும், அதில் சில விளக்கங்கள் கிடைக்கும்.

இதற்கு நாம் அப்போதிருந்த பன்னாட்டு நிலைமை பற்றியும் கிறிஸ்தவ மதத்தின் தன்மை பற்றியும் சிறிது பார்க்க வேண்டும். முதலில் கிறிஸ்தவ மதத்தை எடுத்துக்கொள்வோம். அது பைஜாண்டியப் பேரரசின் அதிகாரபூர்வமான மதம். இஸ்லாம் சமாளிக்க வேண்டியிருந்த மிக முக்கியமான அரசுகளில் அது ஒன்றாக இருந்தது. பிற்காலத்தில் ரோமானியப் பேரரசின் மதமாக ஏற்கப்பட்ட கிறிஸ்தவம், முதலில் ரோமானியப் பேரரசர்களின் கொடுங்கோல் ஆட்சியால் கடுமையாக ஒடுக்கப்பட்டு, இரக்கமின்றிச் சுரண்டப்பட்ட மக்களின் மதமாக இருந்தது. எங்கல்ஸ் [48] மிகச் சரியாகக் கூறுவதைப் போல, ‘மதங்கள், தங்களுக்கு மதம் தேவை என்று உணருவதோடு, மக்களின் மதத் தேவைகளையும்

உணருகின்றவர்களால் நிறுவப்படுகின்றன' (இது இஸ்லாமிய இயக்கத்துக்கும் பொருந்தும் என்பதைப் பின்பு காண்போம்).

ரோமானிய மாகாணங்களில் உள்ள மக்கள் அனைவரிலும் ஏழைகளான சுதந்திர மனிதர்கள், முன்பு சுதந்திர மனிதர்களாக அல்லது அவர்களின் பிள்ளைகளாக இருந்த பின்பு அடிமைகளாகிவிட்டவர்கள் ஆகியோரின் நிலைதான் மிகவும் மோசமாக இருந்தது. அவர்கள் நம்பிக்கைக்கு இடமில்லாத நிலையில் இருந்தார்கள். ரோமானிய கொடுங்கோல் ஆட்சியாளர்களின் இரும்புப் பிடியிலிருந்து விடுபடக் கூடிய வாய்ப்பு எதுவும் அவர்களுக்குக் காணப்படவில்லை. அவர்களுக்கு மனத்தைக் குலையவைக்கும் இந்த வெளி உலகிலிருந்து அக உலகுக்குத் தப்பிச் செல்வது தவிர்க்க முடியாததாயிற்று. தங்களுடைய வாழ்க்கை நிலை பற்றி அவர்கள் அளவற்ற வெறுப்புக் கொண்டிருந்தார்கள். இவ்வாறு பொருளாதாரம், அரசியல், அறிவுத்துறை, அறநெறி ஆகிய அனைத்திலும் நிலைமை சீர்கெட்டு, தாழ்வுற்றிருந்த சூழலில் கிறிஸ்தவம் அவர்கள்முன் தோன்றியது. ரோமானியப் பேரரசின் ஆணைக்குக் கீழடங்கியிருந்த மாகாணங்களில், பூசல்களுக்கும் மனச்சோர்வு அளிக்கும் நிலைமைகளுக்கு மிடையே அல்லற்பட்டு உயிர் வாழ்ந்துகொண்டிருந்த மக்களுக்கு அது ஆறுதல் அளித்தது. கிறிஸ்தவம் ரோமானிய கொடுங்கோல் ஆட்சியாளர்களுக்கு எதிராகப் புரட்சியைத் தூண்டிவிடவில்லை. மாறாக, அது தாங்க முடியாத வெளி உலக நிலைமைகளிலிருந்து மன ஆறுதல் அளிக்க — காயப்பட்ட ஆத்மாக்களுக்கு மருந்து தடவ — முயன்றது. பிற்காலத்தில் அது, கிழக்கத்திய மதக் கருத்துகளையும், கிரேக்கப் பகுத்தறிவுவாதத்தையும், இன்ப துன்பங்களைப் பொருட் படுத்தாத 'ஸ்டோயிக்' கொள்கைகளையும் இணக்கப்படுத்தி தனது கோட்பாடுகளை உருவாக்கியது.

இங்கு மீண்டும் எங்கல்ஸ் கூறுவதைக் குறிப்பிடுவது பொருத்தமாயிருக்கும். *புருனோ பாயரும் ஆரம்பகால கிறிஸ்தவமும்* என்ற புத்தகத்தில் அவர் கூறுகிறார்: 'கிறிஸ்தவம் அதன் தொடக்க காலத்தில் எப்படி இருந்தது என்பதை யோவானின் சுவிசேஷத்தைப் படித்துத் தெரிந்துகொள்ள முடியாது. கட்டுப்பாடற்ற, குழப்பமான வெறித்தனம், கிறிஸ்தவ அறநெறி என்று கூறப்படுவதன் அடிப்படையில் குறிப்பிடுவதை உடம்பைத் துன்புறுத்துவது, கோட்பாடுகளின் தொடக்க நிலைகள், பல தீர்க்கதரிசனங்கள் ஆகியவற்றைத்தான் அதில் காணலாம். கோட்பாடுகளும் அறநெறிக்

கருத்துகளும் வளர்ச்சி பெற்றது பிற்காலத்தில் சுவிசேஷங்களும், அப்பாஸ்தலர்களின் நிருபங்கள் என்று கூறப்படும் புத்தகங்களும் எழுதப்பட்டபோதுதான். இதில்—குறைந்தபட்சம் அறநெறிகளில் மட்டுமாவது—ஸ்டோயிக் தத்துவம், குறிப்பாக ஸெனிகாவின் கொள்கை தாராளமாக எடுத்துக்கொள்ளப்பட்டது. நிருபங்கள் ஸெனிகாவை வார்த்தைக்கு வார்த்தை அப்படியே எடுத்துக் கொண்டிருப்பதை பாயர் நிரூபித்தார். உண்மையில், கிறிஸ்தவ நம்பிக்கையாளர்களும் இதைக் கவனித்தார்கள்; ஆயினும் அவர்கள் விவிலியத்தின் புதிய ஏற்பாட்டிலிருந்து ஸெனிகாதான் அவற்றை எடுத்துக்கொண்டார் என்று வாதித்தார்கள். ஆனால் அவர் காலத்தில் புதிய ஏற்பாடு எழுதப்படவே இல்லை.[49]

இணக்கப்படுத்தப்பட்ட கோட்பாடுகளுடன் புதிய வடிவம் பெற்ற கிறிஸ்தவம், முதலில் ரோமானியர்களுக்கு எதிர்ப்புத் தெரிவிப்பதற் காகவே உருவாகியிருந்தபோதிலும், அந்த ரோமானியர்களே விரும்பக் கூடியதாகிவிட்டது. சக்கரவர்த்தி கான்ஸ்டாண்டைன் தாம் இந்தப் புதிய மதத்தை ஏற்றுக்கொள்வது ரோமானிய உலகின் எதேச்சாதிகாரி என்ற நிலைக்குத் தம்மை உயர்த்திக்கொள்வதற்கு மிகச் சிறந்த வழி என்று கண்டார். இவ்வாறாக ரோமானிய சக்கரவர்த்தி மதத்தின் வடிவில் வந்த ஒரு சவாலைத் தமது பேரரசின் ஆட்சிமுறையில் உள்ளேற்று அமைத்துக்கொள்வதன் மூலம் அதைக் கூர்மழுங்கச் செய்துவிட்டார். கிழக்குப் பகுதியில் கிரேக்க மேலாதிக்கத்துக்கு எதிரான சவால் என்ற முறையிலும் அது தோல்வியுற்றது. ஆனால் இஸ்லாம் மக்காவில் ஆதிக்கம் பெற்றிருந்த சக்திவாய்ந்த வர்த்தக பூர்ஷ்வா வர்க்கத்தின் மதமாக இருந்தது.* மக்க நகர வர்த்தகர்கள்

* சக்திமிக்க மக்காநகர வர்த்தகர்கள் தொடக்கத்தில் இஸ்லாத்திற்கு எதிர்ப்புக் காட்டினார்கள். இதை டாக்டர் தாஹா ஹுஸைனும் குறிப்பிடுகிறார் (பக்கம் 40 பார்க்க). ஆனால் இதை வைத்து இஸ்லாம் அவர்களின் நலன்களுக்கு விரோதமாயிருந்தது என்று கூறிவிட முடியாது. பல சமயங்களில், கருத்துகளும் சித்தாந்தங்களும் மனத்தின் குழப்பத்தைப் போல, சித்தாந்தங் களின் உறுப்பு அம்சங்களாக அமையும் மனச் சித்திரங்களில், தனிமனிதர்கள் தங்களுடைய நிஜங்களை மேல் கீழாகத் தொகுத்துவிடுகிறார்கள். ஏழைகள், ஆதரவற்றவர்கள் ஆகியோரின் நல்வாழ்வுக்குப் பணம் செலவிடும்படி இஸ்லாம் மக்கா நகரின் வர்த்தகர்களுக்கு அறிவுறுத்துகிறது. அதற்குக் காரணம் சமூக அதிருப்திக் கொந்தளிப்பைத் தடுத்து நிறுத்தி, புதிய சமூக-பொருளாதார உறவுகள் உருவாகச் செய்வதற்கு அது ☞

தங்களுக்கென சில பெரிய நோக்கங்களை வைத்திருந்ததனால் பைஜாண்டிய, பாரசீகப் பேரரசுகளிடமிருந்தும் விலகி நிற்க விரும்பினார்கள். தங்களுடைய சுதந்திரத்தைக் காப்பாற்றிக்கொண்டு வர்த்தகத்தை நடத்திக்கொண்டிருக்க வேண்டும் என்பதே அவர்களின் முக்கிய நோக்கம். தங்களுடைய சுதந்திரநிலையைக் காப்பாற்றிக் கொள்வதில் அவர்கள் பெருமளவுக்கு வெற்றிபெற்றார்கள். இதற்கு அவர்கள் நாட்டின் கடந்துவர முடியாத பாலைவனம் பெரிய துணையாக இருந்தது. மேலும் பைஸாண்டியம் தனக்குத் தேவையான சுகபோக ஆடம்பரப் பொருள்களுக்கு மக்கா நகர வர்த்தகர்களையே நம்பியிருந்தது.

கிழக்கிலிருந்து மேற்குத் திசைக்குச் சென்ற வர்த்தகத்தில் இந்தியா விலும் சீனாவிலும் கிடைக்கும் பொருள்கள், இராக்கிலும் ஈரானிலும் உற்பத்தியான பொருள்கள், யேமன், ஹத்ரமவ்த் ஆகியவற்றில் தயாரான பொருள்கள் ஆகியவை இடம்பெற்றிருந்தன. முதல் வகையில் உயிருள்ள மிருகங்கள், பறவைகள் (அதிசயப் பொருள்களாக வைத்திருப்பதற்கு) உரோமத் தோல்கள், தோல்கள், காஷ்மீர் கம்பளி, கஸ்தூரி, யானைத் தந்தம் (பெரும்பாலும் அபிஸீனியாவிலிருந்து) முத்துக்கள், வைரக் கற்கள், இரத்தினக்கற்கள், செஞ்சாந்து அரக்கு, எல்லாவற்றையும்விட முக்கியமாக, பட்டு முதலான பொருள்கள் அடங்கும். தாவரப் பொருள்களில், மிளகு (மிக முக்கியமானது), இஞ்சி, ஏலம், லவங்கம், கிராம்பு, வாசனைத் தைலம், ஜாதிக்காய், அவுரி, சிறிது பருத்தி, உயர்ரக மரக்கட்டைகள் (கருங்காலி, ரோஸ்வுட், சந்தனம்). இவையெல்லாம் மிகுந்த மதிப்புள்ள சுகபோக ஆடம்பரப் பொருள்கள்; இவற்றைக்கொண்டு செல்வதற்குப் போக்குவரத்துக்கும் சுங்கத் தீர்வைகளுக்கும் நிறையச் செலவு பிடிக்கும்.[50]

மக்கா நகரின் வர்த்தகர்கள் தங்களுடைய பணியின் முக்கியத்துவத்தை உணர்ந்திருந்தார்கள். மேலும் அவர்களின் விருப்பம் நிறை வேறும் வகையில், வர்த்தகத்துக்குப் பாதுகாப்பு அமைப்பு ஒன்றை உருவாக்கக் கூடிய சித்தாந்தம் பற்றிய உணர்வும் இருந்தது. எனவே ☞ ஒன்றுதான் வழி என்பதேயாகும். இந்த இயலிலும், அடுத்துவரும் இயலிலும் விளக்கப்படுவது போல, இஸ்லாம் வர்த்தக வர்க்கத்தின் நலன்களுக்கு ஒருபோதும் எதிராக இருக்கவில்லை; உண்மையில் ஒருவகையில் பார்த்தால், இந்த வர்க்கத்தின் தேவைகளை நிறைவேற்றும் சாதனமாகவே அது உருவாயிற்று.

கிறிஸ்தவத்தைப் போலன்றி, அவர்களது சித்தாந்தம், ஒடுக்கப்பட்ட மக்களுக்கு அவர்களுடைய வாழ்க்கைத் துயரங்களிலிருந்து ஆறுதல் அளிக்கும் சித்தாந்தமாக இருந்திருக்க முடியாது. ஆதலால், கிரேக்கப் பண்பாட்டு ஆதிக்கத்துக்கு எதிரான இயக்கமாக கிறிஸ்தவம் தோல்வியடைந்தது. ஆனால் இஸ்லாம் வெற்றிபெற்றது. பிரபல வரலாற்றாசிரியர் பேராசிரியர் டாயின்பீ மிகப் பொருத்தமாக இவ்வாறு கூறுகிறார்: 'மகா அலெக்ஸாண்டரின் வெற்றிகளைத் தொடர்ந்து ஸிரியாவின் பண்பாடு நிலவிய நாடுகளில் கிரேக்கப் பண்பாட்டு ஆதிக்கம் ஊடுருவியது ஒரு சவாலாக இருந்தது. இந்த ஊடுருவலை எதிர்த்துப் போராடி வெளியேற்ற வேண்டுமா, வேண்டாமா? இந்தச் சவாலுக்குப் பதில் அளிக்கும் விதத்தில் ஸிரியா சமூகம் பலமுறை முயற்சி செய்தது. ஒவ்வொரு முறையும் இந்த கிரேக்க எதிர்ப்பு, மதத்தின் வடிவில் வெளிப்பட்டது. இந்த முயற்சிகளில் முதல் நான்கான ஜொராஸ்ட்ரிய மதம், யூதமதம், நெஸ்டோரிய கிறிஸ்தவம், மானாஃபிஸைட் கிறிஸ்தவம் ஆகியவை தோல்வியடைந்தன; ஐந்தாவது இஸ்லாம் வெற்றிபெற்றது.'[51] (சாய் வெழுத்து என்னுடையது).

அவர் மேலும் கூறுகிறார்: 'சக்கரவர்த்தி ஹெராக்ளிட்டஸ், தமது வாழ்நாளிலேயே தீர்க்கதரிசி முஹம்மதின் வாரிசான உமர் தமது நாட்டிற்குள் வந்து, ஸிரியா பண்பாட்டு நாடுகளில் கிரேக்கப் பண்பாட்டைப் புகுத்துவதற்கு அலெக்ஸாண்டர் முதல் அத்தனை பேரும் செய்த முயற்சிகளை எல்லாம் முற்றிலுமாக, நிரந்தரமாக அழிக்கதைப் பார்த்த பிறகுதான், அவருக்கு மரணம் வந்தது. முந்தைய முயற்சிகள் தோல்வி பெற்ற இடத்தில் இஸ்லாம் வெற்றி பெற்றது. ஸிரியாவின் உலகத்திலிருந்து கிரேக்கப் பண்பாட்டை வெளியேற்றும் முயற்சியை அது நிறைவு செய்தது. 'ஒரே ஸிரியா அரசின் கீழ் எல்லா மக்களும்' என்ற குறிக்கோள் நிறைவேற முடியாமல் பாரசீக மன்னர் அக்கீமினிடீயை அலெக்ஸாண்டர் தோற்கடித்தபின் அந்த நாடுகளையெல்லாம் இஸ்லாம் மீண்டும் கலீஃபா அரசின் கீழ் ஒன்று சேர்த்தது. இறுதியாக இஸ்லாம், ஸிரியாப் பண்பாட்டுச் சமூகத்துக்கு, அங்கேயே தோன்றிய மதம் ஒன்றை அளித்தது. பல நூற்றாண்டு காலம் இறவாமலே இறந்த நிலையில் இருந்த அந்தப் பண்பாடு தனக்கு ஒரு வாரிசு உருவாவதற்கும் இஸ்லாம் வழிசெய்த பின்பே உயிரைவிட்டது. இஸ்லாமிய மத அமைப்பு என்ற புழுக் கூட்டினுள் இருந்துதான் காலப்போக்கில் அரேபிய, ஈரானிய நாகரிகங்கள் முழுவடிவம் பெற்ற வண்ணத்துப் பூச்சிகளாக வெளிப்பட்டன.'[52]

பேராசிரியர் டாயின்பீ மிக ஆழ்ந்த நுண்ணறிவுடன் இவ்வாறு கூறும் அதே சமயத்தில், முன்னெப்போதும் இல்லாத வகையில் தோன்றிய இந்தப் புரட்சிக்குக் காரணங்கள் என்ன என்பதைக் கூறத் தவறிவிடுகிறார், அல்லது கூற வேண்டாமென்று விட்டுவிடுகிறார். என்ன நடந்தது என்பதை அவர் எடுத்துச் சொல்லிவிட்டு அது ஏன் நடந்தது என்பதை விளக்காமல் விடுகிறார். மாண்ட்காமரி வாட்டும்கூட சமூக, பொருளாதார காரணிகளைக் கண்டறியப் போவதாகத் தொடங்கிய போதிலும் அவரைவிட அதிகமாக ஆழ்ந்து பார்த்துவிடவில்லை. எனவே இந்தப் புரட்சியை உருவாக்கிய இந்தக் காரணிகள் என்ன என்பதை நாம் காண முயலுவோம்.

ஏற்கெனவே கூறியபடி, கிறிஸ்தவம் — ரோமானியப் பேரரசின் கிழக்கு மாகாணத்தின் ஒடுக்கப்பட்ட மக்களின் எதிர்ப்பாக வெளிப் பட்ட மதம் என்றாலும் — காலப்போக்கில் அது கிரேக்க பகுத்தறிவு வாதம், ஸ்டோயிக் தத்துவம், கிழக்கே உள்ள நாடோடி, மேய்ச்சல்நில மக்களின் தெய்வக்கொள்கைகள் போன்ற பல்வேறு அம்சங்கள் கலந்து கிரேக்கப் பண்பைப் பெற்றது. இப்படிப் புதிய வடிவம் பெற்ற அந்த மதத்தை ரோமானிய சக்கரவர்த்தி கான்ஸ்டாண்டைன் தழுவிக் கொண்டார். பெரும் எண்ணிக்கையில் இருந்த அடிமைகளிடையே பரவியிருந்த அதிருப்திக் கொந்தளிப்பைத் தணிக்கும் நோக்கத்துடன் அவர், அடிமைகளின் மனத்தைக் கவர்ந்திருந்த அந்த மதத்தை ஏற்றார். அதிலிருந்து கிறிஸ்தவம் அடக்குமுறை ஆட்சியாளர்களின் மதம் என்ற முத்திரையைப் பெற்று, சுரண்டலுக்கு எதிரான இயக்கம் என்ற முனை ஒடிந்துபோயிற்று. வருங்காலத்தில் எப்போதோ உதயமாகப் போகும் 'பரலோக ராச்சியத்தை'ப் பற்றி மட்டுமே அது பேச முடிந்தது. இங்கே, இப்போது, நம்பிக்கையாளர்களுக்குக் கிடைக்கக் கூடியது, பாவமான வாழ்க்கையிலிருந்து தங்களை ரட்சித்துக் கொள்வதற்காகத் துன்பங்களைத் தாங்கிக்கொள்வதே. ஆனால் இஸ்லாம் புதிதாக வளர்ந்துவரும் சக்திமிக்க, சாதனை ஆர்வம் கொண்ட வர்த்தகர்கள், போர்வீரர்கள் ஆகியோர் அடங்கிய வகுப்பின் சித்தாந்தம். தங்களுடைய முயற்சியின் பலன்களை, சரித்திரரீதியான வழக்கங்களின் வரம்புக்குள், இப்போதே அடைய வேண்டும் என்று விரும்பும் மக்கள் அவர்கள்.*

---

* இந்த இயக்கத்துக்கு ஆன்மிகப் பரிமாணம் எதுவும் இருக்கவில்லை என்பது இதன் பொருளல்ல. மாறாக, அது முதன்மையாக ஒரு மத இயக்கமாகவே இருந்தது. ஆயினும், எந்தவொரு சிக்கலான சமூக

மேலும் இஸ்லாம் இனக்குழு எல்லைகளைக் கடந்து எல்லோரையும் ஏற்றதால் அரபு மக்கள் அனைவருக்கும்—நாடோடிகளுக்கும் நகரவாசிகளுக்கும்— பொதுவான ஒரு கூடும்முனையாக அமைந்தது. 'அரேபியர்களின் உருவாக்கம்' என்ற தமது புத்தகத்தில் கார்மிக்கேல் மிகவும் கூர்ந்த நோக்குடன் பின்வருமாறு எழுதுகிறார்: 'அரபு மக்கள் இஸ்லாத்தின் கீழ் ஒன்றுபடுவதற்குமுன் பல்வேறு காரணங்களால் இடம்பெயர்ந்துகொண்டிருந்தார்கள். அதற்கு இஸ்லாம் காரணமல்ல. முஸ்லிம் அரேபியர்கள் விரிந்து பரவியது நீண்டகாலமாக நடந்துவந்த நிகழ்வுகளின் இறுதிக் கட்டமாகும். இஸ்லாத்தால் ஏற்பட்ட மாறுதல் அவர்களின் பொதுவான போராட்டத்தின் கோஷத்தால் ஏற்பட்ட மாறுதலே; அல்லது மாபெரும் பேரரசுகளுக்கெதிராக எல்லா அரேபியர்களையும் ஈர்க்கவல்ல எளிமையான கோஷம் ஒன்றை இஸ்லாம் அளித்தது என்று கூறலாம். அந்தப் பேரரசுகள் கஸ்ஸனிடுகள், லக்மிடுகள் ஆகியோரின் சிறிய இடைப்பகுதி அரசுகளிடம் அவநம்பிக்கை கொண்ட பிறகு, அவர்களைவிடப் பெரும் எண்ணிக்கையில், தொடக்ககால இஸ்லாத்தின் எளிமையான கொள்கைகளால் தற்காலிகமாக ஒன்றுபட்டு நின்ற அரபு இனக்குழுக் களின் கூட்டமைப்பை நேருக்கு நேர் சந்திக்கவேண்டியிருந்தது.'[53]

இந்தச் சந்தர்ப்பத்தில் இந்த இரண்டு பேரரசுகளின் நலன்களைப் பாதுகாப்பதில் கஸ்ஸான்,லக்ம் ஆகிய இடைப்பகுதி அரசுகள் ஆற்றிய பணியைக் குறிப்பிடுவது முக்கியம். கி.பி. மூன்றாம் நூற்றாண்டின் நடுப்பகுதியில் அரேபியாவின் வடக்கேயும் வடகிழக்கேயும் ஒன்றுக் கொன்று போட்டியான ரோமானியப் பேரரசும் பாரசீகப் பேரரசும் அமைந்திருந்தன. தீபகற்பம் முழுவதிலும் பரந்துகிடந்த ஸிரியா பாலைவனம் இந்தப் பேரரசுகளுக்கு இயற்கையாக அமைந்த எல்லை யாக இருந்தது. பாலைவனத்தில் வாழ்ந்த பதூயின் மக்கள் இந்த இரண்டு பேரரசுகளின் எல்லைப்புறங்களில் அமைந்த மாகாணங் களில் திடீரென்று புகுந்து கையில் அகப்பட்ட பொருள்களையெல்லாம் கொள்ளையடித்துக் கொண்டு வந்தது போலவே விரைவாகத் திரும்பிச் சென்றுவிடுவது வழக்கமாக இருந்தது. இவர்களிடமிருந்து பாதுகாப்புப்

☞ நிகழ்வுக்கும் ஆன்மிகத் தூண்டுதல் மட்டுமே போதுமான விளக்கமாக இருக்க முடியாது என்பதால் அதன் சமூக இயக்க அடிப்படையைக் கண்டறியவே இங்கு முயலுகிறோம். ஆதிக்க வலிமை பெற்றுள்ள சமூகக் குழுக்களின் தேவைகள் சித்தாந்த இயக்கங்களை உருவாக்குவதில் பெரும்பங்கு வகிக்கின்றன. இஸ்லாம் இதற்கு விலக்கல்ல.

பெற இரு பேரரசுகளும் தங்கள் எல்லையில் வரிசையாக கோட்டைகளை அமைத்துப் போர்வீரர்களை நிறுத்திவைத்தன. பாலைவனக் கொள்ளைக்காரர்களைத் தடுப்பதற்கு இது மட்டும் போதுமானதாக இல்லாததாலும், செலவும் மிகுதியாக ஆனதாலும் பிரித்தாளும் உத்தியைப் பின்பற்றி, கொள்ளையடிக்கும் இனக்குழுவிலிருந்தே பலரைப் பேரரசின் சேவையில் சேர்த்துக்கொள்ளத் தீர்மானித்தன. ஒழுங்காக ஊதியமும், இரு பேரரசுகளுக்குமிடையே அநேகமாக இடைவிடாது போர் நடந்து வந்ததால் கொள்ளையடிப்பதற்கு வாய்ப்பும் அளிக்கும் இந்தச் சேவையை உண்மையான பதூயின் யாரும் வேண்டாமென்று சொல்லமாட்டார். வறண்ட பாலைவனத்தில் உயிர்வாழ்வதற்கு ஆதார வளங்கள் இல்லை. வர்த்தகம் நடத்தச் செல்லும் ஒட்டக அணிகளையும் நகரங்களில் வாழும் மக்களையும் கொள்ளையடிப்பதுதான் ஒரே வழியாக இருந்தது. இது ஒரு பொருளாதார அவசியம் ஆகிவிட்டதால் 'கஜ்வா' என்று கூறப்படும் கொள்ளையடித்தல் தொழில் மரபாக இடம்பெற்றுவிட்டது. முஹம்மது கூட தம்மை ஏற்க மறுத்த எதிரிகளைப் பணிய வைப்பதற்கு இந்த வழியைப் பின்பற்றினார் என்பது நன்கு தெரிந்ததே.

யேமனிலிருந்து திரும்பி வந்துகொண்டிருந்த மக்கா நகர வர்த்தகர்களின் ஒட்டக அணியொன்றின் மீது அவர் நடத்திய கொள்ளைத் தாக்குதல் கி.பி. 624 ஜனவரி மாதம் நடந்தது. இந்தத் தாக்குதலையும் இதன்பிறகு அவர் நடத்திய சில கொள்ளைத் தாக்குதல்களையும் முஹம்மதின் எதிர்ப்பாளர்கள் மிகவும் இழித்தும் பழித்தும் கூறியிருக்கிறார்கள். மேற்கத்திய எழுத்தாளர்கள் சிலர்கூட, தீர்க்கதரிசியாகப் போலிவேடம் தரித்த கொள்ளைக்காரர் அவர் என்று எழுதினார்கள். இயேசு கிறிஸ்து ரோமானிய கொடுங்கோலர்களிடம் தம்மை ஒப்படைத்து, சிலுவையில் உயிரைத் தியாகம் செய்த தன்மைக்கும் முஹம்மதின் செய்கைக்கும் உள்ள மாறுபாட்டை வைத்து அவர்கள் அவரைப் புரிந்துகொள்ள முயலுகிறார்கள். இங்கே ஒன்றைக் கவனமாகப் புரிந்துகொள்ள வேண்டும்: முஹம்மத் ஒரு தீர்க்கதரிசி மட்டுமல்ல, அரேபியாவில் தனித்தனிக் கூட்டங்களாகப் பரவிக்கிடந்த இனக்குழுக்களைக் கொண்டு அரசு அமைப்பை உருவாக்கப் பாடுபட்ட ராஜீய நிபுணர் அவர். வர்த்தக அணியைத் தாக்கிக் கொள்ளையிடும் உத்தியை (மேலே விளக்கியது போல இது அந்தக் காலத்தின் வழக்கத்தை ஒட்டியதே) அவர் பின்பற்றியதன் நோக்கம் மக்கா நகர வர்த்தகர்களுக்கு பலமான அடிகொடுப்பதும், கொள்ளையடித்த பொருள்களைக் கொண்டு, மக்காவிலிருந்து இடம்பெயர்ந்து வந்துள்ள

மக்களுக்கு உதவிசெய்வதும், மதீனாவின் சமூகத்தில் தமது நிலையை உறுதிசெய்துகொள்வதும் ஆகும். அந்தக் கொள்ளையின் மூலம் இந்த மூன்று குறிக்கோள்களும் மிகச் சிறப்பாக நிறைவேறின. போர்த் தந்திரத்தைத் திட்டமிடுவதில் முஹம்மதின் திறமையும் இதன் மூலம் புலப்பட்டது.

இப்னு இஸ்ஹாக் எழுதிய தீர்க்கதரிசியின் வாழ்க்கை வரலாற்றில் இந்தக் கொள்ளைத் தாக்குதல்களில் ஒன்று வர்ணிக்கப்பட்டுள்ளது. அவர் எழுதுகிறார்: 'இறைத்தூதர் அப்துல்லா பின் ஜஹஷ் பின் ரியாப் அல்-அஸாதியை ரஜப் மாதத்தில் அவர் முதலாவது பத்ர் போரிலிருந்து திரும்பிவந்ததும் அனுப்பினார். அவருடன் இடம்பெயர்ந்து வந்த எட்டுப் பேரை, அன்ஸார் யாரும் இல்லாமல் அனுப்பினார். அவரிடம் ஒரு கடிதம் எழுதிக்கொடுத்து, இரண்டு நாட்கள் பயணம் செய்வதற்கு முன் அதைப் பார்க்கக்கூடாது என்று உத்தரவிட்டார். தாம் கட்டளை யிட்டதைச் செய்யும்படியும் ஆனால் அவருடைய தோழர்கள் யாரையும் அவர் நிர்ப்பந்தம் செய்யக்கூடாது என்றும் கூறினார். அப்துல்லா இரண்டு நாட்கள் பயணம் செய்த பிறகு கடிதத்தைத் திறந்து பார்த்தார். அதில் இவ்வாறு எழுதியிருந்தது: 'இந்தக் கடிதத்தைப் படித்ததும் நக்லாவரை தொடர்ந்து பயணம் செய்யவும்... அங்கே குறைஷ் வருவதை எதிர்பார்த்துக் காத்திருந்து அவர்கள் என்ன செய்கிறார்கள் என்று கண்டறியவும்.' அவர் ஹிஜாஸ் வழியாகப் பயணம் செய்து, நக்லாவுக்குச் சென்றார்.

குறைஷ் வர்த்தகர்களின் ஒட்டக அணி ஒன்று உலர்ந்த திராட்சைப் பழங்களையும் தோலையும் மற்றும் பல பொருள்களையும் ஏற்றிக் கொண்டு அந்த வழியே சென்றது. கொள்ளையடிக்கச் சென்றவர்கள் தங்களுக்குள் ஆலோசனை நடத்தினார்கள். அது ரஜப் மாதத்தின் கடைசி நாள்... அவர்கள் ஒருவருக்கொருவர் ஊக்க மூட்டிக்கொண்டு, எத்தனை பேரைக் கொல்ல முடியுமோ, கொன்றுவிட்டு, அவர்கள் வைத்திருப்பவற்றை எடுத்துக்கொள்ள முடிவுசெய்தார்கள். அப்துல்லாவும் அவரது தோழர்களும் ஒட்டக அணியையும் இரண்டு கைதிகளையும் கைப்பற்றிக்கொண்டு மதீனாவுக்கு வந்தார்கள்... இறைத்தூதர் அவர்களிடம் 'புனிதமான மாதத்தில் சண்டை நடத்தும்படி நான் உங்களுக்கு உத்தரவிடவில்லை' என்று கூறினார். அவர்கள் கொண்டுவந்த பொருள்களில் எதையும் எடுத்துக்கொள்ள மறுத்துவிட்டார்... இதைப் பற்றி அதிகமான பேச்சுகள் எழுந்தபோது இறைவன் தன் தூதருக்குப் பின்வருமாறு கட்டளை அருளினான்:

‘அவர்கள் புனித மாதத்தைப் பற்றியும், அந்த மாதத்தில் சண்டை நடத்துவது பற்றியும் கேட்டார்கள். அந்த மாதத்தில் போர் நடத்துவது கடுமையான விஷயம் என்று சொல்லுவீராக. ஆனால் மக்களைக் கடவுளின் மார்க்கத்தில் வராமல் வைப்பதும், அவனிடத்திலும் புனித மசூதியிலும் நம்பிக்கை கொள்ளாமலிருப்பதும், அவனது மக்களை அங்கிருந்து விரட்டியடிப்பதும் கடவுளுக்கு அதைவிட அதிகக் கடுமையானது என்று சொல்லுவீராக.’[54] இதுதான் இஸ்லாமிய அரசு ஒன்றை அமைப்பதற்கான ஆரம்பமாயிற்று. இறுதியாக முஹம்மத் எதிர்ப்பற்ற அதிகாரம் பெற்ற ஆட்சியாளர் என்ற நிலைக்கு உயர்த்தப் பட்டார். அவருடைய காலத்தில் அரேபியாவில் இதுபோன்ற ஒரு நிலையை யாரும் கேள்விப்பட்டதில்லை.

பன்னாட்டு நிலைமையைப் பற்றி இப்போது பார்ப்போம். அப்போது இருந்த இரண்டு பேரரசுகளும் தங்களுடைய எல்லைப் பகுதிகளைக் கொள்ளைக்காரர்களின் தாக்குதல்களிலிருந்து பாதுகாப்பதற்கு, பதூயின் நாடோடி மக்கள் சிலரைத் தங்கள் சேவையில் சேர்க்க முயன்றதை முன்பு குறிப்பிட்டோம். பாலை வனத்துக்குள் படைகளை அனுப்பி அரேபியர்களைப் பணிய வைப்பது கனவுகூடக் காணமுடியாத விஷயம். எனவே இரண்டு பேரரசுகளும் பாலைவனத்துக்கும் விவசாயப்பகுதிக்கும் இடையில் உள்ள எல்லையில் ஓர் அரசருக்கு ஆதரவளித்து, நாடோடிகள் கொள்ளையடிக்க வராமல் தடுக்குமளவு அவர் பலம் பொருந்தியவராக இருக்குமாறு பார்த்துக்கொள்ளும் உத்தியைப் பின்பற்றின. பைஜாண்டிய எல்லையில் ஆட்சிசெய்த கஸ்ஸான் வம்சத்துக்கு அந்தப் பேரரசு ஆதரவளித்தது. அந்த வம்சத்தினர் கிறிஸ்தவ மதத்தை ஏற்றுக்கொண்டனர். ஆனால் அவர்கள் பைஜாண்டியப் பேரரசர்கள் பின்பற்றிய ‘ஆர்த்தடாக்ஸ்’ கிறிஸ்தவ மதத்தைப் பின்பற்றாமல் தங்கள் பகுதியைச் சேர்ந்த ‘மனாஃபிஸைட்’ என்ற கிறிஸ்தவ மதப்பிரிவைப் பின்பற்றினார்கள். ‘ஆர்த்தடாக்ஸ்’ பிரிவினர் மனாஃபிஸைட்களைச் சில சமயம் சமரசமாக ஏற்றுக்கொண்டும், சில சமயம் கொடுமைப் படுத்தியும் இரட்டை நிலையில் நடந்துகொண்டார்கள்.

ஆளும் அரசர் பேரரசரிடம் கொண்டுள்ள விசுவாசம் பற்றிச் சந்தேகம் ஏற்பட்டதால் கொடுமைகள் தீவிரமாக்கப்பட்டன. இவ்வாறாக மதம் அரசியலுடன் பிரிக்க முடியாமல் பிணைந்திருந்தது. மக்காவின் நுண்மதி கொண்ட அரேபிய வர்த்தகர்கள் இதைப் புரிந்துகொண்டார்கள். அவர்கள் பைஜாண்டிய ஆட்சியாளர்களின்

மேலாதிக்கத்திலிருந்து விலகி இருந்துகொள்ளவே விரும்பினார்கள். லக்மிட் மன்னர்கள் பைஜாண்டியத்தின் பரம விரோதிகள். எனவே அவர்கள் ஆர்த்தடாக்ஸ் பிரிவுக்கு முற்றிலும் பிடிக்காத ஒரு பிரிவையே (நெஸ்டோரியன் அல்லது கிழக்கு ஸிரியன் பிரிவை) ஏற்றார்கள். தங்களுடைய அரசியல் மேலாதிக்கத்தை நிலைநிறுத்துவதற்காக பைஜாண்டிய ஆட்சியாளர்களும், பாரசீக ஸஸானிட் ஆட்சியாளர்களும் இடைப்பகுதி நாடுகளில் ஆட்சி செய்த அரேபியர்களைக் கொடுமைப்படுத்தினார்கள். இதன் மூலம் அவர்கள் தங்களுக்கு விரோதிகளை உருவாக்கிக்கொண்டார்கள். ஆல்ஃபிரெட் கியோம் எழுதுகிறார்: 'ஆறாம் நூற்றாண்டு முதல் அரபு மேற்கின் வரலாறு, தூய்மையான மதம் என்ற பெயரில் நடத்தப்பட்ட கொடுமைகளின் நீண்ட பட்டியலாகவே உள்ளது. இதன் இறுதி விளைவாக அரேபியர்கள் அந்நியப்படுத்தப்பட்டதுடன் ஸிரியாவில் கிரேக்கப் பேரரசு வீழ்ச்சியடைந்தது. மனாஃபிஸைட் கொள்கையைப் பின்பற்றிய அரேபியர்கள் கிறிஸ்துவின் இருவகைக் கொள்கையை ஏற்க உறுதியாக மறுத்தார்கள். இவர்கள் நடத்தப்பட்ட விதம், பிற்காலத்தில் முஸ்லிம்களிடம் அவர்கள் பட்ட கொடுமையைவிட மோசமாக இருந்தது.'[55] கி.பி.563இல் புகழ்பெற்ற ஓர் அரபுத் தலைவர் பைஜாண்டிய சக்ரவர்த்தியைப் பார்க்கச் சென்றபோது தம்முடைய மத நம்பிக்கையை அறிவிக்கும் கடிதம் ஒன்றைக்கொண்டு சென்றார். அதில் ஒரு வாக்கியம் அரேபியரின் எதிர்ப்பு உணர்வைக் காட்டுவதோடு, இஸ்லாத்தின் தொடக்கத்தையும் சூசகமாகக் குறிப்பிடுகிறது. 'மூன்று தத்துவங்களாகக் கூறப்படுவது ஒரே தெய்வமே, ஒரே தன்மையே, ஒரே சாரமே. இந்தக் கோட்பாட்டை ஏற்காதவர்கள் சபிக்கப்பட வேண்டும்' என்பதே அந்த வாக்கியம்.

அவர் கொண்டுவந்த மதநம்பிக்கை அறிவிப்பில் இரண்டு பிஷப்புகள் கையெழுத்திட மறுத்தபோது ஹாரித் கூறினார்: 'நீங்கள் மத விரோதிகள் என்பதை நான் இப்போது தெரிந்துகொண்டேன். நாங்களும் எங்கள் சேனைகளும் இந்தக் கோட்பாட்டை ஏற்கிறோம்; அதே போல கிழக்குப் பகுதியினரும் ஏற்கிறார்கள்.' இதைப் பற்றி கியோம் தமது கருத்தை இவ்வாறு தெரிவிக்கிறார்: 'கிறிஸ்தவத்தில் கிரேக்க மதவியலாளர்கள் சேர்த்த நுணுக்கத் தத்துவங்கள் இல்லாத அரபு கிறிஸ்தவ மதத்தை ஆதரிக்கும் வெளிப்படையான அறிவிப்பு இது. அந்த மதத்தை வாளின் வலிமையால் பாதுகாக்க உரிமை உண்டு என்பதையும் அறிவிக்கிறது.'[56] இவ்வாறாக கிறிஸ்தவம் அரபு மக்களுக்கு ஏற்புடையதாக இல்லை, அல்லது பைஜாண்டிய

ஆட்சியாளர்களுக்குக் கீழடங்கியவர்களாக இருந்தாலும் தாங்கள் அரேபியர்கள் என்பதில் கொண்டிருந்த கர்வமும் இதற்குக் காரணங்களாகும். மேலும் கிறிஸ்தவ மதத்தில் அந்தப் பகுதியிலேயே தோன்றிய மனாஃபிஸைட், நெஸ்டோரியன் பிரிவுகளும்கூட, இரண்டு பேரரசுகளின் செல்வாக்குக்கு உட்பட்ட பகுதிகளில் தவிர வேறு இடங்களில் அதிகமாக முன்னேற முடியவில்லை. விரிவான சடங்கு நடைமுறைகள் கொண்டதும், அடிமைகளை வைத்திருக்கும் விவசாய சமூகத்தில் தோன்றியதுமான கிறிஸ்தவ மதத்தில், சுதந்திரத்தை மிக முக்கியமாகக் கருதிய அரேபியர்களுக்கு ஈடுபாடு ஏற்படவில்லை.

மேலே நாம் பார்த்த விவரங்களிலிருந்து கிறிஸ்தவ மதம் அரபு மக்களிடையே ஏன் வேரூன்ற முடியவில்லை என்பது தெளிவாகிறது. முக்கியமான காரணங்கள் வருமாறு:

1. மக்கா நகர அரேபியர்களைப் பொறுத்த அளவில் கிறிஸ்தவம் ரோமானிய ஆட்சியாளர்களுடன் தொடர்புடைய மதம்; அவர்கள் நல்ல வியாபாரிகளைப் போல அவர்களுடன் எந்த வகையிலும் ஈடுபாடுகொள்ளாமல், தங்களுடைய சுதந்திரத்தைப் பாதுகாத்துக்கொள்வதிலேயே அக்கறை கொண்டிருந்தார்கள். எனவே அவர்கள் கிறிஸ்தவத் தையும் சற்று தூரத்திலேயே வைத்திருந்தார்கள்.

2. நாடோடிகளான அரேபியர்கள் அராஜகப் போக்குக்கொண்டவர்களாதலால், விரிவான சடங்கு நடைமுறைகளும், கொள்கை, கோட்பாடுகளும் கொண்ட கிறிஸ்தவம் போன்ற எந்த மதமும் ஏற்புடையதாக இராது. வடக்கே உள்ள, நிலையாக வாழும் விவசாய மக்களுக்குத்தான் இத்தகைய மதம் பொருத்தமாக இருக்கும்.

3. கஸ்ஸனிடுகளும் லக்மிடுகளும் முறையே ரோமானியப் பேரரசு, ஸஸானிட் பேரரசு ஆகியவற்றின் எல்லைகளில் இடைப்பகுதி அரசுகளை அமைத்திருந்தார்கள். அரசியல் காரணங்களுக்காக அவர்கள் கிறிஸ்தவ மதத்தை ஏற்றுக்கொண்டார்கள். ஆனால் அவர்களுடைய கிறிஸ்தவம் அவர்களின் மேலாதிக்க அரசுகளின் கிறிஸ்தவத்திலிருந்து மாறுபட்ட வடிவில் இருந்தது. தங்களுடைய தேசிய கர்வத்தைக் காட்டவும் பேரரசு ஆதிக்கத்தில் தங்களுக்கு இருந்த வெறுப்பைக் காட்டவும் அவர்களுக்கு இருந்த ஒரே வழி இதுதான்.

4. அரேபியர்கள் பொதுவாக தங்கள் இனத்தைப் பற்றி மிகுந்த கர்வம் கொண்டிருந்ததால் எந்த ஓர் அந்நிய சித்தாந்தத்துக்கும், அது எவ்வளவுதான் நிலைபெற்றதாக இருந்தாலும் சரணடைந்துவிடமாட்டார்கள். தங்களிடையிலேயே தோன்றிய ஒரு மதத்தை ஏற்றுக்கொள்வதற்கு அவர்கள் தயாராயிருந்தார்கள். இஸ்லாம் அப்படிப்பட்ட ஒரு மதமாக அமைந்தது. கஸ்ஸானிட், லக்மிட் ஆட்சியாளர்களும் ஆரம்பத்தில் சிறிது எதிர்ப்புக் காட்டினாலும் பின்பு இஸ்லாத்தை மகிழ்ச்சியுடன் ஏற்றுக் கொண்டு, தங்களுடைய மற்ற அரபுச் சகோதரர்களுடன் சேர்ந்து கொண்டு தங்களுடைய முன்னாள் ஆட்சியாளர்கள் மீது தாக்குதல் தொடுப்பதில் ஈடுபட்டார்கள் என்பதிலிருந்து இது நிரூபணமாகிறது.

இதே காரணங்கள் சற்றுக் கூடுதலாக அல்லது குறைவாக யூத மதத்துக்கும் பொருந்தும். அரபு வர்த்தக பூர்ஷ்வா வர்க்கம் தன்னுடைய சொந்த சித்தாந்தத்தை உருவாக்கவும், உள்நாட்டிலும் வெளிநாடு களிலும் தனது வர்த்தகத்தின் வளர்ச்சியை உறுதிசெய்யத் தனது சொந்த அரசு அமைப்பை உருவாக்கவும் விரும்பியது. வேறு எந்த அரசுக்கும் கீழ்ப்பட்டு இருக்க அது விரும்பவில்லை. ஏனென்றால் அது சுங்கவரித் தடைகள் மூலமும் வேறு வழிகளிலும் வர்த்தகம் வளருவதற்கு இடையூறாகயிருக்கும். மேலும், கிறிஸ்தவம் பொருள்களைத் துறப்பதை வலியுறுத்துகிறது. ஆனால் அரேபியர், வாழ்க்கை பற்றி எதிர்மறையான அணுகுமுறையை ஏற்கமாட்டார்கள். ஏனென்றால் அவர்களுடைய வர்த்தகம் விரிவடைந்துகொண்டிருந்தது; தங்கள வர்த்தக மண்டலத்தை உறுதிப்படுத்திக்கொள்வதற்கு, வடதிசையில் மேலும் பல பகுதிகளை வென்று கைப்பற்றவேண்டும் என்று அவர்கள் ஆவல்கொண்டிருந்தார்கள்.

மக்காவில் மேய்ச்சல் நிலப் பொருளாதாரம் வர்த்தகப் பொருளாதார மாக மாறி, அதைத் தொடர்ந்து இனக்குழு முறையும் சிதைவடைந்து வந்ததால், சமூகத்தின் மேற்கட்டமைப்பிலும் அதற்குத் தகுந்தவாறு மாறுதல்கள் செய்ய வேண்டியது அவசியமாயிற்று. தகுந்தவாறு மாறுதல் என்றால் யந்திரத்தனமான ஒரு பொருத்தத்தைக் கூறவில்லை; மனித மனம் அபாரமான ஆக்கத் திறனும், சேர்த்து உருவாக்கும் திறனும் கொண்டது. புதிய சித்தாந்தம் ஒன்றை வெளியிடுபவர் எவரும் தம்மை அடுத்து உள்ள சூழ்நிலையால் மட்டுமின்றி, தமது பரம்பரை மரபு போன்ற வேறு பல காரணிகளாலும் உந்துதல்

பெறுகிறார். மக்காவிலிருந்த சில தனிநபர்கள், அங்கிருந்த நிலைமை பற்றி மிகவும் அதிருப்தியடைந்திருந்தார்கள் என்று இஸ்லாம் பற்றிய ஆரம்பகால வரலாற்றாசிரியர்கள் கூறுகிறார்கள். அவர்கள் 'புதிய உண்மை'யைக் காண்பதற்குத் தமது தேடுதலைத் தொடங்கி யிருந்தார்கள். அவர்கள் 'ஹனீஃப்' என்று அழைக்கப்பட்டார்கள். இவர்களும் 'ஒரே கடவுள்' என்ற கருத்தால் கவரப்பட்டார்கள். சமூகத்தில் இருந்த இனக்குழுப் பிரிவினைகளால், புதிய நிலைமையில் பிரச்சினைகள் தோன்றியிருக்கக் கூடும். எனவே சமூகத்தில் ஒற்றுமை ஏற்பட வேண்டும் என்ற உணர்வும், அதனுடன் தொடர்புகொண்டதாக கடவுள் ஒருவரே என்ற கருத்தும் ஏற்பட்டிருக்கலாம்.* புதிய உண்மையைத் தேடும் இந்த முயற்சி இறுதியில் இஸ்லாமாக வடிவம் பெற்று நிறைவுபெற்றது.

இஸ்லாத்தின் அடிப்படையான கொள்கை 'கடவுள் ஒருவரே' என்பது. இதுவே அப்போது சமூகத்தின் அடிப்படைத் தேவையாகவும் இருந்தது. சரித்திர ரீதியாகப் பார்த்தால், மத்தியகால ஐரோப்பாவில் நிலப்பிரபுத்துவ அமைப்பிலிருந்து வெளிப்பட்டுக்கொண்டிருந்த தொழிற்சாலைச் சமூகத்துக்கு தேசிய அடிப்படையில் ஒவ்வொரு நாடும் ஓர் அரசாக உருவாவது எப்படி அவசியமாயிருந்ததோ, அதே போல மக்காநகர சமூகத்துக்கு 'ஒரே கடவுள்' என்ற கொள்கை அவசியமா யிருந்தது. முஹம்மத் அதற்கு மிகவும் இணக்கமான, வன்மையான வடிவம் கொடுத்தார். பொருளாதாரத்தைப் போலவே கலாசாரமும் வளர்ச்சி பெறாத ஆதிநிலையிலேயே இருக்கும். அடிப்படையான பொருளாதார அமைப்பு, இனக்குழு முறையிலிருந்து வர்த்தகப் பொருளாதாரமுறைக்கு மாறியதைத் தொடர்ந்து கலாசார, சித்தாந்த மேற்கட்டமைப்பிலும் மாற்றம் அவசியமாயிற்று.

* ஈரானில் உள்ள 'முஜாஹிதீனே கல்கே இஸ்லாம்' என்ற தீவிரவாத இஸ்லாமிய அமைப்பு, 'ஒரே கடவுள்' ('வஹ்தானிய்யா') என்ற கொள்கைக்கு 'ஒரே மனிதகுலம்' என்றே பொருள்கொள்வது இங்கே குறிப்பிடத்தக்கது. இதை மேலும் விரிவுபடுத்தி 'ஒரே கடவுள்' என்ற வானுலகக் கருதுகோளின் உண்மையான இவ்வுலகப் பிரதிபலிப்பாக வர்க்கபேதமற்ற சமுதாயம் அமைய வேண்டும் என்று அந்த இயக்கம் கூறுகிறது. உண்மையில் ஒரே கடவுள் என்பது ஒரே மனிதகுலம் என்பதையே அடிப்படையாகக் கொண்டுள்ளது என்பது அதன் கருத்து. அந்த இயக்கத்தின் அதிகாரபூர்வமான பத்திரிகை முஜாஹித் பிப்ரவரி-ஏப்ரல், 1980 இதழில் வெளியாகியுள்ள 'குர்ஆனைக் கற்பது எப்படி' என்ற கட்டுரையைப் பார்க்கவும்.

இஸ்லாம் தோன்றிய காலம்வரை வளர்ச்சிபெறாத நிலையில் இருந்த இனக்குழுச் சட்டங்களே பொருளாதார, சமூக, அறநெறித் துறைகளில் பின்பற்றப்பட்டு வந்தன. எழுதப்பட்ட சட்டங்கள் இல்லாததால் இனக்குழுவின் மரபு வழக்கங்களே மக்களுக்கு வழிகாட்டியாக இருந்தன. மக்காவில் பொருளாதார மாற்றம் ஏற்பட்ட பின் தோன்றிய இஸ்லாம் அந்தச் சமூகத்துக்கு சமூக, பொருளாதாரத் துறைகளில் எழுத்துவடிவில் கோவைப்படுத்தப்பட்ட சட்டங்களை அளித்தது. குற்றச்சட்டம் ஒன்றையும் அது அளித்தது. அந்தச் சட்டம் பலவகைகளில் இனக்குழுச் சட்டத்தைப் போலவே இருந்தது. ஆனால் —இது முக்கியமாக கவனிக்கத்தக்கது—முன்பு இருந்தது போல ஒரு பழிவாங்கும் வழக்கமாக இல்லாமல், குற்றம் செய்யப்பட்டது என்பது சந்தர்ப்ப சூழ்நிலைச் சான்றுகளால், அல்லது கண்ணால் கண்ட சாட்சிகளால் நிரூபிக்கப்பட வேண்டும் என்று விதிக்கும் குற்றச் சட்டமாக அது அமைந்திருந்தது. வர்த்தக ஒப்பந்தங்களை எழுத்து மூலம் செய்துகொள்ள வேண்டும் என்று குர்ஆன் வலியுறுத்துகிறது. சொத்துக்கு வாரிசுரிமை, விவாகரத்து, திருமணம் போன்றவை பற்றியும் விரிவான விதிகள் குர்ஆனில் கூறப்பட்டுள்ளன. ஒரு வீட்டினுள் எப்போது, எப்படி நுழைய வேண்டும் என்பதை அரபு மக்களுக்குக் குர்ஆன் எடுத்துச் சொல்ல வேண்டியிருப்பதைப் பார்க்கும்போது அவர்கள் அதுவரையில் பண்பாட்டில் எவ்வளவு பிற்பட்ட நிலையில் இருந்தார்கள் என்பது தெரிகிறது. குர்ஆன் கூறுகிறது:

> நம்பிக்கையாளர்களே, நீங்கள் மற்றவர்களின் வீட்டில் நுழைவதானால் அவ்வீட்டாரின் அனுமதி பெற்று, அவர்களுக்கு ஸலாம் கூறுவதற்கு முன் நுழைய வேண்டாம். அதுவே உங்களுக்கு நன்மையாகும். இதைக் கருத்தில் கொள்ளுவீர். அதில் யாரையும் நீங்கள் காணவில்லை என்றால் உங்களுக்கு அனுமதி அளிக்கப் படும்வரை நீங்கள் அதில் நுழைய வேண்டாம். உங்களுக்கு அனுமதி மறுக்கப்பட்டால் நீங்கள் திரும்பிச் சென்றுவிடுவதே சரியானது. அல்லாஹ் நீங்கள் செய்கின்றவற்றை முற்றும் அறிந்தவன். எவரும் குடியிராத வீட்டில் நீங்கள் புகலிடம் நாடுவது குற்றமல்ல. அல்லாஹ் நீங்கள் மறைப்பவற்றையும் வெளிக் காட்டுபவற்றையும் அறிவான்.[57]

மேலே எடுத்துக்காட்டிய வசனத்திலிருந்து குர்ஆன் மனிதர்களின் நடத்தை பற்றிய சிறுசிறு விஷயங்களில்கூட விதிகள் செய்யவேண்டி யிருந்ததைக் காணலாம். வேறுவிதமாகச் சொன்னால், இஸ்லாம்

அரேபியர்களுக்கு ஒரு சித்தாந்தத்தையும், உலக தத்துவ நோக்கையும் அளித்ததுடன் நாகரிகத்தைக் கற்பிக்கும் பணியையும் செய்தது; இது சரித்திர ரீதியாக முக்கியமானதாக இருந்தது. இனக்குழுப் பண்பாட்டின் வழக்கத்தைத் தொடர்ந்து பாலுறவில் கட்டுப்பாடு தளர்ந்த நிலையை மாற்றிக் கட்டுப்பாடுகளைக் கொண்டுவரவும் விதிகள் செய்யப் பட்டன. பெண்கள் தங்களுடைய ஒழுக்கத்தைப் பாதுகாத்துக் கொள்வதற்கு எப்படி உடை அணிய வேண்டும் என்பதும் வரையறை செய்யப்பட்டது. இந்த அம்சங்களில் சிலவற்றை நாம் அடுத்த இயலில் பார்ப்போம். இவை சம்பந்தமான விரிவான சட்டங்கள் மதீனா காலத்திய அத்தியாயங்களில் அறிவிக்கப்பட்டன. இங்கே, மக்கா காலத்தில் கவனிக்கப்பட்ட விஷயங்களை மட்டும் பார்க்கிறோம். மக்காவின் சமூகக் கேடுகளுக்குக் காரணமாயிருந்த அம்சங்களில் ஒன்று அடிமைமுறை. இந்த அடிமைகள் பெரும்பாலும் வெளிநாடுகளைச் சேர்ந்தவர்கள். சிலர் மட்டும் ஏற்கெனவே சிறியதாக உள்ள அல்லது வெற்றிகொள்ளப்பட்ட இனக் குழுக்களைச் சேர்ந்த அரேபியர்களாக இருந்தனர். இந்த அடிமைகள் நல்லமுறையில் நடத்தப்படவில்லை, குறிப்பாக அவர்கள் வேறு நாடுகளைச் சேர்ந்தவர்கள் என்ற காரணத்தால் என்பது நமக்குக் கிடைக்கும் ஆதாரங்களிலிருந்து தெரிகிறது. இதனால் அடிமைகளிடையே ஏற்பட்டிருந்த அதிருப்தி சமூகத்தில் அமைதியைக் குலைத்து வந்தது. எனவே அப்போதுள்ள நிலைமையில் இயன்ற அளவுக்கு அவர்களின் நிலையை மேம் படுத்துவது அவசியமாயிருந்தது. இஸ்லாத்தின் ஆரம்ப காலத்திலேயே அதில் சேர்ந்தவர்களில் வெளிநாட்டினரான அடிமைகள் சிலரும் இருந்தார்கள் என்பது குறிப்பிடத்தக்கது. அவர்களில் ஒருவர் பிலால். இவர் முஹம்மதின் சொந்தப் பணியாளராக இருந்தார். 'பாங்கு' வசனத்தை ஓதி மக்களைத் தொழுகைக்கு அழைக்கும் பெருமை அவருக்கு அளிக்கப்பட்டிருந்தது.

இங்கே எழுகின்ற முக்கியமான வினா இது: தீர்க்கதரிசியின் காலத்தில் அரேபிய சமூகத்துக்கு அடிமைமுறை எவ்வளவு தூரம் அவசியமாயிருந்தது? மக்காவின் பொருளாதாரத்தில் அது எந்த அளவுக்கு முக்கியமாயிருந்தது? மக்காவின் பொருளாதாரம் பன்னாட்டு வர்த்தகத்தைச் சார்ந்திருந்தது; விவசாயம் அநேகமாக இல்லை. முஹம்மதின் தோழர்களில் சிலர் மதீனாவுக்குச் சென்ற பிறகுதான் விவசாயத் தொழிலை முதல் முறையாகப் பார்த்தார்கள். அம்மார் பின் யாஸிரை மேற்கோள்காட்டி தபரி கூறுகிறார்: 'தாத் அல்-அஷீரா மீது நடந்த இந்தத் தாக்குதலின் போது நானும்

அலீயும் இறைத்தூதருடன் (ஸல்) சென்றிருந்தோம். ஓரிடத்தில் நாங்கள் முகாமிட்டோம். அங்கே பனி மத்ஸஜ் மக்கள் சிலர் ஒரு பாலைவனச் சோலையில் விவசாயவேலையில் ஈடுபட்டிருப்பதைக் கண்டோம். அப்போது நான் சொன்னேன், 'அலீ, வாரும், அவர்கள் விவசாய வேலைகளை எப்படிச் செய்கிறார்கள் என்பதைப் பார்ப்போம்.'[58]

வர்த்தகப் பொருளாதாரத்துக்கு அடிமைகள் தேவையில்லை. அந்தப் பொருளாதாரம், இனக்குழு வாழ்க்கைமுறையிலிருந்து மாறிவரும் விவசாய சமூகத்திலிருந்து தோன்றுகிறது. மக்காவின் விஷயத்தில் அது இனக்குழு சமூகத்திலிருந்து நேரடியாக வர்த்தக சமூகமாக மாறியது; இடையில் விவசாய சமூகம் அல்லது நிலப்பிரபுத்துவம் என்ற நிலைகள் ஏற்படவில்லை. விவசாயம் நடத்த வாய்ப்புள்ள மதீனாவில் கூட, சாகுபடி நிலங்கள் பெரும்பாலும் கூட்டு உடைமையாக இருந்தன. எனவே அடிமைமுறை மக்கா அல்லது மதீனா சமூகங்களில் தோன்றவில்லை. அது அநேகமாக வேறோர் இடத்திலிருந்து இரவல் பெறப்பட்ட முறையாகத் தோன்றுகிறது. மக்காவின் வர்த்தகர்கள், வடகிழக்கு, வடமேற்கு அரேபியாவின், அதாவது, ஸஸானிட் மற்றும் ரோமானியப் பேரரசுகளின் மக்களுடன் இடைவிடாது தொடர்பு கொள்வது அவசியமாக நேர்ந்தது. ரோமானியப் பேரரசில் அடிமை முறை மிகப் பழங்காலம் முதல் வழக்கத்தில் இருந்துவந்தது. ரோமானிய மாகாணங்களில் அடிமைகளின் நிலைமை மனிதத் தன்மையற்ற முறையில் இருந்தது பற்றி மேலே குறிப்பிட்டோம். அடிமை முறை அநேகமாக இந்த மாகாணங்களில் இருந்துதான் எடுத்துக்கொள்ளப்பட்டிருக்க வேண்டும். ஃபிலிப் ஹிட்டியும் இவ்வாறு கூறுகிறார்: 'இஸ்லாம் புராதன செமிடிக் வழக்கமான அடிமை முறையை இருக்கவைத்துக்கொண்டது. விவிலியத்தின் பழைய ஏற்பாடு இதைச் சட்டபூர்வமானதாக ஏற்றுக்கொண்டது. ஆனால் இஸ்லாம் அடிமைகளின் நிலையைப் பெருமளவுக்கு மேம்படுத்தியது. ஒரு முஸ்லிம் தமது மதத்தைச் சேர்ந்த மற்றொருவரை அடிமையாக்கக் கூடாது என்று மதச்சட்டம் தடைசெய்கிறது. ஆனால் அந்நிய அடிமை ஒருவர் இஸ்லாத்தை ஏற்றால் அவருக்கு விடுதலை உண்டு என்று உறுதியளிக்கப்படவில்லை. ஆரம்பகால இஸ்லாத்தில் பெண்கள், குழந்தைகள் உள்ளிட்ட போர்க் கைதிகள் மீட்புப் பணத்தின் மூலம் விடுவிக்கப்படாவிட்டால் அடிமைகளாக்கப் பட்டார்கள். விலைக்கு வாங்கப்பட்டவர்களும் கொள்ளைத் தாக்குதல்களில் பிடிக்கப்பட்டவர்களும் அடிமைகளாக்கப்பட்டனர்.

விரைவில் அடிமை வியாபாரம் எல்லா முஸ்லிம் நாடுகளிலும் விறுவிறுப்பாகவும் இலாபகரமாகவும் நடக்கலாயிற்று.'[59]

எனவே அடிமைமுறை மக்கா நகர சமூகத்தின் பொருளாதாரத்தில் இணைந்து அமைந்த அம்சம் அல்ல என்றும், அநேகமாக, புராதன ரோமிலிருந்து எடுத்துக்கொள்ளப்பட்டது என்றும் காண்கிறோம். ஆனால் இஸ்லாம் தோன்றுவதற்கு முன் மக்காவில் வெளிநாடுகளைச் சேர்ந்த பல அடிமைகள் இருந்தார்கள் என்பதும், அவர்கள் சமூகத்தின் கடைசிப் படியில் இருந்தார்கள் என்பதும், அவர்களிடையே அமைதி யின்மை ஏற்பட்டிருந்தது என்பதும் நிச்சயம் எனத் தோன்றுகிறது. இஸ்லாம் அடிமைமுறையை ஒழிக்கவில்லை என்றாலும் அவர்களைச் சமாதானப்படுத்துவதற்காக அவர்களின் நிலைமையை மேம்படுத்த முயற்சி செய்தது. அவர்களுக்கு விடுதலை அளிப்பதை ஒரு மதக் கடமையாகச் செய்யும்படியும் தீர்க்கதரிசி (இறைத்தூதர்) ஊக்குவித்தார். அவர் இவ்வாறு கூறியதாகச் சொல்லப்படுகிறது: சுதந்திர மனிதர் ஒருவரைப் பிடித்து விற்பவருக்கு எதிராக 'நியாயத்தீர்ப்பு நாளில், நான் சாட்சியாயிருப்பேன்.' (புகாரி: கிதாப் அல்-புயூ) அடிமைகளை விடுவிப்பது பல்வேறு பாவங்களுக்குக் கழுவாய் ஆகும் என்று குர்ஆன் கூறுகிறது. தற்செயலாகச் செய்துவிட்ட கொலை *(90:11)*, காப்பாற்ற விரும்பாத பிரமாணத்தை மீறுதல் *(5:89)*, விவாகத்தின் போது மனைவியைத் தன் தாய்க்கு ஒப்பிட்டுப் பேசி, பிறகு விவாகரத்தை விலக்கிக்கொள்ளல் *(58:3)* போன்ற பாவங்களுக்கு அது கழுவாயாகும் என்று கூறப்படுகிறது. மேலும், ஏற்கெனவே குறிப்பிட்டபடி, ஜக்காத்தில் ஒரு பகுதியை அடிமைகளை விடுவிப்பதற்குக் குர்ஆன் ஒதுக்கி வைக்கிறது *(9:60)*. அடிமைகளைப் பெறுவதற்கு பழங்காலத்திலிருந்தே இருந்துவரும் ஒரு வழி, போர் ஆகும். ஆனால் குர்ஆன் இந்த வழியில் அடிமைகளைக் கொண்டு வர ஊக்கமளிக்கவில்லை.

குர்ஆன் கூறுகிறது: 'விசுவாசம் இல்லாதவர்களை நீங்கள் போர்க் களத்தில் சந்தித்தால் அவர்களது தலைகளை வெட்டிவிடுங்கள். அவர் களைப் பணியவைத்துவிட்டால், கைகளை பலமாகக் கட்டிவிடுங்கள். பின்பு அவர்களுக்கு விடுதலை அளிக்கலாம் அல்லது மீட்புப்பணம் பெற்றுக்கொள்ளலாம். போர் தனது கவசங்களைக் கீழே வைக்கும் வரை இவ்வாறு செய்யுங்கள்.'[60] ஆனால் மற்றொரு வசனத்தில் *(33: 50)* போரில் அடிமைப் பெண்களைக் கைப்பற்றிக்கொள்ள குர்ஆன் அனுமதிக்கிறது. இந்த வசனம் இவ்வாறு கூறுகிறது: 'நபியே, நீர் மஹர்

கொடுத்துள்ள உம்முடைய மனைவியரையும் அல்லாஹ் போரின் மூலம் உமக்குக் கொடுத்த அடிமைப் பெண்களையும் உமக்கு சட்டப்படி உரிமையாக்கியிருக்கிறோம்.' மேலே எடுத்துக்காட்டப் பட்ட இரண்டு வசனங்களிலும் உள்ள முரண்பாட்டுக்குச் சமாதானம் காண்பதற்கு முதல் வசனம் கூறுவது மாற்று வழியேயன்றி ஒரேவழி அல்ல என்று கருதலாம். மேலும் தீர்க்க தரிசியின் தோழர்கள்கூட சில சந்தர்ப்பங்களில் அடிமையாக்குவது பற்றி கருத்து ஒற்றுமை மூலம் செயல்பட்டதை இப்னு ருஷ்த் [61] குறிப்பிடுகிறார். ஹிஜ்ரி 5ஆம் ஆண்டில் பனூல்-முஸ்தலிக்[62] ஹிஜ்ரி 8இல் ஹவாஜின்[63] ஹிஜ்ரி 9இல் பனு அன்பர்[64] ஆகியோர் பற்றி இவ்வாறு முடிவுகள் எடுக்கப்பட்டன; ஆயினும் இவர்கள் அனைவரும் பின்னர் விடுவிக்கப் பட்டதாகக் கூறப்படுகிறது.

குர்ஆனில் இவ்வாறெல்லாம் கூறப்பட்டிருந்தாலும் முஸ்லிம் நாடுகளில் அடிமைமுறை பெரும் அளவில் நீடித்தது; கடைசியாக நமது காலத்தில்தான் அது ஒழிக்கப்பட்டது. முஸ்லிம் வரலாற்று ஆதாரங் களிலிருந்து முஸ்லிம் பேரரசில் வெள்ளமாகப் பெருகிய அடிமை களின் எண்ணிக்கை பற்றி ஓரளவு தெரிந்துகொள்ள முடியும். மூஸா பின் நுஸைர் சுமார் 300,000 பேரை ஆப்பிரிக்காவிலிருந்து பிடித்து வந்தார். இவர்களின் ஐந்தில் ஒரு பங்கினரை அல்-வலீதுக்கு[65] அனுப்பிவைத்தார். ஸ்பெயினில் காதிக் பிரபுக்கள் குடும்பங்களி லிருந்து 30,000 கன்னிப் பெண்களைக் கைப்பற்றினார்.[66] குதைபா, ஸாக்டியானாவிலிருந்து மட்டும் 100,000 பேரைப் பிடித்துவந்தார். அல்-ஜுபைர் பின் அல் அவ்வாம் தமது வாரிசுகளுக்கு விட்டுச்சென்ற சொத்துக்களில் ஆண்களும் பெண்களுமாக ஆயிரம் அடிமைகளும் இருந்தார்கள்.[67] மக்காவின் புகழ்பெற்ற காதல் கவிஞர் உமர் பின் அபீ-ரபீயாவிடம் எழுபதுக்கும் அதிகமான அடிமைகள் இருந்தார்கள். 'உமய்யத் இளவரசர் ஒருவர் சுமார் ஆயிரம் அடிமைகளைத் தமது பரிவாரத்தில் வைத்திருப்பது அசாதாரணமானதல்ல. ஸிரியா இராணுவத்தில் உள்ள ஒரு போர்வீரர்கூட போர்க்களத்தில் தமக்குப் பணிசெய்ய ஒன்று முதல் பத்து பணியாட்கள்வரை வைத்திருந்தார்'[68] என்கிறார் ஹிட்டி.

இவ்வாறாக, அடிமை முறையின் கடுமையைத் தணிப்பதை மதக் கடமையாக விதிப்பதால் மட்டும் அதிகப் பலன் ஏற்படவில்லை. ஏனென்றால் அவ்வாறு தணிப்பதற்கு அல்லது அந்த முறையை ஒழிப்பதற்கு வேண்டிய நிலைமைகள் இருக்கவில்லை. இஸ்லாம்,

கடும் வட்டியைத் தடைசெய்தது போல இதையும் தடை செய்திருந்தாலும், கடும் வட்டி மறைந்துவிடாமல் நீடித்தது போல இதுவும் நீடித்திருக்கும். சில அடிமைகள், வசதி, வாய்ப்புக் குறைந்த இனக்குழுக்களைச் சேர்ந்தவர்கள் அல்லது வெளிநாடுகளைச் சேர்ந்தவர்கள். இவர்கள் தீர்க்கதரிசியின் மரணத்துக்குப் பிறகு அதிகார அமைப்பினருக்குப் பெரும் தொல்லை கொடுத்தார்கள். இரண்டாவது கலீஃபா உமர், பாரசீகத்தைச் சேர்ந்த ஃபிரோஸ் என்ற அடிமையால் கொலை செய்யப்பட்டார். அதற்குக் காரணம் வருமாறு: ஃபிரோஸ், தம்முடைய எஜமான் முகிரா பின்ஷுபா தம்மிடம் கடுமையாக வரி வாங்குகிறார் என்றும், அதைக் குறைக்க வேண்டும் என்றும் கலீஃபா உமரிடம் புகார்செய்தார். அவர் எவ்வளவு பணம் கொடுக்க வேண்டியிருக்கிறது என்று கலீஃபா கேட்க, ஒரு நாளுக்கு இரண்டு திர்ஹம் கொடுப்பதாக அடிமை பதிலுரைத்தார். அவர் என்ன வேலை செய்கிறார் என்று கலீஃபா கேட்க, தச்சுவேலை, கொல்லு வேலை, செதுக்கு வேலை செய்வதாக அடிமை பதிலளித்தார். அப்படியானால் அவர் செலுத்தும் பணம் அதிகமல்ல என்று கலீஃபா தீர்ப்பளித்தார்.[69] ஃபிரோஸ் அதைக் கேட்டு மிகவும் மனவருத்தமடைந்தார். மறுநாள் காலைத் தொழுகைக்குப் பிறகு அவர் கலீஃபா உமரைக் கத்தியால் குத்திவிட்டார்.* அதில் ஏற்பட்ட காயத்தால் உமர் பின்பு இறந்து போனார். அந்த அடிமை தமது சக்திக்கு மேல் சுரண்டப்பட்டதால் அதிருப்தியடைந்திருந்தார் என்பது முக்கியமாகக் கவனிக்கத்தக்கது. இது ஒரு தனிப்பட்ட உதாரணம் என்று கருத முடியாது.

வேறு சில நிகழ்ச்சிகளும் உள்ளன. அம்மார் பின்யாசிர் என்பவர் ஓர் அடிமைப் பெண்ணின் மகன். அவர் நிதானமான குணம் உள்ளவர் என்றாலும் மூன்றாவது கலீஃபா உஸ்மானுக்கு எதிராக நடந்த கிளர்ச்சியில் முன்னணியில் நின்றார். அவர் ஒருமுறை கலீஃபா அரசுக் கருவூலத்திலிருந்து தமக்கு உரிய பங்குக்கு மேல் அதிகமாக எடுத்துக் கொள்வதாக அவரைக் குறைகூறினார். கலீஃபா கோபமடைந்து, 'அடிமைப் பெண்ணின் மகனே, நீ எப்படி என்னை எதிர்த்துப் பேசத்

---

* இரண்டாவது கலீஃபா உமர் கொலைசெய்யப்பட்டதில் மிக ஆழமான சதி ஒன்று இருந்தது என்று அல் யமீன் வல் யஸர் ஃபில் இஸ்லாம், (பெய்ரூட், 1973) நூலின் ஆசிரியரான அஹமத் ஸாலிஹ் அப்பாஸ் கருதுகிறார். உமரின் இடதுசாரிப் போக்கை விரும்பாதவர்களின் கையில் ஒரு கருவியாகவே கலீஃபாவைக் கொலைசெய்த அடிமை செயல்பட்டான் என்று அவர் தமது ஆய்வில் எடுத்துக் காட்டுகிறார் (பக்கம் 53-62 பார்க்க).

மக்காவில் இஸ்லாத்தின் தோற்றம் ✦ 113

துணிந்தாய்?' என்று கேட்டார். உஸ்மான் அம்மாரைப் பிடிக்கச் சொல்லி அடித்த அடியில் அவர் நினைவிழந்துவிட்டார்.[70] கூஃபா ஒரு கிளர்ச்சிக் கேந்திரமாயிற்று என்பதைப் பின்னர் காணவிருக்கிறோம். அங்கு வசித்தவர்கள் அடிமைகளும், வெளிநாடுகளைச் சேர்ந்தவர்களுமாவர். அப்பாஸிட் காலத்தில் நடந்த புகழ்பெற்ற ஸஞ்ஜ் கிளர்ச்சியை ஆப்பிரிக்க அடிமைகள் முன்நின்று நடத்தினார்கள். பேரரசின் அஸ்திவாரமே இந்தக் கிளர்ச்சியினால் ஆடிப்போயிற்று. இவையெல்லாம், அடிமைகளை நல்லவிதமாக நடத்தும்படி மதம் போதனை செய்தபோதிலும், பெரிதாக மாற்றம் எதுவும் ஏற்பட்டு விடவில்லை என்பதையும், அடிமைகளும் சுரண்டப்பட்ட மக்களும் தாங்களே போராட வேண்டியிருந்தது என்பதையும் காட்டுகின்றன.

அரபு சமூகம், தனது பொருளாதாரத்தில் ஏற்பட்டிருந்த மாற்றத்துக்கு ஏற்ப, தனது புதிய தேவைகளுக்குத் தகுந்தபடி தனக்கென ஒரு சட்டமுறை உள்ளிட்ட சித்தாந்த மேற்கட்டமைப்பை உருவாக்க முயன்று வந்தது. அரேபியர்களின் தேசிய கர்வமும், தாங்கள் கீழடக்கி வைக்கப்பட்டிருப்பதான உணர்வும் காரணமாக கிறிஸ்துவத்தையோ, யூத மதத்தையோ அவர்கள் ஏற்க விரும்பவில்லை. மேலும் இந்த மதங்கள், நாம் முன்னமே பார்த்தது போல, முற்றிலும் வேறுபட்ட சூழ்நிலைகளில் தோன்றியவையாதலால், அரேபியர்களின் சூழ்நிலைக்கு அவை பொருந்தியிருக்கமாட்டா. இது தவிர, குர்ஆனின் மக்கா காலத்திய வசனங்கள் சிலவற்றிலிருந்து, மக்காநகர வர்த்தகர்கள் 'பாலும் தேனும் பாய்ந்தோடும்' என்று கூறப்படும் சமூகம் ஒன்றைக் காண ஆவல்கொண்டிருந்தார்கள் எனத் தெரிகிறது. பின்வரும் வசனங்கள் ஒரு உதாரணம்: 'அவர்கள் மாறாத மனவுறுதி கொண்டிருந்ததற்காகப் பட்டாடைகளையும் சொர்க்க போகங்களையும் பிரதிபலனாக வழங்குவான். அதில் மென்மையான ஆசனங்கள் மீது அவர்கள் சாய்ந்தவர்களாக இருப்பார்கள். பொசுக்கும் வெப்பத்தையோ கடுங் குளிரையோ அவர்கள் காணமாட்டார்கள். மரங்களின் நிழல்கள் அவர்கள் மீது கவிந்திருக்கும். பழங்கள் குலைகுலையாகத் தாழ்வாகத் தொங்கும். வெள்ளிப் பாத்திரங்களிலும் கிண்ணங்களிலும் அவர்களுக்கு உண்பொருள்கள் கொடுக்கப்படும். அவற்றைத் தக்க அளவாக அவர்களே அளவிட்டு வைப்பார்கள். ஸல்ஸபீல் என்ற ஊற்றிலிருந்து இஞ்சியின் மணம்கொண்ட பானம் அவர்களுக்குக் குவளைகளில் அருந்தக் கொடுக்கப்படும். என்றென்றும் இளமை மாறாமலிருக்கும் சிறுவர்கள் அவர்களுக்குப் பணிசெய்வார்கள். பார்ப்பவர்களுக்குச் சிதறிய முத்துக்களைப் போல அவர்கள்

தோற்றமளிப்பார்கள். அங்கு காணும் காட்சி மகிழ்வும் மாண்பும் நிறைந்த ராஜ்யமாக இருக்கும். அவர்கள் பட்டாடைகளும் பச்சைப் பொன்னாடைகளும் அணிந்திருப்பார்கள். வெள்ளியினாலான காப்புகளும் அணிவிக்கப்பட்டிருப்பார்கள். அவர்களுடைய இறைவன் அவர்களுக்குத் தூய பானங்கள் அளிப்பான். உங்களுக்குரிய பிரதிபலன் இது. உங்களுடைய முயற்சி அல்லாஹ் வுக்கு உகந்ததாகிவிட்டது.'[71]

இந்த வசனங்களில் உள்ள வர்ணனைகளிலிருந்து மக்காவாசிகளில் சிலரேனும் எல்லாவிதமான சுகபோகங்களையும் அடையக் கனவு கண்டுகொண்டிருந்தார்கள் என்பது தெளிவாகிறது. மக்கா நகர வர்த்தகர்கள் அடைய ஆசைப்பட்ட சுகபோகங்களை தீர்க்கதரிசியின் கற்பனை அவர்கள் முன் சித்திரித்துக் காட்டியது என்று கருதலாமா? இத்தகைய வர்ணனைகள் மக்கா காலத்திய அத்தியாயங்களில் திரும்பத் திரும்ப வருகின்றன. மற்றொரு இயலில் பின்வருமாறு கூறப்படுகிறது:

> *நிச்சயமாக நல்லோர்கள் பாக்கியமிக்க சொர்க்கத்தில் உறைவார்கள். மெல்லிய ஆசனங்களில் சாய்ந்துகொண்டு அவர்கள் சுற்றிலும் பார்ப்பார்கள். அவர்களுடைய முகங்களில் சொர்க்கத்தின் ஒளி திகழும். முத்திரையிடப்பட்ட தூய மதுவிலிருந்து அவர்கள் பருகுவார்கள். அதனுடைய முத்திரை கஸ்தூரியாகும். ஆனந்த பாக்கியத்தில் ஆர்வம் கொள்பவர்கள் அதற்கு ஆர்வம் கொள்ளட்டும். அதனுடன் கலவையாவது தஸ்னீம் என்னும் ஊற்றின் நீராகும். அல்லாஹ்வுக்கு நெருக்கமானவர்கள் பருகும் நீருற்று அது (83:22-28).*

மற்றும் ஒரு மக்கா வசனம் கூறுவது:

> *அவர்கள் விரிப்புகளின் மீது சாய்ந்தவர்களாயிருப்பார்கள். பொன் இழைத்த பட்டுத்துணி பொருந்தியவை அவை. இரு சொர்க்கச் சோலைகளின் பழங்களும் பறிப்பதற்குக் கையருகே இருக்கும். எனவே, உங்கள் இறைவனின் அருட்கொடைகளில் எதை நீங்கள் நன்றியில்லாமல் இல்லையென்பீர்கள்? தங்கள் துணைவரைத் தவிர வேறு யாரையும் பார்க்காத, பார்வை கீழ் நோக்கிய பெண்கள் அவர்களை வரவேற்பார்கள். அந்தப் பெண்களை எந்த மனிதனும் எந்த ஜின்னும் தீண்டிச் சேர்ந்ததில்லை. (உங்கள் இறைவனின் எந்தக் கொடையை நீங்கள் நன்றியின்றி இல்லையென்பீர்கள்?) அந்தப் பெண்கள் சிவந்த மாணிக்கத்தைப் போன்றும் முத்தைப் போன்றும் மேனி படைத்தவர்கள். (எனவே, உங்கள் இறைவனின் எந்த அருட்கொடையை நீங்கள் நன்றியின்றி இல்லை யென்பீர்கள்?)... (55:54-59)*

இவற்றைப் போன்ற மற்றும் பல வசனங்களைக் குர்ஆனிலிருந்து எடுத்துக்காட்ட முடியும். இத்தகைய சுகபோகங்களைப் பற்றிய வர்ணனைகள் மக்கா வசனங்களில் மிகவும் வன்மையாக அமைந்திருப்பது கவனிக்கத்தக்கது. மதீனா வசனங்களில், சொர்க்கம் பற்றியும் அதன் சுகங்கள் பற்றியும் பேசப்பட்டாலும், அவற்றின் வகைகளையும் சிறப்புகளையும் அதிகமாக வலியுறுத்தவில்லை. இந்த மாற்றத்துக்குக் காரணம் என்ன? மக்காவிலும் மதீனாவிலும் இருந்த வேறுபட்ட நிலைமைகளை நாம் மனத்தில் கொண்டால், மக்காவில் பணக்கார வர்த்தகர்களை நோக்கிப் பேசியது போல மதீனாவில் பேசவில்லை என்பதைக் காணலாம். அங்கே அவர் முக்கியமாக, தம்மை உறுதியுடன் பின்பற்றி வந்தவர்களைப் பற்றியும் யூதர்களைப் பற்றியுமே நினைத்தார். மதீனாவில் இருந்த அவரது மதத்தைச் சேர்ந்தவர்கள் வாழ்க்கைக்குப் போதிய பொருள்கள் இல்லாமல் எளிமையான வாழ்க்கை வாழவேண்டியிருந்தது. ஆனால் மக்கா வர்த்தகர்கள் சுகபோகப் பொருள்களில் வியாபாரம் நடத்தியவர்கள். அவர்கள் வாழ்க்கையில் கிடைக்கக்கூடிய எல்லாச் சுகங்களையும் அடைய ஆவல் கொண்டிருந்தார்கள். ரோமானிய, ஸஸானிட் பேரரசுகளின் ஆட்சியாளர்களுடனும் அவற்றின் எல்லையில் இருந்த இடைப்பகுதி அரசுகளுடனும் நெருங்கிய தொடர்புகொண்டிருந்தார்கள். அந்த அரசுகளுக்கு பட்டு, கஸ்தூரி, சாம்பிராணி போன்ற சுகபோகப் பொருள்களை வழங்கி வந்தார்கள். அவர்கள் இந்தச் சுகபோகங்களை அத்தியாயங்களில் அடிக்கடி கூறப்படும் துணைகளுடனும் பணியாளர்களுடனும் அனுபவித்து வந்திருக்க வேண்டும், முஹம்மதே வர்த்தகராக இருந்திருக்கிறார்; வர்த்தகத்துக்காக வடதிசை நாடுகளுக்குச் சென்று வந்திருக்கிறார். அவர் அந்த சுகபோகங்களைத் தாமே பார்த்திருப்பதோடு, மற்ற மக்கா வர்த்தகர்களின் ஆசைகளையும் அறிந்திருக்க வேண்டும்.

மேலே எடுத்துக்காட்டிய வசனங்கள் நல்லவர்களுக்கு சொர்க்கத்தில் கிடைக்கவிருக்கும் வாழ்வைக் காட்டுவன போல இருக்கின்றன. ஆனால், உண்மையில் மக்கா நகர வர்த்தகர்களை நோக்கிக் கூறப்பட்ட இந்த வசனங்கள், எல்லாவித இன்ப அனுபவங்களுடனும் அவர்கள் வாழ விரும்பிய வாழ்க்கையைப் பிரதிபலிக்கின்றன. இவற்றில் கற்பனை செய்யப்படும் எழில் தவழும் காட்சிகள், செல்வச் செழிப்புமிக்க சமூகத்தைப் பார்த்திருக்கும் ஒருவருக்குத்தான் தோன்ற முடியும். வறண்ட பாலைவனத்தில் இத்தகைய காட்சிகள் தோன்ற மாட்டா. ஏற்கெனவே நாம் குறிப்பிட்டபடி மக்காநகரம்

தீர்க்கதரிசியின் காலத்தில் மிக உயர்ந்த செல்வச்செழிப்புக்கும், மிகத் தாழ்ந்த வறுமைக்கும் இருப்பிடமாக இருந்தது. இந்தக் குர்ஆன் வசனங்கள் மக்காவில் வாழ்ந்த ஏழை மக்களுக்கு இவ்வுலகத்தில் கிடைக்காத நன்மைகள் மறு உலகில் கிடைக்கும் என்ற வாக்குறுதியை அளிப்பதன் மூலம் அவர்களுடைய உள்ளத்தின் அவல உணர்வு களுக்கும் ஆறுதல் அளித்திருக்கும்.

முஹம்மத் ஹிரா குகையில் பல ஆண்டுகாலம் தியானத்தில் இருந்த பிறகு (பணக்கார விதவையான கதீஜாவைத் திருமணம் செய்துகொண்ட பின் அவருக்குப் போதிய அளவு வாழ்க்கை வசதிகள் இருந்ததுடன், தியானத்தில் இருப்பதற்கும் ஓய்வுநேரம் கிடைத்தது) அவரது மனத்தில் சில முடிவுகள் தோன்றின. செயலில் கொண்டு வந்தால் மக்காவின் சமூகத்தையே முற்றிலுமாக மாற்றியமைத்து விடக்கூடிய முடிவுகள் அவை. அவையெல்லாம் சர்வசக்தி வாய்ந்த இறைவனால் தலைமைத் தேவதூதர் கேப்ரியல் மூலமாக தமக்குத் தரப்பட்டன என்று அவர் உறுதியாக நம்பினார் என்பது நிச்சயமாகத் தெரிகிறது. (இது 'ஹலூஸினேஷன்' என்று கூறப்படும் பொய்த் தோற்றமாக இருக்கக்கூடுமோ?) முஹம்மதுக்கு இவ்வாறு வெளிப்படுத்தப்பட்ட வசனங்கள் அவரது இயல்புக்குத் தக்கபடி பின்வரும் வார்த்தைகளுடன் தொடங்குகின்றன: 'உம்முடைய இறைவனின் பெயரால் ஓதுவீராக! அவன் அனைத்தையும் படைத்தவன். மனிதனை அவன் இரத்தக்கட்டியிலிருந்து படைத்தான். பெரும் தயாளனான இறைவனின் பெயரால் ஓதுவீராக! பேனாவைப் பயன்படுத்தக் கற்பித்தவன் அவன். மனிதன் அறியாதவற்றை அவனுக்குக் கற்றுக்கொடுப்பவன்.' (96:1-5) இந்த வசனங்களின் முக்கியத்துவத்தை உணருவதற்கு, அப்போது மக்கா பன்னாட்டு வர்த்தகக் கேந்திரமாக வளர்ந்திருந்தபோதிலும் அங்கு எழுத்தறிவு மிகக் குறைவு என்பதை நினைவில் கொள்ளவேண்டும். இஸ்லாத்தின் ஆரம்ப நாட்களில் குறைஷ் இனக்குழு மக்களில் பதினேழு பேர்தான் எழுதப் படிக்கக் கற்றிருந்தார்கள்.[72] (தீர்க்கதரிசியே ஒரு 'உம்மீ'தான், அதாவது எழுதப் படிக்கத் தெரியாதவர்கள்தான் என்பது முஸ்லிம் களின் நம்பிக்கை.) எனவே வெளிப்படுத்தப்பட்ட முதல் வசனமே மிகச் சரியாக, எழுத்தறிவின் முக்கியத்துவத்தை வலியுறுத்துகிறது. அருளாளனான இறைவன் பேனாவைப் பயன்படுத்தக் கற்றுத் தருகிறான்! அப்படியானால் மக்கா நகர சமூகத்தில் பேனாவைப் பயன்படுத்தத் தெரிவதைவிட நன்மையானது வேறு என்ன இருக்க முடியும்?

முஹம்மத் வடதிசை நாடுகளின் முற்போக்கான சமூகங்களைப் பார்த்திருக்கிறார். அவருக்கு மக்காவில் இருந்த நிலைமை மிகவும் மனக்கலக்கத்தை ஏற்படுத்தியிருக்க வேண்டும். வர்த்தகத்தின் மூலம் செல்வச்செழிப்பைப் பெற்றிருந்தாலும் மக்கா மக்கள் இனக்குழு வாழ்க்கை முறையிலேயே ஆழ்ந்திருந்தார்கள். பல்வேறு இனக் குழுக்களும் சேர்ந்த வர்த்தகக் கூட்டுமுயற்சிகள் உருவாகியிருந்த போதிலும் மக்கா மக்களின் மனப்போக்கு இனக்குழு முறையை விட்டு மாறவில்லை. அரேபியர்கள், கிறிஸ்தவ, யூதமத மக்களைப் போலன்றி, தங்களுக்கென சொந்தமான ஒரு மதமோ, மத நூலோ, எழுதப்பட்ட சட்டங்களோ, சட்டத்தைச் செயல்படுத்தும் அமைப்புகளோ இல்லாதவர்களாக இருந்தனர். அவர்களுக்கு இருந்ததெல்லாம் பல்வேறு இனக்குழு தெய்வ வழிபாட்டுமுறைகளின் கலவையும், காலத்துக்கு ஒவ்வாதவையாகி, புதிய நிலைமையில் தடைக்கற்களாக நின்ற பழங்கால இனக்குழு மரபுகளுமே. முஹம்மத் மாபெரும் ஞானிகள், தீர்க்கதரிசிகளின் வழக்கப்படி ஹிரா குகையில் தியானத்தை மேற்கொண்டார். அதில் அவர் செய்த முக்கியமான முடிவு மக்கா மக்களை அவர்களுடைய சீரழிவிலிருந்து மீட்டு முன்னேற்றப் பாதையில் செலுத்தவேண்டும் என்பதே. இதற்கு அவர்களுக்கு முறையாகத் தொகுப்பட்ட சட்டங்களையும், அவர்களது தேவை களுக்குப் பயன்படக்கூடிய முறையான அமைப்பு ஒன்றையும் அளிக்க வேண்டும். பழைய இனக்குழுப் பழக்க வழக்கங்களில் அங்கொன்றும் இங்கொன்றுமாக சில மாற்றங்களைச் செய்வது அவருடைய எண்ணம் அல்ல. முழுமையான மாற்றத்தைக் கொண்டுவரவே அவர் விரும்பினார். 'ஒரே கடவுளைத் தவிர வேறு கடவுள்கள் இல்லை' என்ற எளிமையான கொள்கையின் மூலம், நம்பிக்கையாளர்கள் அனைவரையும், இனக்குழுப் பிணைப்புகளைக் கருதாமல், முற்றிலுமாக ஒன்றுபடுத்தும் முயற்சியை அவர் மேற்கொண்டார்.

இவ்வாறாக, அவர் இறைவனின் செய்தியை அறிவித்த பின், நம்பிக்கையாளர்களின் புதிய சமுதாயம் ஒன்று உருவாயிற்று. இந்தப் புதிய சமுதாயத்தில் சேர்ந்தவர்கள் எந்த இனக்குழுவின் நலன்களுக்கும் பிரதிநிதிகளாக இல்லாமல், தனிநபர்களாகவே இருந்தார்கள். பலர் தங்கள் குடும்பங்களின் பெரியவர்கள் சொல்லை மீறி இந்த இயக்கத்தில் சேர்ந்தார்கள். இனக்குழுச் சமூகத்தில் நினைத்துக்கூட பார்க்க முடியாத செயல் இது. குர்ஆன் குறிப்பாகக் கூறுகிறது, 'நீங்கள் வேறு யாருடைய சுமையையும் சுமக்க முடியாது' என்று. நியாயத்தீர்ப்பு நாளில் உங்களுக்கு யாரும், மிக நெருங்கிய

உறவினர்கள்கூட, உதவிசெய்ய முடியாது என்றும் குர்ஆன் வலியுறுத்திக் கூறுகிறது. சமூகத்தில் ஏற்பட்டுவந்த பொருளாதார மாற்றத்தின் விளைவாக உருவாகிக்கொண்டிருந்த தனிநபர் வாழ்க்கை முறைக்கு இது மிகவும் பொருத்தமாயிருந்தது. இந்த இயக்கம், எளிதில் புரிந்துகொள்ளக்கூடிய காரணங்களுக்காக, கொஞ்சகாலம் தலைமறைவாகவே இருந்தது. அதைப் பின்பற்றியவர்கள், முஹம்மத் உட்பட, கொடுமைகளுக்கு உள்ளானார்கள். இனக் குழுவின் பாதுகாப்பைப் பெறக்கூடியவர்கள் பட்ட கொடுமைகள் ஓரளவு குறைவாயிருந்தன. ஆனால், அடிமைகள் அல்லது மவாலிகளுக்கு இப்படிப்பட்ட பாதுகாப்பு இல்லாததால் அவர்கள் இரக்கமின்றிச் சித்திரவதை செய்யப்பட்டார்கள். முஹம்மத் ஹமீதுல்லா பின்வருமாறு எழுதுகிறார்:

> குடும்பத்தின் இளைய உறுப்பினர்களும் அடிமைகளும் மட்டுமின்றி, தொழில்முறையில் தொடர்புள்ளவர்களும் தத்து எடுத்த சகோதரர்களும்கூட பழைய மதத்தைச் சேர்ந்த தங்கள் புரவலர்களால் துன்பத்துக்குள்ளானார்கள். யேமனைச் சேர்ந்த அம்மார் இப்னு யாசிர், மக்ஸூம் இனக்குழுவுடன் இணைந்தவர் (அபூஜஹல் இந்த இனக்குழுவைச் சேர்ந்தவர்). அவர் அளவற்ற சித்திரவதைக்கு ஆளாக்கப்பட்டார். அதனால் அவர் அறிவெல்லாம் இழந்து, அதிலிருந்து தப்பினால் போதும் என்று என்ன சொல்லச் சொன்னாலும் அதைச் சொல்லிவிடுவார். ஒருமுறை அவர் அழுதுகொண்டு தீர்க்கதரிசியிடம் வந்து கடவுள் நிந்தனையான சொற்களைச் செல்லும்படித் தம்மைக் கட்டாயப்படுத்துகிறார்கள் என்று கூறினார். தீர்க்கதரிசி, 'உமது உள்மனத்தில் நம்பிக்கை மாறாதவரை அதனால் குற்றமில்லை' என்று பதில் கூறினார். அம்மாரின் வயதான தாயார் பாமீக் என்ற ஸுமையா தமது மகனுக்கு இழைக்கப்படும் கொடுமைகளைக் கண்டு பொறுக்க முடியாமல் ஒருமுறை அபூஜஹலை அவமதிப்பாகப் பேசினார். அவர் கோபமடைந்து ஈட்டியால் அந்தப் பெண்ணின் வயிற்றில் குத்திக் கொன்றுவிட்டார்.[73]

இவ்வாறாக, வேறு எந்தச் சமூகத்திலும் போலவே, அடிமைகள் போன்ற சாதாரண மக்களும், பாதுகாப்பற்ற வெளிநாட்டினரும் அதிகத் துன்பங்களுக்கு உட்படுத்தப்பட்டார்கள். இந்தத் துன்பங்களையெல்லாம் அவர்கள் மனஉறுதியுடனும் தைரியத்துடனும் தாங்கிக்கொண்டு முஹம்மதின் வழியைவிட்டுவிடாமல் இருந்தது அவர்களது நம்பிக்கையின் ஆழத்தைக் காட்டுகிறது. புதிய மதம்,

துன்பப்படும் மக்கள் பரலோகத்தில் சுகம் பெறுவார்கள் என்று கூறிய கிறிஸ்தவம் போன்ற மதங்களைப் போலன்றி, உடனடியாகவே சமூக நீதியை நிலை நிறுத்தவும், சமூக முரண்பாடுகளுக்கான ஆழ்ந்த காரணங்களை அகற்றவும் விரும்பியது என்பதில் சந்தேகமில்லை. இஸ்லாம் சரித்திர ரீதியான வழக்க முறைகளை வலியுறுத்தியதேயன்றி செயலற்றுச் சரணடைவதைக் கூறவில்லை. இதற்கும், ஏற்கெனவே நாம் விளக்கியுள்ளபடி அரேபியாவில் அப்போதிருந்த சரித்திர ரீதியான, பொருளியல் சூழ்நிலைகளே காரணமாகும். இதே இஸ்லாம் மற்ற நாடுகளில் சிதைந்து தேய்ந்து வந்த நிலப்பிரபுத்துவ சூழ்நிலை களில் புகுத்தப்பட்டபோது, அதில் ஏற்பட்ட மாறுதல்கள் நாம் எடுத்துள்ள நிலையை நிரூபிக்கின்றன. அந்த நாடுகளில் அது, விதி, சாத்வீக சரணாகதி, மறு உலகில் பலன்களை எதிர்பார்த்தல் போன்ற கருத்துகளை வலியுறுத்துவதாக மாற்றம் கொண்டது. அரேபிய சமூகத்தை மாற்றியமைக்கும் வரலாற்றுப் பணியைச் செய்தது போல, அந்த நிலப்பிரபுத்துவச் சமூகங்களில் செய்ய முடியாமல் போனதால் அதனுடைய வேகமும் சக்தியும் மறைந்துபோயின.

முஸ்லிம் தத்துவ அறிஞர்களும், இன்றைய அறிவாளிகள் சிலரும் வரலாற்றுக்குப் பொருந்தாத வேறொரு காரணத்தைக் கூறுகிறார்கள். இஸ்லாத்தின் போதனைகளைப் பின்பற்றாமல் போனதால்தான் முஸ்லிம்கள் தங்களுடைய சக்தியையும் செயல்வேகத்தையும் இழந்துவிட்டார்கள் என்று அவர்கள் கூறுகிறார்கள். இஸ்லாத்தின் போதனைகள் மாறுபட்ட சரித்திரச் சூழ்நிலைக்குக் கொண்டு செல்லப்படும்போது, புதிய சூழ்நிலைக்குத் தகுந்தபடி ஆக்கரீதியாக அவற்றுக்குப் புதிய அர்த்தங்கள் கொடுக்கப்பட்டாலன்றி, அவை களுக்கு முன்புபோல சக்தியும் செயல்வேகமும் ஊட்ட முடியாது என்பதை அவர்கள் புரிந்துகொள்ளத் தவறிவிடுகிறார்கள். சில முஸ்லிம் அறிவாளிகள் இஸ்லாத்தில் ஜனநாயகமும் இருக்கிறது சோஷலிசமும் இருக்கிறது என்று சொல்லித் தங்கள் மனசாட்சியைத் திருப்தி செய்துகொள்கிறார்கள்.

இப்போது, மக்காவில் சேர்ந்திருந்த சீர்கேடுகளை நீக்கி நீதியான சமூகம் ஒன்றை உருவாக்க தீர்க்கதரிசி (இறைத்தூதர்) எவ்வாறு செயல்பட்டார் என்பதைப் பார்ப்போம். முதலில் அவர் ஒற்றுமையை, அதாவது, இனக்குழுப் பிணைப்புகளை அகற்றிவிடுவதை, வலியுறுத்தினார். சமூகம் மேலும் முன்னேற்றமடைவதற்கு இது இன்றியமையாதது. நமது காலத்தில் பல்வேறு மொழிகள்,

பண்பாடுகள், மதங்கள்கொண்ட மக்கள் ஒரே நாட்டு மக்கள் என்ற கருத்தை வலியுறுத்துவதை இதற்கு உதாரணமாகக் கூறலாம். ஆனால் அவருக்குப் பலத்த எதிர்ப்பு இருந்ததனால் மக்காவில் இத்தகைய சமூகத்தை உருவாக்க முடியவில்லை. இரண்டாவதாக, முஹம்மத், மக்கா காலத்தில், தம்மைப் பின்பற்றுவோர் அனைவரும், அவர்கள் சமூகத்தில் எந்த நிலையில் இருந்தாலும் எங்கு பிறந்தவர்களாக இருந்தாலும், சரிநிகர் சமம் என்பதை முழுக்க முழுக்க வலியுறுத்தினார். அடிமைகளுக்கும்கூட கிட்டத்தட்ட சம அந்தஸ்து அளிக்கப்பட்டது. ஆனால், மதீனாவில், அரசு அமைப்பு ஒன்றை தீர்க்கதரிசி உருவாக்கிய பிறகு, சிறிது மாறுதல்கள் ஏற்பட்டன. இதைப் பின்பு பார்ப்போம். இந்தச் சமத்துவக் கருத்து, மக்காவின் சமூக அமைப்பு முறையினால் ஏதேனும் ஒரு வகையில் தங்களுக்கு அவமதிப்பு ஏற்பட்டது என்று எண்ணியவர்கள் அனைவரையும் காந்தம்போலக் கவர்ந்தது. ஒரே இனக்குழு அல்லது குலக்குழுவைச் சேர்ந்தவர்களாயிருந்தாலும் தாங்கள் அந்தக் குழுவிலுள்ள மற்றவர்களால் புறக்கணிக்கப்படுவதாக நினைத்த மக்களுக்கும் முஹம்மத் ஆதரவாக நின்றார். வர்த்தக பேரங்கள் எல்லாம் நியாயமாகவும் ஏமாற்று இல்லாமலும் இருக்க வேண்டும் என்று அவர் வலியுறுத்தினார். எடைபோடுவதிலும் விற்பதிலும்கூட ஒருவர் மனசாட்சிப்படி நடக்கவேண்டும். குர்ஆன் கூறுகிறது:

எடையிலும் அளவிலும் குறைவு செய்கிறவர்களுக்குக் கேடு உண்டாவதாக! அவர்கள் மற்றவர்களிடமிருந்து அளந்து வாங்கும் போது நிறைவாக வாங்குகிறார்கள். ஆனால் தாங்கள் மற்றவர் களுக்கு அளந்து கொடுத்தாலும் நிறுத்துக் கொடுத்தாலும் குறைத்துக் கொடுத்து மோசடி செய்கிறார்கள். மனிதர்கள் அனைவரும், படைத்தவனான இறைவன் முன் எழுந்து நிற்கும் மகத்தான நாளில் தாங்கள் உயிருடன் எழுப்பப்படுவார்கள் என்று அவர்கள் எண்ண வில்லையா? (83:1-6).

நேர்மையற்ற வர்த்தக பேரங்களும், எடைகுறைவாக நிறுப்பதும் போன்ற செயல்கள் நடைபெற்றதை இந்த வசனம் காட்டுகிறது. இத்தகைய மோசடிச் செயல்களுக்கு எதிராக நடவடிக்கை எடுப்பதற்கு அரசு அமைப்பு இல்லாததால் முஹம்மத் அவை அறநெறிக்கு முரணா னவை என்று கண்டித்து, அவற்றைச் செய்வோரின் உள்ளத்தில் நியாயத் தீர்ப்பு நாளைப் பற்றிய அச்சத்தை உண்டாக்க வேண்டி இருந்தது.

முஹம்மத் போதித்த புதிய மதம், தங்களுக்கு ஊறுவிளைவிக்காதது அல்ல என்பதைப் புரிந்துகொண்ட சக்திமிக்க வர்த்தகர்கள், அதை வன்மையாக எதிர்த்தனர். அவரது போதனைகள் சமூகத்தில் தங்களுக்கு இருந்த உயர்ந்த அந்தஸ்தைத் தாக்குகின்றன என்பதையும், (அடிமை முறையை முற்றிலுமாக ஒழிக்கவில்லை என்றாலும்) அடிமைகளுக்கும், தங்கள் இனக்குழுவைச் சேர்ந்தவர்களானாலும் தங்களைவிட திறமையிலும் செல்வத்திலும் குறைந்தவர்களுக்கும், தங்களுடன் சம அந்தஸ்து கொடுக்கின்றன என்பதையும் அவர்கள் புரிந்துகொண்டார்கள். மேலும், முஹம்மதின் புதிய மதத்தை ஏற்றுக் கொண்டால், இறைத்தூதர் என்று அவருக்கு அனைவரையும் விட உயர்ந்த ஸ்தானம் ஏற்பட்டுவிடும். மக்காவின் சக்திமிக்க வர்த்தகர்களுக்கு இந்தக் கருத்து கசப்பாயிருந்தது. இங்கே ஒரு கேள்வி எழுகிறது: மக்காவின் வளர்ந்துவரும் வர்த்தகப் பொருளாதாரத்துக்கு, பழைய இனக்குழு தெய்வவழிபாட்டு முறைகளைவிட இஸ்லாம் அதிகப் பொருத்தமானதாக இருந்தும்கூட மக்காவின் பணக்கார வர்த்தகர்கள் அதை நிராகரித்தது ஏன்? இதற்குக் காரணம் காண்பது கடினமல்ல. மாற்றங்களை ஏற்பதற்குச் சாதாரணமாக ஏற்படும் எதிர்ப்புணர்வும் என்னவென்றும் எப்படிப்பட்டது என்றும் தெரியாத ஒன்றைப் பற்றிய பயமும் ஒரு காரணம். மேலும் முஹம்மத் மக்காவின் பணக்கார வர்த்தகர்களின் அடங்காத பேராசையைக் கடுமையாகத் தாக்கினார். சாதாரண ஏழைமக்களுடன் தங்களையும் சமமாகக் கருதும் கருத்து, அந்த வர்க்கத்தின் மக்கள்மீது அவர்களுக்கு இருந்த துவேஷம் காரணமாக, அவர்களுக்கு வெறுப்பேற்றியது (பொருள் அளவில் உண்மையான சமத்துவத்தை எந்த இஸ்லாமிய சமூகத்திலும் ஏற்படுத்த முடியவில்லை என்பது நன்கு தெரிந்ததே).

எனவே சமத்துவக் கருத்து மதத்திலும் ஆன்மிகத்திலும் மட்டுமே செயல்பட்டது. உதாரணமாக தொழுகைக் கூட்டங்களில், சமூக அந்தஸ்து வேறுபாடுகளைக் கருதாமல், மன்னரும் அடிமையும், பணக்காரரும் ஏழையும் ஒரே வரிசையில் நிற்கிறார்கள். ஆனால் உண்மையான வாழ்க்கையில் இஸ்லாமிய சமூகத்தில் வர்க்க ஏற்றத் தாழ்வுகள் வேறு எந்தச் சமூகத்திலும் இருப்பது போலவே வலுவாக இருந்தன. உற்பத்திச் சாதனங்கள் சமூக உடைமை ஆகாமல் உண்மையான சமத்துவம் ஏற்பட முடியாது. இஸ்லாத்தில் சமத்துவக் கருத்துக்கு இது ஓர் இயற்கையான வரம்பு கட்டிவிட்டது. சமூகத்தின் மேற்பரப்புக்குக் கீழே உருவாகி வந்த அதிருப்தியையும், அது விரைவில் வெடித்து வெளிப்படக்கூடிய அபாயத்தையும் முஹம்மத்

உணர்ந்திருந்தார். நீதியான சமூகம் ஒன்றை உருவாக்கி, ஒடுக்கப்பட்ட மக்களுக்குச் சாதகமாக அடிப்படையான மாற்றங்களைச் செய்வதன் மூலம் அத்தகைய நிலை ஏற்படுவதைத் தடுக்க முஹம்மத் முயன்றார். இதற்கு மக்காவின் பணக்கார வர்த்தகர்கள் சிறிது தியாகம் செய்ய வேண்டியதாகும் என்பதுடன் அவர்கள் தங்களுடைய கொடுமையான சுரண்டலை நடத்த முடியாது என்பதால் அவர்களுடைய பொருளாதார நலன்களும் பாதிக்கப்படும். இதன் மூலம் நீண்டகால அளவில் ஏற்படக்கூடிய நன்மைகளைத் தொலைநோக்கு உள்ள சிலரே புரிந்துகொள்ள முடிந்தது.

மக்கா நகர வியாபாரிகள் தங்களுடைய 'நீண்டகால நலன்களை உணரவில்லை. உலகில் எங்குமே கொள்ளை இலாபக்காரர்கள் நினைப்பதைப் போலவே அவர்களும் எல்லையற்ற சுரண்டலில் தாங்கள் ஈடுபடுவதற்கு எந்தக் கட்டுப்பாடும் இருக்கக்கூடாது என்று நினைத்தார்கள். ஆனால் சமூகத்துக்குச் சட்டங்களை அளிப்பவர் — முஹம்மத் அத்தகையவர் என்பதில் ஐயமில்லை — தமது சட்டங்கள் மிகவும் பெரும்பான்மையான மக்களுக்கு ஏற்புடையதாக இருப்பதற்காக, சமூகத்தின் பொது நன்மையைக் கருத்தில் கொள்ள வேண்டும். அரசுமுறை ஒன்று உருவாகிவிட்டால், அதில் அவர்கள் வர்க்கம் எளிதில் ஆதிக்கம் பெற முடியும் என்பதையும், தொடர்ந்து மேலும் அதிக வேகத்துடன் முன்னேற முடியும் என்பதையும் மக்கா வர்த்தகர்கள் உணரவில்லை (பின்னால் இவ்வாறே நடந்து, அவர்கள் கனவிலும் காணாத செல்வச் செழிப்பை அடைந்தார்கள்). இனக்குழுத் தெய்வ நெறியைப் பொருத்தவரை, அவர்களுக்கு அதில் உண்மையான அக்கறை இல்லை; வெறும் உதட்டளவிலேயே தெய்வங்களுக்கு மதிப்பளித்தார்கள். சட்டத்தைச் செயல்படுத்தும் அமைப்பு எதுவும் இல்லாததால், அறநெறிச் சட்டங்களையெல்லாம் மீறி நடப்பதற்கு அவர்களுக்கு பலம் இருந்தது. அதனால்தான் குர்ஆனின் மக்கா வசனங்களும் மதீனா வசனங்களும் பணக்காரர்களின் செல்வம் அவர்களுக்கு இறுதியில் உதவ முடியாது என்றும், நல்ல செயல்கள் தான் (ஏழைகளுக்கு உதவுதல், நியாயத்திலிருந்து சற்றும் வழுவாது நடத்தல் என்பவை இதில் சேர்ந்தவை) உதவ முடியும் என்றும் மீண்டும் மீண்டும் எச்சரிக்கின்றன. குர்ஆன் இவ்வாறாக கூறுகிறது: விசுவாசிகளே, அல்லாஹ்வுக்கு உங்கள் கடமையை நிறை வேற்றுங்கள். உண்மையான சாட்சியம் கூறுங்கள். மற்றவர்களிடம் நீங்கள் கொண்டுள்ள வெறுப்பினால் நீதியைப் புறக்கணிக்காதீர்கள்.

நீதியாகச் செய்யுங்கள். அது உண்மையான பயபக்திக்கு மிக நெருக்கமானதாகும். அல்லாஹ்வுக்கு அஞ்சி நடங்கள். அவன் உங்களுடைய செயல்களையெல்லாம் நன்கறிந்தவனாயிருக்கிறான். விசுவாசம்கொண்டு நற்செயல்கள் செய்வோருக்கு அல்லாஹ் மன்னிப்பும் நற்கூலியும் வாக்களித்துள்ளான் (5: 8-9).

மக்கா மக்களில் ஒரு பகுதியினர், தங்களுடைய முன்னோரின் மதத்தைப் புனிதமாகக் கருதி அதைக் கைவிட விரும்பாமல் முஹம்மதையும் அவரது புதிய மதத்தையும் எதிர்த்தார்கள் என்பது உண்மையே. ஒரு மதம் அல்லது சித்தாந்தம் வரலாற்றில் தனக்குரிய பணியைச் செய்து முடித்த பின்பும் மக்கள் அதை உண்மையாகவும் தீவிரப்பற்றுடனும் பின்பற்றுகிறார்கள் என்பதும் உண்மை. இந்தக் காரணங்களுக்காக மக்கா மக்கள், குறிப்பாக, வர்த்தகர்கள், முஹம்மத் போதித்த புதிய மதத்தை எதிர்த்தார்கள். அதைப் பின்பற்றியவர்களுக்கு எதிரான கொடுமைகள் படிப்படியாக அதிகரித்தன. சமூக, பொருளாதாரப் புறக்கணிப்பு, பகிரங்க ஏளனம், வசை மொழிகள், கல்வீச்சு போன்ற எல்லா வழிகளும் பின்பற்றப் பட்டன. ஆயினும் முஹம்மத் உடல் சித்திரவதைக்கு ஆளாகவில்லை. அவரது தந்தையின் சகோதரர் அபூதாலிப் அவருடைய மதத்தை ஏற்க வில்லை என்றாலும் அவருக்குத் தமது பாதுகாப்பை விலக்கிக்கொள்ள வில்லை என்பதே இதற்குக் காரணம். குலக்குழுத் தலைவரின் பாதுகாப்பு இருக்கும்வரை இனக்குழு சட்டத்தின்படி அவருக்கு யாரும் தீங்கு செய்ய முடியாது. அவரைப் பின்பற்றியவர்களில் சிலருக்கு இத்தகைய பாதுகாப்பு இல்லாததால், முன்பு குறிப்பிட்டது போல, அவர்கள் சித்திரவதை செய்யப்பட்டார்கள். முஹம்மத் இதை யெல்லாம் ஒன்றும் செய்ய முடியாமல் பார்த்துக்கொண்டிருக்கவும் பிரார்த்தனை செய்யவுமே முடிந்தது. அபூதாலிப்* இறந்த பிறகு அவரது பரம விரோதியான அபூலஹப் புதிய தலைவராக வந்ததால் முஹம்மதுக்கு இருந்த பாதுகாப்பு நீங்கிவிட்டது. எனவே, முஹம்மத் தாயிஃபுக்குச் செல்லத் தீர்மானித்தார்.

முஹம்மத், தமது விசுவாசமான பணியாளர் ஜைத் பின் ஹாரிதாவை உடனழைத்துக்கொண்டு, தனது மனைவியையும் குழந்தைகளையும் விட்டுவிட்டு தாயிஃபுக்குச் சென்றார். மலை

* அபூதாலிப், பகிரங்கமாக ஒப்புக்கொள்ளாவிட்டாலும்கூட, உண்மையில் இஸ்லாத்தைத் தழுவிக்கொண்டார் என்று பொதுவாக ஷியா முஸ்லிம்களும் குறிப்பாக, இஸ்மாயிலி முஸ்லிம்களும் நம்புகிறார்கள்.

ஓரத்தில் அமைந்திருந்த பசுமையும் குளிர்ச்சியும் கொண்ட அந்த ஊரின் மக்கள் அன்பாக நடந்துகொள்வார்கள் என்றும், அவர்களில் சிலராவது தமது மதத்தை ஏற்றுக்கொள்வார்கள் என்றும் தீர்க்கதரிசி நினைத்திருக்கக்கூடும். அங்கே அவர் பத்து நாட்கள் தங்கியிருந்ததாகக் கூறப்படுகிறது. ஆனால் முஹம்மத் எதிர்பார்த்தபடி நடக்கவில்லை. மக்கா நகரின் பணக்கார வர்த்தகர்களுக்கு தாயிஃபில் சொந்த நிலம் இருந்தது. தக்கீஃப் இனக் குழுவினர் அந்த நிலங்களைப் பார்த்துக் கொண்டார்கள். எனவே இவ்விரு தரப்பாரின் நலன்களும் பொதுவாயிருந்தன.

முஹம்மத் அங்கேயும் ஏளனத்தையும் இளக்காரத்தையும் சந்திக்க வேண்டியிருந்தது. தெருவில் திரிந்த சில சிறுவர்கள் அவர்மீது கல் வீசியதில் அவர் காயமடைந்தார். கிறிஸ்தவ அடிமை ஒருவர், அப்து ஷம்ஸ் குலக்குழுவைச் சேர்ந்த இரண்டு குறைஷிகளுக்குச் சொந்தமான ஒரு தோட்டத்தில் அவருக்குப் புகலிடம் கொடுத்தார். ஊர்மக்களின் கோபம் குறைந்த பிறகு அவர் அந்த ஊரிலிருந்து புறப்பட்டுச் சென்றார். அவர் மக்காவுக்குத் திரும்பிச் சென்றார். ஆனால், தமது முதல் மனைவி கதீஜாவின் உறவினர் ஒருவரிடம் பாதுகாப்புக் கோரிய பிறகே நகருக்குள் நுழைய முடிந்தது. அவ்வாறு பாதுகாப்புப் பெறாமல் சென்றிருந்தால் யார் வேண்டுமானாலும் அவரைக் கொல்ல முயன்றிருக்கக்கூடும். இந்தக் கசப்பான அனுபவத்துக்குப் பிறகு முஹம்மத் தமது சொந்த ஊரில் தொடர்ந்து வசிப்பது இயலாது என்று உணர்ந்தார். தமது மக்கள் தம்முடைய மதத்தை ஏற்றுக்கொள்வதனால் வரக்கூடிய நன்மைகளை உணரவில்லையே என்பதில் அவருக்கு மிகவும் வருத்தம். தமது மதத்தை ஏற்றுக்கொள்வதன் மூலம் அரபு மக்கள் ஓர் அமைப்பாக உருவாக முடியும் என்றும் மற்றவர்கள் மீதும் ஆட்சி செலுத்த முடியும் என்றும் முஹம்மத் நன்றாகப் புரிந்து கொண்டிருந்தார் என்பது இப்னு ஹிஷாம் கூறுவதிலிருந்து தெரிகிறது. அபூதாலிப் மரணப் படுக்கையில் இருந்தபோது முஹம்மதுக்கும் மக்கா மக்களுக்கும் இடையே சமரசம் ஏற்படுத்த கடைசி முயற்சி செய்தார். அவர் முஹம்மதைப் பார்த்து 'உமது மக்களின் தலைவர்கள் உமது காரணமாக இங்கே கூடியிருக்கிறார்கள்; அவர்களுக்கு நீர் சிறிது விட்டுக்கொடுத்தால் அவர்களும் உமக்குச் சிறிது விட்டுக் கொடுப்பார்கள்' என்று கூறினார். அதற்கு அவர், 'ஐயா, அவர்கள் எனக்கு ஒரே ஒரு வாக்கு தரட்டும். அதை வைத்து நீங்கள் அரேபியரை ஆள முடியும், அந்நியர்களும் உங்களுக்குக் கீழ்ப்படிவார்கள்' என்று

பதிலுரைத்தார். அப்போது அபூஜஹல் அந்த வாக்கு என்ன என்று கூறுமாறு கேட்டார். அதற்கு முஹம்மத், 'அல்லாஹ்வைத் தவிர வேறு கடவுள் இல்லை என்று மட்டும் சொல்லுங்கள்; அவனைத் தவிர நீங்கள் வழிபடும் மற்றவற்றை விட்டுவிடுங்கள்.' இதைக் கேட்டு, அங்கு வந்திருந்தவர்கள் கையைத் தட்டிக்கொண்டு, 'எல்லாக் கடவுள் களையும் நீர் ஒன்றாக ஆக்கிவிடுவீரா, முஹம்மத்? என்ன ஒரு கருத்து!' என்று கூறி ஏமாற்றத்துடன் திரும்பிச் சென்று விட்டார்கள்[74] என்று கூறினார்.

மக்காவாசிகள் முஹம்மதின் புதிய மதத்தின் முக்கியத்துவத்தை உணரவில்லை. தங்களுடைய இனக்குழுப் பிணைப்புகளைத் தகர்த்து, எதிர்த்து நிற்க முடியாத ஒரு சக்தியாகத் தங்களை அது உருவாக்க வல்லது என்பதை அவர்கள் அறியவில்லை. அவர்கள் தொடர்ந்து அவரை எதிர்த்து வந்ததோடு அவரைப் பின்பற்றியவர்கள் மீதும் கொடுமைகளைத் தொடர்ந்து நடத்தினார்கள். இறுதியாக அவர் மக்காவைவிட்டு வெளியேறி வேறோரிடத்தில் புகலிடம் தேட எண்ணினார். தாயிஃபில் அவருக்கு வரவேற்பு இல்லை என்று ஆனபிறகு இனி அவர் புகலிடம் தேடுவதற்கு இருந்த ஒரே இடம் மதீனா.

குறிப்புகள்

1 ஜோயல் கார்மிக்கேல், *த சேப்பிங் ஆஃப் தி அராப்ஸ்*, லண்டன், 1969 ப. 21.

2 இப்னு கல்தூன், *த முகத்திமா* (ஆங்.) லண்டன், 1970, ப. 83.

3 ஹெச்.ஏ.ஆர். கிப், *முஹம்மதினிசம்* (ஆங்.), லண்டன், 1969, ப. 17.

4 பார்க்க ஜாஹிஸ், *மஹாசின்*, ப. 165.

5 டி.எஸ். மர்கோலியூத், *முஹம்மத் அண்ட் த ரைஸ் ஆஃப் இஸ்லாம்*, 1905, 3வது பதிப்பு, ப. 14.

6 இமாம் ஹன்பல், *முஸ்னத்*, ப. 255.

7 மாண்ட்காமரி வாட், *முஹம்மத் அட் மெக்கா* (ஆங்.), லண்டன், ப. 3.

8 மர்கோலியூத், முன்பு குறிப்பிட்ட புத்தகம், பக். 30-31.

9 தபரி, *தரீக் இ தபரி*, உருது மொழிபெயர்ப்பு: சையத் முஹம்மத் இப்ராஹிம், நஃபீஸ் அகாடெமி, கராச்சி, தொகுதி 1, ப. 134.

10 மேலது, பக். 40-45.

11 இப்னு குர்தத்பேஹ், *அல்மசாலிக் வல் முமாலிக்*, பக். 16-17.

12 தாஹா ஹுஸைன், *அல்ஃபித்னத்துல் குப்ரா*, உருது மொழிபெயர்ப்பு:

அப்துல் ஹமீத் நுஃமானி, தொகுதி 1, ப. 11.

13 ஹெச்.ஏ.ஆர். கிப், முன்பு குறிப்பிட்ட புத்தகம், ப. 18.

14 தரீக் இ தபரி, தொகுதி 1, ப. 103.

15 பார்க்க: யகூத், IV, 10. மு'ஜமல் புதான், பதிப்பு: உஸ்டன் ஃபெல்ட், லெய்ப்ஜிக், 1866, 73.

16 பி. லூயிஸ், பெல்லட் மற்றும் ஜே. சாக்ட் தொகுத்த என்சைக்ளோ பீடியா ஆஃப் இஸ்லாம், எல் வெசியா வேஜ்லிசரீஸ் துர்கார் பற்றி எழுதிய கட்டுரையைப் பார்க்க, ப. 241.

17 இப்னு இஸ்ஹாக், ஸீரத் ரசூலுல்லாஹ், ப. 191.

18 முஹம்மத் ஹபீப், காலிக் அஹ்மத் நிஜாமி, ஏ காம்பிரிஹென்சிவ் ஹிஸ்டரி ஆஃப் இந்தியா, தொகுதி 5 (த டெல்லி சுல்தானேட்), பிபிஹெச், 1970.

19 வாட், முன்பு குறிப்பிடப்பட்ட புத்தகம், பக். 45-6.

20 முஹம்மத் ஹமீதுல்லாஹ், முஹம்மத் ரசூலுல்லாஹ், பாரீஸ், 1974, ப. 7.

21 மாண்ட்காமரி வாட், முஹம்மத், புரோஃபெட் அண்ட் ஸ்டேட்ஸ்மேன், லண்டன், 1961, ப. 7.

22 குர்ஆன், அத்தியாயம் 35, வசனம் 18.

23 பார்க்க: புத்திசம்: த மார்க்சிஸ்ட் அப்ரோச், பிபிஹெச், பம்பாய், 1970, குறிப்பாக, தேவி பிரஸாத் சட்டோபாத்பாய், மற்றும் ராகுல் சாங்க்ரித்யாயன் எழுதிய கட்டுரைகள்.

24 கிப், முன்பு குறிப்பிடப்பட்ட புத்தகம், ப. 17.

25 குர்ஆன், என்.ஜே. தாவூத், மொழிபெயர்ப்பு, (லண்டன் 1970), தி இம்ரான்ஸ், ப. 412.

26 மேலது, ப. 406.

27 குர்ஆன், அத்தியாயம் 24, வசனம் 37.

28 ரேமான்ட் அரோன், மெயின் கரன்ட்ஸ் இன் சோசியாலஜிகல் தாட், தொகுதி 2, பிரெஞ்சிலிருந்து மொழிபெயர்ப்பு ஆர். ஹாவர்ட், ஹெச். வீவர், லண்டன், 1970, பக். 217-18.

29 ரோலண்ட் ராபர்ட்சன் (ப-ஆ), சோசியாலஜி ஆஃப் ரெலிஜியோ, லண்டன், 1969, ப. 33.

30 குர்ஆன், அத்தியாயம் 39, வசனம் 21.

31 மேலது, அத்தியாயம் 39, வசனம் 42.

32 மேலது, அத்தியாயம் 39, என்.ஜே. தாவூத், த ஹோர்டஸிலிருந்து மொழிபெயர்த்தார். பென்குயின், 1966, ப. 277.

33 ராபர்ட்சன், முன்பு குறிப்பிடப்பட்ட புத்தகம், ப. 38.

34 பார்க்க: தரீக் இ தபரி, ப. 34.

35 குர்ஆன், அத்தியாயம் 104, 'புறங்கூறுவான்'.

36 மேலது, அத்தியாயம் 107, 'தர்மம் செய்தல்'.

37 பார்க்க: அல் முன்ஜித் மத்ப'அ அல் கதுலிகா, பெய்ரூட், 1956.

38 கலீஃபா, அப்துல் ஹகீம், இஸ்லாமிக் ஐடியாலஜி (ஆங்.), ஐஐசி, லாகூர், 1961.

39 தரீக் இ தபரி, தொகுதி 4, ப. 1722.

40 என்.ஜே. தாவூத் முஅல்ல ஃபதுல் குலூப் என்ற தொடரை 'மதத்துக்கு மாற்றப்பட்டவர்கள்' என்று மொழிபெயர்த்திருப்பது பொருத்தமான தாகத் தோன்றவில்லை. 'இதயத்தை சமரசப்படுத்திக் கொண்டவர்கள்' என்ற மொழிபெயர்ப்பு அதைவிடப் பொருத்தமாயிருக்கும். அந்தத் தொடர், சமீப காலம்வரை விசுவாசிகளின் எதிரிகளாயிருந்து, பின்னர் இஸ்லாத்தைத் தழுவியவர்கள் அல்லது முஸ்லிம்களுடன் சுமுகமாக உடன்பாடு செய்துகொண்டவர்களைக் குறித்துக் கூறப்பட்டது. இறைத்தூதர் அவர்களின் ஆதரவைப் பெறுவதற்கும், அவர்கள் தொடர்ந்து தமது கூட்டத்தில் இருக்க ஊக்குவிப்பதற்கும் அவர்களுக்குப் பெருமளவில் அன்பளிப்புகள் கொடுத்தார். ஹுனைனில் கிடைத்த கொள்ளைப் பொருள்களிலிருந்து குறைஷ் மக்களின் தலைவருக்கு முஹம்மத் தாராளமாக வழங்கினார் என்று அப்துல் ஃபிதா கூறுகிறார்.

41 குர்ஆன், அத்தியாயம் 9, வசனம் 60.

42 பார்க்க: ஷிப்லி நுஃமானி, அல் ஃபரூக், தில்லி, 1968, பக். 68-9. அவர், இப்னு ஹிஷாம், தபரி ஆகியோரின் புத்தகத்திலிருந்து மேற்கோள்கள் கொடுத்திருக்கிறார்.

43 தரீக் இ தபரி, தொகுதி IV, ப. 182.

44 அப்துல் முத்த'அல் அஸ் ஸயீதி, சபாபல் குறைஷ், கெய்ரோ, 1947.

45 மாண்ட் காமரி வாட், இஸ்லாம் அண்ட் இன்டக்ரேசன் ஆஃப் சொஸைடி (ஆங்.), லண்டன், 1966, ப. 12.

46 இப்னு ஹிஷாம், பதிப்பு: உஸ்டன்ஃபெல்ட், கோட்டிங்ஜென், 1859-60, ப. 143 முதல்.

47 வாட், முன்பு குறிப்பிடப்பட்ட புத்தகம், பக். 13-14.

48 மார்க்ஸ், எங்கல்ஸ், ஆன் ரெலிஜியன், புருனோ பாயரும் ஆரம்பகால கிறிஸ்துவமும் என்னும் இயல்.

49 மேலது, ப. 198.

50 டி.எஸ். ரிச்சர்ட், இஸ்லாம் அண்ட் த ட்ரேட் ஆஃப் ஏசியா, லண்டன், 1970, ப. 4.

51 அர்னால்ட் டாயின்பீ, ஏ ஸ்டடி ஆஃப் ஹிஸ்டரி, தொகுதி 1,

லண்டன், *1946*, ப. *174*.

52 மேற்படி, ப. *175*.

53 ஜோயல் கார்மிக்கேல், முன்பு குறிப்பிடப்பட்ட புத்தகம், பக். *64-5*.

54 பார்க்க: இப்னு இஸ்ஹாக், முன்பு குறிப்பிடப்பட்ட புத்தகம், ப. *288*.

55 ஆல்ஃபிரெட் கியோம், *இஸ்லாம்*, லண்டன், *1969*, ப. *16*.

56 மேலது, ப. *17*.

57 குர்ஆன், அத்தியாயம் *24*, வசனம் *27-29*.

58 *தரீக் இ தபரி*, தொகுதி *1* ப. *154*.

59 ஃபிலிப் கே. ஹிட்டி, *ஹிஸ்டரி ஆஃப் தி அராப்ஸ்*, லண்டன், *1970*, ப. *235*.

60 குர்ஆன், அத்தியாயம் *47*, வசனம் *4*.

61 இப்னு ருஷ்த், *பிதயத்துல் முஜாஹித் 1351*, பதிப்பு: முஸ்தஃபா அல் பாபி, கெய்ரோ.

62 இப்னு ஹிஷாம், மேலே குறிப்பிடப்பட்ட புத்தகம், ப. *729*.

63 மேலது, ப. *877-8*.

64 மேலது, ப. *983*.

65 *இப்னுல் அதீர்*, தொகுதி *4*, ப. *448*.

66 மேலது, ப. *454*.

67 மசூதி, *முரூஜ்ஜுல் தஹப்*, பாரீஸ், *1864*.

68 ஹிட்டி, முன்பு குறிப்பிட்ட புத்தகம், பக்கம் *235*. அடிக்குறிப்புகள் *62* முதல் *66* வரை, ஹிட்டியின் புத்தகத்தில் மேற்கோள்களாக உள்ளவை.

69 ஷிப்லி நுஃமானி, *அல் ஃபரூக்*, முன்பு குறிப்பிடப்பட்டது, ப. *241*.

70 பலாதுரீ, *அன்ஸபுல் அஸ்ரஃப்*, ப. *48*.

71 குர்ஆன், அத்தியாயம் *76*, வசனம் *11-22*.

72 அல் வாஹிதி, பலாதுரீயால், *ஃபுதுஹுல் புல்தான்*, பதிப்பு: டி. ஜோயி, பக். *471-472*.

73 ஹமீதுல்லாஹ், முன்பு குறிப்பிடப்பட்ட புத்தகம், ப. *43*.

74 இப்னு ஹிஷாம், *ஸீரா*, பதிப்பு: உஸ்டன் ஃபெல்ட், *1959-60*, ப. *178*.

4

இஸ்லாமும் மதீனா நிகழ்ச்சிகளும்

சென்ற இயலில் நாம் பார்த்தது போல முஹம்மத், மக்காவில் கொடுமைகள் தாங்க முடியாமல் போனபோது, அங்கிருந்து வெளியேறி, தாம் பத்திரமாகச் செயல்படக்கூடிய ஏதேனும் ஓரிடத்துக்குச் சென்றுவிட எண்ணினார். இதற்கு அவர் தெரிந்தெடுத்த இடம் மதீனா. அது முன்பு யத்ரிப் என்று அழைக்கப்பட்டது. மதீனாவை இறுதியாகத் தெரிந்தெடுப்பதற்குமுன் அவர் தமது தோழர்களின் குழு ஒன்றை அபிஸீனியாவுக்கு அனுப்பிவைத்தார். அந்தக் குழுவில் பதினொரு ஆண்களும் நான்கு பெண்களும் இருந்ததாகத் தபரி தெரிவிக்கிறார்.[1] நல்ல பொருள் வசதிபடைத்த வர்த்தகர் உஸ்மான் பின் அஃபான் அவருடைய மனைவியும் தீர்க்கதரிசியின் மகளுமான ருகையா ஆகியோர் அந்தக் குழுவில் இருந்தார்கள். அபிஸீனியா ஒரு கிறிஸ்தவ நாடு (அங்கு பின்பற்றப் பட்டது மோனோஃபிஸைட் கிறிஸ்தவம்.) அது ரோமப் பேரரசின் செல்வாக்கு மண்டலத்தில் இருந்தது. முஹம்மத் தமது தோழர்கள் சிலரை அங்கு அனுப்பி வைத்ததற்குப் பல காரணங்கள் இருந்திருக்கலாம். மக்காவின் அதிகாரத்தைப் பலவீனப்படுத்தும் நோக்கத்துடன் ரோமானியர்களுடன் தொடர்பு ஏற்படுத்திக்கொள்ள அவர் முயன்றிருக்கலாம். ஆனால் அது, அவரது நோக்கத்துக்கே பாதகமான விளைவை ஏற்படுத்தக்கூடியது. ரோமானியர்கள் அந்தச் சந்தர்ப்பத்தைப் பயன்படுத்தி அரேபியர்களைத் தங்கள் ஆதிக்கத்தின் கீழ் கொண்டுவந்திருக்கக்கூடும். இதை உணர்ந்து முஹம்மத் அந்த எண்ணத்தைக் கைவிட்டிருக்கலாம். அல்லது ரோமானியர்களிட மிருந்து சாதகமான பதில் கிடைக்காமலிருந்திருக்கலாம். ஏனென்றால், அவர்களுக்கும் அரேபியர்களான கஸ்ஸனிட் அரச வம்சத்துக்கும் இடையே உறவுகள் சீர்கெட்டிருந்தன. எப்படியானாலும் முஹம்மதின் தோழர்கள் சிலர் அபிஸீனியாவிற்கு இடம்பெயர்ந்து சென்றதன்

மூலம் பயனேதும் ஏற்படவில்லை. வேறு காரணங்களும் இருந்திருக்கலாம். மக்காவின் வர்த்தகத்தை, பின்னர் மதீனாவிலிருந்து அழித்தது போல, அங்கிருந்து அழிப்பதற்கு அவர் திட்டமிட்டிருக்கக் கூடுமோ? அல்லது மக்கா நகர வர்த்தகர்களின் ஏகபோக உரிமையை உடைக்கும் நோக்கத்துடன், தெற்கேயிருந்து பைஜாண்டியப் பேரரசுக்கு மாற்று வர்த்தக மார்க்கம் ஒன்றை, மக்கா வர்த்தகர்களின் கைக்கு எட்டாத தூரத்தில் உருவாக்க அவர் முயன்றிருக்கக் கூடுமோ? (அவரே அனுபவம் மிக்க வர்த்தகராயிருந்தார் என்பதை நாம் அறிவோம்.) அல்லது, உஸ்மான் பின் மஜூன் போன்ற விரும்பத்தகாத தோழர்கள் சிலரைச் சரிக்கட்டுவது அவரது நோக்கமோ? இந்தத் தோழர் மிகவும் தீவிரமான கருத்துகளைக் கொண்டவராக, எப்போதும் முஹம்மதுடன் ஒத்துப் போகாதவராக இருந்தார். தபரி இந்த நிகழ்ச்சி பற்றி எழுதுவது:

'இது நடந்தபோது (அதாவது மக்காவாசிகளின் கொடுமைகள் காரணமாக முஸ்லிம்கள் சிலர் விலகிக்கொண்டபோது) இறைத்தூதர் முஸ்லிம்களை அபிஸீனியாவுக்குச் செல்லும்படிக் கட்டளையிட்டார். அங்கே நஜாஷி என்று அழைக்கப்பட்ட நல்ல மன்னர் இருந்தார். மேலும் அபிஸீனியா குறைஷியருக்கு நல்ல விற்பனைச் சந்தையாக விளங்கியது. அங்கே அவர்களுக்கு நிறைய உணவும், பாதுகாப்பும், வியாபாரமும் கிடைத்தன. இறைத்தூதர் இதைச் செய்யுமாறு அவர் களுக்கு ஆணையிட்டார். மக்காவில் கொடுமைப்படுத்தப்பட்டபோது பெரும்பாலும் அவர்கள் அங்கே சென்றார்கள். அவர்கள் பாதை தவறிப் போய்விடக்கூடும் என்று அவர் அஞ்சினார். ஆனால் அவர் அங்கேயே (அதாவது மக்காவிலேயே) இருந்தார்.'[2]

முஸ்லிம்கள் அபிஸீனியாவுக்கு இடம்பெயர்ந்து சென்ற இந்த நிகழ்ச்சிக்கு இஸ்லாத்தின் வரலாற்றில் அதிக முக்கியத்துவம் தரப்பட வில்லை என்பது கவனிக்கத்தக்கது. மதீனாவுக்குச் சென்றவர்களுக்குப் பின்பு கொடுக்கப்பட்ட முக்கியத்துவம் அபிஸீனியாவுக்குச் சென்றவர் களுக்குத் தரப்படவில்லை. ஏன்? அபிஸீனியா அரேபியரல்லாத மக்களின் நாடு, கிறிஸ்தவத்தை அரசு மதமாகக் கொண்ட நாடு என்பது காரணமாயிருக்கலாம். முஹம்மத் தமது புதிய மதத்தின் மூலம் அங்கு பெரும் செல்வாக்கு அடைய முடியாது. அவர் இறைத்தூதர் என்ற உயர்ந்த நிலைக்குத் தகுந்தபடி முழுமையான அல்லது பெரும்பாலும் முழுமையான செல்வாக்குக்குக் குறைந்து எதையும் ஏற்க விரும்ப வில்லை. மேலும் அரேபியர்கள் ஒன்றுபட்டு, ஒரே சக்தியாக

உருவாக வேண்டும் என்று முஹம்மத் விரும்பினார். அபிஸீனியாவுக்குச் சென்றுவிடுவதன் மூலம் இந்தக் குறிக்கோள்களை அடைய முடியாது. எனவே அபிஸீனியாவுக்குச் சில முஸ்லிம்கள் சென்றது வாய்ப்புகளைக் கண்டறிவதற்கான முயற்சியேயாகும். அந்த நாட்டில் தம்மீது நல்லெண்ணத்தை ஏற்படுத்தி, ரோமானிய கிறிஸ்தவப் பேரரசு அபாயத்தில் இருந்த அந்தச் சமயத்தில் இஸ்லாத்தை, கிறிஸ்தவத்தின் சகோதர மதமாக எடுத்துக்காட்டுவது அதன் நோக்கமாயிருக்கலாம் (உண்மையில் நஜாஷியிடம் இதை நிரூபிப்பதற்காகக் குர்ஆனிலிருந்து சில வசனங்களை ஓதிக்காட்டினார்கள்) அல்லது மக்கா நகர வியாபாரிகளைப் பணியச்செய்வதற்காக மாற்று வர்த்தக மார்க்கம் ஒன்றை ஏற்படுத்தும் வாய்ப்பை ஆராய்வது அதன் நோக்கமாக இருந்திருக்கலாம்.

ஆனால் மதீனாவுக்கு இடம்பெயர்ந்து சென்றது முற்றிலும் வேறுபட்ட விஷயம். மக்காவாசிகளைத் தமது வழிக்குக் கொண்டுவர முடியாமல் போன பிறகு முஹம்மத் அரேபியாவில் வேறு ஏதேனும் ஓரிடத்தைத் தமக்குத் தளமாகக்கொண்டு மதத்தைப் பரப்புவது பற்றியும் மக்காவாசிகளைத் தமது வழிக்கு மாற்றுவதற்கு வழி காண்பது பற்றியும் சிந்தித்தார். அரேபியா முழுவதிலுமிருந்து மக்கள் மக்கா நகருக்கு வரும் யாத்திரைக் காலத்தின் போது, அவர்களுடன் தொடர்பு ஏற்படுத்திக்கொண்டு இதற்கான வாய்ப்புகளை ஆராயத் தொடங்கினார். எம். ஹமீதுல்லா இவ்வாறு கூறுகிறார்: 'யாத்திரைக் காலத்தின்போது தீர்க்கதரிசி மினாவில் ஒவ்வொரு இனக்குழுவினர் தங்கியிருக்கும் இடங்களுக்கும் சென்று பேசுவதாகக் காண்கிறோம்.

தாம் இறைத்தூதர் என்பதை நம்பும்படியும், அவர்களுடைய பாதுகாப்பின் கீழ் இஸ்லாத்தைப் பரப்ப உதவும்படியும் அவர் ஒவ்வொரு குழுவினரையும் கேட்டுக்கொண்டார். அப்போது இருந்த இரண்டு பேரரசுகளான பைஜாண்டியம், ஸஸானிட் பேரரசு ஆகிய இரண்டின் நாடுகளையும் மிக விரைவில் அவர்கள் தங்கள் ஆட்சியின் கீழ்கொண்டு வரமுடியும் என்று அவர்கள் நம்பவே முடியாத வாக்குறுதியையும் கூறினார். அவர் சென்ற இடங்களுக்கெல்லாம் அவருக்குப் பின்னாலேயே அவரது பரமவிரோதியான அவரது தந்தையின் சகோதரர் அபூலஹப் சென்று, அவரது பேச்சைக் கேட்டு நடந்தால் ஏற்படக்கூடிய அபாயங்கள் குறித்து அந்த மக்களை எச்சரித்து வந்தார். தீர்க்கதரிசியின் (இறைத்தூதரின்) மீதும் வசை மொழிகளை வீசினார்.[3] முஹம்மத் இவ்வாறு சுமார் பதினைந்து இனக்குழு

மக்களைச் சந்தித்ததாக இப்னு ஹிஷாம் கூறுகிறார். எங்கேயும் அவருக்கு வெற்றி கிடைக்கவில்லை. ஆயினும் மதீனாவிலிருந்து வந்திருந்த குழுவினரைச் சந்தித்தபோது பலன் கிடைத்தது. கஸ்ரஜ் இனக்குழுவைச் சேர்ந்த ஆறு பேரை அவர் சந்தித்தார். அவர்களில் இரண்டு பேர் மிகுந்த ஆர்வம் காட்டினர். தீர்க்கதரிசி இந்த ஆறு பேரைச் சந்தித்தது பற்றி இப்னு ஹிஷாம் பின்வருமாறு எழுதுகிறார்:

> அவர் அவர்களிடம் கூறினார்: 'நீங்கள் உட்கார்ந்து நான் பேசுவதைக் கேட்பீர்களா?' அவர்கள் சரியென்று சொல்லி அவருடன் அமர்ந்து கொண்டார்கள். அவர் அவர்களை அல்லாஹ்விடம் நம்பிக்கை கொள்வதை ஏற்குமாறு கேட்டுக்கொண்டார். அவர்களிடம் இஸ்லாத்தைப் பற்றிக் கூறிக் குர்ஆன் வசனங்களை ஓதினார். அல்லாஹ் அவர்களை இஸ்லாத்தை அடையும் பாதையில் செலுத்திவிட்டான். அவர்களுடைய நாட்டிலேயே அவர்களுடன் யூதர்களும் இருந்தார்கள். யூதர்களுக்கு மதப்புத்தகங்கள் இருந்தன; அவர்கள் அறிவைப் பெற்றிருந்தார்கள்: ஆனால் அந்த அரபு மக்கள் பல தெய்வங்களை நம்புவோராகவும் விக்கிரகங்களை வணங்குவோராகவும் இருந்தார்கள். அவர்களுடைய நாட்டிலேயே அவர்களைவிட யூதர்களின் கையே மேலோங்கியிருந்தது. யூதர்களுக்கும், அரேபியர்களுக்குமிடையே தாவாக்கள் ஏற்பட்ட போதெல்லாம் யூதர்கள் சொல்லுவார்கள்: 'இப்போது ஒரு தீர்க்கதரிசி அனுப்பப்படுவார்; அவர் வரவேண்டிய சமயம் அநேகமாக வந்துவிட்டது. நாங்கள் அவரைப் பின்பற்றி அவருடைய உதவியுடன் உங்களை அழித்துவிடுவோம் —ஆதும் இரமும் அழிக்கப்பட்டது போல.'

இறைத்தூதர் அல்லாஹ்விடம் நம்பிக்கை வைக்கும்படிப் பேசியதைக் கேட்டவர்கள் ஒருவருக்கொருவர் இவ்வாறு கூறினார்கள்: 'மக்களே! புரிந்துகொள்ளுங்கள்! யூதர்கள் ஒரு தீர்க்கதரிசி வருவார் என்று பயமுறுத்தினார்களே, அவர் இவர்தான்! அவர்கள் இவரைப் பின்பற்றுவதில் நம்மை முந்திக்கொள்ள விடக்கூடாது.' அவர் கேட்டவற்றுக்கு அவர்கள் பதில் அளித்தார்கள். அவர் மீது நம்பிக்கை வைத்து, அவர் எடுத்துக்கூறிய முஸ்லிம் கோட்பாடுகளை ஏற்றுக் கொண்டார்கள். அவர்கள் அவரிடம் கூறினார்கள்: 'நாங்கள் எங்கள் மக்களைத் துறந்துவிடுகிறோம். வெறுப்பும் போட்டிப் பூசல்களும் இந்த மக்களைப் போல வேறு யாரையும் பிரித்து வைக்கவில்லை. உமது உதவியுடன் இவர்களை ஒன்றுசேர்க்க முடிந்தாலும் முடியலாம். நாங்கள் அவரிடம் சென்று உம்முடன் சேர்ந்துகொள்ளுமாறு

அழைக்கிறோம். உமது மதத்தைப் பற்றி நீர் சொன்னதையெல்லாம் அவர்களிடம் சொல்லுகிறோம். அல்லாஹ் அவர்களை இந்த மதத்தில் ஒன்று சேர்த்தால், வேறு யாரும் உம்மைவிட அதிக சக்தி வாய்ந்தவராக இருக்க முடியாது.'[4]

மேலே கூறிய வர்ணனையில் சில விவரங்களைக் கவனிக்க வேண்டும். முதலாவதாக, கஸ்ரஜ் இனக்குழுவைச் சேர்ந்த இந்த மதீனா மக்களை அல்லாஹ் சரியான பாதையில் செலுத்தினான் என்று இப்னு ஹிஷாம் நிம்மதிப் பெருமூச்சு விடுகிறார். இல்லையென்றால், தங்களுக்கென்று மதப் புத்தகம் உள்ள யூதர்கள் இவர்களைத் தங்கள் பக்கம் கவர்ந்துவிடுவார்கள் என்று அவர் நினைக்கிறார். அரேபியர் தங்களுக்கென்று ஒரு மதப் புத்தகம் வேண்டுமென்று ஆவல் கொண்டிருந்தார்கள் என்பதையும், அந்நிய நாட்டில் தோன்றிய எந்த மதமும் அவர்களுக்கு ஏற்புடையது அல்ல என்பதையும் இது காட்டுகிறது. மதீனா அரேபியர், பல தெய்வ நம்பிக்கையும் விக்கிரக வழிபாடும் கொண்டவர்களாக இருந்ததால் யூதர்கள் அவர்களைவிட அனுகூலமான நிலையில் இருந்தார்கள். அரேபியர் தங்கள் நாட்டிலேயே தோன்றியதும், தங்கள் விருப்பங்களைப் பிரதிபலிப்பது மான மேலான மதம் ஒன்று வேண்டும் என்று விரும்பிக் கொண்டிருந்தார்கள்; மதப் புத்தகம் கொண்டதாக, தங்களுக்கு மேலான பண்பாட்டை அளிப்பதான மதம் ஒன்றை அவர்கள் எதிர்பார்த்துக்கொண்டிருந்தார்கள்.

இரண்டாவதாக, மதீனா அரேபியர்கள் யூதர்களின் மேலாதிக்கத்தை வெறுத்தார்கள். அவர்கள் எண்ணிக்கையில் அதிகமாக இருந்தாலும் யூதர்களின் ஆதிக்கத்தை அவர்களால் அகற்ற முடியவில்லை. இந்த ஆதிக்கம் ஓரளவுக்குப் பொருளாதாரம் சார்ந்தது. வர்த்தகமும், பேரீச்சைத் தோட்டங்களும் அவர்களின் கட்டுப்பாட்டில் இருந்தன. மேலும் யூதர்கள், தங்களுக்கு ஒரு தீர்க்கதரிசி வருவார் என்றும் அவரது உதவியுடன், முற்காலத்தில் ஆதும்-இரமும் அழிக்கப்பட்டது போல இவர்களையும் அழித்துவிடப் போவதாகப் பயமுறுத்திக் கொண்டிருந்தார்கள். இவ்வாறாக, மதீனாவில் நிலையாக வாழ்ந்த அரேபியர்கள், மக்காவின் சக்திவாய்ந்த வர்த்தகர்கள் ஆதிக்கத்துக்கு உட்பட்டவர்களாகவும் உட்பூசல்களால் பிளவுபட்டவர்களாகவும் இருந்தனர். அவர்களுக்கு, சுயநலத்துக்காக முஹம்மதை எதிர்ப்பதற்குக் காரணம் எதுவும் இருக்கவில்லை. மாறாக, அவரை அவர்கள் கடவுளின் தூதர் என்று கூறிக்கொள்ளும் ஓர் அரபுத் தலைவராகக்

கருதினார்கள். இப்படிப்பட்ட ஒருவர் தங்களை ஒற்றுமைப்படுத்தி, யூதர்களின் ஆதிக்கத்தை ஒழிக்க உதவக்கூடும் என்று அவர்கள் எண்ணியிருக்கலாம்.

இதே நிகழ்ச்சியைத் தபரியும் சில மாற்றங்களுடன் வர்ணிக்கிறார். அதில் யூதர்களிடம் அரேபியர்கள் கொண்டிருந்த பயம் மேலும் தெளிவாகப் புலப்படுகிறது. அவர் கூறுகிறார்:

> இறைத்தூதர் கஸ்ரஜ் மக்களிடம் இஸ்லாத்தை போதித்தபோது அவர்கள், (நாம் முஹம்மதின் சொற்படி இஸ்லாத்தை ஏற்கா விட்டால்) யூதர்கள் அவரை ஏற்றுக்கொள்ளக்கூடும் என்று நினைத்தார்கள். யூதர்கள் நமது நிலங்களை ஆக்கிரமித்துக் கொண்டு, ஏதேனும் தாவா வரும்போதெல்லாம், எங்களுக்கு ஒரு தீர்க்கதரிசி வருவார். அவரது உதவியுடன் ஆத்-இரம் மக்கள் முற்காலத்தில் அழிக்கப்பட்டது போல உங்களை அழித்துவிடுவோம் என்று பயப்படுத்திக் கொண்டிருக்கிறார்கள்; அவர்களுக்கு இந்தத் தீர்க்கதரிசியைப் பற்றித் தெரிந்தால் இவரிடம் வந்துவிடுவார்கள் என்று கஸ்ரஜ் மக்கள் நினைத்தார்கள். அவர்கள் இறைத்தூதரிடம் அரேபியராகிய நமக்குள் பகையும், பூசலும் மிகுந்து நம்மை முற்றிலுமாக அழித்துவிட்டன; கடவுள் உம் மூலமாக நம்மை ஒற்றுமைப்படுத்தக்கூடும்; அப்படி அல்லாஹ் நம்மையெல்லாம் ஒற்றுமைப்படுத்திவிட்டால், எங்களுக்கு உம்மைவிட அதிக மரியாதைக்குரியவர் வேறு யாரும் இருக்கமாட்டார் என்று கூறினார்கள்.[5]

தபரி, அரேபியருக்குச் சொந்தமான நிலங்களை யூதர்கள் ஆக்கிரமித் திருந்ததாகக் கூறுகிறார்; எனவே அரேபியரின் கோபத்துக்கு ஒரு பொருளாதாரக் காரணமும் இருந்தது. மதீனாவின் வளமான நிலங்களில் பெரும் பகுதியும் யூதர்களின் வசம் இருந்ததால் இது முற்றிலும் சாத்தியமாகவே தோன்றுகிறது. எனவே மதீனா அரேபியர் முஹம்மதின் தலைமையில் தாங்கள் ஒற்றுமைப்படுவதற்கு ஒரு வாய்ப்பு ஏற்பட்டிருப்பதாகக் கருதினார்கள். மதீனா யூதர்களுக்கு மக்கா வர்த்தகர்களுடன் பொருளாதாரத் தொடர்பு இருந்ததாகவும் தோன்றுகிறது. பின்னரும் அவர்கள் புதிதாக உருவாகியிருந்த முஸ்லிம் அரசை அழிப்பதற்கு மக்கா வர்த்தகர்களுடன் உடன்பாடு செய்து கொண்டார்கள். முஹம்மதைச் சந்தித்த மதீனா குழுவினர் ஆறு பேரும் அடுத்த யாத்திரைக்காலத்தில் மீண்டும் அவரைச் சந்திப்பதாகச் சொல்லிவிட்டுச் சென்றார்கள்.

அவர்கள் மதீனாவுக்குத் திரும்பிச் சென்ற பிறகு முஹம்மதைச் சந்தித்ததைப் பற்றி அங்குள்ள மக்களிடம் கூறி மேலும் சில பேரைத் தங்கள் பக்கம் சேர்த்துக்கொண்டார்கள். பேச்சுவார்த்தைகளும் இரகசியக் கூட்டங்களும் குறைந்தது இரண்டாண்டுக் காலத்துக்கு நடைபெற்றன. மதீனாவின் மற்றொரு முக்கியமான இனக்குழுவான அவ்ஸ் மக்களிலும் சிலர் இவர்களுடன் சேர்ந்துகொண்டார்கள். கி.பி. 621இல் அவர்கள், அவ்ஸ் இனக்குழுவைச் சேர்ந்த மூன்று பேர் உட்பட, மேலும் பலரை முஹம்மதிடம் அழைத்து வந்தார்கள். இப்போது அவர்களின் எண்ணிக்கை பதின்மூன்று ஆகிவிட்டது. அவர்கள் முஹம்மதின் அதிகாரத்தை ஏற்கவும், அவர் விதிக்கும் அறநெறிகளைப் பின்பற்றவும், பல தெய்வ நம்பிக்கையைவிட்டு விடவும் ஏதேனும் ஒரு வகையில் உறுதிமொழி கொடுத்ததாகத் தெரிகிறது. முஹம்மத், தமது உதவியாளர்களில் ஒருவரான முஸப் பின் உமைரை அவர்களுடன் அனுப்பிவைத்து மதீனா மக்களுக்குக் குர்ஆனை ஓதிக்காட்டும்படியும் புதிய மதத்தைக் கற்பிக்கும்படியும் பணித்தார். மேலும் பலர் முஹம்மதை ஏற்றார்கள். கி.பி.622இல் மக்காவுக்கருகே அகபாவிலும் இரகசியக் கூட்டமொன்று நடைபெற்றது. மதீனாவைச் சேர்ந்த எழுபத்தைந்து பேர் இந்தக் கூட்டத்தில் கலந்துகொண்டார்கள். இவர்களில் மூன்று பேர் பெண்கள். இந்தக் கூட்டத்தில், 'நாங்கள் உம்மவர்; நீர் எம்மவர். உமது தோழர்கள் சிலர் எங்களிடம் வந்தால், அல்லது நீரே வந்தால், நாங்கள் எங்களைப் பாதுகாத்துக்கொள்வதைப் போலவே உங்களையும் எல்லாவற்றுக்கும் எதிராகப் பாதுகாப்போம்' என்று உறுதிமொழி கூறப்பட்டது. இவ்வாறாக முஹம்மத் மதீனாவுக்குச் சென்றுவிடுவதற்கு வழி அமைக்கப்பட்டது.

இப்போது மதீனாவில் மேலும் என்ன நடந்தது என்பதைப் பார்ப் பதற்கு முன், மக்காவில் ஏற்பட்டிருந்த சீர்குலைவைப் பரிசீலனை செய்து அங்குள்ள சமூகப் பின்னணியை மேலும் நன்றாகப் புரிந்து கொள்வோம். அந்நகரின் சமூக, பொருளாதாரப் பின்னணி பற்றி இங்கு தரப்படும் விவரங்கள் மாண்ட்காமரி வாட் எழுதிய முஹம்மத்-புரோஃபெட் அண்ட் ஸ்டேட்ஸ்மேன் (முஹம்மத் தீர்க்க தரிசியும் ராஜீய நிபுணரும்) என்ற புத்தகத்திலிருந்து எடுக்கப் பட்டவை. மதீனாவில் நிலைமை மக்காவில் இருந்ததற்கு முற்றிலும் வேறாக இருந்தது. மக்காவிலும் அதைச் சுற்றிய இடங்களிலும் விவசாயம் நடத்த முடியாது; ஒட்டகம் மேய்ப்பதுதான் முடியும். எனவே, அந்த நகரின் வாழ்வு வர்த்தகத்தையே நம்பியிருந்தது.

ஆனால் மக்காவிலிருந்து 250 மைல் வடக்கே அமைந்திருந்த மதீனா, இருபது சதுரமைலுக்கு மேல் பரப்புள்ள ஒரு பாலைவனச் சோலையாகும். பேரீச்சை வளர்ப்பதும், தானியங்கள் பயிர் செய்வதும் அங்குள்ள மக்களின் வாழ்க்கைக்கு முக்கிய ஆதாரங்களாக இருந்தன. அங்கேயும் ஓரளவுக்கு வர்த்தகம் இருந்தது. அந்தப் பகுதியில் சந்தை ஒன்று இருந்தது. அந்தப் பகுதியில் கைனுகா என்ற குலக் குழுவைச் சேர்ந்த யூதர்கள் வசித்துவந்தார்கள். அவர்கள் வர்த்தகம் மட்டுமின்றி தங்க வேலையும், ஆயுதங்களும், கவசங்களும் செய்யும் வேலையும் செய்துவந்தார்கள். ஸிரியாவுடன் சிறிதளவு வர்த்தகம் நடந்திருக்கலாம்; ஆனால் மக்கா நகரவாசிகள் நடத்திய அளவுக்கு இல்லை. குலக்குழுக்கள் என்ற முறையில் பதினொரு குழுக்களும், பல சிறிய குழுக்களும் இருந்தன. முக்கிய குழுக்களில் மூன்று, யூத மதத்தைப் பின்பற்றின. இவர்கள் அகதிகளாக வந்த யூதர்களின் பரம்பரையில் வந்தவர்களா அல்லது அங்கேயே உள்ளவர்களா என்று நிச்சயமாகத் தெரியவில்லை. எனினும் யூதர்களுக்கும் அரேபியர் களுக்குமிடையே திருமண உறவுகள் இருந்ததாகத் தெரிகிறது. பொதுவான வாழ்க்கை முறையில் யூதர்களுக்கும் அரேபியருக்கும் இடையே அதிக வேறுபாடு இல்லை. ஒரு காலத்தில் யூதர்கள் மதீனாவில் அரசியல் ஆதிக்கம் பெற்றிருந்தார்கள். பழைய மரபு மக்கள் இவர்களைச் சார்ந்து இருந்தார்கள். மதீனாவில் விவசாயத்தை வளர்த்தவர்கள் யூதர்களாகவே இருக்கலாம். அரேபியாவின் பகுதி களிலும் அவர்கள் விவசாயத்தை வளர்த்தார்கள்.

மதீனாவின் எட்டு முக்கிய அரபு குலக்குழுக்கள், அங்கு யூதர்களின் ஆதிக்கம் ஏற்பட்ட பிறகு குடியமர்ந்த குடும்பங்களின் பரம்பரையில் வந்தவை. ஆறாம் நூற்றாண்டின் முற்பகுதியில் அவர்கள் யூதர்களிட மிருந்து சுதந்திரம் பெற்று அதிகபலம் பெற்றவர்களாகவும் இருந்தார்கள். ஆயினும், அல்-நதீர், குரைஜாவின் குலக்குழுக்களைச் சேர்ந்த யூதர்கள், பாலைவனச் சோலையின் தென்திசையில் மேடான இடங்களில்இருந்த வளமான நிலங்களில் சிலவற்றைத் தங்கள் வசமே வைத்திருந்தார்கள். சிறிய அரபுக் குழுக்களைவிட உயர்ந்த நிலையில் அவர்கள் இருந்தார்கள். இந்த அரபுக் குழுக்கள் முக்கியமாக அவ்ஸ் மனாத் குலக்குழுவைச் சேர்ந்தவை. இந்த மக்கள் யூதக் குடியிருப்பு களின் இடையே கலந்து, அல்லது அவர்களின் குடியிருப்புகளுக்கு அருகே வசித்தார்கள். யூதக்குழுக்கள் அரபுக் குழுக்களுடன் கூட்டு ஒப்பந்தம் செய்துகொண்டு, சிறிய பங்காளிகள் என்ற அளவிலேயே இருக்க வேண்டியிருந்தது. மதீனா நெருக்கமாக அமைந்த நகராக

இல்லாமல், பேரீச்சைத் தோட்டங்களுக்கும் தானிய வயல்களுக்கும் இடையே பல்வேறு குடியிருப்புகளாக அமைந்திருந்தது. மதீனாவில் நிறைய கோட்டை அமைப்புகள் இருந்தன. தாக்குதல் நடந்தால் இந்தச் சிறிய கோட்டைகளுக்குள் சென்று பாதுகாப்புத் தேடிக் கொள்வார்கள்.[6] மதீனாவில் ஏன் இத்தனைக் கோட்டைகள் இருந்தன?

இரத்தப்பழிப்பகை முறையினால் பரந்த பாலைவனத்தில் அதிக அழிவுக்கு இடம் ஏற்படுவதில்லை. பகைவர்களுக்கிடையே தொடர்பு ஏற்படுவதற்கு அங்கு வாய்ப்புகள் குறைவு. ஆனால் மதீனா போன்ற ஒரு பாலைவனச்சோலையில் பகைகொண்ட குழுக்களிடையே அடிக்கடி தொடர்புகள் ஏற்பட்டதால் நாச விளைவுகள் அதிகமாக இருந்தன. அதனால்தான் மதீனாவில் பாதுகாப்புக் கோட்டைகள் அமைக்கப்பட்டன. மதீனாவுக்கு முஹம்மத் வருவதற்கு முன்னால் அங்கு பல்வேறு குழுக்களிடையேயும் அடிக்கடி சண்டைகளும், தேவையற்ற இரத்த இழப்பும் நடந்துவந்தன. பெரும்பாலான வன்முறைகளுக்குக் காரணம் வரம்புக்குட்பட்ட ஆதார வளங்களைச் சார்ந்து வாழும் மக்கள்தொகை பெருகி வந்ததேயாகும். வேறு காரணங்களும் இருந்தன. பலவீனமான அண்டை அயலாரின் நிலங்களைத் தங்கள் குலக்குழுவுக்குக் கைப்பற்றிக்கொள்வது சில சண்டைகளின் நோக்கமாக இருந்தது. ஆரம்பத்தில் தனித்தனிக் குலக்குழுக்களிடையே நடந்துவந்த சண்டைகள் நாளடைவில் விரிவடைந்து பெரும்பாலான குழுக்கள் சண்டைகளில் கலந்து கொண்டன. இதற்கெல்லாம் முத்தாய்ப்பாக 618ஆம் ஆண்டில் நடந்த புஆத் சண்டையில் மதீனாவில் உள்ள குலக்குழுக்களில் அநேகமாக எல்லாக் குழுக்களும் கலந்துகொண்டன. யூதர் இனக்குழுக்களும் அரபுகுழுக்களில் ஏதாவது ஒன்றின் நேசக்குழுவாக இந்தச் சண்டையில் ஈடுபட்டன. இதில் மிகுந்த உயிரிழப்புகள் ஏற்பட்டதாகக் கூறப் படுகிறது. இருதரப்பினரும் சண்டையினால் பலமிழந்து போகவே சண்டை நின்றது; ஆனால் சமாதான உடன்பாடு ஏற்படவில்லை. மதீனா நகரமே பதற்றநிலையில் இருந்தது. மனிதர்கள் இறந்தது மட்டுமின்றி, பொருள்களும் தீர்ந்து போயின. நிலத்தில் சாகுபடி செய்து உயிர்வாழ்வதற்கு வேண்டிய விளைபொருள்களை எடுப்பதற்கு, சமாதானம் இன்றியமையாததாயிற்று. மக்காவில் வெளிநாட்டு வர்த்தகம், வளர வளர, பல்வேறு இனக்குழுக்களும் தங்களுடைய நலன்களைப் பாதுகாத்துக்கொள்வதற்குக் கூட்டணி உடன்பாடுகள் செய்துகொண்டன (அஹ்லாஃப் இனக்குழுவும் முத்தையபூன் இனக்குழுவும் மக்காவில் சமாதானம் செய்து

கொண்டன). ஆனால் மதீனாவில் இரண்டு முக்கிய இனக்குழுக்களும் ஒன்றையொன்று கடுமையாக எதிர்த்துச் சண்டையிட்டு வந்தன. மக்காவில் இருந்தது போல மதீனாவில் வர்த்தகம் பெரும் அளவில் இல்லாததனால், இனக்குழுப் பிணைப்புகள் அதிக வலுவாக இருந்தன. இரத்த உறவுக்கு மக்காவில் இருந்ததைவிட அவமதிப்பு அளிக்கப்பட்டது. வீரம், வலிமை, இனக்குழுவின் கௌரவம் போன்ற எண்ணங்களால் நீண்ட காலம் சண்டைகள் தொடர்ந்து நடந்து இருதரப்பினரும் வலுவிழந்து சோர்ந்து போனார்கள். அந்த நிலையில் அவர்களுக்கு நிபந்தனையற்ற ஆதரவைப் பெற்ற நடுவர் ஒருவர் தேவைப்பட்டார்.

மதீனாவில் தனிநபர் உரிமைமுறை முக்கியமாக இல்லாவிடினும் ஒரே இடத்தில் நிலைத்து வாழும் வாழ்க்கை முறை, இனக்குழு வாழ்க்கை முறைக்கு அதிகமாகப் பொருந்தி வரவில்லை. ஏற்கெனவே குறிப்பிட்டபடி சிறிய பகுதியில் வாழும் மக்களிடையே இரத்தப்பகைச் சண்டைகளால் மிகுந்த சேதம் ஏற்பட்டது. மேலும், பாதுகாப்புக்காக அமைக்கப்பட்ட கோட்டைகளுக்குச் செலவு அதிகம் பிடித்ததால், உயிர் வாழ்வதற்குப் போதுமானது என்ற அளவிலேயே இருந்த பொருளாதாரத்துக்கு அது கூடுதல் சுமையாயிற்று. தவிரவும், வளமான நிலங்களில் பெரும்பகுதியும் யூதர்கள் வசம் இருந்தது; அங்கு நடைபெற்ற சிறிதளவு வர்த்தகமும் அவர்களின் கட்டுப்பாட்டிலேயே இருந்தது. இந்த நிலைமையில் அரேபியர், தாங்கள் வாழ வேண்டும், வளர வேண்டும் என்றால் தங்களுக்குள் ஒற்றுமை அவசியம் என்பதை உணர்ந்தனர். மக்காவின் அரபு வர்த்தகர்கள் பெருவாழ்வு வாழ்வதைப் பார்த்து இந்த உணர்வு மேலும் உறுதியாகியிருக்கக்கூடும். எனவே தங்களிடையே சமரசத்தையும் சமாதானத்தையும் ஏற்படுத்துவதற்கு எல்லாத் தரப்பினரின் மரியாதையையும் விசுவாசத்தையும் பெற்ற தலைவர் ஒருவர் கிடைப்பாரா என்று அவர்கள் எதிர்பார்த்துக்கொண்டிருந்தார்கள். மதீனாவில் உள்ள அரேபியரிடையே இத்தகைய தலைவர் யாரும் இல்லை. கஸ்ரஜ் குழுவின் முக்கியஸ்தர்களில் ஒருவரான அப்துல்லா பின் உபய், புஆத் சண்டையில் நடுநிலைமை வகித்திருந்தார். அவர் அத்தகைய தலைவராக வர வாய்ப்பு இருந்தது. முஹம்மத் வராமலிருந்தால் ஒருவேளை அவர் மன்னராகியிருக்கக்கூடும். ஆயினும் இது சந்தேகத்துக்கிடமானதே. இரண்டு போட்டி இனக்குழுக்களில் ஒன்றைச் சேர்ந்தவர் அவர். எனவே அவர் தமது குழுவுக்குப் பாரபட்சமாக இருக்கிறார் என்ற சந்தேகம் எப்போதும் எழக்கூடும். ஆனால்

இஸ்லாமும் மதீனா நிகழ்ச்சிகளும்

அவர் தலைவராக வர விரும்பினார். முஹம்மதின் வருகையினால் தமது எண்ணம் நிறைவேறாமல் போனதால் அவர் முஹம்மதிடம் வெறுப்பே கொண்டிருந்தார். தமது ஆசையை இவர் ஒருபோதும் மறக்கவில்லை. முஸ்லிம்களுக்கும் யூதர்களுக்குமிடையில் நடுநிலைமையைப் பின்பற்ற முயன்றார். அதனால் அவர் போலி வேடதாரி என்ற பெயரைப் பெற்றார்.

அகபாவில் நடந்த இரகசியக் கூட்டத்தில் (ஜூலை, கி.பி. 622) பாதுகாப்பு உறுதிமொழி அளிக்கப்பட்ட பிறகு முஹம்மத் தமது தோழர்களை மதீனாவுக்கு இடம்பெயர்ந்து சென்றுவிட ஊக்குவித்தார். அவர்கள் சிறுசிறு குழுக்களாக ஓசைப்படாமல் மக்காவைவிட்டுச் சென்றனர். இறுதியாக சுமார் எழுபதுபேர் வெளியேறி மதீனாவில் புகலடைந்தார்கள். மக்காவில் மிஞ்சியிருந்த முஸ்லிம்கள் முஹம்மத், அபூபக்கர், அலீ ஆகியோரும் அவர்களது குடும்பத்தினர் சிலருமே என்று தோன்றுகிறது. இவர்களைத் தவிர, மதீனாவுக்குப் பயணம் மேற்கொள்ள முடியாதவர்களாக அல்லது விரும்பாதவர்களாக மற்றும் சிலரும் இருந்தார்கள். தமது தோழர்களைத் தமக்கு முன்பே அனுப்பி வைப்பதன் மூலம், தாயிஃபில் ஏற்பட்டது போன்ற தோல்வி மீண்டும் ஏற்படாமல் பார்த்துக்கொள்ள முஹம்மத் விரும்பினார். ஆயினும் மதீனாவில் இருந்த நிலைமையில் நடுநிலையான தலைவர் ஒருவர் தேவையாக இருந்ததால், அதற்குத் தகுதியான முஹம்மதும் அவருடைய தோழர்களும் மதீனாவுக்கு வருவது வரவேற்கப்பட்டது.

அந்த ஆண்டு செப்டம்பர் மத்தியில் முஹம்மத் புறப்படுவதற்குத் தயாராயிருந்தார். மக்காவாசிகளுக்கு இது எப்படியோ தெரிந்து போய் அவரைக் கொன்றுவிடச் சதி செய்ததாகக் கூறப்படுகிறது. ஒவ்வொரு இனக்குழுவிலிருந்தும் ஓர் இளைஞர் தெரிந்தெடுக்கப்பட்டு அவர்கள் அனைவரும் ஒரே சமயத்தில் அவரது உடலில் வாளால் குத்திக் கொன்று விட வேண்டும் என்று திட்டமிடப்பட்டது. அவரது இரத்தத்தைச் சிந்திய பழி தனிப்பட்ட முறையில் யாருக்கும் ஏற்பட்டு அதன் விளைவுகளுக்கு ஆளாகாமல் இருப்பதற்காக இந்த ஏற்பாடு. இப்னு இஸ்ஹாக் தமது புத்தகத்தில் இதைப் பற்றி விரிவாக எழுதியிருக்கிறார். எனவே, மக்காவுக்கும் மதீனாவுக்கும் இடையே முஹம்மதின் உயிருக்கு அபாயம் நிச்சயமாக இருந்தது. தமது நம்பிக்கைக்குரிய தோழர் அபூபக்கருடன் அவர் மூன்று நாட்கள் மக்காவுக்கருகே ஒரு குகையில் ஒளிந்திருந்துவிட்டு மதீனாவுக்குப் புறப்பட்டுச் சென்றார். ஒரு வழிகாட்டியின் உதவியுடன் வழக்கமான

பாதைகளைவிட்டு, பழக்கமில்லாத பாதைகளில் பயணம் செய்தார்கள். கடைசியாக கி.பி. 622 செப்டம்பர் 24ஆம் தேதி அவர்கள் மதீனா பாலைவனச்சோலையின் விளிம்பில் அமைந்திருந்த குபா குடியிருப்புக்குப் போய்ச் சேர்ந்தார்கள். பயணம் பத்திரமாக நிறைவேறியது.

அரேபியர்கள் அதுவரையில் தங்களுக்கென ஓர் ஆண்டுக் கணக்கீடு முறையை உருவாக்கவில்லை என்பது குறிப்பிடத்தக்கது. தபரி, ஜாஹிலிய்யா கவிஞர்கள் சிலரை உதாரணமாக எடுத்துக்காட்டி, தேதி களைக் கணக்கிடுவதில் பொதுவான முறை எதுவும் இருக்கவில்லை என்று கூறுகிறார். இனக்குழு மக்கள் ஏதாவது முக்கிய நிகழ்ச்சியைத் தொடக்கமாக வைத்து ஆண்டுகளைக் கணக்கிடுவது வழக்கம். ஆனால் இந்தத் தொடக்க நிகழ்ச்சி ஒவ்வொரு இனக்குழுவிலும் வெவ்வேறாக இருக்கும். மக்காவின் குறைஷ் மக்கள் அம் அல்-ஃபீல் (யானை ஆண்டு) என்ற ஆண்டிலிருந்து, அதாவது அப்ரஹா, மக்காமீது தாக்குதல் நடத்திய ஆண்டிலிருந்து தேதி கணக்கீடு தொடங்கி இருந்ததாகத் தபரி கூறுகிறார்.[7] ஒரு பொதுவான தேதிக் கணக்குமுறை இல்லை என்றால் மக்காவின் வர்த்தக நடைமுறைகளில் குழப்பம்தான் ஏற்படும். முஸ்லிம்கள் தங்களுக்கென பொதுவான ஆண்டுக் கணக்குமுறை தேவை என்று கருதியபோது, கி.பி. 622 ஜூலை 16ஆம் தேதியை ஆண்டுத் தொடக்க நாளாக வைத்துக் கொண்டார்கள். அந்த நாளில்தான் முஸ்லிம்கள் மக்காவிலிருந்து மதீனாவுக்குப் புறப்பட்டுச் செல்லத் தொடங்கினார்கள். இந்த ஆண்டுமுறையில் தேதிகள் சந்திரமான அடிப்படையில் கணக்கிடப்பட்டன.

முஹம்மத் மதீனாவில் மிக எச்சரிக்கையாகச் செயல்பட்டார். தாம் பாரபட்சமாக இருப்பதாகத் தோன்றக்கூடிய எதையும் செய்யமாட்டார். மேலும், மதீனாவில் உள்ள அரேபியர்கள்கூட அவரை இறைத் தூதராகவோ தலைவராகவோ முற்றிலுமாக ஏற்றுக்கொள்ளவில்லை. முஹம்மத் இரண்டு, மூன்று நாட்கள் குபாவிலேயே தங்கியிருந்தார். மதீனாவில் உள்ள நிலைமையை மதிப்பிடுவதற்காக இவ்வாறு செய்திருக்கலாம். ஆனால் அங்கேயே தொடர்ந்து தங்கியிருக்க அவர் விரும்பவில்லை. ஏனென்றால் அருகில் பலம்வாய்ந்த இரண்டு யூதர் குலக்குழுக்களும் அவர்களின் கூட்டாளிகளான அரேபியர்களும் வசித்துவந்தார்கள். இந்த அரேபியர்கள் முஹம்மதுக்கு அழைப்பு விடுப்பதிலோ, அவருக்குப் பாதுகாப்புத் தருவதாக உறுதிமொழி அளிப்பதிலோ கலந்துகொள்ளவில்லை. அவர்களுக்கருகே வசிப்பது

தம்மை எப்போதும் ஒரு பலவீனமான நிலையில் வைக்கும் என்று அவர் நினைத்திருக்கலாம். இறுதியாக அவர் நஜ்ஜர் குலக்குழுவுக்குச் சொந்தமான ஒரு நிலத்தைத் தெரிந்தெடுத்தார். நிறைய மக்களைக் கொண்ட குலக்குழு அது. அந்த நிலம் குலக்குழு முழுவதற்கும் பொதுவில் சொந்தமானதா அல்லது சில வரலாற்று ஆதாரங்களில் காணப்படுவது போல, குலக்குழுவைச் சேர்ந்த இரண்டு அநாதைகளுக்குச் சொந்தமானதா என்பது தபரியின் புத்தகத்திலிருந்து தெளிவாகத் தெரியவில்லை. மதீனாவில் பொதுச் சொத்துரிமை, தனியார் சொத்துரிமை ஆகிய இரண்டுமே வழக்கத்தில் இருந்தன. ஆனால் முன்னது மறைந்து கொண்டிருந்தது. நிலத்துக்கு விலை கொடுக்க முன்வந்ததாகவும், ஆனால் நஜ்ஜர் குலக்குழு மக்கள் அதை ஏற்க மறுத்துவிட்டதாகவும் தபரி கூறுகிறார்.[8]

அது தரிசுநிலம். ஒரு வேளை ஒரு பகுதியில் மட்டும் சாகுபடி செய்யப்பட்டிருக்கலாம். சில மரக்கூட்டங்களும் பேரீச்சை மரங்களும் இருந்தன. இவையெல்லாம் அகற்றப்பட்டுக் கட்டிட வேலை தொடங்கியது. வெயிலில் காயவைக்கப்பட்ட செங்கற்கள், சில கற்கள், களிமண், பேரீச்சை மரக்கட்டைகள் ஆகியவை கட்டிடத்தில் பயன்படுத்தப்பட்டன. தீர்க்கதரிசியின் தோழர்கள் அனைவரும் கட்டிட வேலையில் பங்குகொண்டார்கள். தீர்க்கதரிசியும் வேலை செய்தார். அந்தக் கட்டிடம்தான் முதல் மசூதி என்று முஸ்லிம் மரபில் கருதப்படுகிறது. இதைக் குறிக்கும் சொல் நபாட்டியன் மற்றும் ஸிரியன் வடிவில் 'மஸ்ஜிதா' என்று வழங்கப்படுகிறது. மக்கள் கீழே விழுந்து வணங்குகிற இடம் அதாவது வழிபாடு செய்யும் இடம் என்பது இதன் பொருள். அந்தக் கட்டிடத்தில் நீண்ட சதுர வடிவில் பெரிய முற்றம் ஒன்று இருந்தது. கிழக்குச் சுவர்களையொட்டினாற்போல், தீர்க்கதரிசியின் இரண்டு மனைவியருக்குமாக இரண்டு அறைகள் கட்டப்பட்டன (தீர்க்கதரிசி, மதீனாவில் அபூபக்கரின் இளம் புதல்வி ஆயிஷாவைத் திருமணம் செய்துகொண்டார்). அந்த மசூதியின் முற்றம் எல்லா நடவடிக்கைகளுக்கும் மையமாயிற்று; முஹம்மத் தமது நேரத்தில் பெரும் பகுதியை அங்கேயே செலவிட்டார். அங்குதான் அவர் தூதர்களையும் தூதுக் குழுக்களையும் சந்தித்தார். சமுதாய விவகாரங்களைக் கவனிப்பதற்கும் பொதுக் கூட்டங்களை நடத்துவதற்கும் அதுவே இடமாயிருந்தது. போர்க் கைதிகளை அடைத்து வைப்பதற்கும், நோயாளிகளுக்குச் சிகிச்சை அளிப்பதற்கும்கூட அந்த இடம் பயன்படுத்தப்பட்டது. முஹம்மதின் ஏழைத்தோழர்கள் இரவில் அங்கே உறங்கினார்கள். தொழுகைக் கூட்டங்களும் அங்கே நடைபெற்றன.

சுருக்கமாகச் சொன்னால் மதீனாவில் புதிதாக உருவாகி வந்த அரசின் முதலாவது பொதுக் கட்டிடமாக அது விளங்கியது. அங்கே கட்டுமானத் துக்கு வேண்டிய ஆதாரப்பொருள்கள் குறைவாகவே இருந்ததனால் அந்தக் கட்டிடம் மிகவும் சாதாரண முறையிலேயே அமைந்திருந்தது (முஸ்லிம்கள் வெளிநாடுகளை வென்று பெரும் செல்வம் திரட்டிய பிறகு அரண்மனை போன்ற வீடுகளைக் கட்டினார்கள். இதைப் பற்றிப் பின்னர் பார்ப்போம்).

முஹம்மத் பெரும் எண்ணிக்கையில் தமது தோழர்களுடன் மதீனாவுக்கு வந்தபோது அவர்களின் உணவுக்கும் வசிக்க இடத்துக்கும் ஏதாவது செய்ய வேண்டியதாயிற்று. ஏனென்றால் அவர்களில் அனைவருமே வசதிபடைத்தவர்களல்ல. முஹம்மத் தம்மளவில் மிகவும் எளிமையாக வாழ்ந்தார்; பல சமயம் உணவு இல்லாமலே இருந்துவிடுவார். பல நாட்களில் அவரும் அவரது குடும்பத்தினரும் உண்பதற்குப் பேரீச்சம் பழங்களும் தண்ணீரும் மட்டுமே கிடைத்தன. குளிர்காலத்தில் கதகதப்பாயிருக்க நெருப்புக்கு விறகுகூடப் பல நாட்களில் கிடைக்கவில்லை. முஹம்மதின் தோழர்களும் இவ்வாறே கடினவாழ்க்கை வாழவேண்டியிருந்தது. மதீனாவில் உள்ள தமது தோழர்கள் (இவர்கள் அன்ஸார்கள் என்று அழைக்கப்பட்டார்கள். அன்ஸார்கள்—உதவுவோர்) ஒவ்வொருவரும் மக்காவிலிருந்து வந்த ஒரு முஸ்லிமைத் தமது சகோதரராக ஏற்றுத் தம்முடன் வைத்துக் கொண்டு உணவளிக்க வேண்டும் என்று கட்டளையிட்டார். இதன்படி யாரை, யார் தம்முடன் சேர்த்துக்கொள்ள வேண்டும் என்பதை, அவரவர்களின் அந்தஸ்தைக் கருத்தில்கொண்டு, தீர்க்கதரிசியே முடிவு செய்தார்.

கொள்கையளவில் விசுவாசிகள் ஒவ்வொருவரும் கடவுளின் முன் சமமானவர்களே என்கிறது குர்ஆன். 'உங்களில் மிகவும் பயபக்தி யுடையவர் யாரோ, அவரே இறைவனுக்கு மிகவும் மரியாதைக்குரிய வராவார்.'[9] என்றாலும், செயல்முறையில் சமத்துவம் சாத்தியமாக வில்லை. மக்கள் அந்தஸ்து உணர்வு உள்ளவர்களாக இருந்தனர்; காலம் போகப்போக இந்த மனப்பான்மை வளர்ந்துகொண்டே சென்றது. எனவே இஸ்லாத்தில் சமத்துவம் என்று பெரிதும் பேசப் படுவது நடைமுறையில் ஒருபோதும் செயலுக்கு வரவில்லை (கூட்டுத் தொழுகைகளில் மட்டுமே அந்தஸ்தைக் கருதாமல் எல்லோரும் ஒரே வரிசையில் நின்றார்கள். சமூகத்தில் குறைவான அந்தஸ்தில் உள்ளவர்களுக்கு இது பெரிய ஆறுதல் அல்ல). அப்போதைய

சமூகத்தில் உற்பத்திச் சக்திகளின் சமன்பாட்டைப் பார்க்கும்போது அப்படிப்பட்ட சமத்துவம் சாத்தியமாயிருந்திராது. பல்வேறு சோஷலிச நாடுகளின் சமீபகால அனுபவங்கள், கொள்கைகளும், சித்தாந்தங் களும் எப்படி இருந்தபோதிலும்; பற்றாக்குறை அதிகமாக உள்ள ஒரு சமூகத்தில் கண்டிப்பான சமத்துவம் சாத்தியமில்லை என்பதையே நிரூபிக்கின்றன.

சகோதர உறவுடன் பழகியது மக்காவிலிருந்து வந்தவர்களுக்கு நன்மை அளித்தது. ஆயினும் அவர்கள் பெரும்பாலும் அன்ஸார் களுக்குப் பாரமாக இல்லாமல், அவர்களுடன் வயல்களில் வேலை செய்தார்கள். இதற்குச் சில எடுத்துக்காட்டுகள்:

> உமர் தமது மதீனா சகோதரரிடம் சொன்னார்: ‘உமது தோட்டத்துக்கு தண்ணீர் பாய்ச்ச நான் ஒரு நாள் வேலை செய்கிறேன்; நீர் தீர்க்கதரிசியுடன் கூடஇருந்து அன்று நடந்ததையெல்லாம் மாலையில் எனக்குக் கூறுவீர்: புதிதாக இறக்கப்பட்ட குர்ஆன் வசனங்கள், அரசியல், சமூக தீர்மானங்கள், இன்னும் இவை போன்றவை. மறுநாள் நான் அவரிடம் போகிறேன்; நீர் வயலில் வேலை செய்வீர்’. அப்துர் ரஹ்மான் இப்னு அவுஃபிடம் அவரை ஆதரித்தவர் கூறினார்: ‘இது என்னுடைய சொத்து, இதில் பாதி உமக்கு உரியது; எனக்கு இரண்டு மனைவிகள் இருக்கிறார்கள், உமக்குப் பிடித்த ஒருத்தியை நீர் தேர்ந்தெடுப்பீர்; அவளை நான் விவாகரத்து செய்துவிடுகிறேன், நீர் அவளை மணந்துகொள்ளும்.’ ஆனால் அவர் இவ்வாறு பதிலுரைத்தார்: ‘கடவுள் உமது சொத்தும் உமது குடும்பமும் உமக்கே இருக்க ஆசீர்வதிக்கட்டும். எனக்கு சந்தைக்குப் போகும் வழியை மட்டும் காட்டுவீர்.’ அவர் சந்தையில் கடனுக்கு ஏதோ பொருளை வாங்கி உடனே விற்றார்; இவ்வாறு பலமுறை செய்தார். மாலையில் தாம் வாங்கிய கடனைத் திருப்பிக் கொடுத்த பிறகு அவரது உணவுக்கு வேண்டிய பணம் மிச்சமிருந்தது. சில நாட்கள் கழித்து அவர் தீர்க்கதரிசியைச் சென்று பார்த்தார். அப்போது அவர் அணிந்திருந்த புதிய, விலையுயர்ந்த ஆடை, அவர் அப்போதுதான் திருமணம் செய்துகொண்டிருப்பதைக் காட்டியது. விரைவில் அவர் ஊரிலேயே மிகப் பெரிய பணக்கார வர்த்தகர்களில் ஒருவர் ஆகிவிட்டார்... [10]

மேலே எடுத்துக்காட்டப்பட்டிருக்கும் பகுதியிலிருந்து மதீனாவின் சமூக-பொருளாதார அமைப்புகள் பற்றிப் பல விஷயங்கள் தெரிய வருகின்றன. பொதுவான சொத்துமுறை (இனக்குழு அல்லது குலக்

குழு முழுவதற்கும் நிலம் சொந்தமாயிருக்கும் முறை) அநேகமாக மறைந்துபோய் தனிநபர் அல்லது குடும்பத்தின் சொத்துரிமை முறை ஏற்பட்டுவிட்டதைக் காண்கிறோம். மதீனாவில் தமக்கு இருந்த கடினமான நிலைமையைச் சமாளிப்பதற்கு தீர்க்கதரிசி கம்யூன்கள் என்ற பொதுவுடைமைச் சமுதாயங்களை அமைத்திருக்கலாம். அதற்குப் பதிலாக அவர் இடம்பெயர்ந்து வந்த ஒவ்வொரு குடும்பத்தையும், மதீனாவில் உள்ள ஒரு குடும்பத்துடன் இணைத்து வைத்தார். இதுவும்கூட சொத்துரிமை உறவுகளில் ஏற்பட்டிருந்த மாறுதல்கள், கம்யூன்கள் ஏற்படுத்த முடியாத அளவுக்குச் சென்று விட்டன என்பதையே காட்டுகிறது. மதீனாவில் பலதார மணமும் தந்தையின் தலைமையிலான குடும்பமுறையும் நடைமுறையில் இருந்தன என்பதும் தெரிகிறது (மதீனாவில் நீண்டகாலத்துக்கு முன்னால் தாய் குடும்பமுறை நிலவியது என்று மாண்ட்காமரி வாட் கூறி அதற்கு ஆதாரமாகச் சுற்றிவளைத்துச் சில சான்றுகளையும் குறிப்பிடுகிறார்). பொருளாதாரச் சுதந்திரம் சிறப்பாகக் கருதப்பட்டது என்பதும், உடலுழைப்பு இழிவாகக் கருதப்படவில்லை என்பதும் தெரிகிறது. தீர்க்கதரிசியின் முக்கியமான தோழர்களான அலீ, உமர் போன்றவர்களும், சில சமயங்களில் தீர்க்கதரிசியும்கூட உடலுழைப்புச் செய்தார்கள். திருமணம் செய்துகொள்வதும் மணவிலக்குச் செய்வதும் மிக எளிதாக இருந்தன என்பதும், சமூகத்தில் பெண்கள் ஆண்களுக்கு அடங்கிய நிலையிலேயே இருந்தார்கள் என்பதும் தெரிகின்றன. இவையெல்லாம், நாம் பின்னர் காணவிருப்பதைப் போல, குர்ஆனில் அறிவிக்கப்பட்ட சட்டங்களைத் தீர்மானிப்பதில் பெரும்பங்கு வகித்துள்ளன.

மதீனாவுக்கு வந்து சேர்ந்த சில நாட்களுக்குள்ளேயே முஹம்மத் வேறு சில பிரச்சினைகளுக்கும் தீர்வு காணவேண்டியிருந்தது. மக்காவைப் போலவே மதீனாவிலும் ஓர் ஆட்சியாளரோ, அரசு அமைப்போ, இராணுவம், காவல்துறை, அதிகாரிகளைக் கொண்ட நிர்வாக யந்திரம் ஆகியவையோ இல்லை. மக்காவில் இருந்த மலா என்ற ஆலோசனை சபை போன்ற அமைப்புகூடக் கிடையாது. அங்கே ஒவ்வொரு இனக்குழுவும் தனக்குத்தானே ஒரு சட்டமாக இருந்தது. அதனால் இனக்குழுக்களிடையே சண்டைகளும் இரத்தம் சிந்தலும் நடந்துகொண்டிருந்தன. உண்மையில் அது இனக்குழு மனப்பான்மைக்கும், நிலைத்துவாழும் நகரவாழ்க்கையின் தேவைகளுக்கும் இடையே நடந்த மோதல். இதனால் மதீனாவில் நிலைமை சீர்கெட்டு, அமைதியையும் ஒழுங்கையும் பாதுகாக்க

முறையான அதிகார அமைப்பின் தேவையை மக்கள் உணரத் தொடங்கினார்கள். மேலும், நிலையாக ஓரிடத்தில் வாழும் மக்களிடையே நாடோடி இனக்குழுச் சட்டங்கள் செயல்படுவதனால் பிரச்சினைகள் உருவாகின்றன; இவற்றில் சிலவற்றை மேலே கண்டோம். எனவே மாறுபட்ட நிலைமைக்குத் தகுந்த புதிய சட்டங்களும் தேவைப்பட்டன. முஹம்மத் ஒரு தீர்க்கதரிசி என்ற முறையிலும் தலைவர் என்ற முறையிலும் இந்தத் தேவைகளை யெல்லாம் நிறைவேற்றத் தொடங்கினார்.

முதலாவதாக, மதீனாவில் இருந்த பல்வேறு இனக்குழுக்களையும் குழுக்களையும் ஒன்று சேர்த்து ஒரே சமுதாயமாக உருவாக்கும் முயற்சியில் ஈடுபட்டார். அது சுலபமான காரியமாக இல்லை. பல்வேறு குழுக்களுக்கும் அவற்றின் நலன்களுக்கும் இடமளிப்பதற்கு பற்பல ஷரத்துகள்கொண்ட அரசியலமைப்புச் சட்டத்தை உருவாக்கவேண்டியிருந்தது. தீர்க்கதரிசி உருவாக்கிய சமுதாயம் பல்வேறு இனக்குழுக்களையும் வேறு குழுக்களையும் கொண்ட கூட்டமைப்பாக இருந்தது. அதில் தனிநபர்கள் உறுப்பினர்களாக இருக்க இடமில்லை.

இவ்வாறு உருவாக்கப்பட்ட அரசியலமைப்புச் சட்டம் பற்றி இப்னு ஹிஷாம் கூறுகிறார்: ‘இறைத்தூதர் இடம்பெயர்ந்து வந்தவர்களுக்கும் உதவுவோருக்குமிடையே ஓர் ஒப்பந்தத்தை வரைந்தார். அதில் யூதர்களும் சேர்க்கப்பட்டிருந்தார்கள். அவர்கள் (அதாவது யூதர்கள்) தங்கள் மதத்தைப் பின்பற்றவும், தங்கள் சொத்துகளை வைத்துக்கொள்ளவும் அனுமதிக்கப்பட்டார்கள். அவர்களுக்குச் சில நிபந்தனைகள் விதிக்கப்பட்டன.’ (‘அளவற்ற அருளாளனும் நிகரற்ற அன்புடையோனுமான இறைவனின் பெயரால்’ என்று ஒப்பந்தம் தொடங்குகிறது.) இது தீர்க்கதரிசி முஹம்மத் எழுதியது. விசுவாசிகள், குறைஷ் மற்றும் யத்ரிப் (அதாவது, மதீனா) முஸ்லிம்கள் ஆகியோருக்கும் அவர்களைப் பின்பற்றுவோர், அவர்களுடன் இணைக்கப்பட்டவர்கள் ஆகியோருக்கும் இடையிலானது இது. யூதர்கள், முஸ்லிம்களுடன் செலவுகளைப் பகிர்ந்துகொள்வார்கள் — அவர்கள் சண்டையில் ஈடுபட்டிருக்கும் வரை. பனூ அவ்ஃப் யூதர்கள் முஸ்லிம்களுடன் சேர்ந்து ஒரே ‘உம்மா’வாக இருப்பார்கள். யூதர்களுக்கு அவர்களுடைய மதம், முஸ்லிம்களுக்கு அவர்களுடையது. (இதில் அந்தந்த நபர்களுடன் அவர்களது அடிமைகளும் சேர்க்கப்பட்டிருக்கிறார்கள்)...[11] ஏற்கெனவே

குறிப்பிட்டபடி, இந்த ஒப்பந்தத்தில் பல ஷரத்துகள் உள்ளன. மதீனாவில் உள்ள எல்லா மக்களுக்கும் அதில் வகை செய்யப்பட்டு, ஐக்கிய முன்னணி போல அமைக்கப்பட்டுள்ளது.

ஒப்பந்தத்தின் சில ஷரத்துகள்: எங்களைப் பின்பற்றும் யூதர்கள், எங்களுக்குத் தீங்கிழைக்காமல், எங்களுக்கெதிராக (எந்த எதிரிகளுக்கும்) உதவி அளிக்காமல் இருக்கும்வரை நாங்கள் அவர்களுக்கு உதவியும் ஆதரவும் அளிக்கவேண்டியது (பத்தி 16). யூதர்களும் முஸ்லிம்களும் இந்த ஒப்பந்தத்தில் சேர்க்கப்பட்டுள்ள மக்கள் மீது தாக்குதல் எதுவும் நடந்தால் ஒருவருக்கொருவர் உதவி செய்யவேண்டியது. அவர்களிடையே உண்மையான நட்பும், நல்ல ஆலோசனைகள் பரிவர்த்தனையும், நியாயமான நடத்தையும் இருக்க வேண்டும்; துரோகம் இருக்கக்கூடாது (பத்தி 37). யூதர்கள், முஸ்லிம்கள் அல்லாத 'பேகன்கள்' என்ற புறமதக்காரர்களையும் முஹம்மத் இந்த ஒப்பந்தத்தில் சேர்த்திருக்கிறார். 'புறமதக்காரர் எவரும் குறைஷியர் எவருக்கும், அவரது பொருளுக்கோ உயிருக்கோ, பாதுகாப்பு அளிப்பதோ, விசுவாசிகளுக்கு எதிராக அவருடன் சேருவதோ கூடாது.' (பத்தி 20)

இந்த ஒப்பந்தம் விசுவாசிகள் அனைவரையும் (யூதர்களும் புறமதக்காரர்களும் தவிர) கட்டுப்படுத்தும் பல பொறுப்புகளையும் குறிப்பிடுகிறது. தங்களில் யாரேனும் கடன் பளுவால் நசுக்கப்படும் போது அவர்கள் உதவி செய்ய வேண்டும் (பத்தி 11). ஒரு விசுவாசிக் கெதிராக, விசுவாசியல்லாத ஒருவரின் தரப்பை அவர்கள் ஆதரிக்கக் கூடாது. விசுவாசியல்லாதவர்களுடன் தொடர்புகொண்டதற்காக விசுவாசி எவரையும் அவர்கள் கொல்லக்கூடாது (பத்தி 14). விசுவாசிகள் அனைவரும், மிகவும் கீழ்நிலையில் உள்ளவர் உட்பட, அல்லாஹ்வின் 'பாதுகாப்புக்கு' உரியவர்கள், எனவே அவர்கள் ஒருவருக்கொருவர் உதவிசெய்யக் கடமைப்பட்டிருக்கிறார்கள் (பத்தி 15). போர் ஏற்பட்டால், விசுவாசிகள் தனிப்பட்ட முறையில் எதிரியுடன் சமாதானம் செய்துகொள்ளக் கூடாது (பத்தி 17). அவர்களில் ஒருவர் கொல்லப்பட்டால், கொலை செய்தவருக்கும் அவருக்கு உதவி செய்தவர்களுக்கும் எதிராக ஒன்றுபட்டு சண்டையிட வேண்டும் அல்லது ஒன்றுபட்டு அபராதத் தொகையைப் பெற்றுக்கொள்ள வேண்டும் (பத்தி 19, 21). கேடு செய்வோர் யாருக்கும் உதவியோ, புகலிடமோ அளிக்கக்கூடாது. இவர்கள் முஹ்தித் (புதுமை செய்வோர்) அதாவது பொதுவான அறநெறிக் கோட்பாடுகளை

இஸ்லாமும் மதீனா நிகழ்ச்சிகளும்

மீறுவோர் என்று குறிப்பிடப்படுகிறார்கள் (பத்தி 22). அவர்கள் தங்களுக்குள் சட்டத்தையும் ஒழுங்கையும் காப்பாற்றிக்கொள்ள வேண்டும்; தம்மிடையே உள்ள தவறிழைப்போரை அவர்கள் தண்டிக்க வேண்டும் (பத்தி 13).[12]

இவ்வாறாக இந்த ஒப்பந்தம் புதிய சமுதாயத்தை உருவாக்கியது மட்டுமின்றி, அரசு அமைப்புக்கும் அஸ்திவாரம் போட்டது என்பதைக் காண்கிறோம். மக்காவிலும் மதீனாவிலும் தனிநபர் சொத்துரிமை ஏற்கெனவே உருவாகியிருந்தது. மக்காவில் சொத்துரிமை உடையவர்களின் நலன்களைப் பாதுகாக்க ஒரு சபை அமைப்பு இருந்தது, ஆனால் அது போதுமானதாயில்லை. மதீனாவில் எந்த விதமான அதிகார அமைப்பும் இல்லை. எனவே சொத்துரிமை உடையவர்கள், மற்ற தனிநபர்கள் ஆகியோருக்கு எதிராகக் குற்றங்கள் நடந்தால் அவர்களின் நலன்களைப் பாதுகாக்க எந்த அமைப்பும் இருக்கவில்லை. இந்த ஒப்பந்தம் அத்தகைய அமைப்பு ஒன்றை உருவாக்க அடிப்படை அமைக்கிறது. பலவகைகளில் இந்த ஒப்பந்தம் அரபு சமூகத்துக்குப் புரட்சிகரமான முக்கியத்துவம் உடையது. நிக்கல்ஸன் கூறுகிறார்: '...அதைப் படிப்பவர் யாரும் அதை வரைந்தவரின் அரசியல் மேதைமை பற்றி வியப்படையாமலிருக்க முடியாது. வெளித்தோற்றத்தில் எச்சரிக்கையாகச் செய்யப்படும் சீர்திருத்தம் போலக் காணப்பட்டாலும் உண்மையில் அது ஒரு புரட்சியேயாகும். முஹம்மத், இனக்குழுக்களின் சுதந்திரத்தை வெளிப்படையாக எதிர்க்க முடியவில்லை. ஆனால் அதிகார மையத்தை இனக்குழுவிலிருந்து சமுதாயத்துக்கு மாற்றுவதன் மூலம் அவர் அதைச் செயலளவில் அழித்துவிட்டார். சமுதாயம் என்பதில் முஸ்லிம்களுடன் யூதர்களும் புறமதத்தினரும் இருந்தபோதிலும், அவரது எதிரிகள் காணத் தவறிய ஒன்றை அவர் முற்றிலுமாக உணர்ந்திருந்தார். புதிதாக அமைக்கப்படுகின்ற அரசு அமைப்பில் முஸ்லிம்கள்தான் செயல்படும் பங்காளிகளாக இருக்கிறார்கள், விரைவில் முதன்மையான பங்காளிகளாக ஆவார்கள் என்பதே அது.'[13] இங்கே மாண்ட்காமரி வாட்டின் கருத்துகளைக் குறிப்பிடுவது பொருத்தமாகும்:

> முஹம்மத், சமுதாயத்தின் ஆட்சியாளராக இருக்கவில்லை. இடம் பெயர்ந்து வந்தவர்கள் ஒரு குலக்குழு போலவும், முஹம்மத் அதன் தலைவராகவும் கருதப்பட்டார்கள். ஆனால் மேலும் எட்டு இனக்குழுக்களும் அவற்றின் தலைவர்களும் இருந்தார்கள்.

அரசியலமைப்புச் சட்டத்தை இங்கு தகுந்த ஆதாரமாக எடுத்துக் கொண்டால் அவருக்கு, மற்ற குழுத்தலைவர்களுக்கு இல்லாத இரண்டு சிறப்புகள் தரப்பட்டுள்ளன. முதலாவதாக, நாம் அரசியல் அமைப்புச் சட்டம் என்று குறிப்பிடும் இந்த ஒப்பந்தத்தில் சம்பந்தப் பட்ட மக்கள் 'விசுவாசிகள்' எனப்படுகிறார்கள். இதன் பொருள் அவர்கள் அவரை தீர்க்கதரிசியாக ஏற்கிறார்கள் என்பதாகும். எனவே அவர் மூலம் இறைவனால் வெளிப்படுத்தப்பட்டதாக அறிவிக்கப்படும் எதையும் அவர்கள் தங்களைக் கட்டுப்படுத்தும் விதியாக ஏற்கிறார்கள் என்று ஆகிறது. அவர் மூலம் வெளிப் படுத்தப்படுவதனால் அவருக்கு ஒரு கௌரவமும், குறைந்தபட்சம் மத விஷயங்களிலாவது, சாதாரண மனிதர்களுக்கு இல்லாத ஞானம் இருப்பதாகவும் ஏற்கப்படுகிறது. வெளிப்பாடுகளில் வராத விஷயங்களில் அவரது கருத்தை ஏற்பதாக இதற்குப் பொருளாகாது. இரண்டாவதாக, ஏதாவது கருத்துவேற்றுமை ஏற்பட்டால் அதைத் தீர்ப்பதற்குக் கடவுளிடமும் முஹம்மதிடமும் விட்டுவிட வேண்டும் என்று அரசியலமைப்புச் சட்டம் கூறுகிறது... இந்த ஆரம்ப மாதங்களில் முஹம்மத் மதீனா சமுதாயத்தில் மதத்தலைவர் என்ற அளவிலேயே இருந்திருக்க முடியும். அரசியல் விஷயங்களில் அவர் தமது குழுவின் தலைவர் மட்டுமே; வேறு பல குழுத் தலைவர்களைவிட அவர் அதிகாரம் குறைந்தவராகக்கூட இருந்திருக்கலாம்.[14]

இதிலிருந்து முஹம்மத், தமது ஒவ்வொரு சொல்லும் கீழ்ப்படிந்து நிறைவேற்றப்பட்ட, எதிர்ப்பேச்சுக்கே இடமில்லாத, உயர்ந்த தலைவர் ஆவது மிக எளிதாயிருக்கவில்லை என்று தெரிகிறது. அவர் தமது நிலையை உறுதிப்படுத்திக்கொண்டு, மிகப் பெரும் அளவுக்கு அதிகாரம் பெற்ற பின்பும்கூட, அவரது கருத்துகள் பரிசீலனை இன்றி அப்படியே ஏற்கப்படவில்லை. மத விஷயங்களில் அவர்மூலம் கடவுளால் வெளிப்படுத்தப்பட்டவை மட்டுமே இதற்கு விதிவிலக்காக இருந்தன. இனக்குழு ஜனநாயகம், அரசு இல்லாத சமூகம் என்ற மரபு மிக வலுவாக இருந்ததால் அதை உடனடியாக மாற்றிவிட முடிய வில்லை. சமூகத்தில் உற்பத்திச் சக்திகளின் செயல்பாட்டின் மூலம் தனியார் சொத்துடைமை ஏற்பட்ட பிறகு அரசு யந்திரம் ஒன்று தேவை என்ற உணர்வு ஏற்பட்டு வந்தது.

ஆனால் தனது வரலாற்றிலேயே அடக்கு முறை அதிகாரம் கொண்ட அரசு அமைப்பு எதையும் கண்டிராத சமூகத்தில் பேனாவின் ஒரு

கோட்டின் மூலம் அதை ஏற்படுத்திவிட முடியாது. பெரும் அளவுக்குப் பொறுமையும் மக்களைப் புரிந்துகொண்டு அவர்களைத் தன்வழிக்குக் கொண்டுவந்து செயல்படும் திறனும் அதற்குத் தேவை. மேலே குறிப் பிடப்பட்ட ஒப்பந்தத்தை முஹம்மத் வரைந்திருப்பது, அவரிடம் இந்தப் பண்புகள் இருந்தன என்பதைச் சந்தேகமின்றிக் காட்டுகிறது. அவர் கடவுளின் தூதர் மட்டுமின்றி ராஜீய நிபுணராகவும் மக்களின் இயல்பறிந்து செயல்படக்கூடிய அரசியல் தலைவராகவும் இருந்தார். மதீனாவில் நிலைமையை உணர்ந்துகொண்டபின், தமது தலைமையை வலியுறுத்த அவர் அவசரப்படவில்லை. இனக்குழுக்களுக்கும் பல்வேறு மற்ற குழுக்களுக்கும் அவர் சுயாட்சி அதிகாரம் கொடுத்தார். அதே சமயம் அவை எல்லாம் ஒரு பெரிய சமுதாயமாக அமைந்து, அதில் ஒவ்வொரு உறுப்பு அமைப்பின் உரிமைகளும் கடமைகளும் வரையறை செய்யப்பட்ட அரசியலமைப்புச் சட்டத்தின்படி செயல்படுவதற்கு இணங்கச் செய்தார். மக்காவிலிருந்து வந்த தமது தோழர்களின் தலைவர் என்ற அளவில் மட்டுமே இருந்து கொண்டார். அவர் வரைந்த ஒப்பந்தம் மதீனாவில் உள்ள நிலைமையைக் கருத்தில்கொண்டு எழுதப்பட்டிருந்ததால் மக்கள் அதைத் தயங்காமல் ஏற்றுக்கொண்டனர். ஒன்றுடன் ஒன்று சண்டையிட்டுக்கொண்டிருந்த பல்வேறு குழுக்களிடையே தீர்ப்புக் கூறுவதற்கு ஓர் அமைப்புத் தேவை என்ற உணர்வு ஏற்பட்டிருந்ததும் ஒப்பந்தம் ஏற்கப்படுவதற்கு ஒரு காரணமாயிருந்தது.

முஹம்மத் மதீனாவில் உடனடியாக கவனிக்க வேண்டியிருந்த பிரச்சினை 'யூதர் பிரச்சினை.' யூதர்களும் அரேபியர்களைப் போல் புதிய சமுதாயத்தில் உறுப்பினர்களாயிருந்தார்கள். எனவே முஹம்மத் அவர்களது ஆதரவையும் பெற்று, தாம் இறைத்தூதர் என்று அவர் களையும் ஏற்கச் செய்ய விரும்பினார். யூதர்களையும் கிறிஸ்தவர் களையும் திருப்திப்படுத்தும் பொருட்டு, முதலில் அவர் தமது தோழர்களை ஜெருசலேமின் திசையை நோக்கித் தொழுகை நடத்துமாறு உத்தரவிட்டார். யூதர்களின் பாவப்பரிகாரப் பண்டிகையான ஆஷூரா நோன்பைக்கூட மதீனாவில் உள்ள முஸ்லிம்கள் அனுசரித்ததாகத் தெரிகிறது. ஆயினும், யூதர்கள் ஒருபோதும் தீர்க்கதரிசியிடம் அன்புடன் நடந்துகொள்ளவில்லை. அவர்களின் ஆதரவைப் பெறுவதற்கு அவர் செய்த முயற்சிகள் இறுதியில் தோல்வியே அடைந்தன. ரோடின்ஸனும் இதே கருத்தைத் தெரிவிக்கிறார். அவர் கூறுகிறார்: 'ஆனால் முஹம்மதின் தோழர்கள்— யூதமதத்தின் அடிப்படைக் கொள்கைகளையும் நோவாவின்

கட்டளைகளையும் பின்பற்றி நடந்தார்கள் என்பது மட்டுமின்றி— யூதர்களின் சடங்கு முறைகள் பலவற்றையும்கூடப் பின்பற்றத் தயாராயிருந்தார்கள். எனவே, கொள்கையளவில் இந்த இரண்டு சமுதாயங்களும் ஏன் ஒன்றாக அமைதியாக வாழ்ந்திருக்க முடியாது என்பதற்குக் காரணம் எதுவும் இல்லை. ஆனால் மதீனாவின் யூதர் இனக்குழுக்கள் அந்தப் பாலைவனச் சோலையை மொத்தமாகத் தங்களுடைய அரசியல் செல்வாக்கின் கீழ் கொண்டுவரும் எண்ணத்தை விட்டுவிடவில்லை என்று தோன்றுகிறது. எனவே முஹம்மத் செயல்பட்ட விதமும், அவருக்கு ஏற்பட்டுவந்த முக்கியத்துவமும் தங்கள் நோக்கம் நிறைவேறத் தடையாயிருக்கும் என்பதை அவர்கள் விரைவிலேயே புரிந்துகொண்டார்கள்.[15]

மதீனாவில் யூதர்களுக்கு, குறிப்பாகப் பொருளாதாரத்தில், இருந்த ஆதிக்கம், அங்கிருந்த அரேபியர்களுக்குப் பிடிக்கவில்லையென்று வேறு சில சான்றுகளிலிருந்தும் தெரிய வருகிறது. பனூ கைனுக்கா நிகழ்ச்சி ஓர் உதாரணமாகும். அந்த யூத இனக்குழுவுக்குச் சொந்தமான சந்தைக்குள் ஓர் அரேபியப் பெண் சென்றாள். ஒரு கடைக்காரர் அவளது ஆடையைப் பிடித்து இழுத்து அவளைச் சீண்டினார்; மற்றவர்களும் அவளைப் பார்த்து சிரிக்கத் தொடங்கினார்கள். அவள் உதவிக்காகக் கூச்சலிட்டதைக் கேட்டு அந்த வழியே சென்ற அரேபியர் ஒருவர் கடைக்காரரைக் கொன்றுவிட்டார். மற்ற அரேபியரும் யூதர்களும் அங்கே கூடிவிட்டார்கள். இரு தரப்பினரும் சண்டையிடத் தொடங்கினார்கள். தீர்க்கதரிசி அங்கே வந்து அந்த நிகழ்ச்சியைக் கண்டனம் செய்தார். அதைக் கேட்டு பனூ கைனுக்கா யூதர்கள் கோபமடைந்து பேசினார்கள்: 'பத்ரில் கிடைத்த வெற்றியை வைத்துப் பெருமைப்பட்டுக்கொள்ளாதீர்கள். அவர்கள் (மக்கா வாசிகள்) உங்கள் இனத்தைச் சேர்ந்தவர்கள். அவர்கள் சண்டையிடத் தெரியாதவர்கள். எங்களுடன் மோதினால் உண்மையான சண்டை எப்படியிருக்கும் என்பது தெரியும்' என்று கூறினார்கள். அவர்கள் ஒப்பந்தத்தை மீறி நடந்தார்கள். இடம்பெயர்ந்து வந்த பிறகு இருபதாவது மாதத்தில் தீர்க்கதரிசியும் அவரது தோழர்களும் அவர்களைத் தாக்கினார்கள்.[16] குர்ஆனில் பல வசனங்கள், யூதர்கள், முஸ்லிம்களுடனும் அவர்களது இறைத்தூதருடனும் ஒருபோதும் ஒத்துழைக்கவில்லை என்பதைக் காட்டுகின்றன. குர்ஆன் கூறுகிறது: 'அவர்கள் (யூதர்கள்) பொய்யைச் செவிமடுப்பவர்கள். சட்டத்தில் தடைசெய்யப்பட்டவற்றை உண்பவர்கள். உம்மிடம் தீர்ப்புப்பெற அவர்கள் வந்தால் அவர்களுக்கிடையே நீர் தீர்ப்பு

வழங்குவீராக! அல்லது அவர்களைப் புறக்கணிப்பீராக! நீர் அவ்வாறு புறக்கணித்துவிட்டால் அவர்கள் உமக்குத் தீங்கு செய்யமுடியாது. மேலும் அவர்களிடையே நீர் தீர்ப்பளித்தால் நீதியைக்கொண்டு தீர்ப்பளிப்பீராக! அல்லாஹ் நீதியாளர்களை நேசிக்கிறான்.'[17] மற்றுமோரிடத்தில் குர்ஆன் கூறுவது: 'விசுவாசிகளே, யூதர்களையோ கிறிஸ்தவர்களையோ நீங்கள் நண்பர்களாக்கிக் கொள்ளாதீர்கள். அவர்கள் ஒருவருக்கொருவர் நண்பர்களாயிருப்பவர்கள். உங்களில் யாரும் அவர்களுடைய நட்பை நாடினால் அவரும் அவர்களில் ஒருவராகிவிடுகிறார். அல்லாஹ் அநியாயக்காரரை நேர்வழியில் செலுத்தமாட்டான்.'[18] யூதர்கள் தம்மை ஒரு தீர்க்கதரிசியாக ஏற்க மாட்டார்கள் என்றும் முஸ்லிம்களுடன் ஒத்துழைக்கமாட்டார்கள் என்றும் முஹம்மதுக்கு நிச்சயமாகத் தெரிந்ததும் அவர் மாறி விட்டார்.

தொழுகையின் திசை மக்காவை நோக்கியிருக்க வேண்டும் என்று முஹம்மத் மாற்றியது மிக முக்கியமான ஒரு முடிவாகும். இவ்வாறு செய்ய உறுதிகொண்டு அவர் யூதர்களிடமிருந்தும் கிறிஸ்தவர்களிட மிருந்தும் தம்மைத் தனிமைப்படுத்திக்கொண்டார் (அவர் அவர்களது மதங்களை மறுக்கவில்லை; ஆனால் தங்களுடைய மதப் புத்தகங் களில் கூறப்பட்டவற்றைத் திரித்துக் கூறியும் மீறி நடந்தும் வருகிறார்கள் என்று குற்றம் சாட்டினார். கலாசார ரீதியாகப் பார்த்தால், அரேபியர்களின் மரபுச் செல்வத்தில் அவர்கள் பெருமைப்படும் படியாக இருந்தது இஸ்ரேலிய தீர்க்கதரிசிகளின் மதம் ஒன்று மட்டுமே). மக்காவை நோக்கித் தொழுகை செய்வதன் மூலம் முஹம்மத், பொதுவாக அரேபியாவையும், குறிப்பாக மக்காவையும் இஸ்லாத்தின் கேந்திரங்களாக்க முடிவு செய்தார். இப்போது அரேபியருக்கும் அவர்களுக்கென்று ஒரு மதப் புத்தகமும், கடவுளால் வெளிப்படுத்தப்பட்ட ஒரு மதமும் கிடைத்துவிட்டதால் அவர்கள் தலைநிமிர்ந்து நிற்கமுடியும். மக்காவில் சக்திவாய்ந்த சிலர் முஹம்மதை எதிர்ப்பதனால் குற்றமில்லை. விரைவில் அவர்கள் தங்கள் தவற்றை உணர்ந்து புதிய மதத்தைத் தழுவுவார்கள்.

முஹம்மத் தமது தீர்மானத்தைப் பின்பற்றி யூதர்களுடன் தொடர்புகளைத் துண்டித்துக்கொண்டு அவர்களை எதிர்த்துப் போரிட்டார். இனக்குழுக்களாகவும் குலக்குழுக்களாகவும் பிரிந்திருந்த யூதர்கள், அந்தப் பிரிவினைகளைக் கடந்து ஒன்றுபட்டிருந்த அரேபியர்களிடம் தோல்வியடைந்தார்கள். முஸ்லிம்கள், யூதர்கள்

மட்டுமின்றி, மக்காவாசிகளையும், மற்ற அரபு எதிரிகளையும் தோற்கடிக்க வாய்ப்புகள் இருந்தன. ஏனென்றால், அப்போதைய காலகட்டத்தில், புதிதாக உருவாகிவந்த பொருளாதார உறவுநிலைகளுக்குத் தகுந்தபடி சமூகத்தை மாற்றியமைப்பதற்கான செயல் திட்டமாக இஸ்லாம் இருந்தது. அரபு சமூகத்தில் அரசு பற்றியோ, சட்டம் பற்றியோ கருத்து ஏதும் இல்லாத நிலையில் இஸ்லாம் அவர்களுக்கு அந்தக் கருத்துகளை அளித்தது. முஹம்மத் சிறிது சிறிதாகத் தமது பிடியை உறுதிப்படுத்திக்கொண்டு, மதீனா மக்களின் எதிர்ப்பில்லாத தலைவர் ஆகிவிட்டார். முஹம்மத், விவிலிய தீர்க்கதரிசிகளைப் போல, ஒரு தீர்க்கதரிசியாக இருந்ததுடன், மதீனாவில் அரசை உருவாக்க அஸ்திவாரம் அமைத்தவரும் ஆவார். இதைக் கருத்தில்கொள்வது முக்கியம், ஏனென்றால் இது சம்பந்தமாகத் தவறான கருத்துகளுக்கு இடமேற்பட்டுள்ளது. அரசியல் தலைவராக அவர் செயல்பட்ட விதம், மதத்தலைவராக அவர் செயல்பட்ட விதத்துடன் முரண்படுவதாக இருந்தது. மதத்தலைவர் என்ற முறையில் அவர் சட்டத்தை விதிப்பவராக, இலட்சியங்களையும் சித்தாந்தங்களையும் கண்டு தருபவராக இருந்தார். ஆனால் அரசின் தலைவர் என்ற முறையில் அவர் விட்டுக்கொடுத்து சமரசம் செய்துகொள்ளவும், கூட்டணிகள் அமைத்துக்கொள்ளவும் (அவரது திருமணங்கள் சில இதைக் கருத்தில் கொண்டவை) எதிரிகளை இணங்கவைக்கச் சலுகைகள் தருவதும், அவர்களைப் பணியவைக்க உத்திகளை உருவாக்குவதும் அவசியமாயின. மக்காவிலிருந்து தமது எதிரிகளைப் பணிய வைப்பதற்காக அவர் அவர்களது வர்த்தக அணிகளைத் தாக்கினார்.

மேற்கு நாடுகளைச் சேர்ந்த பல அறிஞர்களும் ஹெச்.ஜி . வெல்ஸ் உள்ளிட்ட வரலாற்றாசிரியர்களும் முஹம்மதின் செயல்களை மனக் கலக்கத்துடன் பார்க்கிறார்கள். அவர்கள் கிறிஸ்துவை மாதிரியாக வைத்துக்கொண்டு பார்ப்பதே இதற்குக் காரணம். கொடுமைப்படுத்தப்படும் தீர்க்கதரிசி எதிர்த்து நிற்காமல் சரணடைவதும், ஒரு கன்னத்தில் அடித்தால் மறுகன்னத்தைக் காட்டுவதும் அவர்களுக்கு முன்மாதிரியாக இருந்தன. இவையெல்லாம் அந்தந்த நிலைமைகளைப் பொறுத்த விஷயங்கள் என்பது என் கருத்து. கிறிஸ்து, நன்றாக அமைக்கப்பட்ட, பலம்வாய்ந்த ரோமப் பேரரசை எதிர்க்க வேண்டியிருந்தது. அவர் கொடுமைக்குள்ளான, சுரண்டப்பட்ட மக்களிடையே பிறந்தார். அன்பையும், தன்னைச் சரண்கொடுப்பதையும், ஆசைகளை அடக்குவதையும் போதித்தார்.

எனவே கருணையின் வடிவமாகக் கருதப்பட்டார்.* கிறிஸ்து, ரோமானியர்களுக்கு எதிரான எதிர்ப்பு இயக்கத்தை உருவாக்கத் தீர்மானித்திருக்க முடியும். இங்கே, வரலாற்றில் ஒருவரது பங்குப்பணி எவ்வாறு தீர்மானிக்கப்படுகிறது என்பதை ஆராய வேண்டியதாகும்; அதை நாம் இங்கே எடுத்துக்கொள்ள முடியாது. மேலும் நவீன ஆராய்ச்சிகள் பல நடந்துள்ள போதிலும், கிறிஸ்துவைப் பற்றி நிச்சயமான வரலாற்று உண்மைகள் அதிகமாகத் தெரியவில்லை. அவரைப் பற்றி நமக்குத் தெரிந்தவற்றில் பெரும்பாலானவை மரபுச் செய்திகளே. முஹம்மத் மக்காவில் எதிர்ப்பைச் சந்தித்தார்; ஏற்கெனவே நாம் கூறியபடி அவர் ஒடுக்கலுக்கும் கொடுமைகளுக்கும் உட்படுத்தப்பட்டார். முஹம்மதும் கொடுமைக்கும், துன்பத்துக்கும் உள்ளாக்கப்பட்ட சமயங்களில் கிறிஸ்துவைப் போலவே, தமது எதிரிகளுக்காகப் பிரார்த்தனை செய்ததாகப் பல நிகழ்ச்சிகள் உள்ளன. ஆனால் கிறிஸ்துவைப் போலன்றி, அவர் சரணடைய மறுத்தார்.

* தற்காலத்தில் 'லிபரேஷன் தியாலஜி (விடுதலை இறையியல்) என்ற கொள்கையைப் பின்பற்றுவோர், கிறிஸ்துவை அன்பு, சமாதானம், அஹிம்ஸை ஆகியவற்றின் உருவமாக ஒப்புக்கொள்ளவில்லை. இவர்களில் ஒருவர் கூறுகிறார்: 'அஹிம்ஸை பற்றி இயேசு கொண்டிருந்த மனப்பான்மை குறித்து என்னுடைய கருத்தாக ஒரு குறிப்பைக் கூற விரும்புகிறேன். மஹாவீரர், புத்தர், காந்தி ஆகியோரைப் போலன்றி இயேசு அஹிம்ஸையைப் போதிக்கவில்லை. ஸ்நானகன் யோவானைப் போல இயேசு ஒரு தீவிரவாதியாக இருக்கவில்லை; மாறாக, 'பெருந்தீனிக்காரராகவும் குடியராகவும்' இருந்தார். (மார்க் 11:39) நிச்சயமாக அவர் புலால் உண்பவராகவும் இருந்தார். அவருடைய தோழர்களிலும் சுவிசேஷர்களிலும் ரோமானிய ஆதிக்கத்தை எதிர்த்த தீவிரவாதிகள் இருந்தார்கள். அவர்கள் இயேசுவுடன் சேருவதற்கு முன்போ, சேர்ந்த பின்போ அஹிம்ஸையையோ, சமாதானக் கொள்கையையோ ஏற்றுக்கொண்டார்கள் என்று கூற இடமில்லை. இந்தக் கூட்டத்தைச் சேர்ந்த பீட்டரும் மற்ற மீனவர்களும் தங்கள் மீன்பிடி தொழிலை விடாதது போலத்தான் இதுவும். (பார்க்க: யோவான் 21: 1 முதல்). தீவிரவாதியல்லாத பீட்டர்கூட, தமது குருவான இயேசு கைதாவதைத் தடுக்கும் நோக்கத்துடன் வாளைப் பயன்படுத்தியதாகக் கூறப்படுகிறது. ஏன், இயேசுவேகூட விதிவிளைந்த அந்த இரவில் தமது சுவிசேஷர்களிடம் 'யாரிடமாவது வாள் இல்லை என்றால், அவர் தமது அங்கியை விற்றாவது வாள் வாங்கிக்கொள்ள வேண்டும்' என்று கூறியதாக லூக் தெரிவிக்கிறார் (லூக் 22:36) (பார்க்க: கோட்டுகாபள்ளி, லிபரேஷன் தியாலஜி அண்ட் மார்க்சிஸம், வித்யஜோதி இதழ், டெல்லி 1985, பக். 361).

மக்காவில் எதிர்ப்பு இயக்கத்தை உருவாக்க முடியாமல் போனபின், அந்த நோக்கத்தை நிறைவேற்றுவதற்காக மதீனாவுக்கு இடம்பெயர்ந்து சென்றார்.

அங்கே ஆரம்பகாலப் பிரச்சினைகளைத் தீர்த்த பிறகு மக்காவின் பக்கம் அவர் கவனத்தைத் திருப்பினார். மக்காவின் பொருளாதாரத்தில் நெருக்கடியை ஏற்படுத்தி, தோழர்களுக்கு வாழ்க்கைப் பொருள்கள் கிடைக்கச் செய்யும் வழி ஒன்றை அவர் தேடினார். ஸிரியாவுக்குச் செல்லுகிற அல்லது அங்கிருந்து திரும்பி வருகின்ற வர்த்தக அணி களைத் தாக்குவதைவிட இதற்குச் சிறந்த வழி ஏது? இதைச் செய்வதும் எளிதாயிருந்தது. ஏனென்றால் மக்காவிலிருந்து 300 மைல் தூரத்தில் உள்ள மதீனாவிலிருந்து 60 மைல் தூரத்துக்குள் வர்த்தக அணிகள் செல்லும் பாதை இருந்தது. இம்மாதிரி தாக்குதல் நடத்திக் கொள்ளை யடிப்பது அரேபியப் பாலைவனத்தில் அறநெறிக்கு முரணானதாகக் கருதப்படவில்லை. இத்தகையக் கொள்ளைத் தாக்குதல்கள் அடிக்கடி நடந்துவந்தன. இவற்றை ஏற்பாடு செய்வதன் மூலம் முஹம்மத், தாமும் தமது தோழர்களும் 'தெய்வீகப் பணி' என்று கருதிய ஓர் இயக்கத்தின் நலன்களைப் பாதுகாக்க முடியும். புதிய அறநெறிகளுடன் புதிய சமுதாயம் ஒன்றை அமைக்க முயலும் ஓர் இயக்கம், ஏற்கெனவே உள்ள அறநெறியை மீறும் வகையில் நடப்பது அறநெறியற்ற செயலாகக் கருதப்பட்டது. ஆனால் முஹம்மத் அவ்வாறு அறநெறியற்ற வகையில் செயல்படவில்லை; ஏனென்றால் இத்தகையத் தாக்குதல்கள் அந்த இடத்தில், அந்தக் காலகட்டத்தில் முற்றிலும் இயல்பானவையாகக் கருதப்பட்டன.

இதற்கு ஓர் ஆரம்பமாக முஹம்மத் நிலைமையைக் கண்டு வருவதற்குச் சில குழுக்களை அனுப்பி வைத்தார். ஹிஜ்ராவுக்குப் பிறகு பதினேழாவது மாதத்தில் ஒரு குழு அனுப்பப்பட்டதாக வாகிதியை மேற்கோள் காட்டி தபரி கூறுகிறார். இறைத்தூதர், ஹம்ஜா பின் அப்துல் முத்தலிபை ஒரு வெள்ளைக் கொடியுடனும் 30 ஆட்களுடனும், குறைஷ் இனக்குழுவினருக்குச் சொந்தமான வர்த்தக அணியை இடைமறிக்குமாறு அனுப்பி வைத்தார் என்று அவர் குறிப்பிடுகிறார்.[19] மேலும் தபரி கூறுகிறார்: 'அந்த தி கஅதா மாதத்தில் இறைத்தூதர் ஸாத்பின் அபி-வக்காஸை வெள்ளைக் கொடியுடன் கர்ராருக்கு அனுப்பி வைத்தார். மிக்தாத் பின் உம்ரு கொடியை ஏந்திச் செல்ல நியமிக்கப்பட்டார். ஸாத் இவ்வாறு கூறுகிறார்: 'நான் இருபது பேர்களுடன் நடைப்பயணமாகக் கர்ராருக்குப் புறப்பட்டேன். நாங்கள்

பகலில் மறைந்திருந்துவிட்டு இரவில் பயணம் செய்தோம். ஐந்தாம் நாள் காலை அங்கே போய்ச் சேர்ந்தோம். அதற்கு மேல் போக வேண்டாம் என்று இறைத்தூதர் எனக்குக் கட்டளையிட்டிருந்தார். எதிரியின் வர்த்தக அணி ஒரு நாள் முன்னதாக அந்த வழியே சென்றிருந்தது. அவர்களின் எண்ணிக்கை அறுபது. என்னுடன் இருந்தவர்கள் அனைவரும் இடம்பெயர்ந்து வந்தவர்கள்.'[20]

இவையெல்லாம் நிலைமையைக் கண்டறியும் முயற்சிகளே; முக்கியமாக வேறெதுவும் நடக்கவில்லை. ஆனால் இடம்பெயர்ந்து வந்ததற்குப் பின் பதினேழாவது மாதத்தில், ரஜப் மாதத்தில், முதல் முறையாக இரத்தம் சிந்தப்பட்டது. தீர்க்கதரிசி (இறைத்தூதர்), அப்துல்லா பின் ஹஜஷை பன்னிரண்டு பேருடன் இரகசியமான ஒரு பணிக்கு அனுப்பி வைத்தார். அவரிடம் முத்திரையிடப்பட்ட கடிதம் ஒன்று கொடுக்கப்பட்டது. இரண்டு நாட்கள் பயணம் செய்தபின் (ஒரு நாள் பயணத்துக்குப்பின் என்று வேறு சிலர் கூறுகிறார்கள்) கடிதத்தைத் திறந்து பார்க்கும் படி அவரிடம் கூறப்பட்டது. கடிதத்தைத் திறந்து பார்த்த போது தாயிஃபுக்கும் மக்காவுக்கும் இடையே உள்ள நக்லா என்ற இடத்துக்குச் செல்லும்படி அதில் எழுதியிருந்தது. சிறிது தயங்கிய பின் ரஜப் மாதத்தின் கடைசி நாட்களில் அவர்கள் நக்லா போய்ச் சேர்ந்தார்கள். மாலையில் குறைஷியருக்குச் சொந்தமான வர்த்தக அணி அந்த வழியாக வந்தபோது முஸ்லிம்கள் அதைத் தாக்கினார்கள். வர்த்தக அணியைச் சேர்ந்த உம்ரு பின் அல்-ஹத்ரமீ என்பவர் கொல்லப்பட்டார். முஸ்லிம்கள் பெரும் அளவில் கொள்ளையடித்துப் பொருள்களுடனும் சிறைப்பிடிக்கப்பட்ட இரண்டு ஆட்களுடனும் மதீனா திரும்பினார்கள்.[21] ஆனால் ரஜப் மாதத்தில் அரேபியர் சண்டை நடத்தக்கூடாது என்பது வழக்கம். இதை மீறி இந்தத் தாக்குதல் நடத்தப்பட்டது பற்றிச் சில ஆட்சேபங்கள் எழுந்தன. முஹம்மத் மிகவும் சாமர்த்தியத்துடன் செயல்பட வேண்டியிருந்தது. சில காலத்துக்கு அவர் அந்தக் கொள்ளைப் பொருள்கள் எதையும் தொடவில்லை. பின்னர் ஒரு குர்ஆன் வசனம் வெளிப்படுத்தப்பட்டது: 'புனித மாதத்தைப் பற்றி, அந்த மாதத்தில் போர்புரியலாமா என்பது பற்றி அவர்கள் உம்மிடம் கேட்கின்றனர். அதில் போர் புரிவது பெரும் பாவம் என்று கூறுவீராக! ஆனால் கடவுளின் பாதையில் மக்களைத் தடுப்பதும், அவனை நிராகரிப்பதும், புனித இறை ஆலயத்திற்கு வரமுடியாமல் மனிதர்களைத் தடுப்பதும் அவர்களை அங்கிருந்து வெளியேற்றுவதும் அல்லாஹ்வின் பார்வையில் அதைவிடப் பெரிய பாவங்களாகும். சிலைகளை

வணங்குவது (புனித மாதங்களில்) கொல்வதைவிட மிகக் கடுமையானது."²²

இவ்வாறாகத் தெளிவான தீர்ப்பு அளிக்கப்பட்டது. மக்காவாசிகள் புதிய மதத்துக்கும் புதிய இயக்கத்துக்கும் இடையூறு செய்வதால் அவர்கள் தண்டனைக்கு உள்ளாக வேண்டியதே. மரபு வழக்கங்கள் இதில் குறுக்கிட முடியாது. உண்மையில், தன்னை ஒரு சக்தியாக நிலை நிறுத்திக்கொள்ள விரும்பும் எந்த இயக்கமும், பழைய மரபுகளை உடைக்காமல், புதிய நிலைமைக்குகந்த உத்திகளைப் பின்பற்றாமல் வெற்றிபெற முடியாது. முஹம்மத் அதைத்தான் செய்தார். கொள்ளைப் பொருள்களில் ஐந்தில் ஒரு பங்கை முஹம்மத் எடுத்துக்கொண்டார். மீதியை அவரது தோழர்கள் பகிர்ந்து கொண்டார்கள். அப்போது முதல் முஹம்மத் அரசின் தலைவர் என்ற முறையில் போரில் கிடைத்த கொள்ளைப் பொருள்களில் ஐந்தில் ஒரு பங்கை எடுத்துக்கொள்வது வழக்கமாயிற்று. இதில் பெரும்பகுதியும் அவரைச் சந்திக்க வந்த தூதுக்குழுக்களுக்கான உபசரணைகளுக்கும், புதிதாக அமைக்கப்பட்ட அரசின் தலைவர் என்ற முறையில் அவர் செய்ய வேண்டியிருந்த செலவுகளுக்கும் பயன்படுத்தப்பட்டது.

முஸ்லிம்களுக்கும் மக்காவின் குறைஷிகளுக்கும் இடையே நடந்த இந்தச் சண்டைக்கு எதிர்நடவடிக்கை இல்லாமல் போகவில்லை. மக்கா வாசிகள் மிகவும் சினம் கொண்டார்கள். சரியான நடவடிக்கை எடுக்கா விடில் முஹம்மத் தங்களுடைய வர்த்தகத்துக்கு இடைவிடாத அபாயமாயிருப்பார் என்பதை குறைஷ் வர்த்தகர்கள் உணர்ந்து கொண்டார்கள். மக்ஸூம் இனக்குழுவின் சக்திமிக்க தலைவனான அபூஜஹல் இவ்வாறு கருத்து கொண்டிருந்தான். விரைவிலேயே இதற்குச் சந்தர்ப்பம் ஏற்பட்டது. ஹிஜ்ரி இரண்டாவது ஆண்டின் ரமலான் மாதத்தில் (கி.பி. 624, மார்ச்) பெருமளவில் வர்த்தகப் பொருள்களை ஏற்றிக்கொண்டு வர்த்தக அணி ஒன்று அபூ ஸுஃப்யான் பின் ஹர்ப் தலைமையில் காஸாவிலிருந்து மக்காவுக்குத் திரும்பிச் சென்றுகொண்டிருந்தது. அதனுடன் 30 அல்லது 40 பேர் சென்றார்கள். அந்த வர்த்தக அணியில் கொண்டு செல்லப்பட்ட வர்த்தகப் பொருள்களில் குறைஷின் பெரும்பாலான குலக்குழுக்களுக்குப் பங்கு இருந்தது.

முஹம்மதுக்கு விரைவில் தகவல் தெரிந்தது. அவர் தமது தோழர் களிடம் கூறினார்: 'மிகவும் மதிப்புள்ள பொருள்களை ஏற்றிக்

கொண்டு குறைஷ் வர்த்தக அணி ஒன்று இந்தப் பக்கமாக வருகிறது. அவர்கள் உங்களை வீட்டைவிட்டுத் துரத்தியடித்து உங்கள் பொருள்களைக் கைப்பற்றிக் கொண்டவர்கள்.' அவர்களுக்கு இது மிக அற்புதமான வாய்ப்பு. வர்த்தக அணியில் கொண்டு செல்லப்பட்ட பொருள்கள் 50,000 தீனார் மதிப்பு உடையவை என்று கருதப்பட்டது. பலர் இதில் ஆர்வம் காட்டினார்கள். உர்வா வெளிப்படையாகக் கூறுகிறார்: 'அபூஸுஃப்யானையும், அவருடன் சவாரி செய்தவர் களையும் தாக்குவதும், குறைஷியரிடமிருந்து கைப்பற்றப் போகும் பொருள்களும் தவிர வேறு எதையும் பற்றி அவர்கள் சிந்திக்கவில்லை. இந்தத் தாக்குதலில் பெரிதாகச் சண்டை நடக்கும் என்று அவர்கள் நினைக்கவில்லை. கடவுள் அவ்வாறு வெளிப்படுத்தியிருந்தார்: 'ஆயுதங்கள் அற்ற கூட்டம் கிடைக்க வேண்டும் என்று நீங்கள் விரும்பினீர்கள்.'²³ அபூஸுஃப்யானுக்கு இவர்களது திட்டம் தெரிந்து போயிற்று; அவர் தமது பயண மார்க்கத்தை மாற்றினார். ஆயினும், முஹம்மத் தங்களைப் பின்தொடருவதால், சண்டைக்குத் தயாராக ஆட்களும் ஆயுதங்களும் அனுப்பிவைக்கும்படி அவர் மக்காவுக்குச் செய்தி அனுப்பினார்.

மக்காவாசிகள் சுமார் 950 ஆட்களையும் நிறைய ஆயுதங்களையும் அனுப்பி வைத்ததாகத் தெரிகிறது. ரமலான் மாதம் 17ஆம் நாள் பத்ர் என்ற இடத்துக்கருகே சண்டை நடந்தது. முஸ்லிம் எண்ணிக்கை 300க்குமேல் இல்லை (அதிகபட்சமாக 313 பேர்). இங்கே சில விஷயங் களைக் குறிப்பிடவேண்டும். மக்காவில் முறையான அரசாங்கம் எதுவும் இல்லாததால் இராணுவமும் கிடையாது. மக்காவில் இருந்த, சண்டையில் கலந்துகொள்ளும் உடல்வலிமை கொண்டவர்கள் அனைவரும் சேர்ந்துகொள்ளுமாறு தூண்டப்பட்டனர். இந்த நிலைமை காரணமாக ஒரே ஒருவரின் தலைமையோ, அல்லது ஒழுங்கான அணி அமைப்புகளோ இருக்கவில்லை. வெவ்வேறு குலக்குழுக்கள் ஒவ்வொன்றும் ஓர் அணியாக இருந்தன. அவர்கள் விரும்பினால் விலகிக்கொள்ள முடியும். உண்மையில், சண்டை தொடங்குவதற்கு முன் ஒரு குலக்குழு விலகிக்கொண்டது. இதனால் மக்காவின் தரப்பில் ஆட்கள் எண்ணிக்கை குறைந்தது. இவ்வாறாக, கட்டுப்பாடு இன்மை அவர்களுக்குப் பெரிய பலவீனமாக இருந்தது. மேலும் சண்டை செய்யலாமா, கூடாதா என்பது பற்றியும் அவர்களிடையே கருத்து வேறுபாடு இருந்தது. இந்த மாதிரியான சண்டை இதுவரை நடந்த தில்லை; ஏனென்றால் அவர்களுக்கு எதிரிகளாக இருப்பவர்களும் அவர்களது குலக்குழுவைச் சேர்ந்தவர்கள் (அரேபியாவில் ஒரே

இனக்குழுவை அல்லது குலக்குழுவைச் சேர்ந்தவர்கள் ஒருவருக் கொருவர் எதிரிகளாகச் சண்டையிடுவதில்லை). இதனால் அவர்களுக்குக் குழப்பமாயிருந்தது. சண்டையில் வெற்றிபெற்றாலும் சொந்த உறவினர்களைக் கொன்றே அதைப் பெறவேண்டியிருக்கும் என்று சிலர் வாதம் செய்தார்கள். ஆயினும் அபூஜஹல் பிடிவாதமாக இருந்து அவர்களைச் சண்டைக்குச் செல்லும்படிக் கட்டாயப் படுத்தினான் (இதனிடையே, முஸ்லிம்கள் தாக்கிக்கொள்ளை யிடுவதற்குத் திட்டமிட்டிருந்த வர்த்தக அணி அவர்களுக்குத் தெரியாமல் கடந்து சென்றுவிட்டது).

முஸ்லிம்கள் எண்ணிக்கையில் குறைந்தவர்களாக இருந்தாலும் அவர்களுக்குச் சில அனுகூலங்கள் இருந்தன. அவர்களிடம் கட்டுப் பாடும் உறுதியான நோக்கமும் இருந்தன. முஹம்மதுக்கு இது நன்றாகத் தெரியும். சண்டை நடப்பதற்குமுன் தமது தோழர்களிடம் பேசுகையில் அவர், 'வெற்றிபெறுவது ஆடம்பரமாக, பகட்டாக காட்சியளிப்பதையோ, நிறைய ஆயுதங்களைக் கொண்டிருப்பதையோ பொறுத்ததல்ல. பொறுமையும் உறுதியுமே வெற்றிக்கு முக்கியம்"[24] என்று கூறியதாகச் சொல்லப்படுகிறது. முஸ்லிம்களுக்குப் புதிய மதத்தின் மூலம் கிடைத்த மனஉற்சாகம் இருந்தது. தங்கள் தரப்பில் நியாயம் இருப்பதாக அவர்கள் உறுதியாக நம்பினார்கள். ஆயினும் அவர்களில் சிலர் சந்தேகம் கொண்டவர்களாகவோ, போலியாக நியாயவான் வேடம் காட்டுபவர்களாகவோ, பொருள் ஆதாயங்களில் நாட்டம் கொண்டவர்களாகவோ இருந்தார்கள் (குர்ஆன் இப்படிப்பட்டவர்களை மீண்டும் மீண்டும் கண்டிக்கிறது). தங்கள் நோக்கம் சரியானதே என்பதில் உறுதி நம்பிக்கைகொண்டவர்கள், அதற்காக முழுபலத்துடன் போராடுவார்கள்; விளைவைப் பற்றிக் கவலைப்படமாட்டார்கள். சண்டை நடக்கும் இடத்தைத் தெரிந்தெடுப்பதிலும் முஹம்மத் சிறந்த இராணுவத் தந்திரத்துடன் செயல்பட்டார். அவரது எதிரிகள் கண்கூசும் எதிர் வெயிலில் நின்று போரிடும்படியாக அந்த இடம் அமைந்திருந்தது. முஸ்லிம்கள் ஒரே தலைவரின் கீழ் இருந்தார்கள். யாரைக் கொல்லப் போகிறோம் என்ற கவலையும் அவர்களுக்கு இல்லை. அவர்களுடைய புதிய மதத்தில் இனக்குழுப் பிணைப்புகளுக்கு இடமில்லை. ஒருவருடைய தந்தையே எதிர்ப்பக்கத்தில் நின்றாலும், அவரைக் கொல்வது அவர்களுக்கு முற்றிலும் சட்டப்படியானதே (உண்மையில், மதீனாவின் முக்கிய தலைவர்களில் ஒருவரான அப்துல்லா பின் உபய் என்பவரின் மகன் தமது தந்தை இறைத்தூதருக்கு துரோகம் செய்துவிட்டார் என்று

அவரைத் தாமே கொன்றுவிடுவதற்குத் தீர்க்கதரிசியிடம் அனுமதி கேட்டார். தாமே கொல்ல வேண்டும் என்று கேட்டதற்குக் காரணம், வேறு யாரும் கொன்றால் தமக்குக் கோபம் ஏற்பட்டுப் பழி வாங்கக்கூடும் என்பதாகும்).

இவ்வாறு ஒரே எண்ணம் கொண்டு செயல்படுவது புதுமையானது அல்ல. ஏற்கெனவே உள்ள முறைமையைத் தூக்கியெறிந்துவிடப் போராடும் புரட்சி இயக்கங்கள் எல்லாவற்றிலும் இந்தக் குணம் காணப்படும். முஸ்லிம்கள், 'விசுவாசமற்றவர்கள்' மீது பாய்ந்து தாக்கினார்கள். வெகு விரைவிலேயே அவர்கள் நிலைகுலைந்து போய் திரும்பி ஓடத் தொடங்கினார்கள். ஒரு குடிசையிலிருந்து சண்டையைப் பார்த்துக்கொண்டிருந்த முஹம்மத் ஒரே பதற்றமாக இருந்தார். அவரது புதிய இயக்கத்தின் வருங்கால வாழ்வு அந்தச் சண்டையின் முடிவைப் பொறுத்திருந்தது. குறைந்த எண்ணிக்கையில் இருந்த முஸ்லிம்கள் பெரும் எண்ணிக்கையில் இருந்த மக்காவாசிகளைத் தோற்கடித்ததன் மூலம் முஹம்மதின் செல்வாக்கு பெரிதும் உயர்ந்தது. முஹம்மதுக்கும் அவரது மதத்துக்கும் புதிய மரியாதை ஏற்பட்டது. அதற்குமுன் இரு தரப்பிலும் சாராமல் இருந்தவர்கள் பலர் இப்போது அவர் பக்கம் சேர்ந்தார்கள். அண்டைப் பகுதிகளில் இருந்த பல பதூயின் இனக் குழுக்கள் அவருடன் சேர்ந்துகொண்டன. மதீனாவில் அவருடைய நிலை மேலும் பலமடைந்து அவர் தலைவர் ஆனார்.

பத்ர் சண்டைக்குப் பிறகு முஸ்லிம்கள் வர்த்தக அணி ஒன்றைத் தாக்குவதற்கு மற்றுமொரு வாய்ப்புக் கிடைத்தது. மக்காவாசிகள் மெஸபொடோமியாவுக்கு வர்த்தக அணி ஒன்றை அனுப்பினார்கள். நகரின் பணக்கார வர்த்தகர்கள் அதில் மிகுந்த முதலீடு செய்திருந்தார்கள். இந்த அணியின் பயணத்தை இரகசியமாக வைத்திருக்க அவர்கள் முயன்றார்கள். ஆனால் ஒரு யூத உணவு — மதுவிடுதியில் கேட்ட உரையாடல் மூலம் முஹம்மத் அதைத் தெரிந்துகொண்டார். நூறு பேர் கொண்ட குழு ஒன்றை அவர் ஜைத் பின் ஹாரிதாவின் தலைமையில் அனுப்பி வைத்தார். அந்தக் குழுவினர் வர்த்தக அணியைத் தாக்கிக் கொள்ளையடித்தார்கள். அதில் 100,000 திர்ஹம் மதிப்புள்ள பொருள்கள் கைப்பற்றப்பட்டதாகக் கூறப் படுகிறது. பாதி யூதரான கவிஞர் கஅப் பின் அல்-அஷ்ரஃபை சில முஸ்லிம்கள் முஹம்மதின் சொற்படி கொன்றுவிட்டார்கள். அவர் முஹம்மதுக்கெதிராக மக்காவாசிகளை மிகவும் தூண்டிவிட்டதுடன், முஹம்மதை இழித்துக்கூறும் கவிதைகளையும் எழுதியிருந்தார்.

மதத்தின் எதிரியான அவரை ஒழித்துக்கட்டுவதற்கு அவசியமானால் நம்பிக்கை துரோகம் செய்யலாம் என்று முஹம்மத் அதிகார மளித்திருந்தார்.[25] அந்தக் கவிஞர் கொல்லப்பட்டது, மதீனாவின் யூத மக்களிடையே பெரும் அச்சத்தை உண்டாக்கியது.

முஹம்மதின் பல செயல்களைப் புரிந்துகொள்வதற்கு அவர் புதிய அரசு ஒன்றின் தலைவராகவும் மத இயக்கத்தின் தலைவராகவும் இரட்டை நிலையில் செயல்பட்டார் என்பதைக் கருத்தில் கொள்வது அவசியம். புதிதாக உருவாகியுள்ள அரசின் தலைவர் என்ற முறையில் அதன் நலனைக் கருதிச் செயல்படும்போது யாரேனும் எதிரியைக் கொலை செய்வதோ, அல்லது யூத இனக்குழுவின் ஆண்களை யெல்லாம் கொல்லுவதோ அவசியமானால், அவர் அதைச் செய்தார். இரக்கம் காட்டுவது அரசியல் ரீதியாகப் பாதகமான விளைவுகளை ஏற்படுத்தும் என்றால், அதை அவர் செய்யவில்லை. ஒருவேளை, யூதர்களை விட்டுவைத்தால் தமது நிலையை அது பலவீனப்படுத்தும் என்றும், அவர்கள் மக்காவாசிகளுடன் சேர்ந்து தமது ஆட்சியைக் கவிழ்க்கச் சதி செய்வார்கள் என்றும் அவர் நினைத்திருக்கலாம். மக்கா நகரின் பொருளாதாரத்தை வர்த்தக அணியைத் தாக்குவது, மக்காவின் பொருளாதாரத்தை முடக்குவதற்கு அவர் பின்பற்றிய உத்தியின் அம்சமே. மக்காவின் ஆதிக்கத்தை உடைப்பதற்கு அந்த ஒரு வழிதான் இருந்தது. முஹம்மதின் இந்தச் செயல் பற்றி முஸ்லிம்கள் குற்ற உணர்வுடன் விளக்கியிருக்கிறார்கள். மேற்கு நாட்டவர்களுக்கு அவரது செயல் புரியாத புதிராக உள்ளது. வெளிப்படையான உண்மை என்னவென்றால், முஹம்மத் நுண்ணறிவும் திறமையும் வாய்ந்த ராஜீய நிபுணராகவும் அதேசமயம் மதத்தில் இலட்சியங்களையும் சட்டங்களையும் நிர்ணயித்துக்கொடுப்பவராகவும் இருந்தார். அவர் எதார்த்தத்துடன் தொடர்பற்ற இலட்சியவாதி அல்ல. கடினமான நிலைமைகளை நுட்பமான திறமையுடனும், அனுபவம் மிக்க அரசியல்வாதியின் சாமர்த்தியத்துடனும் சமாளித்திருக்கிறார். தேவையானால் ஒரு கொள்கையைத் தற்காலிகமாக நிறுத்திவைக்கவும், ஒரு குறிக்கோளை விட்டுக்கொடுத்து சமரசம் செய்துகொள்ளவும் தயங்கவில்லை. புகழ்பெற்ற ஹுதைபியா ஒப்பந்தத்தில் தமது பெயருக்கு நேரே ‘இறைத்தூதர்’ என்று குறிக்குமாறு அதை எழுதிய அலீயிடம் கூறினார். மக்காவாசிகள் அதை ஆட்சேபித்தார்கள். அவர்கள் அதை ஏற்பதற்குத் தயாராக இல்லை. முஹம்மதின் முக்கிய தோழர்களில் ஒருவரும் கலகலப்பான இயல்புகொண்டவருமான உமர் பின் கத்தாப் தமது உணர்ச்சிகளை மறைக்க முடியாதவராக,

'நீர் உண்மையிலேயே இறைத்தூதரா?' என்று கேட்டார். முஹம்மத், 'ஆம் நான் இறைத்தூதரே' என்று பதிலுரைத்தார்.[26] நுட்பமதி கொண்ட ராஜீய நிபுணர் என்ற முறையில் அவர் இந்த வார்த்தை களுக்கு அதிக முக்கியத்துவம் இல்லை என்று அறிவார். அவருக்கு அப்போது தேவையாயிருந்தது, தமது நிலையை உறுதிசெய்து கொள்வதற்குச் சிறிது கால அவகாசம். அதற்குப் பேச்சுவார்த்தை மூலம் உடன்பாடு காண்பது அவசியமாயிருந்தது. அதை அடைவதற்கு அவர் தமக்குப் பாதகமான சில நிபந்தனைகளைக்கூட ஏற்றுக்கொண்டார். முஸ்லிம்களின் சக்தி மேலும் உயர்ந்துதான் செல்லும். சாதகமற்ற சூழ்நிலையில் இத்தகைய நிபந்தனைகளை ஏற்றுக்கொள்வது தவறல்ல. தகுந்த சமயம் வரும்போது அதைச் சரிசெய்துகொள்ளலாம். முஹம்மதிடமிருந்த இந்த நுண்மதிதான் எந்த நிலைமையையும் சமாளிக்க உதவியது. முஸ்லிம் வரலாற்றாசிரியர்கள்கூட முஹம்மத் ராஜீய நிபுணர் என்ற முறையில் செய்த செயல்களையும் தீர்க்கதரிசி என்ற முறையில் செய்த செயல்களையும் வேறுபடுத்திப் பார்க்க முயன்றிருக்கிறார்கள்.

முஹம்மத் யூத இனக்குழுக்கள் ஒவ்வொன்றிலும் கவனம் செலுத்தினார். இறுதியில் அவற்றின் ஆதிக்க பலத்தை உடைத்து அவர்களைக் கீழடங்கிய நிலைக்குக் கொண்டுவந்தார். கைபரிலும் ஃபதக்கிலும் இருந்த யூதர்களுடன் அவர் செய்துகொண்ட உடன்பாடு, இஸ்லாத்தில் நிலவுடைமை பற்றிய கருத்துடன் சம்பந்தப்பட்டது.

அரேபிய பாலைவனத்தில் சில இடங்களைத் தவிர பிறவற்றில் விவசாயம் செய்வது இயலாததால், நிலப்பிரபுத்துவ முறையும் வேறு பல நடைமுறைகளும் அங்கு உருவாகவில்லை. ஆனால், முஸ்லிம்கள், விவசாய வளம் மிக்க பெரும் பரப்புகளை வென்று கைப்பற்றியபோது நிலவுடைமை பற்றிய கருத்துக்கு முக்கியத்துவம் ஏற்பட்டது. கைபரும் ஃபதக்கும் யூதர்கள்வசம் இருந்த வளம் மிகுந்த பகுதிகள். அங்கே அவர்களுக்குப் பல குகைகளும்-குடியிருப்புகளும் இருந்தன. புராதன கைபர் பேரீச்சை மரங்களும் தானிய வயல்களும் கொண்ட வளமான பகுதியில் அமைந்திருந்தது என்று அரபு புவியியலாளர்கள் கூறுகிறார்கள். அதில் ஏழு கோட்டைகள் இருந்தன.[27] மதீனாவிலிருந்து சுமார் நூறு மைல் வடக்கே அது இருந்தது.

'இறைத்தூதர் ஹிஜ்ரி 7ஆம் ஆண்டில் கைபரைத் தாக்கினார்' என்று பலாதுரீ கூறுகிறார். 'கைபர் மக்கள் பல நாட்கள் எதிர்த்துப்

போராடி (முஹம்மதின் முன்னேற்றத்தை) தடுத்து நின்றார்கள். முஸ்லிம்களை எதிர்த்துத் தொடர்ந்து போரிட்டார்கள். இறைத்தூதர் சுமார் ஒரு மாதகாலம் முற்றுகை நடத்தினார். அதன் பின் அவர்கள் (யூதர்கள்) சமாதானம் செய்துகொள்ள முன்வந்தார்கள். தங்கள் உயிரைக் காப்பாற்ற வேண்டும் என்றும், தங்களது பெண்களையும் குழந்தைகளையும் கைது செய்யக்கூடாது என்றும், தங்கள் நிலங்களையும் உடம்பில் உள்ள பொருள்களைத் தவிர வெள்ளி, தங்கம் உள்ளிட்ட உடைமைகளையும் ஒப்படைத்துவிட்டு வெளியேறி விடுவதாகவும் அவர்கள் நிபந்தனை தெரிவித்தார்கள்... பின்பு அவர்கள் தங்களுக்கு விவசாயத் தொழில் நன்றாகத் தெரியும் என்றும் அதனால் அங்கேயே தங்கியிருக்க அனுமதிக்கும்படியும் இறைத் தூதரைக் கேட்டுக்கொண்டார்கள். அவர் அதற்கு இணங்கி ஈச்ச மரங்களின் விளைச்சலிலும், தானிய விளைச்சலிலும் பாதியைத் தந்துவிடும்படி உடன்பாடு செய்துகொண்டார். 'அல்லாஹ் உங்களை இங்கே வைத்திருக்கும்வரை நான் உங்களை இங்கே வைத்திருக் கிறேன்', என்று அவர் கூறினார்.[28] இதற்கு, நிலம் முஸ்லிம்களிடம் இருக்கும் என்றும், யூதர்கள் வாரச் சாகுபடிக்காரர்களாக இருப்பார்கள் என்றும் பொருள் கூறப்பட்டது. பலாதுரீ மேலும் கூறுகிறார்: 'அங்கே உள்ள நிலத்தில் வேலை செய்வதற்கு இறைத்தூதரிடமும் அவரது தோழர்களிடமும் போதிய அடிமைகள் இல்லாததாலும், அவர்களே வேலை செய்வதற்கு நேரம் இல்லாததாலும், அவர் களுடைய நிலங்களையும், பழத்தோட்டங்களையும் அவர்களிடம் திருப்பிக் கொடுக்க வேண்டும் என்ற வேண்டுகோளுக்கு நிபந்தனை யுடன் சம்மதம் தெரிவித்தார். விளைச்சலில் பாதியை அவர்கள் (யூதர்கள்) வைத்துக்கொண்டு, அப்துல்லா பின் ரவாஹா அங்கு சென்று பாதிப் பங்கின் அளவைத் தீர்மானித்தார் என்று பலாதுரீ தெரிவிக்கிறார்.[29]

பலாதுரீ கூறுவதிலிருந்து யூதர்களின் நிலங்கள் அவர்களிடமிருந்து பறிக்கப்பட்டு அவர்கள் வாரச் சாகுபடிக்காரர்களாக மாற்றப்பட்டனர் என்பது தெளிவாகத் தெரிகிறது. அரசியல் ரீதியாக, கைபர் யூதர்களுக்குப் பொருளாதார பாதிப்பை ஏற்படுத்துவது அவசியம் என்று முஹம்மத் கருதியிருக்கலாம். தமக்கு எதிரான சதித் திட்டங்களுக்கு கைபர் மையமாக இருந்ததனால் அதை அழிப்பது அவரது நோக்கம். ஆனால் அவர் தம்மையறியாமலே, இஸ்லாமிய அரசில் நிலப்பிரபுத்துவமுறை பிற்காலத்தில் வளர்வதற்கு நியாய அடிப்படையை ஏற்படுத்திவிட்டார். ஜாகீர் முறையில் பெரும்

நிலப்பரப்புகள் ஒருவரின் உடைமையாக இருப்பதன் காரணமாக, மிகுந்த நெருக்குதல்கள் ஏற்பட்டு இஸ்லாமிய அரசின் தன்மையே மாறிப்போவதைப் பின்னர் காணவிருக்கிறோம். கைபருக்கு அருகே இருந்த மற்றொரு யூதக் குடியிருப்பு ஃபதக். அதுவும் நல்ல செழிப்பான இடம். அங்கேயும் யூதர்களுடன் அநேகமாக இதே போன்ற உடன்பாடு செய்துகொள்ளப்பட்டது. அங்கிருந்த யூதர்கள் எதிர்த்துப் போரிடாமல் தாங்களே சரணடைந்துவிட்டதால், பாதி நிலங்களை அவர்களே வைத்துக்கொள்ள அனுமதிக்கப்பட்டது. கைபரின் விளைபொருட்களை முஸ்லிம்கள் சமமாகப் பகிர்ந்துகொண்டது போலன்றி, ஃபதக், முஹம்மதுக்கு ஒதுக்கப்பட்டது. அவர் அதிலிருந்து கிடைத்த வருமானங்களை உதவி தேவைப்படும் பயணிகளுக்கும் பனூ ஹாஷிம் மக்களில் செல்வம் குறைந்தவர்களின் பராமரிப்புக்கும் செலவிட்டார். இவ்வாறு செய்யப்பட்டதற்குக் காரணம், ஃபதக், ஒப்பந்தத்தின் மூலம் (சண்டை இல்லாமல்) பெறப்பட்டது என்று கூறப்பட்டது. ஆயினும் இரண்டாவது கலீஃபா உமரின் ஆட்சிக் காலத்தில் வடக்கு ஹிஜாஸில் வசித்த யூதர்களுக்குக் கடுமையான அடி விழுந்தது. கலீஃபா அவர்களை அங்கிருந்து வெளியேற்றிவிடத் தீர்மானித்தார்.

அந்த இடைக்காலத்தில் போரில் பிடிபட்ட அடிமைகள் பெரும் எண்ணிக்கையில் முஸ்லிம்களிடம் இருந்ததால், அரேபியாவின் வளமான பகுதிகளில் அவர்களை வேலையில் ஈடுபடுத்த முடிந்தது. முஸ்லிம்களிடம் போதிய எண்ணிக்கையில் அடிமைகள் இல்லாத காரணத்தாலதான் கைபரில் யூதர்கள் நிலங்களில் இருந்து கொண்டு விவசாயம் செய்ய அனுமதிக்கப்பட்டார்கள். கைபரில் இருந்த யூதர்கள் நஷ்டஈடு ஏதும் இல்லாமல் பாலைவனச்சோலையிலிருந்து வெளியேறி ஸிரியாவுக்குச் செல்ல வேண்டியிருந்தது என்பதையும், ஆனால், ஃபதக் யூதர்களுக்கு அவர்களுடைய சொத்து மதிப்பின் அடிப்படையில் நஷ்டஈடு கொடுக்கப்பட்டது என்பதையும் கவனிக்க வேண்டும். கைபர் யூதர்கள் அனுபவ உரிமை மட்டும் உடையவர்களாகக் கருதப்பட்டார்கள் என்பதையும், அதனால் அவர்களுடன் செய்துகொள்ளப்பட்ட வாரச் சாகுபடி ஒப்பந்தத்தை நஷ்டஈடு இல்லாமல் முறித்துக்கொள்ளலாம் என்பதையும் இது உறுதிப்படுத்துகிறது. ஆனால் ஃபதக் யூதர்கள் பாலைவனச்சோலையின் நிலங்களில் ஒரு பாதிக்குச் சொந்தக்காரர்கள் என்ற உரிமை அங்கீகரிக்கப்பட்டிருந்தது.

யூதர்களை வெளியேற்றிய பின்பும்கூட கலீஃபா உமர் கைபருக்கும் ஃபதக்குக்கும் வெவ்வேறு வழிகளைப் பின்பற்றினார். கைபரின் விளைபொருள்களில் முஹம்மதிடமிருந்து பங்குபெற்றுவந்த முஸ்லிம்களுக்கு (அல்லது அவர்களின் வாரிசுகளுக்கு) அந்த விகிதத்தின்படி நிலங்களைச் சொந்தமாகக் கொடுத்தார். ஃபதக் சம்பந்தமாக முன்பிருந்த ஏற்பாட்டை அவர் மாற்றவில்லை. ஃபதக்கின் ஆண்டு உற்பத்தியின் மதிப்பு சுமார் 10,000 தீனார்கள் (இப்னு ஸத், பக். 286). சட்டநோக்கில் பார்க்கும்போது ஃபதக் விஷயம் ஒரு முக்கியமான உண்மையை எடுத்துக்காட்டுகிறது. இஸ்லாத்தின் ஆரம்ப காலத்திலிருந்தே தனியார் சொத்துரிமைக்கும், கூட்டுச் சொத்துரிமைக்கும் உள்ள வேறுபாடு பற்றித் தெளிவான கருத்தும் அந்த இரண்டிலும் உள்ள கடமைகள், பொறுப்புகள் பற்றிய உணர்வும் இருந்தன என்பதை அது நிரூபிக்கிறது. மேலும், ஷரீயா சட்டங்களை மதித்து நடக்க விரும்பிய ஆட்சியாளர்கள், முஹம்மதும், அவருக்குப் பிறகு அதிகாரத்துக்கு வந்தவர்களும் செய்து வைத்த ஏற்பாடுகளை அரசியல் காரணங்களுக்காக மாற்றியமைக்க விரும்பிய போது சந்தித்த சிரமங்களையும் இது எடுத்துக்காட்டுகிறது.[30]

விவசாய வேலைகளைச் செய்வதற்குப் போதிய எண்ணிக்கையில் அடிமைகள் கிடைத்த பின் ஃபதக்கிலிருந்தும் கைபரிலிருந்தும் யூதர்கள் அனைவரையும் உமர் வெளியேற்றிய செயல் (யூதர்கள் தொடர்ந்து பகைமை உணர்வுடன் இருந்ததும், அவர்களது நிலஉரிமை பறிக்கப் பட்ட பிறகு பகைமை தீவிரமடைந்ததும் முக்கிய காரணங்கள் என்பதில் சந்தேகமில்லை) பொருளாதாரக் காரணங்கள் இருந்த வரைக்கும், மத ரீதியான உத்தரவு மூலம் அடிமைமுறையை ஒழித்துவிட முடியாது என்பதைக் காட்டுகிறது. உண்மையில் மேலும் பல வெளிநாடுகள் வெற்றிகொள்ளப்பட்டு, பெரும் அளவில் நிலங்கள் சொந்தமான பிறகு இந்தப் பிரச்சினை மேலும் கடுமையாயிற்று. இஸ்லாமியக் கலீஃபா முதலில் உமைய்யா ஆட்சியாளர்களாலும் பின்பு அப்பாசிய ஆட்சியாளர்களாலும் இஸ்லாமிய பேரரசு ஆட்சியாக மாற்றப்பட்ட பின், பேரரசரின் அந்தப்புரத்தில் அடிமைப் பெண்களுக்குத் தனி முக்கியத்துவம் ஏற்பட்டது. கலீஃபாக்களின் சொந்த மெய்க்காவலர்களாகப் பணிபுரிய தனி அடிமைக் குழுக்களும் அமைக்கப்பட்டன. மக்காவின் வர்த்தகச் சூழ்நிலையில் அடிமைமுறையைத் தவிர்க்குமாறு கூறுவதும், பெருமளவில் விவசாய நிலங்களும், தோட்டங்களும் பொருளாதார அடிப்படையாக

உள்ள பேரரசில் அடிமைமுறையை ஒழிப்பதும் முற்றிலும் வேறுபட்ட விஷயங்களாகும்.

மக்காவில் அடிமை முறைக்குப் பொருளாதார வேர்கள் இல்லை. அங்கே அடிமைகள் சொந்தப் பணியாளர்களாகவும், சரக்குகளை ஏற்றி, இறக்கும் வேலைகளைச் செய்வதற்குமே பயன்படுத்தப்பட்டார்கள். ஆனால் பிற்காலத்திய இஸ்லாமியப் பேரரசுகளில் அடிமை முறைக்குப் பொருளாதார முக்கியத்துவம் ஏற்பட்டது. அதனால்தான் இஸ்லாத்தில் சமீப காலம்வரை அடிமைமுறை நீடித்திருந்தது.

இஸ்லாத்தில் நிலவுடைமைப் பிரச்சினை மிகுந்த விவாதத்துக் கிடமாகியிருக்கும் விஷயம். இஸ்லாம் கூட்டு உடைமைக் கருத்தையே போதிக்கிறது என்றும், அதில் நிலப்பிரபுத்துவ முறைச் சுரண்டலுக்கு இடமில்லை என்றும் சில முஸ்லிம்கள் கூறுகிறார்கள். பாகிஸ்தானிய தத்துவ அறிஞர் நஸீர் அஹமத் ஷேக், முஹம்மதும் குர்ஆனும் தனியார் நிலவுடைமை, குறைந்தபட்சம், நிலச்சொந்தக்காரர் தாமே சாகுபடி செய்யக்கூடிய அளவைவிட அதிகமான நிலவுடைமைகளை எதிர்ப்பதாகக் கூறுகிறார்.[31] ஆனால் ஜமாஅத்தே இஸ்லாமியின் முக்கிய தத்துவ அறிஞரான மவுலானா மவுதூதி, இஸ்லாத்தில் தனியார் நிலவுடைமை அனுமதிக்கப்படுவதாகக் கூறுகிறார். அவர் கூறுவது சரி என்றே தோன்றுகிறது. நிலவுடைமை உரிமையைக் குர்ஆன் மறுக்கவில்லை. ஆனால், தீர்க்கதரிசி குறித்து வழங்கும் சில மரபுச் செய்திகள் இந்த உரிமைக்குச் சில நிபந்தனைகளைக் குறிப்பிடுகின்றன. உதாரணமாக, தீர்க்கதரிசியின் மரபுகளை (நபிமொழிகளை) கூறும் ஆதாரபூர்வமான புத்தகங்களில் ஒன்றான ஸஹீஹ் முஸ்லிம் பின்வரும் ஹதீஸை (மரபுச் செய்தியை)க் குறிப்பிடுகிறது: '...நிலம் வைத்திருப்பவர் யாரும் அதில் சாகுபடி செய்ய வேண்டும் என்று இறைத்தூதர் கூறினார். அவ்வாறு சாகுபடி செய்ய முடியவில்லை அல்லது வேண்டிய திறமை இல்லை என்றால், அவர் அந்த நிலத்தை (அல்லது அதன் ஒரு பகுதியை) ஒரு சகோதர முஸ்லிமுக்கு அளிக்கவேண்டும் என்றும், எந்த நிலைமையிலும் அவர் அதைக் குத்தகைக்குவிடக் கூடாது (அல்லது வாரச் சாகுபடிக்கு விடக்கூடாது) என்றும் கூறினார்.'[32] சுனன்-அபூதாவூதில் குறிக்கப்படும் மற்றொரு ஹதீஸ் மேலும் தெளிவாகக் கூறுகிறது: 'இறைத்தூதர் கூறியதாக ஜாபிரிடமிருந்து அறியப்படுவது என்னவெனில், வாரச் சாகுபடியைக் (முக்காபிரா) கைவிடாதவர்கள், இறைவனிடமும் இறைத்தூதருடனும் போரிடத் தயாராக இருக்கவேண்டும்'

என்பதாகும் (இமாம் அபூ தாவூத், கிதாபுல்-புயூ, பாப் அல்-முக்காபிரா). வாரச் சாகுபடியை இவ்வாறு கடுமையாகக் கண்டித்திருப்பதில் இருந்து இஸ்லாத்தில் தனியார் நிலவுடைமை முறை முற்றிலுமாக ஒழிக்கப்படாவிட்டாலும் நிலப் பிரபுத்துவமுறைக்கு இடம் கிடையாது என்பது தெரிகிறது.

பிரபல பாகிஸ்தானிய அறிஞர் ஃபஸ்லூர் ரஹ்மான், 'இஸ்லாத்தில் வாரச் சாகுபடி முறை கண்டிப்பாகத் தடை செய்யப்பட்டிருப்பதாகவும், எனவே அதை மிகவும் திரிபு செய்கின்ற நிலப்பிரபுத்துவ முறைக்கு இஸ்லாத்தில் இடம் கிடையாது' என்றும் கூறுகிறார். ஹதீஸ்களை எழுதியவர்களில் மிகப் பலரும் வாரச் சாகுபடி, நிலத்தைக் குத்தகைக்கு விடுதல் போன்றவற்றை தீர்க்கதரிசி சந்தேகத்துக்கிடமின்றிக் கண்டித்தார் என்பதில் பெரும்பாலும் ஒத்தக் கருத்தைக் கொண்டிருப்பதாக அவர் கூறுகிறார்.[33] அப்படியானால் தீர்க்கதரிசி தாமே கைபரிலும், ஃபதக்கிலும் இருந்த யூதர்களுடன் வாரச் சாகுபடி ஒப்பந்தங்களை ஏன் செய்துகொண்டார் என்ற கேள்வி எழுகிறது. நிலத்தைக் குத்தகைக்கு விடுதல் போன்ற முறை களைப் பின்பற்றியவர்கள் இதை முன்னுதாரணமாய் எடுத்துக் காட்டினார்கள்.

தீர்க்கதரிசியின் மரபுகளை (நபிமொழிகளை) தொகுத்தவர்களுக்கு இது நன்றாகத் தெரிந்திருந்தது. உதாரணமாக, இமாம் அபூ ஹனீஃபா கைபர் யூதர்களுடன் செய்துகொள்ளப்பட்ட ஒப்பந்தம் கராஜ், அதாவது நிலவரி அல்லது கப்பம் பற்றியது என்று கூறுகிறார். அந்த ஒப்பந்தத்தைச் செய்துகொண்டதன் மூலம் யூதர்களுக்கு உதவி செய்திருக்கிறார் என்று அவர் கூறுகிறார். ஏனென்றால், அவர்களின் நிலத்தை அவர் வெற்றியின் மூலம் பிடித்துக்கொண்டதனால், அவர்களை அவர் வெளியே விரட்டியிருக்க முடியும். அவர்களை அங்கேயே இருக்க அனுமதித்து, விளைச்சலில் பாதியைக் கொடுத்துவிடும் நிபந்தனையின் பேரில் விவசாயம் செய்யவும் அனுமதித்தது அவரது கருணையைக் காட்டுகிறது என்கிறார் அவர்.[34] இந்த வாதம் ஏற்கத்தக்கதாக இல்லை. நடந்துவிட்ட செயலுக்குச் சுற்றிவளைத்து நியாயம் கூறும் முயற்சியாகவே காணப்படுகிறது. ஆயினும் முஸ்லிம் மதத் தத்துவ அறிஞர்கள், வாரச் சாகுபடியை அனுமதித்து, சமூகத்தில் நிலக் குத்தகை மூலம் சுரண்டிவாழும் வர்க்கம் ஒன்றை உருவாக்குவதன் தீமைகளை உணர்ந்திருந்தார்கள். ஆனால் மதக்கொள்கையின் அடிப்படையில் மதத் தத்துவ அறிஞர்களின் கருத்து

எப்படியிருந்த போதிலும் சமூக- பொருளாதார உறவுகளின் காரண காரியச் செயல்பாடு தனக்கென தனிவழியைப் பின்பற்றுகிறது. எனவே இஸ்லாமியப் பேரரசின் விவசாயப் பகுதிகளிலெல்லாம் நிலப்பிரபுத்துவமுறை ஆழந்து வேரூன்றியது. சமூக அமைப்பில் வேர்படியாத இலட்சியம் ஒன்றைச் சுட்டிக்காட்டுவதன் மூலம் சமூக-பொருளாதார அமைப்புகளை அடிப்படையாகக் கொண்ட எதார்த்தங்களை ஒதுக்கித் தள்ளிவிட முடியாது. சமூக அமைப்பு முறையில் மாற்றம் செய்யாமல் சமூக மாற்றங்களைக் கொண்டுவர முடியாது என்பதை இது தெளிவாக்குகிறது. இலட்சிய அறிவிப்புகள் தேவைதான் என்றாலும், அவை மட்டும் போதுமானவை அல்ல.

இஸ்லாத்தில் மற்றொரு முக்கிய பிரச்சினை கடன்கள் மீது வட்டி வாங்குவது பற்றியது. இது மிகவும் வாதத்துக்குரிய பிரச்சினையாகி யுள்ளது. குறிப்பாக சமீப காலங்களில் கடும் வட்டிதான் தடைசெய்யப் பட்டுள்ளதே தவிர, வர்த்தக வட்டி அல்ல என்று சிலர் கூறுகிறார்கள். இந்தக் கருத்து எல்லோருக்கும் உடன்பாடாக இல்லையென்றாலும், இதில் நியாயம் இருப்பதாகத் தோன்றுகிறது. நமது நோக்கிலிருந்து இது ஒரு முக்கியமான விஷயமாதலால் இதைச் சற்று விரிவாக ஆராய்வோம். குர்ஆனில் இதற்குப் பயன்படுத்தப்படும் சொல் *ரிபா* என்பது. இந்தச் சொல் பல்வேறு பொருள்களில் பயன்படுத்தப் படுவதனால் மிகுந்த குழப்பத்துக்கு இடம் ஏற்பட்டுள்ளது. டாக்டர் ஃபஸ்லுர் ரஹ்மான் இந்தப் பிரச்சினைப் பற்றி மிகுந்த புலமைத் திறனுடன் ஆராய்ந்திருக்கிறார்.[35] கீழே தரப்படும் விவரங்கள் பெரும்பாலும் *'ரிபா'* பற்றி அவர் எழுதிய கட்டுரையை அடிப்படை யாகக் கொண்டவையே (ஆயினும் மற்ற நூலாதாரங்களும் பயன் படுத்தப்பட்டுள்ளன).

இந்தச் சொல் குர்ஆனில் பல்வேறு வடிவங்களில் பல்வேறு பொருள்களில் பயன்படுத்தப்பட்டுள்ளது. சில உதாரணங்கள்: வளர்தல், வீங்குதல். குர்ஆன் கூறுகிறது: 'பூமியைப் பயிர்ப் பச்சை இல்லாமல் வறண்டதாகக் காண்கிறீர்கள். அப்பொழுது அதன் மீது மழைநீரை நாம் இறக்கிவைத்தால் அது கிளர்ந்து வளர்கிறது' (22.5 —ரபத் என்ற சொல் வடிவம் இதில் பயன்படுத்தப்பட்டுள்ளது).

மேலும் மக்கா காலத்தைச் சேர்ந்த 'கிரேக்கர்கள்' என்ற அத்தியாயத்தில் குர்ஆன் கூறுகிறது: 'நீங்கள் வட்டியின் மூலம் அதிகரிக்க விரும்பும் பொருளை அல்லாஹ் ஆசீர்வதிக்கமாட்டான். ஆனால், அல்லாஹ்வுக்காக நீங்கள் கொடுக்கும் தர்மம் பலமடங்காக

உங்களுக்குத் திருப்பிக் கொடுக்கப்படும்' (குர்ஆன் 30: 39), குர்ஆனில் 'ரிபா' பற்றி இங்குதான் முதல் முதலாகக் குறிப்பிடப்படுகிறது. இங்கே 'அதிகரித்தல்' என்ற பொருளில் இந்தச் சொல் பயன்படுத்தப் பட்டுள்ளது. இந்தச் சொல்லின் மற்றொரு வடிவம் 'ரப்வாஹ்' என்பது. உயர்ந்த நிலம் அல்லது மேடு என்பது இதன் பொருள். குர்ஆன் கூறுகிறது: மர்யமுடைய மகனையும் அவருடைய தாயாரையும் மனிதர்களுக்கு நாம் ஓர் அத்தாட்சியாக ஆக்கினோம். அமைதியான, நீருற்றுக் கொண்ட உயரமான இடத்தில் அவர்களைத் தங்கச் செய்தோம்' (குர்ஆன்: 23: 50). இந்தச் சொல்லின் மற்றொரு பொருள் (குழந்தையை) வளர்த்தல் என்பதாகும். குர்ஆன் கூறுகிறது: 'பெற்றோரிடம் பணிவுடனும் கனிவுடனும் நடந்துகொள்ளுங்கள். 'இறைவனே, நான் சிறுகுழந்தையாக இருந்தபோது என்னை அவர்கள் பரிவுடன் வளர்த்தார்கள். (ரப்பியானி) அவர்களுக்கு நீ அருள் புரிவாயாக' என்று பிரார்த்தித்துக் கூறுங்கள்' (குர்ஆன் 17: 24).

'ரிபா' என்ற சொல்லின் சிறப்புத் துறைப்பொருள்கள், அதன் இயல்பான சொற்பொருளிலிருந்து வருவித்துப் பெறப்பட்டுள்ளன. இஸ்லாமிய இலக்கியத்தில் 'ரிபா' என்ற சொல், சாதாரணமாக வட்டி என்று கூறப்படும் பொருளில் மட்டும் ஆளப்படவில்லை. சொற் பொருள்படிப் பார்த்தால் 'ரிபா' என்பதற்கு வட்டி என்று பொருள் கொள்வது மிகவும் சரியானதல்ல. வர்த்தகத்தில் ஊக பேரம், ஒரே மாதிரியான பொருள்களை அளவு முதலியவற்றை அதிகமாக்கிப் பரிவர்த்தனை செய்துகொள்ளுதல் ஆகியவற்றைக் குறிக்கவும் அந்தச் சொல் பயன்படுத்தப்பட்டுள்ளது. இந்தச் செயல்கள் எல்லாமே தடைசெய்யப்பட்டுள்ளதாக டாக்டர் ஃபஸ்லுர் ரஹ்மான் கூறுகிறார். (அது கண்டனம் செய்வதாக உள்ளதேயன்றி, தடை செய்வதாக இல்லை.) பொருளாதார நீதி பற்றி தீர்க்கதரிசி கொண்டிருந்த கருத்துக்கு, கடும் வட்டியைக் கண்டனம் செய்வது பொருத்தமாகவே உள்ளது என்று அவர் கூறுவது சரியென்றே நான் நினைக்கிறேன்.

முஹம்மத் மக்கா சமூகத்தில் காணப்பட்ட பதுக்கல், கொள்ளை இலாபம் அடித்தல், அநாதைகளின் உரிமைகளைக் கைப்பற்றிக் கொள்ளுதல் போன்ற பல்வேறு பொருளாதாரக் கேடுகளைக் கண்டனம் செய்து வந்தார் என்பதை நாம் முன்பே குறிப்பிட்டிருக் கிறோம். எனவே, மக்காவின் பணக்கார வர்த்தகர்கள் பலர் பின்பற்றி வந்த கடும்வட்டி முறையினால் நலிந்த பிரிவு மக்கள் பல்வேறு

துன்பங்களுக்கு உள்ளாகி வந்ததால் அதை அவர் கண்டனம் செய்தது வியப்பல்ல. 'ரிபா' பற்றிய வசனத்தை விளக்கும்போது இப்னு ஜரீர் கூறுவது போல, தீர்க்கதரிசியின் தந்தையின் சகோதரர் அப்பாஸ் பெரும் அளவில் இந்தத் தொழிலை நடத்திவந்தார். மக்கா காலத்தைச் சேர்ந்த பெரும்பாலான வசனங்களைப் போல 'ரிபா' பற்றிய வசனமும் கண்டனம் செய்வதாக உள்ளதேயன்றி, தடைசெய்யும் கட்டளையாக இல்லை. காரணம், தெளிவாகத் தெரிகிறது. மக்காவில் முஹம்மத், இலட்சியக் கனவுகளை மக்களுக்கு எடுத்துக்கூறும் ஞானியாக இருந்தாரேயன்றி ஓர் அரசின் தலைவராக இருக்கவில்லை. ஆனால் மதீனாவில் அவர் இலட்சியங்களை எடுத்துக் கூறும் ஞானியாகவும் அதே சமயம் சட்டம் இயற்றும் அரசுத் தலைவராகவும் இருந்ததனால், வெறும் கண்டனங்கள் மட்டுமின்றித் தெளிவான கட்டளைகளை வெளியிட்டார்.

மதீனாவுக்கு இடம்பெயர்ந்து சென்ற பிறகு கடும் வட்டியை உறுதியாகத் தடை செய்து குர்ஆன் இவ்வாறு கூறுகிறது:

> இறைநம்பிக்கை கொண்டவர்களே! உங்கள் செல்வத்தைப் பலமுறை இரட்டிப்பாக்கிக் கொண்டுள்ள வட்டியின் மூலம் நீங்கள் உண்டு உயிர் வாழாதீர்கள். அல்லாஹ்விடம் அச்சம் கொள்ளுங்கள்; நீங்கள் செழிப்பீர்கள். நரக நெருப்பிலிருந்து உங்களைக் காத்துக் கொள்ளுங்கள் *(குர்ஆன் 3: 130).*
>
> மதீனா காலத்தில் இதன்பின் வெளிப்படுத்தப்பட்ட வேறு வசனங்களும் 'ரிபா'வைத் தடை செய்தன. 'வட்டியைத் தின்று வாழ்பவர்கள் இறுதித் தீர்ப்பு நாளில் சைத்தான் அறைந்து பைத்தியம் கொண்டவர்கள் போலத்தான் எழுந்திருப்பார்கள். அது வட்டியும் வியாபாரம் போன்றதுதான் என்று அவர்கள் கூறிய காரணத்தினால்தான். ஆனால், அல்லாஹ் வியாபாரத்தை அனுமதித்து, வட்டியைத் தடைசெய்துள்ளான். தமது இறைவனிடமிருந்து அறிவுரை வந்து தன் செயலைத் திருத்திக் கொள்பவர் ஏற்கெனவே சம்பாதித்ததை வைத்துக்கொள்ளலாம். அவருடைய விதி அல்லாஹ்வின் கையில் இருக்கிறது. தீயவர்களை அல்லாஹ் நேசிக்கமாட்டான். யார் நம்பிக்கைகொண்டு நற்செயல்கள் செய்து, தொழுகையைக் கடைப்பிடித்து, ஜகாத்தைக் கொடுத்து வருகிறார்களோ அவர்களுக்கு இறைவனிடத்தில் நற்கூலி இருக்கிறது. அவர்களுக்கு எவ்வித பயமும் இல்லை; அவர்கள் கவலைப்படவும் மாட்டார்கள். நம்பிக்கையாளர்களே,

நீங்கள் அல்லாஹ்விடம் அச்சம்கொண்டு, உங்கள் நம்பிக்கை உண்மையானதாயிருந்தால் வட்டியில் மீதியுள்ளதை வாங்காமல் விட்டுவிடுங்கள். நீங்கள் இவ்வாறு செய்யவில்லையென்றால் அல்லாஹ்வும் அவனது தூதரும் உங்கள்மேல் போர் தொடுப்பார்கள். ஆனால் நீங்கள் தவறுக்கு வருந்தித் திருந்தி விட்டால் உங்களுடைய அசல் தொகைகள் உங்களுக்கு உண்டு. பிறருக்கு இழப்பு ஏற்படுத்தாத நிலையில் உங்களுக்கும் இழப்பு இல்லை. உங்களிடம் கடன்பட்டவர் கஷ்டநிலையில் இருந்தால் அவர் அதைத் திருப்பிக் கொடுக்க வசதியான நேரம் வரும்வரை அவகாசம் கொடுங்கள். ஆனால், அதை அவருக்கு நீங்கள் தருமமாக விட்டுவிடுவது, அதன் நன்மையை நீங்கள் அறிந்தவர்களாக இருந்தால், உங்களுக்கு மிகச் சிறந்ததாகும். (குர்ஆன் 2: 275-280)

மேலே எடுத்துக்காட்டப்பட்ட வசனங்கள் 'ரிபா' பற்றிக் கடைசியாகக் கூறப்பட்டவை. அதைத் தடைசெய்யும் தெளிவான கட்டளைகளை இவை தெரிவிக்கின்றன. கடும் வட்டி வாங்குவோருக்கும் கடுமை யான தண்டனையாக அவர்கள் மீது போர் தொடுக்கப்படும் என்று கூறியிருப்பதும், கஷ்டநிலையில் உள்ளவர்களிடமிருந்து கடன்களைத் திரும்பப் பெறுவதைத் தள்ளிப் போடும்படியும், கடன் முதல்களையே ரத்து செய்துவிடும்படியும் கட்டளைகள் கூறியிருப்பதும், முழுமையான சீர்திருத்தம் செய்வது இந்த வசனங்களின் நோக்கம் என்பதைக் காட்டுகின்றன. மக்காவிலும் மதீனாவிலும் நிலவிய கடும் வட்டிமுறை காரணமாக சமூகத்தில் ஏற்பட்ட தீமைகளைப் புரிந்து கொள்வது அவசியம்.

இஸ்லாத்திற்கு முந்தைய காலமான ஜாஹிலியா காலத்தில் கடும் வட்டிமுறை பரவலாக வழக்கத்தில் இருந்தது என்பது சில ஆதாரங்களிலிருந்து தெரிகிறது. இமாம் மாலிக் எழுதிய முவத்தா வில் இதைப் பற்றிய நபிமொழி குறிப்பிடப்படுகிறது: 'ஜாஹிலிய்யா காலத்தில் 'ரிபா' இவ்வாறு இருந்தது: ஒருவர் இன்னொருவரிடமிருந்து குறிப்பிட்ட காலத்துக்கு ஒரு தொகையைப் பெற்றிருந்தால், அந்தக் கால அளவு முடிந்தவுடன் கடன்கொடுத்தவர் அதை வாங்கியவரிடம் அதைத் திருப்பிக்கொடுத்துவிடுகிறீரா அல்லது காலஅளவை நீட்டிக்க வேண்டுமா என்று கேட்பார். அவர் திருப்பிக் கொடுத்தால் பெற்றுக்கொள்வார். இல்லையென்றால் அவர் கடன்தொகையை அதிகமாக்கிவிட்டுக் காலத்தையும் நீட்டித்துக்கொடுப்பார்.'[36] தபரியும்

'ரிபா' பற்றிய வசனத்தை ('நம்பிக்கையாளர்களே, உங்கள் செல்வத்தைப் பலமுறை இரட்டிப்பாக்கிக் கொண்டுள்ள வட்டியின் மூலம் நீங்கள் உண்டு உயிர் வாழாதீர்கள்') விவரிக்கையில் இஸ்லாத்திற்கு முந்தைய காலத்தில், கடன் வாங்கியவர் உரிய காலத்தில் அதைத் திருப்பிக் கொடுக்காமல் போனால் கடன் கொடுத்தவர், கடன் தொகையை இரண்டு மடங்காக உயர்த்திய வழக்கத்தை இந்த வசனம் குறிப்பிடுவதாகக் கூறுகிறார். இவ்வாறாக 100 என்ற தொகை அடுத்த ஆண்டில் 200ஆகவும், அந்த 200 அதற்கு அடுத்த ஆண்டில் 400 ஆகவும், இப்படியே உயர்ந்துகொண்டுபோகும்.[37]

டாக்டர் ஃபஸ்லுர் ரஹ்மான் இமாம் கையிமை மேற்கோள் காட்டி 'ரிபா' பற்றிய கருத்தை விளக்குகிறார். அதன் சுருக்கம் வருமாறு: ரிபா இரண்டு வகைப்படும்: 1. தெளிவான நேரடியான வடிவம் 2. மறைமுகமான வடிவம். முதல் வடிவம் நிச்சயமான முறையில் தடைசெய்யப்படுகிறது; ஏனென்றால் அதில் பெரும் தீமை இருக்கிறது. இரண்டாவது வடிவமும் தடைசெய்யப்படுகிறது, ஏனென்றால் அது முதல் வடிவத்துக்கு வழி செய்து கொடுக்கிறது. முதல் வடிவம் கடும்வட்டி முறையாகும். ஜாஹிலியா காலத்தில், கடனை உரிய காலத்தில் திருப்பிச் செலுத்தாததற்காகக் கடன் தொகையை அதிகரிக்கும் வழக்கம் இது. இதன் மூலம் சில சமயங்களில் கடன் வாங்கியவருக்கு எந்த நன்மையும் இல்லாமல் கடன்தொகை ஆயிரம் மடங்கு அதிகரித்தால் கடன் வாங்கியவர் ஒரேயடியாக மூழ்கிப்போவார். கடன் வாங்கியவர்களின் துன்பத்தின் மூலம் கடன் கொடுத்தவர் பணக்காரராகிவிடுவார். அதனால்தான் கடவுள் தனது பேரறிவின் மூலம் அதைத் தடை செய்தார். கடவுள் கடும் வட்டிக்கு எதிராகத் தர்மத்தை வைத்தார்.[38] 'ரிபா'வின் மற்றொரு வடிவம் என்று இமாம் கையிம் கூறுவது முதன்மையாக இலாபத்தை நோக்கமாகக் கொண்ட வர்த்தகம். இது மறைமுகமான கடும்வட்டி என்றும் அதனால் அது தடைசெய்யப்பட்டது என்றும் அவர் கூறுகிறார். குர்ஆனுக்கு விளக்கவுரை எழுதியவரும், அறிஞருமான அல்லாமா ஹஜர் அஸ்கலானியும் 'ரிபா' என்ற கருத்து தடைசெய்யப் பட்ட எந்த வர்த்தகமுறைக்கும் பொருந்தும் என்று கூறுகிறார்.[39]

சில பாகிஸ்தானியப் பொருளாதார நிபுணர்களும்,[40] பணவீக்கப் போக்குக் கொண்ட முதலாளித்துவப் பொருளாதாரத்தில் வங்கிச் சேமிப்புகளின் வட்டியை ஒழிப்பது சிறு சேமிப்பாளர்களை பெரிய முதலாளிகள் மேலும் சுரண்டுவதற்கு வழி செய்யும் என்று சமீப

காலத்தில் சுட்டிக் காட்டியிருக்கிறார்கள். பெரிய முதலாளிகள் இந்தச் சேமிப்புகளிலிருந்து வட்டியில்லாத கடன் பெற்று மிகப்பெரும் அளவில் இலாபமடைவார்கள். இந்தக் கடன் தொகைகளை உயர்ந்த இலாபம் அளிக்கும் முதலீடுகளில் குறிப்பாகச் சுகபோகப் பொருள்கள் உற்பத்தி, நவீனக் கட்டிடங்கள் போன்றவற்றில் செலவழித்து மிகுந்த இலாபம் பெறுவார்கள். ஆனால், சிறுசேமிப்பாளர்களுக்கு வட்டி கிடைக்காமல் போவதால் பணவீக்கம் காரணமாக அவர்களது சேமிப்புகளின் மதிப்பு குறைந்துகொண்டே போகும். வட்டி இல்லாத வங்கிகளை அமைத்துவிட்டு, கொள்ளை இலாபத்தைக் கட்டுப் படுத்துவதற்கும், ஊதியப் பொருள்களின் உற்பத்தியைப் பெருக்குவதற்கும் நடவடிக்கைகள் எடுக்காவிட்டால், பிரச்சினைக்குத் தீர்வு ஏற்படாது. இந்தப் பொருளாதார நிபுணர்கள், 'ரிபா' என்பது வட்டியை மட்டும் குறிக்காமல் கொள்ளை இலாபத்தையும் குறிப்பதாகப் பொருள்கொள்ள வேண்டும் என்று கூறுகிறார்கள். மத்திய காலச் சிந்தனையாளர்களும், குர்ஆன் விளக்கவுரையாளர்கள் இப்னு கையிமும் 'ரிபா' பற்றிக் கூறியதை இது ஆதரிப்பதாயிருக்கும். உண்மையில், சில இஸ்லாமிய நாடுகளில் வட்டியில்லாத வங்கி முறை பற்றிய பேச்சுகளெல்லாம் வட்டியை ஒழித்து 'இலாபத் தத்துவத்தைக்' காப்பாற்றிக்கொள்ளும் முயற்சிகளேயாகும். ஏனென்றால் முதலாளித்துவப் பொருளாதாரத்தில் சுரண்டலுக்குப் பிரதான கருவியாயிருப்பது இலாபமே; வட்டி அல்ல.

இவ்வாறாக, தீர்க்கதரிசி கடும் வட்டியையும் அதன் பல்வேறு வடிவங்களையும் தடைசெய்ததன் மூலம் சமூகத்தில் மிகவும் தீவிரமாகியிருந்த பொருளாதார சமநிலைச் சீர்கேடுகளைத் திருத்த முயன்றார். மதீனாவிலும் யூதர்களின் கடும்வட்டி முறைகள், பொருளாதாரத்தில் நலிந்தவரான முஸ்லிம்களுக்குக் கவலையளித்து வந்தன. எனவே முஹம்மத் அவற்றை முற்றிலுமாகத் தடை செய்வது தவிர்க்க முடியாததாகிவிட்டது.

இந்தச் சந்தர்ப்பத்தில், ஜெர்மனியில் பதினைந்தாம் நூற்றாண்டில் இதே போன்ற நிலைமை இருந்தது குறிப்பிடத்தக்கது. அப்போது கிறிஸ்தவ மதத்தலைமை தலையிட்டு உறுதியாக அதைக் கண்டனம் செய்ய வேண்டியிருந்தது. ஆர்.ஹெச். டானே எழுதுகிறார்: 'நீண்ட காலமாக கைவினைஞர்களுக்கும், விவசாயிகளுக்கும் மனக்குறைக்குக் காரணமாயிருந்த கடும் வட்டிக்காரர்களை ஒடுக்க வேண்டும் என்று பொதுமக்கள் குரல் எழுப்பியதைக் கண்டு பயந்து, பல்கலைக்

கழகங்களையும், மத குருமார்களையும் அணுகி, வட்டி வாங்குவது சட்டபூர்வமானதுதானா என்பது பற்றி விளக்கம் கோரினார்கள். இவர்களும் தங்கள் வழக்கம் போல அழுத்தமாக, ஆனால் மிகக் குழப்பமாக பதில் அளித்தார்கள். மெலாங்க்தான் என்பவர் கடன் கொடுத்தல் பற்றியும் விலைகள் பற்றியும் கடவுளின் தத்துவத்தை விரிவாக விளக்கினார். கால்வின் கடும் வட்டி பற்றி புகழ்பெற்ற கடிதம் ஒன்றை எழுதியதோடு, அதைப் பற்றித் தேவாலயங்களில் பிரார்த்தனை சமயங்களில் அறிவுரைகளும் நிகழ்த்தினார்.'[41] இவ்வாறாக, சுரண்டப்பட்ட மக்கள் கடும் வட்டியை ஒழிக்கவேண்டும் என்ற கோரிக்கையை வன்மையாக எழுப்பி நெருக்கினார்கள். முஹம்மத் அதை ஒழித்தார். அக்காலத்தைப் பற்றிய புள்ளிவிவரங்கள் இல்லை என்றாலும், கடும் வட்டியின் சுமையினால் நசுக்கப்பட்டு வந்த பலருக்கு அதன் மூலம் நிச்சயமாகப் பெரும் நிம்மதி கிடைத்திருக்கும்.

ஆனால், இஸ்லாமிய சமூகத்தில், எந்தவொரு மதக் கோட்பாட்டுக்கும் ஏற்படுவது போல, 'ரிபா'வின் பொருளும், கண்டனம் செய்யப்பட்ட மற்ற வர்த்தக நடைமுறைகளை மட்டுமின்றி, எந்த வடிவிலான வட்டி முறையையும் உள்ளடக்கியதாகக் கொள்ளப்பட்டது. எனவே, கடும் வட்டி மட்டுமின்றி நியாயமான அளவிலுள்ள வர்த்தக வட்டிகூடத் தடை செய்யப்பட்டது. டாக்டர் ஃபஸ்லுர் ரஹ்மான் ரிபா பற்றிய பல்வேறு மரபுகளும் உருவாகி வளர்ந்த வரலாற்றை எடுத்துக்கூறி, ரிபா என்பதற்குப் பிற்காலத்தில் கூறப்பட்ட பொருள்கள் தீர்க்கதரிசியின் காலத்தில் இல்லை என்று நிரூபித்திருக்கிறார். அவர் ஸுனன்-அபூதாவூதில், அஹமத் பின் ஹன்பல் தெரிவித்ததாகக் கூறப்படும் ஒரு மரபுச் செய்தியை மேற்கோள் காட்டுகிறார். ஜாபிர் பின் அப்துல்லா தீர்க்கதரிசிக்கு ஒரு தொகை கடன் கொடுத்திருந்ததாகவும், அவர் அதைத் திருப்பிக் கொடுக்கும்போது முதலில் வாங்கியிருந்த தொகையைவிடச் சற்று அதிகமாகக் கொடுத்ததாகவும் இந்த மரபுச் செய்தி கூறுகிறது. ஆயினும், பிற்காலத்தில் இஸ்லாத்தில் வட்டி தடை செய்யப்பட்ட பிரச்சினை பற்றி மதத் தத்துவ அறிஞர்கள் அனைவரும் ஒருமனதான கருத்துகொண்டிருந்தார்கள். ஆனால் இந்தத் தடை சமூகத்தின் எதார்த்த நிலைமைகளுக்குப் பொருந்தாமலிருந்ததால், அதைப் பின்பற்றுவதைவிட அதிகமாக மீறுவதே வழக்கமாயிற்று. இஸ்லாமிய சமூகத்தின் தொடக்க நாட்களிலிருந்தே வட்டி கொடுப்பதும் வாங்குவதும் நடைமுறையில் இருந்தன. பின்னாளில், 'மனச்சாட்சியுள்ள' முஸ்லிம்கள் வட்டி வாங்கவில்லை

என்று பாவனை செய்துகொண்டு வட்டி வாங்கிக் கொள்வது எப்படி என்று கூறும் கித்தாபுல் ஹியல் என்ற புத்தகம் எழுதப்பட்டது. இந்தப் புத்தகத்தில் இதற்குக் கூறப்பட்டுள்ள ஒரு தந்திரத்தைப் பார்ப்போம்.

நான் ஒரு படகை ஒருவருக்கு ரூ.125க்கு விற்கிறேன். அவர் ஒரு வருடம் கழித்துத்தான் எனக்கு அந்தப் பணத்தைத் தரவேண்டும் என்பது ஏற்பாடு. உடனேயே அந்தப் படகை ரூ.100க்கு, கைமேல் பணம் கொடுத்து மீண்டும் வாங்கிக்கொள்கிறேன். இவ்வாறாக அவருக்குத் தேவையான ரூ.100 கிடைக்கிறது. எனக்கு ஒரு வருடத்துக்குப் பிறகு ரூ.125 கிடைக்கும். இஸ்லாமிய உலகில், வட்டி வாங்குவதால் ஏற்படும் பழிச் சொல்லைத் தவிர்ப்பதற்காக இம்மாதிரியான தந்திரம் பரவலாகப் பின்பற்றப்பட்டது. சித்தாந்தத்தின் மூலமாக மட்டும் மாறுதல்களை ஏற்படுத்திவிட முடியாது என்பதையும், அடிப்படையான பொருளாதாரக் கட்டமைப்பு (உற்பத்தி உறவுநிலைகள்) சித்தாந்தத்துக்கு முரணாக இருந்தால் அவற்றை மாற்றினால்தான் பலன் உண்டு என்பதையும் இது மீண்டும் எடுத்துக்காட்டுகிறது. ஆனால், எதார்த்தத்தை எந்தவொரு சித்தாந்தக் கோப்புச் சட்டத்திலும் பொருந்தி அமையுமாறு வார்ப்படம் செய்துவிட முடியும் என்று கூறுவதாக இதை எடுத்துக்கொள்ளக் கூடாது. கம்யூனிச நாடுகளின் சமீபகால அனுபவங்களும் இதைத்தான் சுட்டிக்காட்டுகின்றன. சித்தாந்தம் எவ்வளவுதான் 'விஞ்ஞான ரீதியாக' இருந்தாலும் அது பண்பு மதிப்பீடுகளை நோக்கியதாகவே அமைகிறது. (உண்மையில் அதன் பண்பு மதிப்பீடு அம்சம், விஞ்ஞான அம்சத்தை விட முக்கியமானது. 'நம்பிக்கையாளர்களின்' கருத்து வேறுவிதமாக இருக்கலாம்.) எதார்த்தம் என்பது பல்வேறு சிக்கலான காரணிகளால் உருவாக்கப்படுகிறது. இந்தக் காரணிகள் ஒன்றுக்கொன்று முரண்பட்டவையாகக்கூட இருக்கலாம். வட்ட வடிவத்தை உருவாக்க வேண்டும் என்பது நோக்கமாயிருந்தால் சித்தாந்தத்தின் பல்வேறு முரண்பட்ட சக்திகளின் செயல்பாட்டின் காரணமாகக் கிடைக்கும் வடிவம் நீள்வட்டமாக அமையலாம்.

மதீனாவில் முஹம்மத் தமது நிலையைப் படிப்படியாக உறுதிப் படுத்திக்கொண்டார். குறிப்பாக, 'யூதர் பிரச்சினை'யைத் தீர்த்த பிறகு அவர் எல்லோரையும்விடச் சக்திமிக்கவரானார். அவரது ஒவ்வொரு சொல்லும் மதித்து நடக்கப்பட்டது. எந்தவொரு முக்கியமான விஷயத் தைக் குறித்தும் அவர் என்ன சொன்னாலும் அது சட்டம் ஆயிற்று. அவரது செயல்கள் அவரது தோழர்களும், உலகம் முழுவதிலும்

தலைமுறை தலைமுறையாக முஸ்லிம் மக்கள் அனைவரும் பின்பற்றி நடக்கத்தக்க முன் உதாரணங்கள் ஆயின. பிற்காலத்தில் முஸ்லிம் களுக்கு ஏதேனும் பிரச்சினை ஏற்படும்போதெல்லாம், அதைப் போன்ற ஒரு நிலைமையில் முஹம்மத் என்ன சொன்னார் அல்லது செய்தார் என்று ஆய்ந்தார்கள். எனவே, சில பிரச்சினைகளில் முஹம்மத் என்ன சொன்னார் என்பதையும், அவற்றின் சரியான சரித்திர, சமூகப் பின்னணிகளையும் பார்ப்பது பொருத்தமாகும். இவ்வாறு அவர் கூறியவை இஸ்லாமிய அரசுக்குச் சட்ட அடிப்படையாக அமைந்தன. அடிமைமுறை, கடும் வட்டி ஆகிய பிரச்சினைகளை இந்த முறையில் நாம் ஏற்கெனவே பார்த்தோம். இப்போது பெண்களின் அந்தஸ்தை இஸ்லாத்தின் தீர்க்கதரிசி எவ்வாறு தீர்மானித்தார் என்பதைக் காண்போம்.

அரேபிய சமூகம் சாராம்சத்தில் இனக்குழுச் சமூகம் என்பது நமக்குத் தெரியும். அத்தகைய சமூகத்தில் பெண்களுக்கு மேம்பட்ட அந்தஸ்து அளிக்கப்படுகிறது. நிலப்பிரபுத்துவ முறையில் பெண்கள் முற்றிலுமாகக் கீழடங்கியவர்களாகவும், ஆண்கள் மறுக்க முடியாத மேல்நிலையைப் பெற்றவர்களாகவும் ஆகிவிடுகிறார்கள். இனக்குழுச் சமூகத்திலும்கூட தந்தைவழிச் சமூகம் இருந்தால் பெண்களுக்குச் சம அந்தஸ்து இருக்கும் என்று கூற முடியாது. நிச்சயமாகச் சம அந்தஸ்து கிடையாது. மற்றச் சமூகங்களுடன் ஒப்பிடும்போது இந்தச் சமூகங்களில் அவர்களின் அந்தஸ்து மேம்பட்டதாக இருக்கும். அரபு இனக்குழுக்கள் மிகப் பழங்காலத்திலிருந்தே தந்தைவழிச் சமூக முறையைக் கொண்டவை. மதீனாவில் மிகப் பழங்காலத்தில் தாய்வழிச் சமூகம் இருந்திருக்கலாம் என்றும், முஹம்மதின் காலத்தில் அது மாறுதல் கட்டத்தில் இருந்தது என்றும் மாண்ட்காமரி வாட் கூறுகிறார் என்றாலும், இந்தக் கருத்துக்குச் சரித்திர ரீதியான ஆதாரம் இருப்பதாகத் தெரியவில்லை. அண்டை நாடுகளில் வடகிழக்கே பாபிலோனிலும், வடக்கே பாலஸ்தீன், ஸிரியா ஆகிய நாடுகளிலும் வரலாறு தெரிந்த காலம் முதல் தந்தை வழிச் சமூகமே நடைமுறையில் இருந்து வந்தது. மேலும் அரேபிய பாலைவனத்தின் கடினமான வாழ்க்கை நிலைமைகளில் ஆணின் நிலைமை உயர்வாயிருப்பது பெரும் அளவுக்குத் தவிர்க்க முடியாததாகிறது. குர்ஆனும் இந்த ஆண் உயர்வு நிலையையே ஏற்றுக்கொண்டு தெளிவாகக் கூறுகிறது:

> பெண்கள் மீது ஆண்களுக்கு உள்ள உரிமைகளைப் போலவே, பெண்களுக்கு ஆண்கள் மீதும் உரிமைகள் உண்டு. ஆயினும்

ஆண்களுக்கு பெண்களைவிட ஒருபடி உயர்வு இருக்கிறது. அல்லாஹ் வல்லமை உள்ளவனாகவும் யாவற்றையும் அறிந்தவனாகவும் இருக்கிறான் (குர்ஆன் 2: 228).

குர்ஆனின் இந்த வசனம், முஹம்மதின் காலத்தில் அரேபியச் சமூகத்தில் பெண்ணுக்கு இருந்த உண்மையான நிலையைக் காட்டுகிறது. ஆணுக்குச் சற்றே அனுகூலம் இருந்தபோதிலும் பெண்ணின் நிலை ஆணைவிடத் தாழ்ந்ததாக இல்லை. பெண்ணுக்குச் சொத்துரிமையும் இருந்தது என்பதைப் பின்பு காணவிருக்கிறோம். முஹம்மதின் முதல் மனைவி, திருமணத்திற்குமுன் தாமே தனியாக வர்த்தகம் நடத்திவந்தார். அவர் தாமே முதலீடு செய்து நடத்திய வர்த்தகத்தில்தான் முஹம்மத் பின்பு சேர்ந்துகொண்டார். தகுதியுள்ள அநாதைகள், விதவைகள் முதலானவர்களை முஹம்மத் தமது மனைவி கதீஜாவிடம் உதவிக்குப் பரிந்துரை செய்ததாக வரலாற்றாசிரியர்கள் தெரிவிக்கிறார்கள். இதிலிருந்து, கணவன் தனது மனைவிக்குச் சொந்தமான பொருளை அவளுடைய சம்மதமில்லாமல் செலவிட முடியாது என்று தெரிகிறது. அப்துல் முத்தலிபின் தாயாரான ஸல்மா அந்-நாஜ்ஜரியா தமது திருமண சமயத்தில், தமது விருப்பப்படி கணவரை விவாகரத்து செய்துவிடும் உரிமை தமக்கு இருக்க வேண்டும் என நிபந்தனை விதிப்பது வழக்கம் என்று இப்னு ஹிஷாம் கூறுகிறார். [42]

ஆர். ஏ. நிக்கல்ஸன் ஏ லிடரரி ஹிஸ்டரி ஆஃப் தி அராப்ஸ் என்னும் (அரேபியரின் இலக்கிய வரலாறு) புத்தகத்தில் கூறுகிறார்: மொத்தத்தில் அவர்களின் (அதாவது, பெண்களின்) நிலைமை உயர்வாகவும், செல்வாக்கு மிகுதியாகவும் இருந்தது. அவர்கள் தங்களுக்கு விருப்பமான கணவர்களைத் தெரிந்தெடுத்துக்கொள்ளும் சுதந்திரம் இருந்தது; கணவர்வீட்டில் மோசமாக நடத்தப்பட்டாலோ, அல்லது விருப்பம் இல்லாவிட்டாலோ அவர்கள் தங்கள் மக்களிடம் திரும்பிச் சென்றுவிட முடியும். சில சூழ்நிலைகளில் அவர்களே முன்வந்து திருமணம் செய்துகொள்ள விருப்பம் தெரிவித்திருக்கிறார்கள்; விவாகரத்து உரிமையும் அவர்களுக்கு இருந்தது. அவர்கள் அடிமைகளாகவோ, உடைமைப் பொருள்களாகவோ நடத்தப்பட வில்லை. சம உரிமை பெற்றவர்களாகவும் தோழியராகவும் நடத்தப் பட்டனர். கவிஞர்கள் கவிதை எழுதவும், போர்வீரர்கள் போர் செய்யவும் அவர்கள் ஊக்கமளிக்கும் சக்தியாக இருந்தார்கள். மத்திய காலத்தின் 'ஷிவல்ரி' என்ற வீரமுறைமை ஒருவேளை வேதப்

புத்தகங்களைச் சாராத மதத்தைக்கொண்ட அரேபியாவில் தோன்றியதாக இருக்கக்கூடும்.' [43]

பாலுறவு விதிகளும் கடுமையாக இல்லை. பெண்களே இந்த விஷயத்தில் முந்திச் செயல்பட்டு ஆண்களின் கவனத்துக்கு அழைப்பு விடுப்பதும் உண்டு. தபரி, தீர்க்கதரிசியின் தந்தையின் வாழ்க்கையில் ஒரு நிகழ்ச்சியைக் குறிப்பிடுகிறார்: 'பலிகொடுத்து முடிந்த பிறகு அவர் (அப்துல் முத்தலிப்) கஅபாவிலிருந்து தமது புதல்வர் அப்துல்லாவின் கையைப் பிடித்துக்கொண்டு திரும்பி வந்து கொண்டிருந்தார். பனி-அஸத் குழுவைச் சேர்ந்த உம்முகித்தல் பின்த் நவ்ஃபல் என்ற பெண்ணை (அவளும் கஅபாவுக்குச் சென்றிருந்தாள்) அவர்கள் கடந்துசெல்ல நேர்ந்தது. அவள் அப்துல்லாவின் முகத்தைப் பார்த்து 'நீர் எங்கே போகிறீர்?' என்று கேட்டாள். 'நான் என் தந்தை யுடன் போகிறேன்' என்று அவர் பதில் கூறினார். அதற்கு அவள், 'பிரார்த்தனை நிறைவேற்றுவதற்காக வெட்டப்பட்ட ஒட்டகத்தை யெல்லாம் நீர் எடுத்துக்கொள்ளும். இப்போதே என்னுடன் படுக்க வாரும்' என்றாள். அதற்கு அப்துல்லா, 'என் தந்தை என்னுடன் இருக்கிறார். அவருடைய எண்ணத்துக்கு எதிராக நான் செயல்பட விரும்பவில்லை; அவரிடமிருந்து பிரிந்து செல்லவும் விரும்ப வில்லை' என்று பதில் கூறினார்.' [44] அந்தப் பெண், நேரடியாக, ஒரு பொது இடத்தில் பாலுறவுக்கு அழைப்பு விடுத்தாள் என்பது தெரிகிறது. இதிலிருந்து இனக்குழு அரேபியாவில் பெண்களுக்குக் கணிசமாகச் சுதந்திரம் இருந்ததென்பது தெரிகிறது.

பலதாரமுறை பரவலாக வழக்கத்தில் இருந்தாலும், ஆளும் வர்க்கம் என ஒன்றும் இல்லை; பெண்கள் உடைமைப் பொருள் களைப் போல் நடத்தப்படும் பெரிய அந்தப்புரங்களும் இல்லை. இதற்கு மாறாக, அரசு அமைப்பும், ஆளும் வர்க்கமும் வளர்ச்சி பெற்றிருந்த வடக்கிலும் வடகிழக்கிலும் பெண்கள் இவ்வளவு சுதந்திரமாக இல்லை என்பதையும் அந்தப்புரங்கள் ஏற்கெனவே உருவாகி இருந்தன என்பதையும் கவனிக்க வேண்டும். (முஸ்லிம்கள் பரந்த பேரரசின் எஜமானர்களாக ஆன பிறகு இதே நிலை பெரிய அளவில் உருவாயிற்று.) கஸ்ஸனிட் பேரரசர்களின் அரசவையில் பாடும் பெண்களும், நடனப்பெண்களும், குறிப்பாக வெளிநாடு களைச் சேர்ந்தவர்கள் இருந்ததைப் பற்றிக் கேள்விப்படுகிறோம். முஹம்மத் மதீனாவில் இருந்தபோது பெண்கள் தொடர்பான பல பிரச்சினைகளில் கவனம் செலுத்த வேண்டியிருந்தது. அவர்கள்

மற்றவர்களிடம் எப்படி நடந்துகொள்ள வேண்டும்? மற்றவர்கள் அவர்களிடம் எப்படி நடந்துகொள்ள வேண்டும்? திருமணம், மணவிலக்கு தொடர்பான பல பிரச்சினைகள் வந்தன. பெண்களுக்கு சொத்து வாரிசுரிமை, சமூகத்தில் ஆண்களுடன் ஒப்பிடும்போது பெண்களுக்கு என்ன அந்தஸ்து இருக்கவேண்டும் என்பது போன்ற பிரச்சினைகளும் எழுந்தன.

சில மரபு வழக்கங்கள் இருந்தபோதிலும் முறையான விதிகள் எதுவும் இருக்கவில்லை. மேலும், இனக்குழுச் சமூகத்தில் நீண்ட காலப்போக்கில் உருவான இந்த மரபு வழக்கங்கள், புதிய நிலைமை களில் முரண்பாடுகளை ஏற்படுத்தின. எனவே நிலையாக வாழும் நாகரிகத்துக்குத் தகுந்தபடி புதிய சட்டங்கள் தேவைப்பட்டன. சண்டைகள் பல நடந்து, பலர் கொல்லப்பட்டு, ஆண்களும், பெண் களும் பலர் சிறைப்பிடிக்கப்பட்ட நிலைமையில் பல பிரச்சினைகள் உருவாகியிருந்தன. அந்த நாட்களில் மக்காவிலும் மதீனாவிலும் நிலைமை விரைவாக மாறிக்கொண்டிருந்தது. உடனடியான சில பிரச்சினைகளைச் சமாளிக்க வேண்டியிருந்தது. குர்ஆன் வசனங்கள் பல, இம்மாதிரி உடனடிப் பிரச்சினைகளைக் குறிப்பிடுகின்றன. சுருக்கமாகச் சொன்னால், குர்ஆனியச் சட்டங்களின் மிக முக்கியமான அம்சம், அவை குறிப்பிட்ட நிலைமைகள் தொடர்புடையவை என்பதாகும். எனவே அவற்றை அந்தப் பின்னணியில்தான் பார்க்க வேண்டும். இந்த விதிகளை உருவாக்கும் போது அந்த இடத்தின் மரபுவழக்கங்கள் முற்றிலுமாகப் புறக்கணிக்கப்படவில்லை என்பதையும் கருத்தில் கொள்ள வேண்டும்.

பிற்காலத்தில் இஸ்லாமிய ஷரீயா சட்டங்களாகத் தொகுக்கப்பட்ட சட்டங்களில் இந்த உள்ளூர் அம்சங்களும் சேர்ந்தே உள்ளன; இவற்றை மாற்றமுடியாதவையாகக் கருதுவது தவறாகும். உதாரணமாக, பலதார மணம் அரேபியாவில் இஸ்லாம் தோன்றுவதற்கு மிகவும் முந்தைய காலத்திலிருந்தே இருந்து வந்தது. முஹம்மத், அதில் சில கட்டுப்பாடுகளைச் சேர்த்து அந்த முறையை ஏற்றுக்கொண்டார். அடிமைகளுக்கு விடுதலை அளிக்க ஊக்கமளித்து, அதே சமயம் அந்த முறை தொடருவதற்கும் அனுமதியளிப்பதைப் போன்றதே இதுவும். சட்டத்தைத் தருபவரும் சீர்திருத்தவாதியும் கண்ணெதிரே யுள்ள சரித்திர ரீதியான நிலைமையைக் கருத்தில் கொண்டேயாக வேண்டும். மிக உயர்ந்த இலட்சியப் பார்வை கொண்டவராக இருந்தாலும் வெற்றிகரமான சீர்திருத்தவாதி நிகழ்காலத்தைப்

இஸ்லாமும் மதீனா நிகழ்ச்சிகளும் ✦ 179

புறக்கணித்துவிட முடியாது. மேலும் முஹம்மத், எப்படி இருக்கிறது என்பதற்கும், எப்படி இருக்கவேண்டும் என்பதற்கும் இடையே சமச்சீர் நிலை வைத்துக்கொண்டார். அவருடைய சட்டங்களில் சில, குறிப்பிட்ட நிலைமையைக் கருத்தில் கொண்டவை. எனவே அவருடைய சட்டங்கள் எல்லாமே மாற்றக்கூடாதவை என்று கருதுவது தவறாகும். பழமைக்குச் சப்பைக்கட்டுக் கட்ட முயலும் சிலர் இன்றும்கூட பலதார மணத்தை நியாயப்படுத்திப் பேசுகிறார்கள்.

இந்தச் சட்டங்களை ஆராய்வோம். ஏற்கெனவே குறிப்பிட்டபடி, அரபுப் பெண்களுக்குப் பால் உறவில் பெரும் அளவு சுதந்திரம் இருந்தது. இது இனக்குழு சமுதாயத்துக்குப் பொருத்தமாக இருந்தது. ஆனால், மக்காவிலும் மதீனாவிலும் இருந்தது போலக் குறிப்பிட்ட வடிவில் அமைந்த சொத்துரிமை முறையும் உற்பத்தி உறவுமுறைகளும் கொண்ட சமூகத்தில் பால் உறவு நடத்தைகளும் அதற்குத் தகுந்தபடி இருக்க வேண்டும். இஸ்லாத்தின் தீர்க்கதரிசி இதில் கட்டுப்பாடுகள் கொண்டுவரத் தொடங்கினார். குர்ஆன் இவ்வாறு விதி செய்கிறது:

> *இறைநம்பிக்கைகொண்ட ஆண்கள் தங்கள் பார்வையைச் சபலத்திலிருந்து திருப்பிக்கொண்டு உடல் இச்சைகளைக் கட்டுப் படுத்துமாறு கூறுவீராக! இது அவர்கள் வாழ்வைத் தூய்மையாக்கும். அல்லாஹ் அவர்களின் செயல்களை நன்கறிந்தவன். இறை நம்பிக்கைகொண்ட பெண்கள் தம் பார்வைகளைத் தாழ்த்திக் கொள்ள வேண்டும் என்றும், தமது தூய்மையைப் பாதுகாத்துக் கொள்ள வேண்டும் என்று கூறுவீராக! அவர்கள் தம் அலங்காரத்தை, (சாதாரணமாக வெளியில் தெரிவதைத் தவிர) வெளிக்காட்டக்கூடாது. தமது மறைப்புத்துணியை மார்பகத்தின் மேல் போட்டுக்கொள்ள வேண்டும். தம் அலங்காரத்தைக் கணவர்கள்—தந்தையர், கணவர்களின் தந்தையர், தங்கள் புதல்வர்கள், தத்துப் புதல்வர்கள், தங்கள் பணிப்பெண்கள், அடிமைப் பெண்கள், இயல்பான உடல்சக்தி இல்லாத ஆண் பணியாளர்கள், பெண்களைப் பற்றிய உடலறிவு இல்லாத சிறுவர்கள் ஆகியோரைத் தவிர மற்றவர்களிடம் வெளிப்படுத்தக் கூடாது. தம் அலங்காரத்தில் மறைந்துள்ள அணிகலன்களை வெளிப்படுத்தும் பொருட்டு அவர்கள் தம் கால்களைப் பூமியில் அடித்து நடக்கவேண்டாம் (குர்ஆன் 24: 30-31).*

மேலே எடுத்துக்காட்டிய வசனத்திலிருந்து, நாடோடி சமூகநிலை யிலிருந்து, வர்த்தக, விவசாய சமூக நிலைக்கு மாறியதைத் தொடர்ந்து,

அதற்கேற்றபடி முன்னேறிய நாகரிக நிலையை அடைய விரும்பிய சமூகத்துக்குத் தகுந்த புதிய பாலுறவு விதிகளை உருவாக்க தீர்க்கதரிசி விரும்பினார் என்பது தெளிவாகத் தெரிகிறது. இனக்குழுச் சமூகத்தில், நாம் ஏற்கெனவே பார்த்தது போல, பாலுணர்ச்சிக்குச் சில கட்டுப்பாடுகள் இருந்தபோதிலும் அது முற்றிலுமாக அடக்கி வைக்கப்படவில்லை. ஆனால், நாகரிகமடைந்த சமூகத்துக்குப் பாலுணர்வை அடக்கி வைப்பது முற்றிலும் அவசியமானது என்று கருதப்பட்டது. நாகரிகச் சமூகத்துக்குத் தேவையான ஆக்க முயற்சி களில் செலவிடுவதற்குப் பாலியல் சக்தியில் ஒரு பகுதியை உயர்ந்த வடிவங்களாக மாற்றுவது அவசியம் என்று ஸிக்மண்ட் ஃப்ராய்டும் கருதினார். பால் உணர்வு அடக்கம், மாறிவரும் உற்பத்தி உறவு நிலைகளின் விளைவு என்பதை நினைவில் வைக்க வேண்டும். ஆனால் ஃப்ராய்ட் சரித்திர ரீதியான, பொருளியல் ரீதியான மாற்றங்களைக் கவனிக்காமல் மனத் தத்துவத்தை மட்டுமே வைத்து இதற்கு விளக்கம் தருகிறார். ஆணுக்கும் பெண்ணுக்கும் இடையில் (ஆணுக்கும்-ஆணுக்கும் இடையிலும்கூட) சுரண்டலை அடிப்படை யாகக் கொண்ட பொருளியல் முன்னேற்றம் ஏற்படும்போது, தொடக்ககால சமூகத்தின் பாலியல் பொருளாதாரத்தில் எப்போதும் மாற்றம் உண்டாகிறது. வில்ஹெல்ம் ரைக் கூறுகிறார்:

எதேச்சாதிகாரமான, தந்தைமைச் சமுதாயத்தில் (பேட்ரிஆர்கல் சொசைடி) பாலியல் அவலங்களுக்குக் காரணமாக இருப்பது, அச்சமுதாயத்தில் உள்ளார்ந்து அமைந்துள்ள விஷயங்களாகும். அதாவது பாலுணர்ச்சியை மறுப்பது, அதனை அடக்கிவைப்பது ஆகியனவாகும். இவற்றின் காரணமாக, பாலுறவில் தேக்கம் ஏற்பட்டு, மனநோய்கள், பாலுறவு வக்கிரங்கள், குற்றங்கள் ஆகியன ஏற்படுகின்றன. எனவே பாலுணர்ச்சியை அடக்குவதில் அக்கறைப்படாத சமூகம் பாலியல் அவலங்களிலிருந்து விடுபட்ட சமுதாயமாகவே இருந்தாக வேண்டும். அப்படிப்பட்ட சமுதாயத்தின் உறுப்பினர்கள், தாங்கள் அனைவரும் சம்மதப்பட்டு உருவாக்கிக்கொண்ட பாலுறவு நெறிகளின்படி வாழ்கிறார்கள் என்று கொள்ளவேண்டும். அதாவது, அவர்களது சக்தியை இயல்பாகவே ஒழுங்குமுறைக்கு உட்படுத்தியிருந்த நெறிகளின்படி வாழ்கிறார்கள் என்று கொள்ள வேண்டும்.[45]

ரைக் மேலும் கூறுகிறார்:

வரலாற்று ரீதியாகப் பார்த்தால், பொருளாதார ஆதாயம் என்னும்

> விஷயத்தில் மனிதகுலம் அக்கறை காட்டத் தொடங்கியபோதுதான், ஒழுக்கநெறி சார்ந்த பாலியல் கல்வி என்பது முதன்முதலாக இடம்பெறுவதுடன் அந்த அக்கறையோடு சேர்ந்து வளர்ச்சி யடையவும் செய்கிறது. எனவே தந்தைமைச் சமுதாய அமைப்பில், மனநோய்கள் என்பன ஒரு அம்சமாகின்றன. மாலினோவ்ஸ்கியின் அவதானிப்புகளும் ஒப்பீட்டு ஆய்வுகளும் பொருளாதார ஆதாயங்களில் ஒரு சமுதாயம் காட்டும் அக்கறை, தந்தைமைச் சமுதாய அமைப்பு, மனநோய்கள் ஆகியவற்றுக்குள்ள தொடர்பு களை மெய்ப்பிக்கின்றன. பாலுறவுச் சுகத்தின் மூலம் பாலுறவு வாழ்க்கையைத் தனக்குத்தானே ஒழுங்குபடுத்திக் கொள்ளும் சாத்தியப்பாடும் உள்ளது என்பதையும் மேற்சொன்ன ஆய்வுகள் காட்டுகின்றன.[46]

பதூயின் இனக்குழுக்களில் பாலுறவு, டோபிரியண்டர்களிடையே உள்ளதுபோல அவ்வளவு தாராளமாக இல்லை என்றாலும், கட்டுப் பாடுகள் குறைவாகவே இருந்தன. ரைக் குறிப்பிட்டது போன்ற ஒரு வகையான பாலியல் பொருளாதாரம் நிலவியதாகவே தோன்றுகிறது. உற்பத்தி உறவு நிலைகளில் மாற்றம் ஏற்பட்ட பிறகு இந்தப் பாலியல் பொருளாதாரம் மக்கா, மதீனா போன்ற இடங்களில் தடுமாற்ற மடைந்தது. இறுதியாக, புதிய நாகரிகமடைந்த சமூகத்துக்கு விதிகள் வகுத்துத் தந்துகொண்டிருந்த இஸ்லாத்தின் தீர்க்கதரிசி பாலுறவு தொடர்பாகச் சில கட்டுப்பாடுகளை விதித்தார். ஆயினும், பதூயின் சமூகத்துக்கும் நகரச் சமூகத்துக்கும் இடையே பாலுறவில் இருந்த வேறுபாடுகள் சமீபகாலம் வரை நீடித்தன என்பது குறிப்பிடத்தக்கது. பதூயின் மக்களிடையே பலகாலம் வாழ்ந்துள்ள வில்ஃப்ரெட் தெஸிகர் கூறுகிறார்: அரேபியரிடையே குறிப்பாக, நகர மக்களிடையே ஓரினச் சேர்க்கை சாதாரணமாகக் காணப்படுகிறது. ஆனால் அரேபிய மக்களிலேயே இந்த வழக்கத்தைப் பின்பற்றுவதற்கு மிக அதிகமான தூண்டுதலுக்கு உள்ளாகும் பதூ மக்களிடையே இது காணப்பட வில்லை. இவர்கள் தங்கள் பெண்களைப் பிரிந்து பல மாதங்கள் வாழ்கிறார்கள். லாரன்ஸ் தம்முடைய செவன் பில்லர்ஸ் ஆஃப் விஸ்டம் (ஞானத்தின் ஏழு தூண்கள்) புத்தகத்தில், தம்முடன் துணையாக வந்த அரேபியர்கள் தங்கள் வேட்கையைத் தீர்த்துக்கொள்ள ஒருவரையொருவர் பயன்படுத்திக் கொண்டதாகக் கூறுகிறார். ஆனால் அந்த ஆட்கள் பாலைவனச் சோலையைச் சேர்ந்த கிராமவாசிகள், பதூ மக்கள் அல்ல. ஐரோப்பியர்களிலேயே பதூ மக்களைப் பற்றி மிக அதிகமான விவரங்கள் தெரிந்தவரான க்ளப் அவர்களிடையே

ஓரினச்சேர்க்கை பெரும்பாலும் இல்லவே இல்லை என்று ஒருமுறை என்னிடம் கூறினார்: 'நான் அவர்களுடன் வாழ்ந்த வாழ்க்கையில், இந்த வழக்கம் அவர்களிடம் இருந்திருந்தால், நான் அதை அறியாமல் இருந்திருக்க முடியாது. நாங்கள் மிக நெருக்கமாக வாழ்ந்தோம் என்றாலும் நான் அவர்களுடன் வாழ்ந்த காலம் முழுவதிலும் அதன் அடையாளமே காணப்படவில்லை. அவர்கள் அதைப் பற்றிப் பேசுவதும் கிடையாது.'[47] இதேபோல, பாலியல் அடக்குதல் அறவே இல்லாத டோபிரியாண்டர் களிடையேயும் இத்தகைய வக்கிரங்கள் கிடையாது.

மேலே எடுத்துக்காட்டிய குர்ஆன் வசனம் அரேபியச் சமூகத்தில் பாலியல் அடக்குதலுக்கு முறையான ஒரு விதியை அமைத்தது. ஒரு பெண் தனது பாலியல் கவர்ச்சிகளை யாரிடம் காட்டலாம் என்று கண்டிப்பாக விதி செய்யப்பட்டது. பாலுறவு அனுமதிக்கப்படாதவர் களிடமும் பெண்களிடம் பாலுறவு ஆசையை அனுபவித்திராத குழந்தைகள் போன்றவர்களிடமுமே அவற்றைக் காட்டலாம். குறிப்பிட்ட உறவு வரம்புக்கு அப்பாற்பட்ட யாருடைய முன்னிலை யிலும் ஒரு பெண் தனது பாதங்களால் தரையில் ஓங்கி மிதிப்பதுகூடத் தடைசெய்யப்பட்டது. அவள் மறைவாக அணிந்திருக்கும் ஆபரணங்கள், அதன் மூலம் புலப்படும், அவளது பாலியல் கவர்ச்சிகளும் வெளிப்படலாம் என்பதனால் இந்தத் தடை. எனினும் ஆண்களுக்குப் பாலியல் விஷயங்களில் கணிசமாக தாராள உரிமை அளிக்கப்பட்டது. ஒரு ஆண் நான்கு பெண்களை மணந்துகொள்ள அனுமதிக்கப்பட்டதுடன், தனது அடிமைப் பெண்களுடன் எண்ணிக்கை வரம்பு இல்லாமல் பாலுறவு கொள்வதும் அனுமதிக்கப் பட்டது. குர்ஆன் கூறுகிறது:

> உங்களுக்கு நல்லவர்களாகத் தோன்றும் பெண்களிலிருந்து நீங்கள் மணந்துகொள்ளுங்கள். இரண்டோ, மூன்றோ, நான்கோ மணந்துகொள்ளலாம். அத்தனை பேரிடமும் நீங்கள் நியாயமாக நடந்துகொள்ள முடியாது என்றால் ஒரு பெண்ணை மட்டும் அல்லது உங்கள் வலதுகை எடுத்துக்கொண்ட சிறைப்பிடிக்கப்பட்ட பெண்களை மணந்துகொள்ளுங்கள். இப்படிச் செய்தால் நீங்கள் அநியாயம் செய்யாமலிருக்கலாம் (குர்ஆன் 17: 4).

மேலே எடுத்துக்காட்டப்பட்ட வசனம் இரண்டு விஷயங்களைக் கூறுகிறது: நான்கு மனைவிகள்வரை மணந்துகொள்ள அனுமதி; அடிமைப் பெண்களுடன் (உங்கள் வலதுகையில் உள்ளவர்களுடன்) பாலுறவுகொள்ள அனுமதி. இதற்கு மரபுவழியில் விளக்கவுரை

கூறுவோர் ஒரு ஆண், தனது எல்லா மனைவியருக்கும் நியாயமாக நடந்துகொள்ள முடிந்தால் நான்கு மனைவியர்வரை மணக்கலாம் என்றும், அதற்கும் மேலே, அவன் தனது அடிமைப் பெண்களுடன் அல்லது போரில் பிடிபட்ட பெண்களுடன் பாலுறவு கொள்ளலாம் என்றும் பொருள் கூறுகின்றார்கள்.

ஆயினும் குர்ஆனுக்கு நவீன காலத்தில் உரை கூறுவோர் சிலர் இந்தக் கருத்தை ஏற்கவில்லை. குர்ஆனில் பலதார மணம் பற்றிய இரண்டு வசனங்களும் அநாதைச் சிறுமியர், விதவைப் பெண்கள் ஆகியோரின் சொத்துக்கள் தொடர்பான பிரச்சினையில் அருளப் பட்டவை என்று இவர்கள் குறிப்பிடுகிறார்கள். அந்த அநாதைச் சிறுமியரின் காப்பாளர்கள் அவர்களுடைய சொத்துக்களை அபகரித்துக் கொள்வது அல்லது அவர்களுடைய நல்ல சொத்துக்களை எடுத்துக் கொண்டு அதற்கு மாற்றாகத் தங்களுடைய மோசமான சொத்துக்களைக் கொடுப்பது என்பது வழக்கமாக இருந்தது. இவ்வாறு அவர்களுடைய சொத்துக்களில் முறைகேடு செய்வதைவிட அந்த அநாதைச் சிறுமியரில் நான்கு பேர்வரை காப்பாளர்கள் மணந்துகொள்ளலாம் என்று குர்ஆன் அனுமதித்தது. ஒரே கணவனின் மனைவியரா யிருப்பதைவிட சொத்து முக்கியம் என்பதால், குர்ஆன் இவ்வாறு அனுமதியளித்து அநாதைச் சிறுமியருக்கும் விதவைப் பெண்களுக்கும் சொத்துக்களை உறுதி செய்தது. எனவே நான்கு மனைவியர்வரை மணந்துகொள்ளும் அனுமதி பொதுவானதல்ல என்றும், அநாதைச் சிறுமிகளின் விஷயத்தில் நிபந்தனையுடன் அளிக்கப்பட்ட அனுமதி என்றும் நவீன விளக்கவுரையாளர்கள் கூறுகிறார்கள். பிற்காலத்தில் விளக்கவுரை எழுதியவர்கள், இதைப் பொதுவான அனுமதி யாக்கினார்கள்; இதுமட்டுமின்றி அவர்கள் தங்களுடைய கருத்துக்குத் தகுந்தாற்போல் பல மரபுச் செய்திகளையும் புதிதாக உருவாக்கினார்கள். அநாதைச் சிறுமியரின் விஷயத்திலும்கூட அவர்களை மணந்து கொள்ள விரும்பும் காப்பாளர்கள் அவர்கள் அனைவருக்கும் நியாயமாக நடந்துகொண்டு சமமாக நடத்தவேண்டும் என்று கண்டிப்பாக நிபந்தனை விதிக்கப்பட்டது.

அடிமைப்பெண்களுடனும் போரில் பிடிக்கப்பட்ட பெண் களுடனும் பாலுறவு கொள்வதைப் பொறுத்தமட்டில், திருமணம் செய்துகொள்ளாமல் பாலுறவு கொள்வதைக் குர்ஆன் வசனம் அனுமதிக்கவில்லை என்று இந்த விளக்கவுரையாளர்கள் கூறுகிறார்கள். அவர்கள் இந்த வசனத்தை இவ்வாறு மொழிபெயர்க்கிறார்கள்:

‘அநாதைகளுக்கு அவர்களின் சொத்துக்களைத் திருப்பிக் கொடுத்து விடுங்கள்; (அவர்களுடைய) நல்ல சொத்துக்களை உங்களுடைய (மோசமான) சொத்துக்களைக் கொடுத்து மாற்றிக்கொள்ளாதீர்கள்; அது உண்மையிலேயே பெரிய பாவமாகும். ஆனால், அநாதைகளுக்கு நீங்கள் நியாயம் செய்ய முடியாது என்றால் (அநாதைப்) பெண் களிலிருந்து உங்களுக்கு விருப்பமானவர்களை —இரண்டு, மூன்று அல்லது நான்கு பேரை மணந்துகொள்ளுங்கள். ஆனால், நீங்கள் (சகமனைவியரிடையே) நியாயமாக நடந்துகொள்ள முடியாது என்று அஞ்சினால், ஒருத்தியை மட்டும் மணந்துகொள்ளுங்கள் அல்லது உங்கள் அடிமைப் பெண்களை (மணந்துகொள்ளுங்கள்); இதுதான் அநீதியைத் தவிர்ப்பதற்கு மிகவும் நெருங்கிய வழியாகும்.’[48]

இவ்வாறாக, இஸ்லாத்தில் பாலியல் மறுப்பு மனோபாவம் இல்லை என்பதையும், பெண்ணைவிட ஆணுக்குச் சற்று அனுகூலம் அதிகம் என்பதையும் காண்கிறோம். ஆனால் இது சமூக-சரித்திரச் சூழ்நிலையில் தவிர்க்க முடியாதது. குர்ஆன் வெளிப்படுத்தப்பட்ட சமூகத்தில் வேரூன்றிய சொத்துரிமை உறவுகளையும் சமூக-சரித்திரச் சூழ்நிலையையும் அது தள்ளிவைத்திருக்க முடியாது. இல்லை யென்றால் எந்த மக்களைப் பார்த்து அது கூறப்பட்டதோ அவர்களுக்கு அது ஏற்புடையதாக இருந்திராது. அவர்களுடைய சமூக வழக்கங் களுக்கு அது ஓரளவு விட்டுக்கொடுக்கத்தான் வேண்டும்; குர்ஆன் அவ்வாறே விட்டுக்கொடுத்துள்ளது. அதே சமயம், இவ்வாறு சில வழக்கங்கள் சகித்துக்கொள்ளப்பட்டாலும் போற்ற வேண்டிய நெறிகள் வேறு என்பது தெளிவுபடுத்தப்பட்டது.

சொத்து வாரிசுரிமை பற்றி குர்ஆனில் விரிவான சட்டங்கள் கூறப் பட்டுள்ளன. மக்காவிலும், மதீனாவிலும் தனியார் சொத்துரிமை முறை நன்றாக வளர்ச்சி பெற்றிருந்தது என்பதை இது எடுத்துக் காட்டுகிறது. இதற்குக் குழந்தையின் தந்தை யார் என்பது முடிவாகத் தீர்மானிக்கப்படுவது அவசியம். ஒரு பெண்ணின் கணவன் இறந்தால் அல்லது அவள் விவாகரத்து செய்யப்பட்டால், அவள் மீண்டும் மணம் செய்துகொள்வதற்குமுன் ஒரு குறிப்பிட்ட காலம் (மூன்று முதல் நான்கு மாதம்வரை) காத்திருக்க வேண்டும் என்று குர்ஆன் விதிக்கிறது. குர்ஆன் கூறுகிறது:

விவாகரத்து செய்யப்பட்ட பெண்கள், ஆண்களிடமிருந்து விலகி இருந்து மூன்று மாதவிடாய் காலம் காத்திருக்க வேண்டும். அல்லாஹ்வையும் இறுதிநாளையும் அவர்கள் நம்புவோராக

இருந்தால் தங்களுடைய கருப்பையில் அவன் படைத்திருப்பதை மறைப்பது சட்டத்துக்கு ஏற்றதல்ல. அவர்களுடைய கணவர்கள் இணக்கத்தை நாடினால் அவர்களை மனைவியராகத் திருப்பிக் கொள்வது நல்லது (குர்ஆன் 2: 228).

விவாகரத்து செய்யப்பட்ட பெண்கள் இவ்வாறு மூன்று மாதகாலம் காத்திருக்க வேண்டும் என்ற விதியினால் இரண்டு நோக்கங்கள் நிறை வேறுகின்றன. முதலாவது, அந்தப் பெண்கள் கருவுற்றிருக்கிறார்களா என்பதை நிச்சயமாகத் தெரிந்துகொள்ள முடியும். சில சமயங்களில் கர்ப்பம் இல்லாமலே வேறு காரணங்களால் மாதவிடாய் நின்றிருப்பது உண்டு. மூன்று மாதவிடாய் காலத்தில் அவள் கருவுற்றவளா இல்லையா என்பது நிச்சயமாகத் தெரிந்துவிடும். இரண்டாவதாக, குர்ஆன் வசனத்திலேயே கூறப்பட்டிருப்பது போல, விவாகரத்து செய்துகொண்டவர்கள் சமரசமாகிவிடுவதற்குப் போதிய அவகாசம் கிடைக்கிறது. பெண் கருவுற்றிருப்பதாகத் தெரியவந்தால் விவாகரத்து செய்த கணவன் தனது மனத்தை மாற்றிக்கொண்டு சமரசம் செய்து கொள்ளக்கூடும். இந்த வசனத்திலிருந்து ஒரே சமயத்தில் மூன்றுமுறை விவாகரத்துக் கூறுவது (ஹனஃபி முஸ்லிம்களிடையே இந்த வழக்கம் இருக்கிறது) அனுமதிக்கப்படவில்லை என்பது தெளிவாகிறது. இவ்வாறு ஒரே சமயத்தில் மூன்றுமுறை விவாகரத்துக் கூறிவிடுவதன் மூலம் அது மாற்ற முடியாததாகவும் சமரசத்துக்கு இடமில்லாததாகவும் ஆகிவிடுகிறது. குர்ஆனின் உள்ளக்கிடக்கைக்கு இது நிச்சயமாக விரோதமானது.

இதுபோலவே கணவன் இறந்துபோனால் குர்ஆனின் விதி இவ்வாறு கூறுகிறது:

கணவன் இறந்து போனால் மனைவியர் ஆண்களிடமிருந்து விலகியிருந்து நான்கு மாதங்கள் பத்து நாட்கள் காத்திருக்க வேண்டும். இந்தத் தவணை முடிந்த பிறகு அவர்கள் தங்கள் விஷயத்தில் நியாயமான முறைப்படி செய்துகொள்வதில் உங்கள் மீது எவ்விதக் குற்றமும் இல்லை. அல்லாஹ் நீங்கள் செய்கின்ற வற்றை நன்கு அறிகிறவன் (குர்ஆன் 2: 234).

இஸ்லாத்திற்குமுன், விதவைகள் காத்திருக்க வேண்டிய காலம் மிக நீண்டதாக இருந்தது. இந்தக் கால அளவை நான்கு மாதம், பத்து நாள் என்று குர்ஆன் விதிப்பதன் மூலமும் இரண்டு நோக்கங்கள் நிறைவேறுகின்றன. முதலாவதாக, அந்தப் பெண் கருவுற்றிருக்கிறாளா என்பதைத் தெரிந்துகொள்ள முடியும். இரண்டாவதாக, இறந்தவருக்கு

மரியாதை காட்டுவதாகவும் இருக்கிறது. காத்திருக்க விதித்த காலத்துக்குப் பிறகு அவள் திருமணம் செய்துகொள்ளவோ, செய்துகொள்ளாமலிருக்கவோ குர்ஆன் முழுச் சுதந்திரம் அளிக்கிறது. எந்த வழியிலும் செல்லுமாறு அவளை நிர்ப்பந்தம் செய்ய முடியாது. நிச்சயமாக இது ஒரு முக்கியமான ஏற்பாடாகும்.

ஒருவருடைய மனைவி இறந்துபோனால், அவருக்கு இந்த மாதிரி காத்திருக்கும் காலம் எதையும் குர்ஆன் விதிக்கவில்லை என்பதும் உண்மை. ஆனால் மனைவியை இழந்தவர் உடனடியாக மீண்டும் மணம் செய்துகொள்வதைக் குர்ஆன் அங்கீகரிக்கிறது என்று கொள்ள முடியாது. (குர்ஆனில் இதற்கு ஆதரவாகவோ எதிராகவோ எதுவும் இல்லை.) ஆயினும் ஆண், பெண்ணுக்கு மரியாதை அளிக்க வேண்டும், குறிப்பாக தனது மனைவிக்கு மரியாதை அளிக்க வேண்டும் என்று குர்ஆன் கூறுவதனால், மனைவியை இழந்தவர் உடனேயே மறுமணம் செய்வது தடை செய்யப்படாவிட்டாலும் அது பாராட்டத்தக்கதாகக் கருதப்படமாட்டாது. மேலும் தந்தைவழிச் சமூகத்தில் சொத்துரிமை உறவுகள் நன்கு வளர்ச்சியடைந்த நிலையில், மிக நவீனமான சமூகங்களில்கூட, குழந்தையின் தந்தை யார் என்பது முக்கிய விஷயமாகிறது. இத்தகைய சமூகத்தில், இலட்சியங்கள் எப்படியிருந்தபோதிலும் பெண்களுக்குச் சில பாதகநிலைகள் உள்ளன. குர்ஆனின் தடைக் கட்டளைகளை, முன்பே குறிப்பிட்டபடி, அவற்றின் சமூக-சரித்திரப் பின்னணியிலிருந்து பிரித்துப் பார்க்கமுடியாது.

திருமண உறவுக்கு வெளியே பாலியல் தொடர்பை குர்ஆன் கண்டிப்பாகத் தடைசெய்கிறது. இது ஆண் பெண் இருவருக்குமே தண்டனைக்கு உரியதாக்கப்பட்டுள்ளது.

விபச்சாரி, விபச்சாரகன் இவ்விருவரில் ஒவ்வொருவரையும் நூறு கசையடி அடியுங்கள். நீங்கள் அல்லாஹ்வையும் மறுமை நாளையும் நம்புவோராக இருந்தால், அவர்கள்மீது இரக்கம் கொண்டு அல்லாஹ்வின் கட்டளையை மீறிவிடாதீர்கள். அவ்விருவரின் தண்டனையை நம்பிக்கையாளர்கள் பலர் நேரில் பார்க்கவும். (குர்ஆன் 24: 2).

திருமணத்துக்குப் புறம்பாகப் பாலுறவில் ஈடுபட்ட ஆண், அதே போன்ற செயலில் ஈடுபட்ட ஒரு பெண்ணை, அல்லது விக்கிரக வணக்கம் செய்யும் பெண்ணைத்தான் மணக்கவேண்டும் என்று குர்ஆன் விதிக்கிறது.

விபச்சாரகன், விபச்சாரியையோ உருவ வணக்கம் செய்பவளையோ

தான் மணக்கலாம். விபச்சாரியும், விபச்சாரகனையோ உருவ வணக்கக்காரனையோ தான் மணக்கலாம். இத்தகையவர்களை நம்பிக்கையாளர்கள் மணப்பது தடைசெய்யப்படுகிறது (குர்ஆன் 24: 3).

இவ்வாறாக, திருமணத்துக்குப் புறம்பான பாலுறவு, விக்கிரக வணக்கத்தைப் போன்ற கடுமையான பாவமாகக் கருதப்படுகிறது. பாலுறவுச் சுதந்திரம், புறமத நெறிக்கும், இஸ்லாத்திற்கு முற்பட்ட ஜாஹிலியா காலத்துக்குமே பொருந்துவதாகவும், சொத்துரிமை உறவுகள் வளர்ச்சி பெற்ற நாகரிக சமூகத்துக்குப் பொருந்தாதது என்றும் கருதப்பட்டது. பிற்காலத்தில், தவறான பாலுறவுக்குத் தண்டனை குற்றம் செய்தவரைக் கல்லெறிந்து கொல்லுவதாக மாறிவிட்டது. ஆயிஷா தெரிவித்ததாக ஒரு மரபுச் செய்தி வழங்குகிறது. இதன்படி குர்ஆனில் இப்போது 73 வசனங்கள் மட்டுமே உள்ள ஓர் இயலில் 200 வசனங்கள் இருந்ததாகவும் உஸ்மான் குர்ஆனைத் தொகுத்தபோது மீதியுள்ள வசனங்களைக் காணமுடியவில்லை என்றும் கூறப்படுகிறது. இவ்வாறு காணாமல் போன வசனங்களில் ஒன்று தவறான பாலுறவில் ஈடுபட்ட ஆண் அல்லது பெண்ணைக் கல் எறிந்து கொல்லக் கட்டளையிடுவதாகவும் கூறப்படுகிறது. இந்தச் செய்தி உண்மையா என்று கூறுவது கடினம். முதல் நான்கு கலீஃபாக்களும் இவ்வாறு கல்லெறிந்து கொல்லும் தண்டனை விதித்ததாகக் கூறப்படுகிறது.

ஆனால், முஸ்லிம்கள், நிலப்பிரபுத்துவமுறை மிகவும் தீவிரம் அடைந்த, பாலியல் சட்டங்கள் மிகவும் கடுமையாகவும், பெண்களின் நிலைமை மிகவும் கீழடங்கியதாகவும் உள்ள நாகரிகங்களுடன் பழகியபோது, சாட்டையடிக்குப் பதிலாக, கல்லெறிந்து கொல்லும் வழக்கம் ஏற்பட்டிருக்கலாம் என்று தோன்றுகிறது. அரேபியச் சமூகத்தின் இயல்பைக் கருத்தில் கொண்டு பார்க்கும்போது தீர்க்கதரிசி இவ்வளவு கடுமையான தண்டனையை விதித்திருக்கமாட்டார். சாட்டையடி தண்டனைகூட மிகவும் கடுமையானது என்றே கூறவேண்டும். தவறான பாலுறவுக்குப் பைபிளில் காணப்படும் தண்டனையும் கல்லால் அடித்துக் கொல்வதே. பிற்காலத்தில் விளக்கவுரை எழுதியவர்கள், இஸ்ரேலியர்கள், பைபிள் மரபுகள் ஆகிய செல்வாக்குகளுக்கு உட்பட்டவர்கள் என்பதில் சந்தேகமில்லை. அவர்கள் பைபிளின் கருத்தை அப்படியே எடுத்துக்கொண்டு, பின்பு அதை நியாயப்படுத்தும் வகையிலேயே தீர்க்கதரிசியைப் பற்றி

மரபுச் செய்தியை உருவாக்கியிருக்கக்கூடும். ஆயினும் எதையும் நிச்சயமாகக் கூறமுடியாது. இங்கே முக்கிய விஷயம், மாறிவந்த சொத்துரிமை உறவுகள் காரணமாகப் பாலியல் உறவுகளை ஒழுங்கு படுத்த வேண்டியிருந்தது என்பதும், இஸ்லாம் அவற்றை ஒழுங்கு படுத்தியது என்பதுமே ஆகும். ஒரு வகையில் இது வரலாற்றுத் தேவையாயிற்று.

இஸ்லாத்தின் தீர்க்கதரிசி (இறைத்தூதர்) சொத்துக்கு வாரிசுரிமை பற்றியும் விதிகள் செய்தார். இந்த விதிகளும் சமூகத்தில் சொத்துரிமை உறவுகள் நன்கு வளர்ச்சிபெற்ற நிலையில் இருந்ததைக் காட்டு கின்றன. சொத்து வாரிசுரிமை பற்றி குர்ஆன் கூறுகிறது:

இறந்துவிட்ட பெற்றோரோ உறவினரோ விட்டுச்சென்றதில் ஆண்களுக்குப் பாகம் இருக்கிறது. அது குறைவாக இருந்தாலும் அதிகமாக இருந்தாலும் சட்டப்படி அவர்களுக்குப் பாகம் இருக்கிறது. பாகப்பிரிவினை செய்யும் போது உறவினர்களோ, அநாதைகளோ, ஏழைகளோ வந்தால் அதிலிருந்து அவர்களுக்கும் கொடுங்கள்; அவர்களிடம் கனிவான சொற்களைப் பேசுங்கள்... பாகப்பிரிவினையில் ஓர் ஆண் ஒரு பெண்ணைப்போல் இரண்டு மடங்கு பெறுவான். பெண்கள் இரண்டும் அதற்கு மேலும் இருந்தால், சொத்தில் மூன்றில் இரண்டு பங்கு பாகம் அவர்களுக்கு உண்டு. ஒரு பெண்ணாக இருந்தால் அவளுக்குப் பாதிப் பாகம் உண்டு. இறந்துபோனவருக்குத் குழந்தை இருந்தால் அவரது பெற்றோரில் ஒவ்வொருவருக்கும் ஆறில் ஒரு பங்கு உண்டு. இறந்தவருக்குக் குழந்தை இல்லையென்றால், அவருடைய பெற்றோர் அவருக்கு வாரிசுக்காரர்களானால், தாய்க்கு மூன்றில் ஒன்று உண்டு. இறந்தவருக்குச் சகோதரர்கள் இருந்தால் தாய்க்கு ஆறில் ஒன்று கொடுக்கப்படும். இறந்தவரின் கடன்களையும் உயில் கடப்பாடுகளையும் கொடுத்த பிறகுதான் இது கிடைக்கும் (குர்ஆன் 4: 7-11).

மேலும் அது கூறுகிறது:

உங்கள் மனைவியர் விட்டுச் சென்றதில், அவர்களுக்குக் குழந்தை இல்லையானால், உங்களுக்குப் பாதிப் பாகம் உண்டு; குழந்தை இருந்தால் அவர்களுடைய கடன்களுக்கும் உயில் கடப்பாடு களுக்கும் கொடுத்த பிறகு நான்கிலொன்று உங்களுக்கு உண்டு. நீங்கள் குழந்தை இல்லாமல் இறந்தால் உங்கள் சொத்தில் நான்கில் ஒன்று உங்கள் மனைவியருக்குக் கிடைக்கும். உங்களுக்குக்

குழந்தை இருந்தால் உங்கள் சொத்திலிருந்து உங்கள் கடன்களுக்கும் உயில் கடப்பாடுகளுக்கும் கொடுத்த பிறகு மனைவியருக்கு எட்டில் ஒன்று உண்டு. ஓர் ஆண் அல்லது பெண், குழந்தையோ, பெற்றோரோ இல்லாமல் இறந்துபோனால்—அவருக்கு ஒரு சகோதரர் அல்லது ஒரு சகோதரி இருந்தால் அவர்கள் ஒவ்வொருவருக்கும் ஆறில் ஒன்று உண்டு. அதற்குமேல் சகோதர சகோதரிகள் இருந்தால், இறந்தவரின் கடன்களுக்கும் உயில் கடப்பாடுகளுக்கும் கொடுத்த பிறகு, வாரிசுகளின் உரிமைகளுக்கு இடையூறு இல்லாமல், சொத்தில் மூன்றில் ஒன்றை அவர்கள் சமமாகப் பகிர்ந்துகொள்வார்கள். இது அல்லாஹ்வின் கட்டளை. அவன் கருணை உள்ளவன், எல்லாம் அறிந்தவன் (குர்ஆன் 4: 12).

சொத்துரிமை உறுதியாக நிலைபெற்றிருந்தது என்பதையும் சொத்து வைத்திருப்பதற்குத் தனிநபருக்கு உள்ள உரிமை மீற முடியாதது என்பதையும் இந்த வாரிசுரிமைச் சட்டங்கள் தெளிவாகக் காட்டு கின்றன. கணவன்கூட மனைவியின் சொத்தை சில விதிகளின் படியன்றித் தொட முடியாது. பெற்றோர்களும்கூட, இறந்துபோன குழந்தைகளின் சொத்தில் ஒரு பகுதியைத்தான் பெறமுடியும். ஆயினும், பெற்றோரின் சொத்திலிருந்து மகனுக்குக் கிடைப்பதில் பாதியளவு மகளுக்குக் கிடைத்தது. மனைவியின் பங்கு, அவளுக்குக் குழந்தை இருக்கிறதா, இல்லையா என்பதைப் பொறுத்து நான்கில் ஒன்று முதல் எட்டில் ஒன்றுவரை இருந்தது. ஆக, முஹம்மத் பெண்ணுக்குச் சொத்துரிமையை (பல சமூகங்களில் மறுக்கப்பட்டது போல) முற்றிலும் மறுக்கவில்லை; ஆனால் ஆணைவிடக் குறைந்த பங்கு கொடுக்கப்பட்டது. கடவுள் சிலருக்கு மற்றவர்களைவிட மேலான நிலை கொடுத்திருப்பது பற்றி யாரும் பொறாமைப்படக் கூடாது என்று குர்ஆன் தெளிவாகக் கூறுகிறது:

உங்களில் சிலரை மற்றவர்களைவிட எதைக் கொண்டு அல்லாஹ் மேன்மையாக்கி வைத்துள்ளானோ அதன் மீது நீங்கள் ஆசை வைக்காதீர்கள். ஆண்களும் பெண்களும் தங்களுடைய உழைப்புக்குக் கூலி பெறுவார்கள் (குர்ஆன் 4: 32).

தனது நோக்கத்தைத் தெளிவுபடுத்திக் குர்ஆன் மேலும் குறிப்பிடுகிறது:

ஆண்களுக்குப் பெண்கள் மேல் அதிகாரம் இருக்கிறது. ஏனென்றால் அல்லாஹ் ஆண்களை, பெண்களைவிட மேன்மை யாக்கி வைத்திருக்கிறான். மேலும் ஆண்கள் தங்களுடைய பொருள் களிலிருந்து பெண்களுக்காகச் செலவு செய்கிறார்கள். எனவே, நல்ல

> பெண்கள் கீழ்ப்படிந்து நடக்கிறார்கள். அவர்கள் தங்களுடைய மறைவான உறுப்புகளை, அல்லாஹ் பாதுகாக்கின்ற காரணத்தால், பாதுகாப்பார்கள். பணிந்து நடக்கமாட்டார்கள் என்று நீங்கள் நினைப்பவர்களுக்கு அறிவுரை செய்யுங்கள்; படுக்கைகளிலிருந்து அவர்களை நீக்கி வையுங்கள்; அடியுங்கள். உங்களுக்கு அவர்கள் கட்டுப்பட்டுவிட்டால் அவர்களுக்கெதிராக வேறு எதுவும் செய்யாதீர்கள். அல்லாஹ் உயர்ந்தவனாகவும் எல்லாவற்றிலும் மேலானவனாகவும் இருக்கிறான் (*குர்ஆன் 4: 34*).

இந்த வசனங்களில் பெண் ஒரு குறைவான நிலையிலேயே காட்டப் படுகிறாள். ஆண்களுக்குப் பெண்களின் மேல் அதிகாரம் உண்டு என்றும், இதற்குக் காரணம் அல்லாஹ் அவர்களை மேலானவர்களாகச் செய்தது மட்டுமின்றி ஆண்கள் தங்கள் செல்வத்தை அவர்களுக்காகச் செலவிடுவதும் ஆகும் என்றும் தெளிவாகக் கூறப்பட்டுள்ளது. அதாவது, காசு கொடுப்பவன் கட்டளையிடுகிறான். கொள்ளைத் தாக்குதல் ஆனாலும், நீண்ட தூர வர்த்தகமானாலும் ஆண்கள்தான் முக்கிய பங்கெடுத்துக்கொண்டு செல்வத்தைச் சம்பாதிக்கிறார்கள். எனவே, பெண்கள் அவர்களுக்குக் கீழடங்கியவர்களாக இருக்க வேண்டும். மேலும் இஸ்லாம் தோற்றம்கொண்ட காலத்தில், ஆண்களுக்கும், பெண்களுக்கும் பாலுறவில் அதிகச் சுதந்திரம் அளித்த இனக்குழு வாழ்க்கைமுறையின் நினைவு பசுமையாயிருந்தது. எனவே, புதிய சமூக நடத்தை முறைகளைச் செயல்படுத்துவதற்கு அடக்குமுறை தேவைப்பட்டது. எனவே, பெண் கீழ்ப்படிந்து நடக்கமாட்டாள் என்று நினைத்தால், அவளைக் கண்டித்து தனியாகப் படுக்கைக்கு அனுப்புமாறும் அவசியமானால் அடிக்கும்படியும் கூறப்படுகிறது.

ஆயினும், மேலே விவரித்தபடி சரித்திர சமூக ரீதியான காரணங் களால், குர்ஆனின் சட்டங்கள் பெண்களுக்கு நியாயமாகவே இருந்தன. ஆனால் இங்கே கவனிக்க வேண்டியது, இஸ்லாம், நிலப்பிரபுத்துவ முறை மிகவும் தீவிரமாக இருந்த பாரசீகம் முதலான நாடுகளுக்குப் பரவியபோது, இந்தச் சட்டங்களுக்கு அங்கேயுள்ள மக்களின் சமூக மனப்பான்மைக்குத் தகுந்தபடி பொருள் கூறப்பட்டது என்பதே. இதை விளக்குவதற்கு முஸ்லிம் எழுத்தாளர் ஒருவரை மேற்கோள் காட்டலாம். இலட்சியப் பெண் எப்படி இருப்பாள் என்று அவர் கூறுவது: 'அவள் பேசுவதும் சிரிப்பதும் மிக அரிதாகவே இருக்கும்; இது ஒருபோதும் காரணம் இல்லாமல் இராது. அவள் அண்டை

அயலாரையோ, தெரிந்தவர்களையோ பார்ப்பதற்குக்கூட, தன் வீட்டை விட்டுப் போகமாட்டாள். அவளுக்குத் தோழியர் என்று யாரும் கிடையாது; யாரிடமும் அந்தரங்கம் தெரிவிப்பதில்லை; கணவனை மட்டுமே நம்பி நடக்கிறாள். தனது கணவன் அல்லது பெற்றோர் தவிர வேறு யாரிடமிருந்து எதையும் பெற்றுக்கொள்ளமாட்டாள். உறவினர்களை அவள் பார்த்தால் அவர்களது விவகாரங்களில் தலையிடமாட்டாள். அவள் நம்பிக்கைத் துரோகமாக நடக்க மாட்டாள்; அவளிடம் மறைப்பதற்கு எதுவும் இராது; போலிக் காரணங்களைச் சொல்லமாட்டாள். யாரையும் வலை போட்டு இழுக்க அவள் முயல்வதில்லை. கணவன் தாம்பத்திய உறவில் நாட்டம் காட்டினால் அவள் அவனது ஆசைகளுக்கு இணக்கமாக நடந்து கொள்கிறாள்; சில சமயங்களில் அவற்றைத் தூண்டிவிடுகிறாள். அவள் அவன் காரியங்களில் எப்போதும் உதவி செய்கிறாள்; அவள் குறை கூறுவதும் கண்ணீர் விடுவதும் அரிது. கணவன் மனம்குன்றியும் வருத்தமாகவும் இருக்கும் சமயங்களில் அவள் சிரிப்பதோ மகிழ்ச்சி யடைவதோ கிடையாது; அவனுடைய துயரத்தில் பங்குகொண்டு, வருத்தத்தை மாற்றி உற்சாகமூட்டி மீண்டும் அவனை நல்ல மன நிலைக்குக் கொண்டுவருகிறாள். பாலுறவு இன்மையால் உயிர் போகும் துன்பத்தை அனுபவித்தாலும் கணவனைத் தவிர யாருக்கும் தன்னை ஒப்படைக்கமாட்டாள். இப்படிப்பட்ட பெண்ணை எல்லோரும் போற்றிக்கொள்வார்கள்.' [49]

இவ்வாறாக, ஒரு சமூகத்தில் செய்யப்பட்ட சட்டங்கள் எவ்வளவு முற்போக்காக இருந்தாலும், அவற்றை வேறொரு சமூகத்தில் செயல் படுத்தும்போது, அங்குள்ள சமூக மனப்பான்மைக்குத் தகுந்த மாற்றங்கள் ஏற்பட்டுவிடுகின்றன என்பதை மனத்தில் கொள்ள வேண்டும். இஸ்லாத்தில் திருமணம், முற்கால அரேபியாவின் இனக்குழு வழக்கங்கள் காரணமாக, ஓர் ஒப்பந்த உறவாகவே இருக்கிறது (கிறிஸ்தவத்திலும், ஹிந்து மதத்திலும் உள்ளது போலப் புனிதமானதாகக் கருதப்படவில்லை). இதற்கு ஒப்பந்தத்தின் ஒரு பங்காளியாக உள்ள பெண்ணின் சம்மதம் அவசியமாகிறது. ஒப்பந்தத்தில் ஒரு பங்காளி என்ற முறையில் நிபந்தனைகள் விதிப்பதற்கும் பெண்ணுக்கு உரிமை உண்டு. எனவே அரேபியப் பெண் மேலே வர்ணிக்கப்பட்ட கடமையுணர்வும் விசுவாச அர்ப்பணிப்பும் கொண்ட மனைவியைப் போல இருக்கவில்லை. மத்திய காலத்தில் நிலப்பிரபுத்துவச் சூழ்நிலையில்தான் சட்டங்கள் இவ்வாறு பழமைவாத வடிவம் பெற்றன. இஸ்லாமியச்

சட்டத்தின்படி பெண்ணுக்குக் கணவனை விவாகரத்து செய்யும் உரிமை இருந்த போதிலும் நடைமுறையில் அந்த உரிமையை அவள் பெரும்பாலும் இழந்துவிட்டாள்.

சில இஸ்லாமிய வழக்கங்களையும் மரபுமுறைகளையும் சரியாகப் புரிந்துகொள்வதற்கு, இஸ்லாம் நகர வாழ்க்கையை அடிப்படையாகக்கொண்ட மதம் என்பதையும், முஹம்மதின் காலத்தில் நாடோடி வாழ்க்கையின் பழக்கவழக்கங்களுக்கும் நகரவாசியின் வாழ்க்கைக்குமிடையே முரண்பாடுகள் இருந்தன என்பதையும் மனத்தில் கொள்ளவேண்டும். ஜி.இ. வான் க்ருனெபாம் இதைப் பற்றி எழுதுகையில் இவ்வாறு கூறுகிறார்: 'பதூயின் களிடையே ஒரு 'தேசிய' உணர்வு அவ்வப்போது காணப்பட்டது. மெஸபொடேமியாவின் செழிப்பான பகுதியில் மேலாதிக்கம் பெற்றிருந்த பாரசீக ஆட்சியாளர்களுக்கெதிரான சண்டையில் இந்த உணர்வு முனைப்பாக வெளிப்பட்டது (இவ்வாறு 'தேசிய' உணர்வு முனைப்பாகக் காணப்பட்டதை நாம் 3ஆம் அத்தியாயத்தில் தூகர்-சண்டை பற்றிக் கூறுகையில் குறிப்பிட்டிருக்கிறோம்). நகர மக்கள் தங்கள் வாழ்க்கையில் நாடோடிச் சமூகத்தின் பழக்க வழக்கங்கள் மாறாமல் இருப்பதனால் ஏற்பட்ட சீர்குலைவுகளை எதிர்த்து நீண்ட போராட்டம், மக்காவில் பெரும் வெற்றியுடனும், மதீனாவில் குறைந்த வெற்றியுடனும் நடத்தினார்கள். இஸ்லாம், நகரத்தையே நாட்டின் அரசியல் மையமாக ஏற்று ஊக்குவித்தது. மேலான மதம் என்ற முறையில் அது விரிவடைந்து நாட்டை ஒற்றுமைப்படுத் தியது. இஸ்லாத்தை ஏற்றுக்கொண்டதன் மூலம் அரபு ஒற்றுமை என்ற தெளிவற்ற உணர்வுக்குப் புதிய வலுவும் ஆன்மிகப் பண்பும் ஏற்பட்டது. இந்த ஒற்றுமை உணர்வு அதுவரை அரேபியத் தீபகற்பத்தில் (தெற்கு அரேபியா மட்டும் ஒருவேளை இதில் சேராததாயிருக்கலாம்) வாழும் அரபுமொழி பேசும் மக்கள் அனைவரும் பொதுவான வம்சத்தில் வந்தவர்கள் என்ற கருத்தை அடிப்படையாகக் கொண்டு, பிற மக்களிலிருந்து தாங்கள் வேறானவர்கள் என்ற உணர்வையும் உள்ளடக்கி இருந்தது.'[50]

இவ்வாறு நகரத்தை அடிப்படையாகக் கொண்ட வாழ்க்கைமுறை ஏற்பட்டதனால் இஸ்லாமியச் சட்டங்களை உருவாக்குவதிலும், இஸ்லாமியத் தொழுகை முறையிலும் அதன் விளைவுகள் காணப் பட்டன. ஒரு முஸ்லிம் சமுதாயத்துக்கு ஜாமீயா என்றழைக்கப்படும் வெள்ளிக்கிழமைத் தொழுகை பள்ளிவாசல் கட்டாயம் இருக்க

வேண்டும். இந்த ஜாமீயா பள்ளிவாசலுக்கு நிலையான குடியிருப்பும், நிலைத்து வாழும் மக்களும் தேவை. இவர்களில் சட்டப்படி பொறுப்பு உள்ளவர்களாகக் கருதப்படும் நாற்பது பேராவது கூடியிருந்தால் தான் தொழுகை செல்லுபடியாகும். 'இவையெல்லாம் ஏழாம் நூற்றாண்டு அரேபியாவுக்கு நகரவாச நிபந்தனைகளேயன்றி வேறல்ல' என்று ரியாஸ் ஹஸன் கூறுகிறார். 'வெள்ளிக்கிழமைத் தொழுகை நடைபெறும் பள்ளிவாசல் எல்லா முஸ்லிம் சமுதாயங்களிலும் மிக முக்கியமான அம்சமாகப் பின்பு இடம்பெற்றது' என்று அவர் குறிப்பிடுகிறார்.[51]

வரலாற்று மேதையான இப்னு கல்தூன் நாகரிகங்களைப் பற்றிச் செய்த பகுப்பாய்வில் தொடக்ககால நாடோடிக் கலாசாரத்துக்கும், வளர்ச்சியடைந்த நகரக் கலாசாரத்துக்கும் இடையில் காணப்பட்ட வேறுபாடுகளையும் இவற்றின் காரணமாக, மதம் தொடர்பான, உலகியல் தொடர்பான அமைப்புகளில் ஏற்பட்ட விளைவுகள் பற்றியும் குறிப்பிடுகிறார். முஹ்ஸின் மஹ்தீ இதன் சாராம்சத்தைச் சுருக்கமாகத் தந்திருக்கிறார். அவரது கூற்றின்படி தொடக்ககால சமூகத்தின் கலாசாரத்தில் எளிமையும், அவசியமான தேவைகளை மட்டும் நிறைவேற்றிக்கொள்ளும் இயல்பும் முக்கியமாகக் காணப் படுகின்றன. சமுதாயங்கள் சிறியவையாகவும் தன்னிறைவு பெற்றவையாகவும் உள்ளன. உணவுப்பொருள்கள் எளிமையாகவும், கிடைக்கின்ற வடிவிலேயே உண்ணப்படுவனவாகவும் உள்ளன. மிருகங்களின் தோல் ஆடையாகப் பயன்படுகிறது. தற்காலிகக் கூடாரங்கள் வசிக்குமிடங்களாக உள்ளன. முறைப்படுத்தப்பட்ட, காரணகாரிய ரீதியான அறிவுத் தொகுப்பு கிடையாது. நகரங்கள், பொதுப்பணி அமைப்புகள், சந்தைப் பொருளாதாரம், வரிவிதிப்பு என்பவை இல்லை. சமூக ஒற்றுமை பொதுவான வம்ச பரம்பரையையும், நலன்களையும், வாழ்வையும், மரணத்தையும் பற்றிய அனுபவங்களையும் அடிப்படையாகக் கொண்டிருந்தது. நாடோடிக் கலாசாரத்தில் தனிநபர் பகைமைப் பூசல்களில் ஆர்வமும் அதிகாரத்தை மதிக்காத மனப்பான்மையும் காணப் படுகின்றன. இடையறாது இடம்மாறிக்கொண்டேயிருக்கும் வழக்கமும், எந்தவொரு பகுதியிலும் தனிப்பட்ட பற்றுதல் இல்லாமையும் கண்ணில் படும் எந்தப் பொருளையும் மற்றவர்களின் உரிமைகள் பற்றிய கவலை இல்லாமல் தனக்கென எடுத்துக் கொள்ளும் வழக்கமும் இந்தக் கலாசாரத்தின் அம்சங்கள்.

இதற்கு மாறாக நாகரிகக் கலாசாரம், அதிகாரத்துக்கு மதிப்பு அளிக்காமல், குறிப்பிட்ட இடத்தில் பற்றுதல் இல்லாமல் மற்றவர்களின் உரிமைகளைக் கருதாமல் வாழவே முடியாது. ஆரம்ப காலக் கலாசாரத்தின் குறைபாடுகளை நீக்கி, சமூக ஒற்றுமையை வலுப்படுத்துவதன் மூலம் அந்தக் கலாசாரம் நாகரிகக் கலாசாரமாக மாறுகிறது என்று இப்னு கல்தூன் கூறுகிறார். இதை அடைவதற்குக் கூடுதலாகச் சக்தி தேவையாகிறது. மதம்தான் இந்தச் சக்தி என்று அவர் கூறுகிறார். தொடக்ககாலப் பண்பாட்டைக் கொண்ட ஒரு சமூகம் ஒரு மதத்தை ஏற்றுக்கொண்டு அதற்கு ஆதரவாக நிற்கும் போது, அது மிகவும் பலனுள்ள சக்தியாகிறது. மதத்தின் மூலம் புதிய நம்பிக்கை உருவாவதுடன், சட்டத்துக்கும் அதிகாரத்துக்கும் கீழ்ப் படிந்து நடக்க வேண்டும் என்பதில் முழுமையான நம்பிக்கையும் ஏற்படுகிறது. இது இயற்கையான வழிபாட்டையும் உலக ஆசை களையும் அடிப்படையாகக்கொண்ட சமூக ஒற்றுமைக்கு மூல காரணமாக அமைகிறது. மதத்தை அடிப்படையாகக்கொண்ட சமூக ஒற்றுமையே, நகர வாழ்க்கையை அடிப்படையாகக்கொண்ட நாகரிகப் பண்பாட்டை உருவாக்கும் மாபெரும் சக்தியாகச் செயல்படுகிறது.[52]

தொடக்ககாலப் பண்பாடு முன்னேற்றமான நிலைத்த வாழ்க்கை வாழும் பண்பாடாக மாறுவதற்கு வேண்டிய இந்த எல்லாப் பணிகளையும் இஸ்லாம் நிறைவேற்றியது. சமூக ஒற்றுமையை உருவாக்கும் இணக்கச் சக்தியாக அது செயல்பட்டதுடன், அதிகாரத்தையும் மற்றவர்களின் உரிமைகளையும் மதித்து நடக்கும் பண்பையும் புதிய நம்பிக்கையையும் உருவாக்கியது. அரசு அமைப்பு எதுவும் இல்லாதிருந்த அரேபியாவுக்குச் சட்டத்தின் ஆட்சியை அது ஏற்படுத்திக் கொடுத்ததுதான் மிக முக்கியமானது. இதில் முஹம்மதின் மதிநுட்பம் பெரும்பங்கு வகித்தது. அந்தச் சமூகத்துக்கு அவர் (சிவில்) உரிமைச் சட்டமும் குற்றச்சட்டமும் அமைத்துக் கொடுத்தார். இந்தச் சட்டங்கள் சமூக வழக்கங்களையும் இனக்குழு நடைமுறை களையும் அடிப்படையாகக் கொண்டவை. அவற்றை அவர் முறைப்படுத்திக் கொடுத்தார். பல்வேறு குற்றங்களுக்கான தண்டனைகளை அவர் குறிப்பிட்டு விதி செய்தார். குற்றச்சட்டம் பெருமளவுக்கு இனக்குழு வழக்கங்களையே அடிப்படையாகக் கொண்டிருந்தது. எனவே அது பழிவாங்கும் தன்மைகொண்டதாக— மூக்குக்கு மூக்கு, காதுக்கு காது, பல்லுக்குப் பல் என்பதாக — அமைந்திருந்தது. குர்ஆன் இவ்வாறு கூறுகிறது:

உயிருக்கு உயிரையும் கண்ணுக்குக் கண்ணையும், மூக்குக்கு மூக்கையும், காதுக்குக் காதையும், பல்லுக்குப் பல்லையும் பழிக்குப் பழி வாங்கவேண்டும் என்றும், காயங்களுக்குப் பழிக்குப் பழி உண்டு என்றும் நாம் விதித்திருந்தோம். ஆனால், எவரேனும் இவ்வாறு பழிவாங்காமல் மன்னித்து தர்மமாக விட்டுவிட்டால் அது அவருடைய பாவத்துக்குப் பரிகாரமாகும். *(குர்ஆன், 5:45)*

போரில் பிடிபட்ட கைதிகளைச் சிறையில் அடைப்பதைத் தவிர குர்ஆனில் எந்தக் குற்றத்துக்கும் தண்டனையாக சிறைவாசம் விதிக்கப்படவில்லை என்பது குறிப்பிடத்தக்கது. புதிதாக உருவாகி யிருந்த இஸ்லாமிய அரசில் சிறைச்சாலையைப் பற்றிய கருத்தோ அல்லது சிறைச்சாலையோ உருவாகியிருக்கவில்லை என்பது இதற்குக் காரணமாக இருக்கலாம்.

இவ்வாறாக, மக்காவில் தோன்றிய இஸ்லாம் மதீனாவில் இறுதி வடிவம் பெற்றது.

குறிப்புகள்

1 *தரீக் இ தபரி, தொகுதி1, பக். 96-7.*

2 *தபரி, தொகுதி 1, 3, ப. 1180, முஹம்மத் நூலில் மாக்ஸிம் ரோடின்ஸன் குறிப்பிடுகிறார். லண்டன், ப. 114.*

3 *முஹம்மத் ஹமீதுல்லா, முஹம்மத் ரசூலுல்லாஹ், பாரீஸ், 1974, பக். 54.*

4 *இப்னு ஹிஷாம், ப. 286 முதல்.*

5 *தபரி, தொகுதி 1 (உருது மொழிபெயர்ப்பு), முன்பு குறிப்பிடப்பட்ட புத்தகம், ப. 115.*

6 *மாண்ட்காமரி வாட், முஹம்மத், புரோஃபெட் அண்ட் ஸ்டேட்ஸ்மேன், லண்டன், 1961, பக். 84-5.*

7 *தபரி, தொகுதி 1, உருது மொழிபெயர்ப்பு, முன்பு குறிப்பிடப்பட்ட புத்தகம், பக். 142-143.*

8 *பார்க்க: தபரி, தொகுதி 1 பக்கம் 146; மேலும் பார்க்க: மாண்ட்காமரி வாட், முஹம்மத், ப. 92.*

9 *குர்ஆன் 13: 49*

10 *ஹமீதுல்லா, முன்பு குறிப்பிடப்பட்ட புத்தகம், ப. 62.*

11 *இப்னு ஹிஷாம், ஸீரா, தொகுதி 1, ப. 2780.*

12 *ரோடின்ஸன், முன்பு குறிப்பிடப்பட்ட புத்தகம், பக். 153-154.*

13 *ஆர். ஏ. நிகோல்ஸன், ஏ லிட்ரரி ஹிஸ்டரி ஆஃப் தி அராப்ஸ், கேம்பிரிட்ஜ், 1907, ப. 173*

14 மாண்ட்காமரி வாட், முன்பு குறிப்பிடப்பட்ட புத்தகம், பக். 95-96.

15 ரோடின்ஸன், முன்பு குறிப்பிடப்பட்ட புத்தகம், ப. 160.

16 மவுலான ஹகீம் அப்துல் பரகத், அல்-அல்சியர், ப. 115.

17 குர்ஆன், அதிகாரம் 5, வசனம் 41, 42.

18 மேலது, அதிகாரம் 5, வசனம் 51.

19 தரீக் இ தபரி, முன்பு குறிப்பிடப்பட்ட புத்தகம், ப. 149.

20 மேலது, பக். 150.

21 பார்க்க: அஷ அல்-சியர், முன்பு குறிப்பிடப்பட்ட புத்தகம், பக். 126-127.

22 குர்ஆன், அத்தியாயம் 2, வசனம் 217.

23 தபரி, அனால்ஸ், தொகுதி 1, 3, ப. 1285 மற்றும் ஹகீம் அப்துல் பரகத், அஷ அல்-சியர், முன்பு குறிப்பிடப்பட்ட புத்தகம், ப. 128.

24 அஷ அல்-சியர், முன்பு குறிப்பிடப்பட்ட புத்தகம், ப. 133.

25 மேலது, ப. 144.

26 மேலது, ப. 218-220.

27 எம்.டி. ஹவ்ட்ஸ்மாவுடன் மற்றவர்களும் (ப-ஆ), என்சைக்ளோபீடியா ஆஃப் இஸ்லாம், லண்டன், 1913-36), தொகுதி 2, ப. 869.

28 பலாதுரீ, ஃபுதுஹுல் புல்தான், தொகுதி 1, உருது மொழிபெயர்ப்பு: சையத் அப்துல் கைபர் மௌதூதி, ஹைதராபாத், ப. 35.

29 மேலது, ப. 37.

30 பி. லூயிஸ், பெல்லட் மற்றும் சாக்ட் பதிப்பித்த என்சைக்ளோபீடியா ஆஃப் இஸ்லாம், லண்டன், 1913-1936, தொகுதி 2, ஃபேசிகுலஸ் 33, பக். 725-26.

31 நஸீர் அஹமத் சேக், சம் ஆஸ்பெக்ட்ஸ் ஆஃப் த கான்ஸ்டிடியூசன் அண்ட் எகானமிக்ஸ் ஆஃப் இஸ்லாம், வோகிங், 1961. பக். 139-229, மாக்ஸிம் ரோடின்ஸன் எழுதிய இஸ்லாம் அண்ட் கேபிடலிசம் நூலில் மேற்கோள் காட்டப்படுகிறது. மொழிபெயர்ப்பு: பிரியன் பியர்ஸ், அலன் லேன், 1974, ப. 19.

32 சஹீஹ் முஸ்லிம், கிதாபுல் புயூ, பாப்: கிரா, அல்அர்த், பார்க்க: டாக்டர் ஃபஸ்லூர் ரஹ்மான் ‘ரிபா’ பற்றி எழுதிய கட்டுரை: ஃபிக்ரோ-நஜர், தொகுதி 1, இதழ் 5, (சராச்சி, நவம்பர் 1963), ப. 72.

33 டாக்டர் ஃபஸ்லூர் ரஹ்மான், மேற்படி, ப. 72.

34 மேலது, ப. 74.

35 மேலது.

36 இமாம் மாலிக், முவத்தா, கிதாபுல் புயூ, எண் 38.

37 தஃப்சீருல் தபரி, தொகுதி 7, பக். 204-205.

38 அ'லமுல் முகீன், தொகுதி 1, டெல்லி, 1313 ஹஜ்ரி, பக். 200-201.

39 அல்லாமா ஹாஜர் அஸ்கலானி, ஃபாதல் பான், தொகுதி 4, கெய்ரோ 1319 ஹிஜ்ரி, ப. 250.

40 பார்க்க: அன் அஜன்டா ஃபார் இஸ்லாமிக் ரீஃபாம், பாகிஸ்தான் பொருளாதார அபிவிருத்திக்கான நிலையம், 1980, மிமியோகிராம், ப. 7.

41 ஆர்.ஹெச். டானே, ரெலிஜியன் அண்ட் த ரைஸ் ஆஃப் கேபிடலிசம், லண்டன், 1969, ப. 91.

42 பார்க்க ஹமீதுல்லா, முன்பு குறிப்பிடப்பட்ட புத்தகம். ஹிஷாமின் புத்தகத்திலிருந்து அவர் மேற்கோள்காட்டி இந்தக் கருத்தைத் தெரிவிக்கிறார். ப. 8.

43 நிகோல்ஸன், முன்பு குறிப்பிடப்பட்ட புத்தகம், ப. 87-8.

44 தரீக் இ தபரி, முன்பு குறிப்பிடப்பட்ட புத்தகம், ப. 27.

45 வில்ஹெல்ம் ரைக், தி இன்வேஷன் ஆஃப் கம்பல்சரி செக்ஸ் மோரலிடி, லண்டன்,1975, ப. 31.

46 மேலது, ப. 52.

47 வில்ஃப்ரெட் தெஸிகர், அராபியன் சான்ட்ஸ், லண்டன், 1976, ப. 125.

48 பார்க்க: ஃபஸ்லூர் ரஹ்மான், த ஸ்டேடஸ் ஆஃப் உமன் இன் இஸ்லாம், நூலை மேற்கோள்காட்டி ஹனா பாபானெஸ், கெய்ல் மின்வால்டட் பதிப்பித்த, செபரேடிக் வேல்ட்ஸ் - ஸ்டடீஸ் ஆஃப் பர்தா இன் சவுத் ஏசியா, டெல்லி, 1982.

49 ஷேக் நெஃப்ஜாவி, த பர்ஃபியூம்ட் கார்டன், மொழிபெயர்ப்பு: ரிச்சர்ட் எஃப் பர்டன், நியூயார்க், 1964, பக். 97, மேற்கோள்காட்டி வெர்னல் எல். புல்லோவ்வின் த சப்பார்டினேனட் செக்ஸ்: ஏ ஹிஸ்டரி ஆஃப் ஆட்டிட்யூட்ஸ் டுவேர்ட்ஸ் உமன், சிகாகோ, 1974.

50 ஜி.இ. வோன் கிரன்பாம், இஸ்லாம், லண்டன், 1961, ப. 32.

51 ரியாஸ் ஹஸன், த நேட்சர் ஆஃப் இஸ்லாமிக் அர்பனைசேசன், கட்டுரை, இஸ்லாமிக் கல்ச்சர், தொகுதி XLII, எண்: 3, ஜூலை 1969, ப. 234.

52 முஹ்ஸின் மஹ்தீ, இப்னு கல்தூன், ஃபிலோசஃபி ஆஃப் ஹிஸ்டரி, லண்டன், 1957, இயல் IV.

5

கலீஃபா ஆட்சி

புறமார்ந்த விரிவாக்கமும் உள்நாட்டுப்போரும்

முஹம்மத் காலமானபோது மிகப் பெரிய வெற்றிடம் ஏற்பட்டது. அதை நிரப்புவது பெரும்பாலும் இயலாத செயலாய் இருந்தது. அவர் ஓர் அரசுத் தலைவராக மட்டுமின்றி (அவருக்குப் பிறகு அரசுத் தலைவராக ஒருவரைக் காணமுடியும்—காணமுடிந்தது) தீர்க்கதரிசி யாகவும், சட்டம் அளிப்பவராகவும், ஆன்மிக வழிகாட்டியாகவும், மிக உயர்ந்த தொலைநோக்குக் கொண்ட மனிதராகவும் இருந்தார். எல்லா வகைகளிலும் அவருக்குப் பிறகு அவர் இடத்துக்குப் பொருத்தமான ஒருவரைக் காண்பது கடினமாயிருந்தது. தாம் மரணமற்றவர் என்ற நம்பிக்கையை அவர் தமது தோழர்களிடம் ஏற்படுத்தியிருக்கவில்லை என்றாலும் அவரது மரணம் அவர்களுக்குப் பெரும் அதிர்ச்சியாகவே இருந்தது. இருப்பினும் அவரது தோழர்களின் உடனடியான பிரச்சினை, அவர் நிறுவிய இஸ்லாமிய அரசுக்குத் தலைவராயிருக்க அவருடைய இடத்துக்கு ஒருவரைக் கண்டு பிடிப்பதேயாகும். தீர்க்கதரிசியின் உடல் அடக்கத்துக்கு முன்பே அவரது தோழர்கள் இதில் கவனம் செலுத்தினார்கள் (இது தவிர்க்க முடியாததே). அடுத்து யார் தலைவராக வரவேண்டும், அதற்கு என்ன நடைமுறையைப் பின்பற்ற வேண்டும் என்பதே முஸ்லிம் களுக்கு உடனடிப் பிரச்சினையாயிருந்தது. இதற்கு முன்னுதாரணம் எதுவும் இல்லை; ஏனென்றால் இதற்குமுன் அரசு எதுவும் இல்லை. ஓர் ஆட்சித் தலைவருக்குப் பிறகு அவரது மகன் அல்லது வேறொரு நெருங்கிய உறவினர் தலைவராவதும், அதன் மூலம் பரம்பரை ஆட்சி தொடரச் செய்வதும் வழக்கம் என்பது அவர்களுக்கு (அல்லது அவர்களில் ரோமானிய, ஸஸானிட் பேரரசுகளுடன் வர்த்தகத் தொடர்பு இருந்தவர்களுக்காவது) தெரிந்திருக்க வேண்டும்.

முஹம்மதுக்குப் பிறகு இந்த முறையில் அடுத்த தலைவர் வருவதற்கு வழி இல்லை. அவருக்கு மகன் இல்லை என்பது ஒரு காரணம். இன்னொன்று, பரம்பரை ஆட்சிமுறைக்கு வேறுவிதமான சமூக அமைப்பு இருக்கவேண்டும். அரேபிய தீபகற்பத்தில் அந்த முறையைப் பின்பற்றுவதற்கு வரலாற்று ரீதியாகத் தகுந்த சூழ்நிலை உருவாகவில்லை. ஒரே இடத்தில் நிலைத்துவாழும் நகர வாழ்க்கை முறையின் தேவைகள் வேறு விதமாக இருந்தபோதிலும், நகரங்களில் வசித்த அரேபியர்கள் இன்னமும் பழைய நாடோடி வாழ்க்கையின் நெறிகள், மரபுகள் ஆகியவற்றின் நிழலிலேயே இருந்தார்கள். (இந்த இரண்டு வாழ்க்கை முறைகளுக்கிடையிலான முரண்பாடுகள்தான் அரேபிய சமூகத்தின் அடிப்படைச் சீர்கேடுகளுக்குக் காரணமாக இருந்தன; அவற்றைத் தீர்ப்பதற்குத்தான் முஹம்மத் இஸ்லாத்தின் மூலம்வழி கண்டார்.) அரேபியர்களின் வாழ்க்கைக் கண்ணோட்டம் பெரும் அளவில் இனக்குழு முறையாகவே நீடித்தது. இஸ்லாத்திற்கு முந்தைய காலத்தில் மக்காவில் பல்வேறு குலக்குழு, இனக்குழுத் தலைவர்களைக் கொண்ட 'மலா' என்ற சபை இருந்ததை நாம் அறிவோம். முஹம்மத் தமது தனிச்சிறப்பு வாய்ந்த தகுதிகள், நிறைவேற்றிய காரியங்கள் மூலம் போட்டி இல்லாத தலைவராக இருந்ததால் இப்படிப்பட்ட சபை எதுவும் அவருக்குத் தேவைப் படவில்லை; ஆயினும் முக்கியமான விஷயங்களில் அவர் தமது தோழர்களைக் கலந்தாலோசித்தே செயல்பட்டார். தோழர்களுடன் கலந்தாலோசனை செய்ய வேண்டும் என்பது குர்ஆனின் கட்டளை. இது சம்பந்தமாகக் குர்ஆனில் உள்ள வசனம் குறிப்பிடத்தக்கது அது கூறுகிறது:

> அல்லாஹ்வின் கருணையினால் நீர் அவர்களிடம் மிருதுவாக நடந்துகொண்டீர். நீர் கடுகடுப்பாக, கடின சித்தம் உள்ளவராக நடந்திருந்தால் அவர்கள் உம்மிடமிருந்து பிரிந்து போயிருப்பார்கள். எனவே அவர்களை மன்னித்து அவர்களுக்குப் பாதுகாப்பு கோருவீராக; அவர்களை (முக்கிய விஷயங்களில்) கலந்து ஆலோசிப்பீராக *(3: 158).*

அரேபியாவில் அப்போதிருந்த நிலைமை பற்றி இந்த வசனத்திலிருந்து பல முக்கிய தகவல்கள் தெரியவருகின்றன. தீர்க்கதரிசி மிக உயர்ந்த அந்தஸ்து பெற்றவராயிருந்தாலும்கூட, தாம் நினைத்தபடி யெல்லாம் நடந்துகொண்டிருக்க முடியாது. சர்வாதிகார முறையில் அவர் செயல்பட முடியாது; ஏனென்றால் அரேபியர்கள், சுயேச்சையும் சுய அதிகாரமும் பெற்றிருப்பதில் பெருமைகொண்டார்கள்.

அதனால்தான் தீர்க்கதரிசி தமது மக்களிடம் கடுமையின்றி நடந்து கொள்ளவேண்டும் என்றும், முக்கியமான விஷயங்களில் அவர்களைக் கலந்தாலோசிக்க வேண்டும் என்றும், இல்லையென்றால் அவர்கள் அவரைவிட்டு விலகிவிடுவார்கள் என்றும் அல்லாஹ் அவருக்கு அறிவுரை கூறுகிறான். இப்படிப்பட்ட நிலைமையில் அதிகாரம் செலுத்தவல்ல அடக்குமுறைத் தன்மைகொண்ட அரசு அமைப்பு ஒன்றை உருவாக்குவது அறவே இயலாது எனக் கூறமுடியாது என்றாலும், மிகக் கடினமான காரியம். முஹம்மதுக்குப் பின் யாரும் தங்குதடையின்றி அவருடைய இடத்தை எடுத்துக்கொள்ளக்கூடிய அளவுக்கு உயர்ந்தவர்களாக இல்லை. அவர்களுக்கு முன்னுதாரணமாக அல்லது முன்மாதிரியாக இருந்ததெல்லாம் இனக்குழு மரபுகள்தாம். பரம்பரை ஆட்சிமுறை அமைவதற்கு வாய்ப்பான நிலப்பிரபுத்துவ அமைப்புகள் இன்னும் அந்தச் சமூகத்தில் உருவாகவில்லை. அப்போதுள்ள சமூகமுறையை நீடித்து வைத்துக்கொள்வதே அவர்களுக்கு விரும்பத்தக்கதாயிருந்தது. எனவே இனக்குழு மரபுப்படி அவர்கள் முஹம்மதின் மரணத்துக்குப் பின் ஸக்கீஃபா பனூ ஸாயிதா என்ற இடத்தில் கூடினார்கள். அவர்கள் அனைவரும் இனக்குழு அல்லது குலக்குழுத் தலைவர்கள் அல்லது முஹம்மதின் முக்கிய தோழர்கள். அந்தக் கூட்டத்தை யார் கூட்டியது என்று கூறுவது கடினம். முஸ்னத், அபூ யாஅலீயில் இவ்வாறு கூறப்படுகிறது: உமர் பின் கத்தாப் இவ்வாறு தெரிவிக்கிறார்: 'நாங்கள் இறைத்தூதரின் இல்லத்தில் உட்கார்ந்திருந்தோம். அப்போது சுவருக்குப் பின்னாலிருந்து யாரோ ஒருவர் ஓ இப்னு கத்தாப், வெளியே வாரும் என்று கத்தினார் அதற்கு நீர் போம், நாங்கள் இறைத்தூதரின் (அடக்க) ஏற்பாடுகளைச் செய்துகொண்டிருக்கிறோம் என்று பதில் கூறினேன். மீண்டும் அவர், அன்ஸார்கள் (உதவியளிப்போர்) ஸக்கீஃபா பனூ ஸாயிதாவில் கூடியிருக்கிறார்கள். அங்கே நீர் செல்வீர்; இல்லையென்றால் அவர்கள் ஏதாவது செய்து, அதனால் போர் ஏற்பட்டுவிடப் போகிறது, என்றார். நான் (அதாவது, உமர்) அங்கே போகுமாறு அபூபக்கருக்குக் கூறினேன்.' [1]

மேலே எடுத்துக்காட்டப்பட்ட செய்தியிலிருந்து, தீர்க்கதரிசியின் உடல் அடக்கத்துக்கு முன்பே, சில பேர், முஸ்லிம் சமுதாயத்துக்கும் அரசுக்கும் தலைவராக வர ஆசைகொண்டு செயல்பட்டார்கள் என்று தெரிகிறது. முஹம்மத் மரணப்படுக்கையில் இருந்தபோதே அதிகாரப் போராட்டம் தொடங்கிவிட்டது என்பதைச் சில சான்றுகள் காட்டுகின்றன. வம்ச பரம்பரைக் கொள்கையாளர்கள் (அதாவது ஷியாக்கள்)

கலீஃபா ஆட்சி ◆ 201

தமக்குப் பிறகு சமயத் தலைவராகவும் அரசுத் தலைவராகவும் வருவதற்குத் தமது மருமகன் அலீயை தீர்க்கதரிசி நியமித்திருந்தார் என்று நம்புகிறார்கள். ஆயினும் இதற்கு ஆதாரமாகக் கூறப்படும் மரபுச் செய்திக்கு வெவ்வேறு விதமாகப் பொருள்கொள்ள முடியும். ஆதலால் இதன் உண்மையைத் தீர்மானிப்பது கடினம். மேலும், ஒரு தலைவர் தமக்குப் பிறகு யார் தலைவராக வேண்டும் என்பதை இனக்குழு, குலக்குழுத் தலைவர்களையும் மற்ற முக்கியமான நபர்களையும் கலந்தாலோசிக்காமல் தாமே நியமித்துவிடுவது அரேபியர்களின் மரபுவழக்கத்துக்குப் பொருத்தமாக இல்லை. ஒருவேளை என்ன நடந்திருக்கக்கூடும் என்றால், தீரமும் வீரமும் மிகுந்த, உயர்ந்த பண்பும் அறிவுத்திறனும் கொண்ட அலீ தமக்குப் பிறகு தலைவராக வேண்டும் என்று தீர்க்கதரிசி விரும்பி இருக்கலாம். ஆனால், ஆற்றல்வாய்ந்த பல்வேறு குழுக்களிடையே இருந்த போட்டியைக் கருத்தில்கொண்டு அவர் அதை உறுதியாகத் தெரிவிக்க வேண்டாமென எண்ணியிருக்கலாம். முஸ்லிம்கள் தவறான வழியில் இட்டுச் செல்லப்படாமல் தடுப்பதற்காக தீர்க்கதரிசி எதையோ எழுத விரும்பி பேனாவும் மைப்புட்டியும் கொண்டுவரச் சொன்னதாக ஒரு மரபுச் செய்தி இருக்கிறது. ஆயினும் உமர், 'இறைத்தூதர் மிகுந்த உடல் வேதனையில் இருக்கிறார்; எங்களைப் பொறுத்தமட்டில் குர்ஆனே போதுமானது' என்று பதிலளித்து விட்டதாகக் கூறப் படுகிறது. அவர் ஜன்னியில் பிதற்றுவதாக யாரோ ஒருவர் கூறினார். ஸஹீஹ் முஸ்லிமில் இந்த வார்த்தைகள் கூறப் படுகின்றன: 'உண்மை யிலேயே, இறைத்தூதர் பிதற்றுகிறார்.'

இவற்றிலிருந்து, வெவ்வேறு தரப்பினர் அரசியல் அதிகாரத்தைக் கைப்பற்றப் போட்டியிட்டார்கள் என்றும், இவர்களில் யாருக்காவது பாதகமாக தீர்க்கதரிசி (முஹம்மத்) முடிவாக எதையும் சொல்லி விடுவதை அவர்கள் விரும்பவில்லை என்றும் தெரிகிறது. முஹம்மதுக்குப் பிறகு யார் தலைவராவது என்ற பிரச்சினை அப்போது முதல் முஸ்லிம்களிடையே பிளவை ஏற்படுத்தி வைத்துள்ளது. பிரபல வரலாற்றாசிரியர் அல்-ஷஹ்ரெஸ்தானீ கூறுகிறார்: 'கலீஃபா பதவிப் பிரச்சினையைவிட அதிகமாக இரத்தம் சிந்தக் காரணமாக இருந்த இஸ்லாமியப் பிரச்சினை வேறு எதுவும் இல்லை.'[2] இனக்குழு விருப்பு வெறுப்புகளும் தலைதூக்கி நின்றன. பனூ ஹாஷிம் குழு அலீயை ஆதரித்தது. மக்காவிலிருந்து இடம் பெயர்ந்து வந்த குறைஷிகள் அபூபக்கரையும், மதீனாவாசிகளான அன்ஸார்கள் தங்கள் தலைவரான ஸாத் பின் அபதாவையும்

ஆதரித்தார்கள். பனூ ஹாஷிம் சிறுபான்மையாக இருந்ததால் அலீக்கு வெற்றி வாய்ப்புகள் குறைவாகவே இருந்தன. இடம்பெயர்ந்தவர்களும் உதவி செய்வோரும் (அன்ஸார்கள்) ஸக்கீஃபா பனூ ஸாயிதாவில் கூடினார்கள். இருதரப்பினரும் கலீஃபா பதவிக்குத் தங்கள் உரிமையை வலியுறுத்தினார்கள். ஒரு கட்டத்தில் அன்ஸார்கள் ஒரு சமரச யோசனை தெரிவித்தார்கள்: இருதரப்பிலும் இருந்து ஒருவர் கலீஃபா பதவியைப் பகிர்ந்துகொள்ள வேண்டும். ஆனால் இதன் மூலம் குழப்பமும் சச்சரவுகளும் ஏற்படும் என்பதால் இந்த யோசனை ஏற்கப்படவில்லை. இரு தரப்பினரும் தங்கள் தங்கள் வாதங்களைத் தொடர்ந்து வலியுறுத்தியதால் கோபதாபங்கள் தீவிரமாயின. ஒரு கட்டத்தில் போரிடும் அளவுக்குப் போயிற்று. சூழ்நிலையைக் கணிப்பதில் நுட்ப அறிவு கொண்டவரான உமர், நிலைமையைப் புரிந்துகொண்டு, அரேபிய வழக்கப்படி அபூபக்கரின் கையைத் தமது கையில் எடுத்துக்கொண்டு, கலீஃபா பதவிக்கு அவரைத் தாம் ஆதரிப்பதாகத் தெரிவித்தார். மற்றும் சில முக்கிய குறைஷ் தலைவர்களான உஸ்மான், அப்துர் ரஹ்மான் போன்றவர்களும் அவருக்கு ஆதரவு தெரிவித்தார்கள். விரைவில் அவர் பக்கம் ஆதரவு பெருகியது. இவ்வாறாக அபூபக்கர் இஸ்லாமிய அரசின் முதலாவது கலீஃபாவாகத் 'தேர்ந்தெடுக்கப்பட்டார்.' குறைஷ் இனக்குழுவைச் சேர்ந்தவரே கலீஃபாவாக வர வேண்டும் என்று முஹம்மத் கூறியதாகச் சொல்லப்படும் மரபுச் செய்தியின் அடிப்படையில் அவர் தேர்ந்தெடுக்கப்பட்டார். இவ்வாறாக நகரவாசி அரேபியர் இந்த மரபுச் செய்தியின் அடிப்படையில் பாலைவன நாடோடி அரேபியர் மீது ஆதிக்கம் கொள்ள முயன்றார்கள். ஆனால் இவர்கள் குறைஷிகளின் அந்தக் கோரிக்கையை ஏற்க மறுத்து, கிளர்ச்சி செய்ததைப் பின்னர் காணவிருக்கிறோம்.

முஹம்மதின் மரணத்துக்குப் பின் நடந்த இந்த நிகழ்ச்சியின் சில அம்சங்களை இப்போது பரிசீலிப்போம். அபூபக்கர் இஸ்லாமிய அரசின் முதலாவது கலீஃபாவாகப் பதவியில் அமர்த்தப்பட்டது குறைந்த அளவிலேயே ஜனநாயகத்தன்மை கொண்டது —அதாவது, அதை ஜனநாயகம் என்று கூறமுடியுமானால். இப்போதைய ஜனநாயக அமைப்புகளில் இருப்பதைப் போன்ற ஜனநாயகம் என்று அதைக் கூறுவது வரலாற்றுக்குப் பொருந்தாததாகும். அப்போதைய அரேபிய மரபுகளுக்கே அது அதிகப் பொருத்தமுள்ளதாகும். தேர்தலில் 'ஒரு நபர் — ஒரு வாக்கு' என்ற பிரச்சினையே கிடையாது. இனக்குழுத் தலைவர்களும் மற்ற முக்கிய நபர்களுமே ஒருவருக்கு விசுவாசத்தை

வாக்களிப்பதில் பங்குபெற முடியும் (ஆதரவாக வாக்களிப்பதற்கு 'பை அத்' என்ற சொல் பயன்படுத்தப்படுகிறது. வாங்க, விற்க என்று பொருள்படுவது இந்தச் சொல். இதிலிருந்து பெறப்படும் பொருளாக அல்-முன்ஜித் கூறுவது, 'ஒரு நகரத்தின் தலைவர்கள் தங்களது ஆட்சியாளராக நியமிக்க விரும்பும் நபருக்குத் தங்கள் சம்மதத்தையும் அவரது ஆட்சிக்கு உட்பட்டு நடக்க வாக்குறுதியையும் தெரிவிப்பதற்கு அடையாளமாக அவரது கையைப் பற்றிக்கொள்ளுதல்'[3] என்பதாகும். வர்த்தக சமூகத்தின் சொல்லாட்சிகளும் வர்த்தக ரீதியில் அமை கின்றன). தேர்தலில் பெண்களுக்கும் சாதாரண மக்களுக்கும் பங்கு கிடையாது. கலீஃபாவைத் தேர்ந்தெடுப்பது அவர்கள் வேலை அல்ல. முதல் இயலில் குறிப்பிட்டது போல, அரேபியாவின் இந்தப் பகுதியில் விவசாயமோ, நிலப்பிரபுத்துவ உற்பத்திமுறையோ இல்லாததால் மன்னர் ஆட்சிமுறை அங்கு உருவாகவில்லை. இஸ்லாமிய அரசு புதிதாக அமைந்திருந்ததால், எழுதப்பட்ட அரசியல் சாசனமோ, நிலைபெற்ற மரபுமுறைகளோ இல்லை. புதிதாகப் பதவி ஏற்ற கலீஃபாவுக்கு வழிகாட்டுவதற்கு குர்ஆனின் கட்டளைகளும் 'சுன்னா'வுமே இருந்தன. அவரது அதிகாரங்கள் என்ன என்று வரையறுக்கப்படவில்லை. கொள்கையளவில் அவருக்கு எல்லா அதிகாரங்களும் இருந்தன; ஆனால் நடைமுறையில் அவருக்குப் பல கட்டுப்பாடுகள் இருந்தன; அரசு அமைப்பு மக்களுக்குப் புதியது. அவர்கள் பெருமளவுக்கு சுதந்திரமாக வாழப் பழகியவர்கள். திடீரென்று, ஓர் அதிகார அமைப்புக்குக் கீழ்ப்படிந்து நடக்க அவர்கள் இணங்கமாட்டார்கள். முஹம்மத் அரேபியா முழுவதையும் தமது கட்டுப்பாட்டில் கொண்டு வந்திருந்தபோதிலும், அடங்கி வாழ்ந்து அறியாத நாடோடி மக்களை முற்றிலுமாகக் கட்டுப்படுத்த முடியவில்லை. எனவே, அபூபக்கர் மிக எச்சரிக்கையுடன் செயல்பட வேண்டியிருந்தது.

பதவி ஏற்றபோது அவர் தமது மக்களிடம் பேசுகையில் இவ்வாறு கூறினார்: 'மக்களே! அரசாங்கத்தின் கவலைகள் என்மேல் ஏற்றப் பட்டிருப்பதைப் பாருங்கள். நான் உங்களில் மிகச் சிறந்தவன் அல்ல; உங்கள் உதவி அனைத்தும் எனக்கு வேண்டும். நான் நன்றாகச் செயல்பட்டால் என்னை ஆதரியுங்கள்; நான் தவறு செய்தால் எனக்கு ஆலோசனை கூறுங்கள். ஆட்சிப் பொறுப்பு அளிக்கப்பட்டுள்ளவ ரிடம் உண்மையைச் சொல்வது உண்மையான விசுவாசமாகும்; அதை மறப்பது துரோகம். என்னுடைய பார்வையில் பலசாலியும் பலவீனரும் சமமே; இருவருக்கும் நான் நியாயம் செய்ய

விரும்புகிறேன். நான் இறைவனுக்கும் இறைத்தூதருக்கும் கீழ்ப் படிந்து நடந்தால், எனக்கு நீங்கள் கீழ்ப்படியுங்கள்; நான் இறைவனின் சட்டங்களையும் இறைத்தூதரையும் கருத்தில் வைக்கவில்லை யென்றால் உங்களைக் கீழ்ப்படியச் சொல்வதற்கு எனக்கு உரிமை கிடையாது.'[4]

இவ்வாறாக, அவரது அதிகாரத்துக்கு மூல ஊற்றாக இருப்பது கடவுளும் அவரது தீர்க்கதரிசியுமே. தாம் தவறு செய்தால் தம்மை எச்சரிப்பதற்கு மக்களுக்கு உள்ள உரிமையை அவர் ஒப்புக் கொண்டார். எனவே, அரசு மக்கள்மீது தனது கட்டுப்பாட்டு அதிகாரத்தை இன்னமும் முழுமையாக உறுதிப்படுத்திக்கொள்ள வில்லை. ஆனால் அதற்கு அடக்குமுறைத் தன்மை அறவே இல்லை என்பது இதன் பொருள் அல்ல. எதிர்த்துப் பேசுபவர்கள் மீதும் புதிய ஆட்சியைச் சட்டபூர்வமானது என்று ஏற்காதவர்கள் மீதும் அது வன்முறையைப் பயன்படுத்தவே செய்தது. அலீயின் தலைமையில் இருந்த பனூ ஹாஷிம் குழு மக்கள் சில காலம்வரை புதிய கலீஃபாவுக்குத் தங்கள் ஆதரவை அளிக்காமலிருந்தார்கள். அவர்கள் அலீயின் இல்லத்தில் கூடி தங்கள் திட்டங்களை விவாதிப்பது வழக்கம். உமர், ஃபாத்திமாவின் (இவர் தீர்க்கதரிசியின் மகளும் அலீயின் மனைவியும் ஆவார்) வீட்டுவாசல் அருகே நின்றுகொண்டு இவ்வாறு உரக்கக் கூறினார்: 'இறைத்தூதரின் மகளே! கடவுள் பெயரால், உமக்கு நாங்கள் மரியாதை அளிக்கிறோம், நீர் எமக்குப் பிரியமானவர். ஆனால் நீர் உமது வீட்டில் தொடர்ந்து மக்களைக் கூட்டினால் நான் அதற்குத் தீ வைத்துவிடுவேன்.'[5]

உமர் கதவை எட்டி உதைத்ததாகவும், கதவுக்குப் பின்னால் நின்றுகொண்டிருந்த ஃபாத்திமாவின் மேல் அது விழுந்து அவர் காயமடைந்ததாகவும் சில வரலாற்றாசிரியர்கள் கூறுகிறார்கள். இறுதியாக பனூ ஹாஷிம் பணிந்துவிட்டனர். அலீ பணிந்த பிறகு நகரவாசிகள் அனைவரும் அரசின் அதிகாரத்தை ஏற்றுக் கொண்டார்கள். அலீயும் அவருடைய ஆதரவாளர்களும் அரசு தேவை என்பதை மறுக்கவில்லை. ஆனால் அவர்கள் அபூபக்கரை ஏற்க மறுத்து அலீயின் உரிமையை வலியுறுத்தினார்கள். ஆயினும் பதூயின்கள், அரசு என்ற ஒன்று இருப்பதையே விரும்பவில்லை. ஏனென்றால் அவர்கள் தலைமுறை தலைமுறையாக எல்லையற்ற சுதந்திரத்துடன் வாழப் பழகியிருந்தார்கள்; அந்தச் சுதந்திரத்தில் அரசு குறுக்கிட்டது. அதனால்தான் குர்ஆன்கூட அவர்களது இஸ்லாம்

பற்றிச் சந்தேகம் கொண்டிருந்தது. குர்ஆன் கூறுகிறது:

> பாலைவன அரேபியர்கள் நம்பாமையிலும் வெளிவேஷத்திலும் நகரத்தில் வசிப்பவர்களை மிஞ்சுகிறார்கள். அல்லாஹ் தனது தூதருக்கு வெளிப்படுத்திய சட்டங்களை அவர்கள் அறியாமலிருப்பதற்குக் காரணங்கள் அதிகம் உள்ளன. அல்லாஹ் முற்றும் அறிந்தவன், ஞானமுள்ளவன். பாலைவன அரேபியர் சிலர் அல்லாஹ்வுக்காகக் கொடுப்பதை அபராதமாகக் கருதுகிறார்கள். உங்களுக்குக் கேடு வருமென்று காத்திருக்கிறார்கள். கேடு அவர்களுக்கே. அல்லாஹ் எல்லாவற்றையும் செவியேற்கிறான்; முற்றும் அறிந்தவன் (குர்ஆன் 9: 97-89).

இவ்வாறாக முஸ்லிம்களுக்குக் 'கேடு' வந்தபோது (அதாவது, தீர்க்கதரிசி இறந்தபோது) பல நாடோடி இனக்குழுக்கள் நகரவாசிகளின் அதிகாரத்தை எதிர்த்துக் கிளர்ச்சி செய்தார்கள். அது 'ரித்தா' போர், அதாவது மதத்தை விட்டோருக்கு எதிரான போர் என்று அழைக்கப்படுகிறது. அரேபியா முழுவதிலும் பொதுவாக நடந்த கிளர்ச்சி அது. பதூயின்கள் ஒருபோதும் எந்த அதிகார அமைப்புக்கும் பணிந்து நடக்க விரும்பவில்லை. அவர்களுடைய பொருளாதாரத்தின் நிலைமை இவ்வாறு எந்த அரசுக்கும் பணிந்து நடப்பதை அவசியமாக்கவில்லை. மதீனாவில் பல்வேறு குழுக்களிடையே பதவிப் போட்டி நடந்து கொண்டிருந்தபோது, தீர்க்கதரிசி இறந்த செய்தியைக் கேட்டு ஒவ்வொரு இனக்குழுவாக இஸ்லாத்தைக் கைவிட்டு வந்தது. புதிய மதத்துக்கும் பதூயின்களுக்குமிடையே நடந்த போராட்டம் சமூக, அறநெறி அடிப்படையில் மட்டுமின்றி பொருளாதார ரீதியிலும் ஏற்பட்டது. முதலில் சமூக, அறநெறிப் போராட்டத்தைப் பார்ப்போம். கோல்ட்ஜிஹெர் முஹம்மதன் ஸ்டடீஸ் (முஹம்மதிய ஆய்வுகள்) புத்தகத்தில் இதைப் பற்றி விரிவாக எழுதியிருக்கிறார்.[6] பேராசிரியர் நிக்கல்ஸன் அதை அழகாகச் சுருக்கித் தந்திருக்கிறார். அந்தச் சுருக்கத்திலிருந்து பின்வரும் மேற்கோள் தரப்படுகிறது:

> முதலாவதாக, இஸ்லாத்தின் அடிப்படையான கருத்து பதூயின்களுக்கு அந்நியமாகவும் புரியாததாகவும் இருந்தது. அவர்களுடைய சிலைகள் அழிக்கப்பட்டதைக்கூட அவர்கள் அவ்வளவு அதிகமாக எதிர்க்கவில்லை. ஆனால் இஸ்லாம் அவர்களிடம் வலியுறுத்திய பக்தியுணர்வை அவர்கள் எதிர்த்தார்கள். தங்கள் வாழ்க்கை முழுவதும் கடவுளின் சிந்தனை மூலம் தீர்மானிக்கப்படுவது, கடவுளுக்கு மனிதர்களின் வாழ்வை முன்கூட்டியே

தீர்மானிப்பதற்கும் தண்டனை அளிப்பதற்கும் இருக்கும் சர்வ வல்லமை, தொழுகைகள், நோன்புகள், மிகவும் விரும்பப்படும் இன்பங்களைத் துறந்துவிடுதல், கடவுளின் பெயரால் கேட்கப்படும் பணத்தையும் சொத்துக்களையும் தியாகம் செய்தல் ஆகியவற்றை அவர்கள் எதிர்த்தார்கள்...

மேலும் பழைய மதத்தைப் பின்பற்றிய அரேபியர்களின் சமூக அமைப்பு, இனக்குழுவை அடிப்படையாகக் கொண்டிருந்தது; ஆனால் இஸ்லாத்தின் சமூக அமைப்பு, சமத்துவத்தையும், நம்பிக்கையாளர்கள் அனைவரும் சகோதரர்கள் என்ற கருத்தையும் அடிப்படையாகக் கொண்டது. மதத்தின் பிணைப்பு, அந்தஸ்து, குலப்பெருமை ஆகிய எல்லா வேறுபாடுகளையும் ஒழித்துவிடுகிறது. கொள்கை அளவிலாவது, குலக்குழுப் பகைமைகள், கௌரவத்தைக் காப்பாற்றுவதற்கான போட்டிச் சண்டைகள், இனப் பெருமை போன்றவற்றை—அரேபியரின் வீரமரபுகளுக்கு வேராக உள்ள அம்சங்களை—இஸ்லாம் ஒழித்துவிடுகிறது... இத்தகைய ஒரு கொள்கையை எதிர்த்துப் பாலைவன மக்களின் பழமைப்பிடிப்பும் பொருளியல் உணர்வுகளும் கிளர்ந்தெழுந்தன; அவர்கள் அனைவரும் மொத்தமாக முஸ்லிம்களாக மாறியிருந்தாலும், பெரும்பாலானவர் களுக்கு இஸ்லாத்தில் நம்பிக்கையோ, அதன் பொருள் என்ன என்ற அறிவோ கிடையாது. பல சமயங்களில் அவர்களுடைய நோக்கங்கள் பொருளியல் பயன்களை அடிப்படையாகக் கொண்டிருந்தன. இஸ்லாம் தங்களுக்கு அதிர்ஷ்டத்தைக் கொண்டுவரும் என்று எதிர்பார்த்தார்கள். அவர்கள் உடல்நலம் நன்றாக இருக்கும்வரை, குதிரைகளுக்கு நல்ல குட்டிகளும் மனைவிகளுக்கு நன்கு குறைகளற்ற மகன்களும் பிறந்து வரும்வரை, செல்வமும் மந்தைகளும் பெருகி வரும்வரை, ‘இந்த மதத்தில் சேர்ந்ததன் மூலம் நாம் ஆசீர்வதிக்கப் பட்டோம்’ என்று கூறி, திருப்தியுடன் இருந்தார்கள். ஆனால் நிகழ்ச்சிகள் தீயவையாக இருந்தால் அவர்கள் இஸ்லாத்தைப் பழிசொல்லி அதைவிட்டு விலகினார்கள். இந்த மக்கள் மத ஆவேசம் கொள்ளக்கூடியவர்கள்தான் என்பது, பின்பு சிறிது காலத்திலேயே இரண்டு பேரரசுகளின் கட்டுப்பாடான இராணுவங்களை எதிர்த்து வெற்றி பெற்றதிலிருந்து நிரூபணமாகிறது. ஆனால் அப்போது அவர்களுக்கு முக்கியமாக ஊக்கமளித்தது, கொள்ளைப் பொருள் கிடைக்கும் என்ற ஆசையுடன்கூட, அல்லாஹ் தங்கள் பக்கம் நின்று போராடுகிறான் என்று வெற்றிகள் மூலம் உறுதிப்பட்ட நம்பிக்கையேயாகும்.’[7]

இவ்வாறாக, பாலைவன அரேபியரின் கிளர்ச்சி பரவலாக நடந்தது. அது மதீனாவில் இருந்தவர்களைக் கலங்கச் செய்ததுடன், புதிய அரசையும் உலுக்கிவிட்டது.* (உண்மையில், நாம் பின்பு காணவிருப்பது போல, நாடோடி அரேபியர்கள், உமையாக்கள், அப்பாஸிகள் ஆகிய இரண்டு மாபெரும் பேரரசுகளின் காலத்திலும்கூட கிளர்ச்சி செய்து கொண்டுதான் இருந்தார்கள்.) பலாதுரீ அப்துல்லாஹ் இப்னு மஸ்ஊதை மேற்கோள்காட்டி, 'இறைத்தூதர் இறந்த பின் நாம் ஒரு சாலைச் சந்திப்பில் நிற்பது போன்ற நிலையில் இருந்தோம். அல்லாஹ்வின் அருளால் நமக்கு அபூபக்கர் கிடைத்திருக்கவில்லை என்றால், நாம் அழிந்தே போயிருப்போம். நாம் ஒரு 'பின்து மக்காத்' (ஒரு வயது நிரம்பிய ஒட்டகக்குட்டி) பற்றியும் 'இப்னு லப்பூன்' (மூன்று வயது தொடங்கியுள்ள ஒட்டகக்குட்டி) பற்றியும் நமக்குள் சண்டையிட்டுக் கொள்ளக்கூடாதென்றும் நாம் ஒரு அரேபிய கிராமத்தின் வருமானத்தைக்கொண்டு உயிர்வாழ்வது என்றும் ஒருமனதாக முடிவு செய்தோம். (இதன் பொருள், நாம் பாலைவன அரேபியர்களுக்கு எதிராகப் போரிடக் கூடாது, மதீனாவைச் சுற்றியுள்ள கிராமங்களின் வருமானத்தைக் கொண்டு நாம் திருப்திபட்டுக் கொள்ளவேண்டும், என்பதாகும்)' [8] என்று கூறுகிறார். இந்தப் பாலைவன இனக்குழுக்களில் பல முஸ்லிம்களாக இருக்க இணங்கிய போதிலும் 'ஜகாத்' வரியைச் செலுத்த மறுத்துவிட்டன.

அதுவரையிலும் பதூயின்கள், நகரங்களிலும் பெரிய ஊர்களிலும் கொள்ளையடித்துப் பொருள் திரட்டினார்கள் என்பதும், இப்போது நகரத்தில் அமைந்த அரசு அவர்களிடம் வரி கேட்கிறது எனபதும் கவனிக்கத்தக்கது. இது அவர்களுக்கு முற்றிலும் பிடிக்கவில்லை; ஏனெனில் அவர்களின் நாடோடி வாழ்வின் பொருளாதார

* மதீனாவில் அரசு ஒன்று அமைக்கப்பட்ட பிறகும், கொள்ளைத் தாக்குதல்களை இஸ்லாம் தடைசெய்திருந்த போதிலும், பதூயின்களுக்கு அதுதான் முக்கிய வாழ்க்கை ஆதாரமாக இருந்தது. சொந்த உபயோகப் பொருள்கள் தவிர, சொத்துடைமை கிடையாது. அரசும், அதன் சட்டங்களும் அதைச் செயல்படுத்த அடக்குமுறை அதிகார அமைப்பும், தெளிவான பொருளாதார, சொத்துடைமை உறவுநிலைகளைக்கொண்ட நிலைத்து வாழும் பண்பாட்டு முறைக்கே தேவையானவை. எனவே இத்தகைய வாழ்க்கைமுறை இல்லாத பதூயின்களுக்கு அரசு என்ற அமைப்பு பொருளற்றதாக இருந்தது. அதனுடைய அடக்குமுறைத் தன்மையை அவர்கள் வெறுத்தார்கள்.

அடிப்படையில் குறிப்பிடத்தக்க மாறுதல் எதுவும் ஏற்பட்டு விடவில்லை.

பின்னாட்களில் வெளிநாடுகளின் மேல் படையெடுப்புகள் நடந்த போது இவர்களுக்குப் புதிதாக வேறு நிதி ஆதாரங்கள் கிடைத்தன. அவற்றை முழுமையாகப் பயன்படுத்திக்கொண்டார்கள். ஆனால், தீர்க்கதரிசி காலமானதும் இவர்கள் எதிர்க்கிளர்ச்சி நடத்த ஒரு வாய்ப்பு ஏற்பட்டிருப்பதாகக் கருதினார்கள். தங்கள் மீது சுமத்தப்பட்ட அரசிடம் இருந்து விடுதலையும் 'ஜகாத்' கொடுக்க வேண்டிய கடமையும் நீங்கி விடும் என்று கருதினார்கள். மேலும் அரசின் அதிகாரக் கட்டமைப்பில் பதூயின்களுக்குப் பங்கு எதுவும் இருக்கவில்லை. பொதுவாக நகர மக்களும், குறிப்பாக மக்காவின் பெரும்புள்ளிகளும் அதைத் தங்கள் ஏகபோகமாக்கி வைத்திருந்தார்கள். அரசியல் மாற்றங்களின் போது, பொருளாதாரச் சுரண்டலின் அளவு அதிகரிக்கிறது அல்லது குறைகிறது என்பதால், பொருளாதார விளைவுகளும் ஏற்படுகின்றன. இதைத் தொடர்ந்து வர்த்தக அமைப்புமுறையில் மேம்பாடு, பாசனவசதி, பொருளாதார உபரியை விநியோகிக்கும் முறையில் மாற்றம் போன்ற விளைவுகளும் ஏற்படலாம். பதூயின்கள் விஷயத்தில், அரசியல் மாற்றத்தால் பல பொருளாதார விளைவுகள் ஏற்பட்டன. அவர்களது வாழ்க்கைக்கு வேண்டிய பொருள்களைப் பெற மற்ற இனக்குழுக்களைக் கொள்ளையடிக்க வேண்டும். அதற்கு இப்போது வழியில்லை. (இஸ்லாம் இதைத் தடைசெய்தது: புதிய அரசு அந்தத் தடையை அமல் செய்தது.) இது போதாதென்று, 'ஜகாத்' வரி வேறு கொடுக்க வேண்டியிருந்தது. வர்த்தகம், பாசனம் ஆகியவை சீரமைக்கப்படுவதனால் பதூயின்களுக்கு எந்த ஆதாயமும் இல்லை; ஏனெனில் அவர்கள் நகர்ப்புற அல்லது விவசாயப் பொருளாதாரத்தில் இணைந்திருக்கவில்லை. எனவே பதூயின்கள் அரேபியா முழுவதும் கிளர்ச்சி செய்தார்கள். அபூபக்கர் இந்தக் கிளர்ச்சியை ஒடுக்க உறுதியான நடவடிக்கை எடுத்து இறுதியில் வெற்றிபெற்றார். பலாதுரீ மதத்தை விட்டவர்களுக்கு எதிரான இந்தப் போர் பற்றி தமது புகழ்பெற்ற புத்தகத்தின் முதல் தொகுதியில் முழுவிவரங்கள் கொடுத்திருக்கிறார். நாடோடி இனக்குழுக்கள் மட்டுமின்றி, அண்டைப் பகுதிகளான பஹ்ரைன், ஓமன், யேமன் முதலானவற்றின் ஆட்சியாளர்களும் மதீனாவின் மேலதிகாரத்தை எதிர்த்துக் கிளர்ச்சி செய்தார்கள். இந்தக் கிளர்ச்சிகளும் மதீனா விலிருந்து அனுப்பப்பட்ட இராணுவங்களால் ஒடுக்கப்பட்டன.

இப்போது வெளிநாடுகள் மீது படையெடுத்து வென்ற நிகழ்ச்சி களையும், அவற்றுக்கான காரணங்களையும் கவனிப்போம். முஹம்மத் தமது வாழ்நாளிலேயே, தமது புதிய மதத்தில் சேருமாறு அழைப்பு விடுத்து சில வெளிநாட்டு ஆட்சியாளர்களுக்குக் கடிதங்கள் எழுதி யிருந்தார். ரோம் நகரின் ஹெராக்ளிட்டஸ், பாரசீகத்தின் கிஸ்ரா ஆகியோருக்கும் அவர் எழுதியிருந்தார். ஹெராக்ளிட்டஸுக்கு எழுதிய கடிதத்தில் இவ்வாறு கூறியிருந்தார்: 'இறைத்தூதர் முஹம்மதிடமிருந்து, ரோமின் பேரரசர் ஹெராக்ளிட்டஸுக்கு (கடிதத்தில் பயன்படுத்தியிருந்த சொல் 'அஜீம்', 'மகா' என்ற பொருள் கொண்டது.) நேர்வழியைப் பின்பற்றுபவருக்கு அமைதி உண்டாகட்டும். இஸ்லாத்தை ஏற்கும்படி நான் உங்களை அழைக்கிறேன்; ஏற்றுக்கொண்டால், நீங்கள் பாதுகாப்பாய் இருப்பீர்கள், இறைவன் உமக்கு இரண்டு மடங்கு பரிசளிப்பான், ஏற்க மறுத்தால், அது பாவமாகும். உங்கள் மக்களுக்காக நீங்கள் பதில் சொல்ல வேண்டியிருக்கும்.'[9]

இதே போன்ற ஒரு கடிதம் கிஸ்ராவுக்கும் எழுதப்பட்டது. முஹம்மத், ஹெராக்ளிட்டஸின் படைகளுடன் மோதக்கூடிய ஒரு படையெடுப்பையும் நடத்தினார். மதீனாவுக்கும், வடக்கே ஸிரியாவுக்கும் இடையே தபூக் என்ற இடத்தில் இது நடந்தது. இதன் விளைவுகள் என்ன ஆகும் என்பதை முஹம்மத் உணர்ந்திருந்தார். அதனால் அவர் இருபதாயிரம் முதல் முப்பதாயிரம்வரை துருப்பு களைக் கூட்டிச்சென்றதாகச் சில ஆதாரங்கள் குறிப்பிடுகின்றன. இந்தப் படையெடுப்பின் நோக்கம் என்ன என்பதைத் தீர்மானிப்பது கடினம். ஹெராக்ளிட்டஸுக்குச் சவால்விடுவதற்கா? இதை நம்புவது கடினம். நுட்ப அறிவுள்ள ராஜீயவாதி முஹம்மத் நிறைவேற முடியாத ஆசையின் அடிப்படையில் செயல்பட்டிருக்கமாட்டார். அதிலும், சமீபகாலத்தில் ஹெராக்ளிட்டஸ் பாரசீகர்களைத் தோற்கடித்தார் என்பதையும், அதற்காகச் சில ஆட்சியாளர்கள் அவருக்குப் பாராட்டுத் தெரிவித்தார்கள் என்பதையும் அவர் அறிந்திருந்ததனால் அவ்வாறு செய்திருக்கமாட்டார். படையெடுப்புக்குத் தெரிந்தெடுக்கப்பட்ட நேரமும் சாதகமானதல்ல. மிகக் கடுமையான வெப்பம் நிலவியது; உணவு, கால்நடைகளுக்குத் தீனி, தண்ணீர் ஆகியவை மிகவும் தட்டுப்பாடாக இருந்தன. ஒரு யூதரின் வீட்டில் இரகசியக் கூட்டம் நடைபெற்றது. முஹம்மத் அந்த வீட்டைத் தீயிட்டு எரித்திருந்தார். முஹம்மதும் அவரது இராணுவமும் தபூக் போய்ச் சேர்ந்தார்கள். மதீனாவிலிருந்து 250 மைல் தூரத்தில்

பைஜாண்டியப் பேரரசின் எல்லையில் அந்த இடம் இருந்தது. அங்கே அவர்கள் பத்து அல்லது இருபது நாட்கள் தங்கியிருந்தார்கள். சண்டை ஏதும் நடக்கவில்லை. ஆனால் அவ்வளவு பெரும் எண்ணிக்கையில் வந்த படையைக் கண்டு அந்தப் பகுதியில் இருந்த சிறிய தலைவர்கள் கலக்கமடைந்து மதீனாவின் தலைவருடன் சமாதானம் செய்துகொண்டார்கள். அகபா வளைகுடாவின் கோடியில் இருந்த அய்லா என்ற சிறிய நகரத்தின் மன்னர் யுஹன்னா(ஜான்)வுடன் அவர் ஓர் ஒப்பந்தம் செய்துகொண்டார். ஆண்டுக்கு முந்நூறு தீனார் கப்பம் செலுத்த அந்த மன்னர் இணங்கினார். அந்தப் பகுதியில் இருந்த மூன்று யூதக் குடியிருப்புப் பகுதிகளுடனும் இதுபோன்ற ஒப்பந்தங்கள் செய்து கொள்ளப்பட்டன. முஹம்மதின் ஆட்கள் சிலர் தூமத்துல் ஜந்தல் என்ற பாலைவனச் சோலைக்குச் சென்று அதன் கிறிஸ்தவ மன்னரை தபூக்குக்குச் சென்று தீர்க்கதரிசியுடன் ஒப்பந்தம் செய்துகொள்ளுமாறு கட்டாயப் படுத்தினார்கள். எனவே இந்தப் படையெடுப்பின் மூலம் அரேபியாவைத் தமது ஆட்சியின்கீழ் ஒன்றுபடுத்துவதும், சிறிய ஆட்சியாளர்களிடமிருந்து கப்பம் பெறுவதும் முஹம்மதின் நோக்கமாயிருந்திருக்கலாம். தூமத்துல் ஜந்தலின் மன்னருடன் செய்துகொண்ட ஒப்பந்தத்தின்படி உரிமைப் படுத்தப்படாத எல்லா நிலங்களும், தரிசு நிலங்கள், காடு, ஆயுதங்கள், கவசங்கள், பொதி சுமக்கும் மிருகங்கள் ஆகியவையும் முஸ்லிம்களுக்குச் சொந்தமாகும். கோட்டைக்குள் உள்ள பேரீச்சை மரங்களும், ஓடும் நீரும் தூமத் மக்களுக்குச் சொந்தமாகும்.[10]

இவ்வாறாக முஹம்மத் வெளிநாடுகளை வென்றுபிடிப்பதைத் தொடங்கி வைத்தார். பின்னர் அவரது கலீஃபாக்கள் இதைத் தொடர்ந் தார்கள். முஸ்லிம் அரசை ஒன்றிணைத்து உறுதிப்படுத்த இது உதவிய துடன், முஸ்லிம்களுக்கு மிகவும் தேவையான நிதி ஆதாரங்களைப் பெறவும் உதவியது. புதிய அரசு இவ்வாறு வெளிப்புறமாக விரிவடைய என்ன அவசர அவசியம் இருந்தது என்பதை ஆராய்வோம். மக்காவிலிருந்த அரேபியர்கள் வெளிநாட்டு வர்த்தகத்தில் நல்ல இலாபம் பெற்று வந்தார்கள். விரிவடைந்து வரும் வர்த்தகத்துக்கு, வர்த்தக அபிவிருத்தியை உறுதிசெய்து, அடங்காத நாடோடிகளை (பதூயின்களை) தடுத்து நிறுத்துவதற்குப் பலம் வாய்ந்த அரசு ஒன்று இருக்க வேண்டும் (பதூயின்கள் வர்த்தக அணி களைக் கொள்ளையடிப்பதும், அல்லது அவை தங்கள் பகுதிவழியே பத்திரமாகப் பயணம் செய்ய உதவுவதற்குப் பணம் வசூலிப்பதும்

வழக்கம். இதனால் வர்த்தகர்களுக்கு மிகுந்த பொருள் இழப்பு ஏற்பட்டது). வர்த்தக மார்க்கங்கள் பத்திரமானவையாயிருப்பது முக்கியம். மேலும், பலமான அரசு இருந்தால் அதற்குத் தனி மரியாதை கிடைக்கும்; வர்த்தக உடன்பாடுகளும் மேலும் சாதமாக அமைய முடியும். ஆனால், வர்த்தக வர்க்கத்தினருக்குப் புதிய முஸ்லிம் அரசின்மீது முழுமையான கட்டுப்பாடு இருந்தது என்று கருதிவிடக் கூடாது. இஸ்லாம் ஒரு வர்த்தக சமூகத்தில் உருவானது என்பதும், வர்த்தகத்தையும் இலாபத்தையும் அங்கீகரித்து ஊக்கமளித்தது என்பதும் உண்மைதான். கலீஃபா இதைப் புறக்கணிக்கவில்லை என்றாலும், இது மட்டும் அவர்களின் செயல்களுக்குக் காரணமாயிருக்க வில்லை. (இங்கே நாம் முதல் நான்கு கலீஃபாக்களை மட்டுமே குறிப்பிடுகிறோம்; இவர்கள் நேர்வழி சென்ற கலீஃபாக்கள் என்று அழைக்கப்படுகிறார்கள்) அரசு ஓரளவுக்கு மதத்தன்மை கொண்டதாகவும் ஓரளவுக்கு வர்த்தக வர்க்கத்தினரின் ஆதிக்கத்துக்கு உட்பட்டதாகவும் இருந்தது. பிற்காலத்தில், அரசின் தன்மையில் மாற்றம் ஏற்பட்டதை நாம் காணவிருக்கிறோம்.

இஸ்லாம் நிலைபெற்று உறுதிப்பட்டபின் பதூயின்களுக்கு உண்மையான பிரச்சினை ஒன்று ஏற்பட்டது. அவர்களைப் பொறுத்தமட்டிலுமாவது அரசியல் மாற்றத்தின் காரணமாகப் பொருளாதார நிலையிலும் மாற்றம் ஏற்பட்டது. முன்னதாக அவர்கள் தங்கள் வாழ்க்கைக்கு வேண்டிய பொருள்களைப் பெறுவதற்கு மற்ற இனக்குழுக்களைக் கொள்ளையடித்து வந்தார்கள். இப்போது எல்லா அரேபியர்களும், புதிய சமூக, பொருளாதாரச் சட்டங்களையும் அமல் செய்வதற்குப் புதிய அரசியல் அமைப்பு ஒன்றும் ஏற்பட்ட பிறகு, மற்ற இனக்குழுக்களைக் கொள்ளையடிப்பது அறவே முடியாமல் போகவில்லை என்றாலும் மிகவும் கடினமாயிற்று. எனவே, வேறு வழி காணாமல் அவர்கள் எப்படி உயிர்வாழ முடியும்? அரேபிய தீபகற்பத்துக்குள்ளேயே மாற்று வழி ஏதும் காணமுடியாது என்பதையும் கவனிக்க வேண்டும். அங்கு வளமான நிலங்கள் அரிது; நிலத்தின்மேல் சுமை அதிகரித்தால் பொருளாதாரச் சமநிலை சீர்குலையும். எனவே வெளிப்புறத்தில் விரிந்து பரவுவதுதான் ஒரே மாற்று வழியாக இருந்தது. இதில் தொடர்புடைய பொருளாதார அம்சங்களை சிட்டனி[11] பெக்கர்[12] முதலான தற்கால அறிஞர்கள் சுட்டிக்காட்டியிருக்கிறார்கள். ஆயினும் தொடக்ககால முஸ்லிம் வரலாற்றாசிரியர்களும் இதை முற்றிலுமாகக் கவனிக்காமலில்லை. இஸ்லாமியப் படையெடுப்பு வெற்றிகளின் வரலாற்றை எழுதிய

பலாதுரீ, பல முக்கிய நிகழ்ச்சிகளைப் பாரபட்சமின்றிப் பதிவு செய்திருக்கிறார். ஸிரியா படையெடுப்புக்கு ஆள் சேர்த்தபோது, அபூபக்கர், 'மக்கா, அல்-தாயிஃப், அல்-யமன் ஆகியவற்றின் மக்களுக்கும், நஜ்திலும் அல்-ஹிஜாஸிலும் உள்ள எல்லா அரேபியர்களுக்கும் கடிதம் எழுதி ஒரு 'புனிதப் போரில்' கலந்து கொள்ள வருமாறு அழைத்தார். போரில் கலந்துகொள்வதற்கும், கிரேக்கர்களிடமிருந்து கொள்ளையடிப்பதற்கும் அவர்களது ஆசையை அவர் தூண்டிவிட்டார்.'[13] இந்த அழைப்புக்குச் செவிசாய்த்தவர்களை பலாதுரீ இரண்டு பிரிவாகப் பிரிக்கிறார்: 1. முஸ்தஸிப் (கடவுளின் மகிழ்ச்சியைத் தவிர வேறு எதையும் விரும்பாதவர்கள்); 2. தமீ (கொள்ளைப் பொருளில் நாட்டம் கொண்டவர்கள்). அரபுப் படைக்கு எதிராகப் பாரசீகத்தைக் காக்கப் போரிட்ட படையின் தலைவர் ருஸ்தம் முஸ்லிம் தூதரிடம் இவ்வாறு கூறியதாக பலாதுரீ தெரிவிக்கிறார்: 'நீங்கள் செய்யும் காரியத்துக்கு உங்களைக் கட்டாயப்படுத்தியது, பொருள் பெறும் வழிகள் சுருங்கிப்போனதும் வறுமையும்தான் என்று நான் அறிகிறேன்.' முஸ்லிம் தூதர் முகீரா இதற்கு அளித்த பதிலிலும் இதே கருத்து தொனிக்கிறது: 'கடவுள் தனது தூதரை எங்களிடையே அனுப்பிவைத்தார். அவரது போதனையை ஏற்று அவரைப் பின்பற்றுவதன் மூலம் எங்களைச் செழிப்புடன் வாழச் செய்தார்.'[14]

இவ்வாறாக வெளிப்புறத்தில் விரிந்து செல்வது, அரேபிய தீப கற்பத்தின் பொருளாதாரச் சூழ்நிலை காரணமாக அவசியமாயிற்று எனக் காண்கிறோம். எனவே அபூபக்கர், பதூயின் கிளர்ச்சியை ஒடுக்கியவுடனேயே தமது படைகளை ஸிரியாவை நோக்கி அனுப்பி வைத்தார். இந்தக் கிளர்ச்சியின் மூலம் அவருக்கு ஒன்று புலனாயிருக்க வேண்டும்: பதூயின்களைக் கட்டுப்படுத்தி வைக்கவேண்டுமானால் அவர்களை வெளிநாட்டு எதிரிகளுடன் போரில் ஈடுபடுத்தி வைக்க வேண்டும்; போரின் மூலம் அவர்களுக்குப் பொருளாதார ஆதாயமும் கிடைக்கும் என்று அவர் உணர்ந்திருக்க வேண்டும். போருக்குத் தூண்டுதலாக ஹெராக்ளிட்டஸோ, ஸிரியாவிலும் பாலஸ்தீனத்திலும் இருந்த அவரது ஆளுநர்களோ எதுவும் செய்யவில்லை. மேலும் இந்தப் போர்களை இஸ்லாத்தைப் பரப்பும் நோக்கத்துடன் தொடுப்பதாக அறிவிப்பு எதுவும் இல்லை என்றும் இந்த வரலாற்று ஆதாரங்கள் கூறுகின்றன. (குறைந்தபட்சம் அது மட்டுமே காரணமாக இருக்கவில்லை). போரின் விளைவாகக் கையெழுத்தான பெரும்பாலான ஒப்பந்தங்களில் யாரும் இஸ்லாத்தைத் தழுவ

வேண்டும் என்று கட்டாயப்படுத்தப்படவில்லை என்பதற்கு வேறு என்ன விளக்கம் இருக்க முடியும்? இஸ்லாத்தில் சேருவதன் மூலம் கிடைக்கக்கூடிய பொருளியல் ஆதாயத்துக்காக யாரேனும் தாமே இஸ்லாத்தைத் தழுவியிருந்தால் அது வேறு விஷயம். போரில் வெற்றிபெற்றவர்கள் 'ஜிஸ்யா' என்ற தனிநபர் வரியில்தான் அதிக அக்கறை கொண்டிருந்தார்கள். (அவர்களுடைய ஒரே நோக்கம் இதுதான் என்று பொருள் கொள்ளக்கூடாது: உயர்ந்த மத நோக்கத்துக்காகப் போரிட்டவர்களும் இருந்தார்கள்.) 'ஜிஸ்யா' வரி செலுத்த ஒப்புக்கொண்டு சரணடைந்தவர்களுக்கு வேறு எந்தத் தீங்கும் செய்யப்படாமல் அமைதிக்கு உத்தரவாதம் அளிக்கப்பட்டது. ஆர்மீனியா மீது நடத்தப்பட்ட படையெடுப்புப் பற்றி பலாதுரீ எழுதுகிறார்: 'இதன் பிறகு அவர் (மன்வான்), ஸரீர் பிராந்தியத்தில் புகுந்து திடீரென்று தாக்கினார்; பல கோட்டைகளை வென்றார். ஸரீரின் மன்னர் சரணடைந்து 500 ஆண் அடிமைகளையும் 500 பெண் அடிமைகளையும் (இவர்களுக்குக் கருமையான தலைமுடியும் அடர்ந்த இமை ரோமங்களும் நீண்ட கண்ணிமைகளும் இருக்க வேண்டும்), அல்பாப் தானியக் கிடங்குக்கு ஒரு லட்சம் 'முடி' தானியங்களையும் கொடுக்கச் சம்மதித்தார். இதே போல துமான் மக்களுடனும் ஒப்பந்தம் செய்துகொண்டு அவர்கள் 50 ஆண் அடிமைகளையும் 50 பெண் அடிமைகளையும் (இவர்கள் கருத்த முடியும், அடர்ந்த இமை ரோமங்களும் நீண்ட கண்ணிமைகளும் கொண்டவர்களாக இருத்தல் வேண்டும்), 20,000 'முடி' தானியங்களை உணவுக் கிடங்குகளுக்கு அளிக்க வேண்டும் என்று நிபந்தனை விதித்தார்... அதன் பின் அவர் ஹம்ஜீனுக்குள் நுழைந்தார். அங்கிருந்த மக்கள் ஒப்பந்தம் எதிலும் கையெழுத்திட மறுத்தார்கள். அவர் நகரை முற்றுகையிட்டார். ஒரு மாதகாலம் இது நீடித்தது. கோட்டையைக் கைப்பற்றி எரித்தார். இதன்பின் ஏற்பட்ட உடன்பாட்டின்படி ஹம்ஜீன் மக்கள் 500 ஆண் அடிமைகளையும் 500 பெண் அடிமைகளையும் (ஒரு தடவையும்) அல்பாப் கிடங்கு களுக்கு ஆண்டுதோறும் 30,000 'முடி' தானியங்களையும் கொடுக்க வேண்டும் என்று ஒப்புக்கொள்ளப்பட்டது.'[15]

இவ்வாறாக, எங்குமே, இஸ்லாத்திற்குக் கட்டாயமாக மதம்மாறும் ஷரத்தே இல்லை என்பதைக் காண்கிறோம். அரேபியர்களின் நாடுபிடிக்கும் போர்கள் பொதுவாகக் கருதப்படுவதைவிட அதிகமாக இவ்வுலக நோக்கங்களையே கொண்டிருந்தன.

மற்றொரு சுவாரஸ்யமான கேள்வியும் எழுகிறது. அரைகுறை நாடோடியான இந்த மக்கள் தங்களுடைய எளிமையான ஆயுதங்களை வைத்துக்கொண்டு, அவர்கள் காலத்தின் மிகப்பெரிய பேரரசுகளை, அதாவது பைஜாண்டிய, ஸஸானிட் பேரரசுகளை, எவ்வாறு தோற்கடித்தார்கள்? இரண்டு ஆண்டுகளுக்குள்ளேயே இந்த அரேபியர்கள் இராக்கைக் கைப்பற்றிக்கொண்டு பாரசீகத்தினுள் நுழைந்தார்கள். மற்றொருபுறம் ஸிரியா, பாலஸ்தீன், எகிப்து ஆகியவற்றின் மீதும் ஆதிக்கம் பெற்றார்கள். இதற்குக் காரணங்கள் என்ன என்று பார்க்க வேண்டும். இந்த விரைவான வெற்றிகளெல்லாம் உண்மையில், வறண்ட பாலைவனத்திலிருந்து அருகிலுள்ள செழிப்பான பிறைவடிவப் பகுதிக்குள் ஊடுருவுவதற்கு நீண்ட காலமாகச் செயல்பட்டுவந்த நிகழ்ச்சிகளின் இறுதிக்கட்டமேயாகும். அந்தப் பகுதியில் செமிடிக் மக்களின் கடைசியான பெரிய இடப்பெயர்ச்சியும் ஆகும். தொடக்ககால முஸ்லிம் வரலாற்றாசிரியர்களும் இதற்குத் தங்கள் வழியில் விளக்கம் கூறியிருக்கிறார்கள். இந்தச் சிக்கலான விஷயத்தில் பல்வேறு அம்சங்கள் உள்ளன. அவற்றில் சிலவற்றை இங்கே பார்ப்போம். நமது சௌகரியத்துக்காக இவற்றை இரண்டு வகைகளாகப் பிரிக்கலாம்:

1. அரேபியர்களின் உள் விஷயங்கள் தொடர்பானது.

2. அவர்களுக்கு அப்பாற்பட்ட வெளி விஷயங்கள் தொடர்பானது.

அரேபியர்கள், மக்கா, மதீனா போன்ற நகரங்களில்கூட, பல இனக்குழுக்களாகப் பிரிந்திருந்தார்கள் என்பது நமக்குத் தெரிந்ததே. ஆனால் முஹம்மத் மிகுந்த போராட்டத்துக்குப் பின், இனக்குழு அமைப்பில் சுயநல அக்கறைகொண்டவர்களை அகற்றிவிட்டு, அவர்களை இஸ்லாமியக் கொடியின் கீழ் ஒற்றுமைப்படுத்தினார். இந்த ஒற்றுமைக்குப் பின் அரேபியர்கள் அரேபியாவுக்குள்ளேயே பல வெற்றிகளைப் பெற்றார்கள். சிறுசிறு பகுதிகளை வென்று அடக்கியதோடு, மதீனாவிலும் அதைச் சுற்றிலும் இருந்த யூதக் குடியிருப்புகளையும் பணிய வைத்தார்கள். இந்த வெற்றிகள் மூலம் அவர்களுக்குக் கப்பங்கள் வடிவில் மிகுந்த செல்வங்கள் கிடைத்தன; ஒற்றுமையின் முக்கியத் துவத்தை அவர்கள் உணர்ந்துகொண்டார்கள். வெளிநாடுகளின்மேல் தாக்குதல் நடத்தியபோது அவர்களிடம் ஒற்றுமையுணர்வு ஊடுருவி நின்றது. மிகவும் சக்திவாய்ந்த அரசை எதிர்த்து நிற்கும்போது தங்களிடம் உள்ள மிக வலுவான ஆயுதம் ஒற்றுமைதான் என்பதையும் அவர்கள் அறிந்திருந்தார்கள். இதை

அவர்கள் முழுமையாக உணர்ந்திருந்ததோடு, எதிரிகளிடம் பேசும்போது இதை மிகவும் வலியுறுத்தினார்கள்: 'நாங்கள் பிரிந்து நின்று எங்களுக்குள்ளேயே சண்டையிட்டுக்கொண்டிருந்தோம். கடவுள் தனது தூதரை எங்களிடையே அனுப்பிவைத்தார்; நாங்கள் ஒற்றுமையாகிவிட்டோம். இந்த ஒற்றுமையுணர்வு, செல்வமும் அதிகாரமும் வரும்போது அதன் பின்னேயே வருகின்ற பிணக்குகளால் இன்னும் பாதிக்கப்படாமலிருந்தது. (விரைவிலேயே இது நடக்க விருந்தது; செழிப்பான பிறைவடிவப் பகுதியில் அவர்கள் பெற்ற பெரிய வெற்றிக்குப் பிறகு இருபது ஆண்டுகளுக்குள்ளேயே பிணக்குகள் தலைதூக்கின.) மேலும் அரேபியர்கள் ஏதேனும் ஒரு குறிக்கோளுக்காகப் போரிடுவதில் தீவிர ஆர்வம் காட்டுபவர்கள். அவர்கள் கடவுளுக்காகப் போரிடுவதாக நம்பினார்கள்; கடவுள் தங்களுக்கு உதவுவதாக நம்பினார்கள். (கொள்ளைப் பொருளுக்காகப் போரிடுபவர்கள்கூட போரின் தீவிரத்தில் இம்மாதிரி நம்பிக்கையைப் பெறுவதுண்டு.) இந்த நம்பிக்கைக்கு அவர்களது வெற்றியில் பெரும்பங்கு உண்டு. நமது காலத்திலேயே, ஒருசில மனிதர்கள், சோஷலிசம் அல்லது ஜனநாயகத்தில் ஆழ்ந்த நம்பிக்கையைத் தவிர வேறு குறிப்பிடத்தக்க சாதனங்கள் எதுவும் இல்லாமல், சக்திவாய்ந்த, ஆனால் நிலை தாழ்ந்து வருகின்ற பேரரசுகளைக் கவிழ்ப்பதில் வெற்றிபெற்றதைப் பார்த்திருக்கிறோம்.

மற்றொரு முக்கிய காரணம் இருந்தது. அரேபியர்கள் தங்கள் எதிரிகளைப் போலன்றி எளிமையான, லேசான ஆயுதங்களை வைத்துப் போரிட்டதால் அவர்கள் அங்குமிங்கும் இயங்குவது சுலபமாயிருந்தது. அவர்களின் எதிரிகள் கனமான கவசங்களையும் யானைகளையும் நம்பியிருந்ததால் அவர்களின் இயக்கத்துக்கு அவை இடையூறாயிருந்தன. அரேபியர்கள், இராணுவ விஞ்ஞானத்தில் தேர்ச்சியோ, கட்டுப்பாடான அணிகளாக அமைந்து போரிடுவதில் அனுபவமோ இல்லாதவர்களானாலும், போர்க்களத்தில் செயல்படும் விதங்களை உடனுக்குடன் தீர்மானித்துக்கொண்டு எதிரிகளை விரைவாகத் தாக்கினார்கள். அவர்களை எதிர்த்தவர்களோ, கனமான ஆயுதங்களைச் சுமந்திருந்ததோடு, அணிவகுப்பாக நின்று நேருக்குநேர் மோதும் போர்களுக்காக வகுக்கப்பட்ட பழைமையான உத்திகளையே பின்பற்றினார்கள். ஸஸானிட் இராணுவத்திற்குத் தலைமை தாங்கிய ருஸ்தம், அரேபியர்களின் கரடுமுரடான ஆயுதங்களையும் (அவை சரியாகக் கூர் தீட்டப்படக்கூட வில்லை) நாகரிகமற்ற தோற்றத்தையும் பார்த்து எள்ளி நகையாடினார்; ஓரிரண்டு மணி

நேரத்தில் சண்டை முடிந்துவிடும் என்று நினைத்தார். இப்படிப்பட்ட எதிரிகளை எதிர்த்துப் போரிட சிரமப்பட வேண்டியதில்லை என்பது அவர் எண்ணம். ஆனால் இரு தரப்பினரும் களத்தில் இறங்கி போர் தொடங்கினதுமே எதிரியைப் பற்றித் தப்புக்கணக்குப் போட்டதை உணர்ந்துகொண்டார்.

இனி, அரேபியர்களின் விரைவான வெற்றிக்குக் காரணமான வெளிக் காரணங்களையும், அவர்கள் எப்படி தங்கள் காலத்தின் மிகப் பெரிய பேரரசுகளை வென்றார்கள் என்பதையும் பார்ப்போம். ரோமானிய, ஸஸானிட் பேரரசுகளில் உட்பூசல்கள் நிறைந்திருந்தன. அந்தப் பேரரசுகளின் ஆளும் வர்க்கத்தினர் சுகபோகங்களில் திளைக்கப் பழகிப்போயிருந்தார்கள். இது அவர்களின் மன ஊக்கத்தையும் போரிடும் மனத்திட்பத்தையும் அரித்துவிட்டிருந்தது. மேலும் அவர்களின் சுகபோகங்களும் ஆடம்பரங்களும், ஒருபுறம் வறுமையில் ஆழ்ந்த விவசாய மக்களையும் மற்றொருபுறம் அடிமைகளையும் மற்ற கீழ்ப்பிரிவு மக்களையும் சுரண்டுவதை அடிப்படையாகக்கொண்டு அமைந்திருந்தன.

இந்தச் சந்தர்ப்பத்தில், காதிஸிய்யா சண்டை தொடங்குவதற்குமுன் முகீராவுக்கும் ருஸ்தமுக்கும் இடையே நடந்த உரையாடலின் ஒரு பகுதியைப் பார்ப்பது பொருத்தமாகும். இந்த உரையாடலைத் தபரி தமது புத்தகத்தில் கொடுத்திருக்கிறார். தபரி எழுதுகிறார்: முகீரா (ருஸ்தமிடம் அரபு தூதராகச் சென்றவர்) பாலத்தைக் கடந்து சென்றார். பாரசீகத் துருப்புகளின் அருகே அவர் சென்றதும் ருஸ்தமைச் சந்திப்பதற்கு முன் அனுமதி பெறுவதற்காக அவர் நிறுத்தப்பட்டார். முகீரா அங்கே (அதாவது, ருஸ்தமின் சபைக்கு)போய்ச் சேர்ந்தபோது, பொன் இழைகளால் செய்யப்பட்ட அழகான உடைகளை அணிந்த பாரசீகர்களைக் கண்டார். அவர்கள் தலைகளில் கிரீடங்கள் அணிந்து இருந்தார்கள். சிறிது தொலைவுவரை கம்பளங்களை விரித்திருந்தார்கள். வருபவர் அந்த தூரத்தை நடந்து கடக்கவேண்டியிருந்தது. முகீரா பின் ஷோபா அங்கே சென்ற போது, ருஸ்தமின் சிம்மாசனத்தின் மீது இருந்த இருக்கை மெத்தையின் மேல் அமர்ந்தார். சில பேர் ஓடிவந்து அவரைக் கீழே இழுத்துவிட்டார்கள். முகீரா சொன்னார்: ‘நாங்களெல்லோரும் உங்களுடைய விவேகம் பற்றி கேள்விப்பட்டிருக்கிறோம்; ஆனால் உங்களைவிட அதிக முட்டாள்தனமான மக்கள் இல்லை என்பதை நான் இப்போது காண்கிறேன். அரேபியர்களான நாங்கள் ஒருவருக்கொருவர் சமமானவர்கள்.

நாங்கள் போரில்தவிர யாரையும் அடிமையாக்குவதில்லை. எனவே நீங்களும் அதே போல அனுதாபம் கொண்டவர்களாக இருப்பீர்கள் என்று நினைத்தேன். ஆனால் இன்று நீங்கள் செய்த செயல்களிலிருந்து, உங்களில் சிலர், உங்களிலேயே மற்றவர்களுக்கு எஜமானர்கள் ஆகியிருப்பதைக் கண்டேன். இது சரியான வழி அல்ல. நாங்கள் இவ்வாறு செய்வதில்லை. இங்கே நான் என் விருப்பத்தின்படி வரவில்லை. நீங்கள் என்னை அழைத்திருந்தீர்கள். உங்களுடைய ஆட்சி பலவீனமடைந்துவிட்டதையும், நீங்கள் தோற்கடிக்கப்படுவீர்கள் என்பதையும் தெரிந்துகொண்டேன். ஏனென்றால் இப்படிப்பட்ட முறைகளில் வாழும் எந்த நாடும் நீண்டகாலம் நிலைக்க முடியாது.'

இதைக் கேட்டு பாரசீக மக்கள், 'கடவுள் பெயரால், இந்த அரேபியர் உண்மையைச் சொல்லுகிறார்' என்று கூறினார்கள். நிலப்பிரபுத்துவ முறையின் பிரபுக்கள் கூறினார்கள்: 'கடவுளின் பெயரால், அவருடைய செயல்கள் நமது அடிமைகளை எப்போதும் அவர் பக்கம் இருக்கச் செய்யும்; அரேபியர்களை முக்கியமில்லாதவர்களாகவும் தாழ்ந்தவர் களாகவும் எண்ணியிருந்த நமது முன்னோர்கள் சபிக்கப்படட்டும்.'[16]

அங்கே நிலவிய சமூக நிலைமைகளை எடுத்துக்காட்டுவதால் மேலே கூறப்பட்ட செய்தி மிகவும் முக்கியமானது. இஸ்லாத்தில் நிலப் பிரபுத்துவ முறையும், அதனுடன் இணைந்த ஏற்றத்தாழ்வுகளும் இல்லாததால் இஸ்லாம் சமூகத்தில் சமப்படுத்தும் சக்தியாக இருந்தது. மேலும் கொள்கை அளவிலாவது இஸ்லாம் இனம், நிறம் என்ற அடிப்படையில் வேறுபாடு காட்டாமல், நம்பிக்கையாளர்கள் அனைவரும் சமமாக நடத்தப்பட வேண்டும் என்று கூறியது. பாரசீக சமூகத்துடன் அல்லது அரேபியாவுக்கு வடக்கே ரோமானியப் பேரரசரால் ஆளப்பட்ட பகுதிகளில் உள்ள சமூகங்களுடனும் ஒப்பிடும்போது, இஸ்லாமிய சமூகம் அதிக சமத்துவம் வாய்ந்ததாக இருந்தது. அதனால் மற்ற சமூகங்களில் உள்ள ஒடுக்கப்பட்டவர்களின் மனத்தை அது பெரிதும் கவர்ந்தது. தபரியின் புத்தகத்திலிருந்து மேலே எடுத்துக் காட்டப்பட்ட பகுதியில் பாரசீகத்தின் நிலவுடைமை வர்க்கத்தினர் இந்த அச்சத்தைத் தெரிவித்தார்கள். இந்த நாடுகளின் சாதாரண மக்கள் அரேபியர்களைத் தங்களுக்கு விடுதலை அளிப்போராகக் கருதி வரவேற்றதுடன், அவர்கள் வெற்றிபெற உதவியும் செய்தார்கள். இந்தக் கருத்துக்கு இணக்கமாக பலாதுரீயின் புத்தகத்திலிருந்து சில மேற்கோள்களைக் காண்போம்.

அவர் கூறுகிறார்: 'ஹெராக்ளிட்டஸ் படை திரட்டியிருப்பதையும் அது யர்மூக் சண்டைக் களத்தை நோக்கி முன்னேறி வருவதையும் தெரிந்துகொண்ட முஸ்லிம்கள், ஹம்ஸ் மக்களிடமிருந்து வசூல் செய்திருந்த வரிகளையெல்லாம் அவர்களிடம் திருப்பிக் கொடுத்தார்கள். 'எங்களுக்கு வேறு வேலைகள் இருப்பதனால் நாங்கள் உங்களைப் பாதுகாக்க முடியாது, எனவே நீங்கள் உங்களைக் காப்பாற்றிக்கொள்ளுங்கள்' என்று அவர்கள் கூறினார்கள் (முஸ்லிம்கள் 'ஜிஸ்யா' வரி வாங்கினால் அதற்குப் பதிலாக தங்கள் குடிமக்களுக்குப் பாதுகாப்பு அளிக்கக் கடமைப்பட்டவர்கள். இந்தக் கடமையிலிருந்து தங்களை விடுவிப்பதற்காக அவர்கள் 'ஜிஸ்யா' வரியைத் திருப்பிக் கொடுத்தார்கள்). அப்போது ஹம்ஸ் மக்கள், 'முன்பிருந்த கொடுங்கோல், அடக்குமுறை ஆட்சியை விட உங்களுடைய நியாயமான ஆட்சியை நாங்கள் மிகவும் விரும்புகிறோம். நாங்கள் ஹெராக்ளிட்டஸின் படைகளை எதிர்ப்போம். உங்கள் ஆளுநருடன் சேர்ந்து நாங்களும் நகரத்தைப் பாதுகாக்கப் போரிடுவோம்' என்று கூறினார்கள். யூதர்கள் சொன்னார்கள்: 'தோராவின் பெயரால், ஹெராக்ளிட்டஸின் ஆளுநர் எங்களைத் தோற்கடிக்காமல் இந்த நகருக்குள் நுழைய முடியாது.' அதன்பின் அவர்கள் நகரின் கதவுகளை மூடிவிட்டு, பாதுகாப்புப் பணிகளில் ஈடுபட்டார்கள். முஸ்லிம்கள் வெற்றிபெற்று உடன்பாடு செய்துகொண்ட பிற நகரங்களின் யூதர்களும் கிறிஸ்தவர்களும்கூட இதே போலச் செய்தார்கள். அவர்கள் கூறினார்கள்: 'ரோமானியர்களும் அவரது கூட்டாளிகளும் நம்மை மீண்டும் வென்றார்களானால், நமது நிலைமை முன் இருந்தது போலவே ஆகிவிடும்'... கடவுள், நம்பிக்கையற்றவர்களை (அதாவது ரோமானியர்களை) தோற்கடித்து, முஸ்லிம்களை வெற்றிபெறச் செய்த போது, அவர்கள் நகரின் கதவுகளைத் திறந்துவிட்டு, ஆடிப்பாடி வெற்றியைக் கொண்டாடி வரிகளைச் செலுத்தினார்கள்.'[17]

முஸ்லிம்கள், தங்களுக்கு முன் இருந்த ஆட்சியாளர்களைவிட எந்தவகையில் நல்ல ஆட்சியாளர்களாக இருந்தார்கள் என்பதை இப்போது பார்ப்போம். அரேபியர்கள் நாடோடிகளாக அல்லது நகரங்களில் வசிக்கும் வர்த்தகர்களாக இருந்தார்கள் என்று ஏற்கெனவே குறிப்பிட்டிருக்கிறோம். அவர்களிடையே விவசாய முறைகளும், நிலப்பிரபுத்துவ அமைப்பும் உருவாகவில்லை. அவர்கள் வென்று கைப்பற்றிய மாகாணங்களில், ரோமானிய, ஸஸானிய பேரரசுகள் இரண்டிலுமே விவசாயமே முக்கிய தொழிலாகவும்,

நிலவரியே அரசின் முக்கிய வருமானமாகவும் இருந்தது. எனவே விளைச்சலில் ஒரு பெரும்பகுதியை பேரரசின் ஆட்கள் அல்லது நிலப்பிரபுக்கள் எடுத்துக்கொண்டார்கள். ஆனால் அரேபியர்களின் ஆட்சியில், ஆரம்ப காலத்திலாவது, வெல்லப்பட்ட மக்கள் 'ஜிஸ்யா' வரி மட்டுமே செலுத்தவேண்டியிருந்தது. இது முன்பு அவர்கள் தங்கள் ஆட்சியாளர்களுக்குச் செலுத்தியதைவிட மிகக் குறைவாக இருந்தது (பின்னர் நிலவரியும் விதிக்கப்பட்டது).

அரேபியர்கள், விவசாயிகளின் நிலங்களை எடுத்துக்கொள்ளாததால் அவர்கள் மீண்டும் தங்கள் நிலங்களுக்குச் சொந்தக்காரர்கள் ஆனார்கள். ஒரு பகுதியை வென்ற பிறகு, நிலத்தை நிலம் வைத்திருப்பவரிடமே விட்டுவிடும்படி உமர், அபூ உபைதாவுக்குக் கட்டளையிட்டிருந்தார்.[18] வெல்லப்பட்ட மக்கள் 'ஜிஸ்யா' வரிசெலுத்த இணங்கினால் அவர்கள் மதம் மாறும்படி கட்டாயப்படுத்தப்பட வில்லை. இந்த வரியின் சுமை அதிகமாக இல்லாததால் மக்கள் அதைச் செலுத்தத் தயங்காமல் இணங்கினார்கள். ஒவ்வொரு ஒப்பந்தத்திலும் அவர்களின் உயிர்களும் உடைமைகளும் வழிபாட்டுத் தலங்களும் முழுமையாகப் பாதுகாக்கப்பட்டன. அதன் பிறகு ஒவ்வொரு படையெடுப்பிலும் இத்தகைய ஷரத்துக்கள், மக்களின் உள்ளங்களை அரேபியர்களுக்குச் சாதகமாக மாற்றப் பெரிதும் உதவின. அரேபியர்களின் எளிமையும், ஊழலுக்கு உடன்படாத குணமும், சமத்துவமுறையும் மக்களின் மனத்தைக் கவர்ந்தன. ரோமானிய, ஸஸானிட் ஆளும் வர்க்கத்தினரின் படாடோப வாழ்க்கை, ஊழல், வறுமையான விவசாயிகளைக் கண்மூடித்தனமாகச் சுரண்டுவது, கடுமையான ஏற்றத்தாழ்வுகள் ஆகியவற்றுக்கு இந்தப் பண்புகள் முற்றிலும் மாறுபட்டவையாக இருந்தன.

இங்கே இப்னு கல்தூனின் 'அஸபீயா' என்ற குழு ஒற்றுமை கோட்பாட்டைப் பரிசீலிப்பது பொருத்தமாகும். நகரங்களில் வசிக்கும் நாகரிக மக்களுக்குமுன் வாழ்ந்த நாடோடி மக்களிடையே குழு ஒற்றுமையுணர்வு அதிக வலுவாக இருந்தது என்று அவர் கூறுகிறார். அவர்களிடையே பிரிவினை ஏற்படுத்தக்கூடிய சுயநலங்கள் (அதிகாரம், செல்வம் முதலானவை) இல்லாததால் அவர்கள், சுகபோக வாழ்க்கைக்குப் பழக்கப்பட்ட, முரண்பாடான சுயநலங்களால் பிரிவினைகள் நிறைந்த நகரவாசிகளை எதிர்த்து நிற்பதில் திறனுள்ளவர்களாக இருக்கிறார்கள் என்று அவர் கூறுகிறார். ஆனால் பாலைவன இனக்குழுவிடம் அதிகாரமும் செல்வமும் சேர்ந்து

விட்டால் அது தைரியம் இழந்து, செல்வத்தாலும் அதிகாரத்தாலும் ஊழலுக்கு இலக்காகி, அதன் எதிரிகளுக்கு ஏற்பட்ட அதே கதிக்குத் தானும் உள்ளாகிவிடுகிறது என்கிறார்.

அவர் கூறுகிறார்: ‘இதன் (அதிகாரமும் செல்வமும் சேர்வதன்) விளைவாக பாலைவன வாழ்க்கையின் உரம்மிக்க தன்மை மாறி விடுகிறது. குழு உணர்வும் தைரியமும் குறைகின்றன. இனக்குழு உறுப்பினர்கள் கடவுள் தங்களுக்கு அளித்துள்ள நல்வாழ்வில் ஆழ்ந்து போகிறார்கள். அவர்களுடைய குழந்தைகள் கர்வம் மிக்கவர்களாக வளர்ந்து தங்களைக் கவனித்துக் கொள்ளவும் குழு உணர்வுக்குத் தேவையான மற்றக் காரியங்களைச் செய்வதற்கும் மனமில்லாமல் போகிறார்கள். இது கடைசியாக அவர்களின் இயல்பான குணம் ஆகிவிடுகிறது. அடுத்தடுத்த தலைமுறைகளில் அவர்களுடைய குழு உணர்வும் தைரியமும் குறைந்துபோகின்றன. இறுதியாக குழு உணர்வு முற்றிலுமாக மறைந்து போகிறது. இவ்வாறாக அவர்கள் தங்கள் அழிவுக்குத் தாங்களே அழைப்பு விடுக்கிறார்கள். அவர்களிடம் சுகபோகமும் உழைப்பில்லாத வாழ்க்கையும் எந்தளவுக்கு அதிகமாகிறதோ, அந்த அளவுக்கு அவர்கள் அழிவை நெருங்கு கிறார்கள். அரசாட்சி அதிகாரத்தைப் பெறுவதற்கு அவர்கள் இழந்துவிட்ட வாய்ப்பைப் பற்றிக் கூற வேண்டியதில்லை. சுகபோக மாக வாழ்வதற்கும், உழைப்பற்ற வாழ்வில் அமிழ்ந்திருப்பதற்கும் உதவும் பொருள்கள், மேலான நிலையை அடைய உதவும் ஒரே பண்பான குழு உணர்வின் சக்தியை உடைத்துவிடுகின்றன. குழு உணர்வு அழிந்துபோனால் இனக்குழு தன்னைக் காப்பாற்றிக் கொள்ளும் சக்தியை இழந்துவிடுகிறது. தன் சார்பில் உரிமைகள் எதையும் அது வலியுறுத்த முடியாது. மற்ற மக்கள் அதை விழுங்கி விடுகிறார்கள்.’[19]

முஸ்லிம்களுக்கும் இதுதான் நடந்தது. நாம் ஏற்கெனவே பார்த்த படி முஸ்லிம்கள் குழு உணர்வு கொண்டவர்களாக, (இவர்களது படை களில் பதூயின் அரேபியர்கள் பெரும் எண்ணிக்கையில் இருந்தார்கள்.) உலகின் மிகச் சக்திவாய்ந்த பேரரசுகளைத் தங்களுடைய எளிமையான ஆயுதங்களைக் கொண்டு தாக்கிப் பணியவைத்தார்கள். இப்னு கல்தூனின் கோட்பாட்டின்படி சுகபோக வாழ்க்கை இன்மையும் ஊழலுக்கு உட்படாத தன்மையும் அவர்களின் மிகப்பெரிய ஆயுதங்களாகியிருந்தன. ஆனால் ரோமானியர்களும் ஸஸானிடுகளும் நீண்டகாலம் அதிகாரத்திலும் சுகவாழ்க்கையிலும் இருந்துவிட்டதால், சுயநல முரண்பாடுகள் காரணமாகப் பிரிவினைகள் பெருகியும்

ஊழலுக்கு உட்பட்டும் இருந்ததனால் அவர்களின் ஒற்றுமை பலவீனமடைந்துவிட்டது. மேலும் சுகபோக வாழ்க்கைக்கு அதிக நிதி ஆதாரங்கள் தேவைப்படும். மக்கள்மீது மேலும் கடுமையாக வரிச்சுமை ஏற்றுவதன் மூலமே இதைப் பெறமுடியும். இதனால் அவர்களுக்கு மக்களிடையே மேலும் கெட்டபெயர் ஏற்படுகிறது. அதனால்தான் அவர்களின் மக்கள் அரேபியர்களுடன் ஒத்துழைத்து அவர்கள் வெற்றிபெற்றபோது மகிழ்ச்சியுடன் வரவேற்றார்கள்.

ஆனால் இரண்டு நூற்றாண்டுகளுக்குப் பிறகு 1258இல் முஸ்லிம்கள் தார்த்தரியர்கள் முன் இதே கதிக்கு உள்ளானார்கள். மங்கோலிய படையெடுப்பாளர்கள் அப்பாஸியப் பேரரசை நொறுக்கித் தள்ளித் தோற்கடித்தார்கள். இதற்கான காரணங்களில் அதிக வித்தியாசம் இல்லை. முஸ்லிம்கள் பல ஆண்டுகாலம் சுகபோகத்திலும் சிரமமின்றியும் வாழ்ந்த பிறகு தங்களிடம் முன்பிருந்த வீரியத்தையும் ‘அஸபீயா’ என்ற ஒற்றுமை உணர்வையும் இழந்து, தங்களுக் குள்ளேயே பிளவுபட்டிருந்தார்கள். அவர்களுடைய உட்சண்டைகள் அவர்களை முற்றிலுமாகப் பலவீனப்படுத்தி, எதிராளிகளின் தாக்குதலை எதிர்த்து நிற்க முடியாமல் செய்துவிட்டன. படையெடுத்து வந்த மங்கோலியர்களுடன் ஒப்பிடும்போது அவர்களிடம் நன்கு பயிற்சிபெற்ற இராணுவமும் மேலான ஆயுதங்களும் இருந்த போதிலும், போர்க்களத்தில் அவர்கள் சிதறடிக்கப்பட்டார்கள். அவர்களால் முன்பு தோற்கடிக்கப்பட்ட ஸஸானிடுகளைப் போலவே முஸ்லிம்கள் இப்போது பல்வேறு வர்க்கங்களாகப் பிரிந்து சமத்துவத்தின் அடையாளமோ இல்லாதவர்களாகிவிட்டனர். இருந்தால், அது கோட்பாட்டளவில்தான் இருந்தது. அரேபியர்கள் இந்தத் தீய வழக்கங்கள் பற்றி முன்பு ஸஸானிடுகளை எச்சரித்தார்கள். இப்போது அவர்களே அவற்றுக்குப் பலியாகிவிட்டார்கள். மத்திய ஆசியப் புல்வெளியிலிருந்து வந்த மங்கோலியர்கள் குழு ஒற்றுமை உணர்வோடு அதிகாரம் மற்றும் செல்வத்தால் கறைபடாது இருந்தார்கள். அவர்களுடைய போர் அணிகளில் பிளவுகள் இல்லை. எனவே மங்கோலியர்கள் ஆயுதங்களோடு தைரியத்துடனும் உறுதியுடனும் போரிட்டு, அரேபியர்கள் முன்பு ரோமானியர்களையும் ஸஸானியர்களையும் தோற்கடித்தது போலவே, அரேபியர்களைத் தோற்கடித்தார்கள். முஸ்லிம்கள், உலகின் மிகப் பெரிய பேரரசுகளைத் தோற்கடிக்க உயர்ந்த மத நம்பிக்கை மட்டும் காரணமல்ல என்பதை வரலாறு கற்பவர் எளிதாகப் புரிந்துகொள்வர். சில வரலாற்றுச் சூழ்நிலைகளும் சமூகப் பொருளாதாரக் காரணிகளும் அதற்கு

உதவின. மதம் போருக்குத் தூண்டியிருக்கலாம்; ஆனால் இந்த மற்ற காரணிகளே அவர்களின் வெற்றிக்குத் துணைபுரிந்தன.

இஸ்லாம் அரேபியர்களுக்கு பெருமித உணர்வளித்து ஒன்றுபட்டுச் சேர மையமாக அமைந்தது. வெளிநாட்டுப் படையெடுப்புகள் தொடங்கியதும் அரேபியர்கள் அனைவரும் அதன் முக்கியத்துவம் உணர்ந்து அதில் இணைந்துகொண்டார்கள். கிறிஸ்தவ அரேபியர்கள் கூட, அரபு தேசிய உணர்வினால் உந்தப்பட்டு, ஸஸானிடுகளுக்கும் ரோமானியர்களுக்கும் எதிராக முஸ்லிம்களுடன் சேர்ந்து போரிட்டனர். இராக்கில் முஸ்லிம்களுக்கு முதலில் தோல்வி ஏற்பட்டபோது அரேபியர்கள் அனைவரும் அதைத் தங்களுக்கு ஏற்பட்ட அவமதிப்பாகக் கருதினார்கள். அரபு இனக்குழுக்கள் எல்லாத் திசைகளிலிருந்தும் கலீஃபா உமரிடம் வந்து அதற்குப் பழிவாங்க தங்கள் சேவையை அளிக்க முன்வந்தார்கள். கிறிஸ்தவர் களான தக்லப் இனக்குழுவினர்கூட முஸ்லிம்களுடன் சேர்ந்து கொண்டார்கள். அந்த இனக்குழுவினர் தலைவர் உமரிடம் வந்து, 'இன்று அரேபியர்கள் அரேபியரல்லாதவர்களை எதிர்த்துநின்றார்கள். இந்த தேசியப் படையெடுப்பில் நாங்களும் உங்கள் பக்கம் இருக்கிறோம்' என்று கூறியதாக ஷிப்லி நுஃமானி தெரிவிக்கிறார்.[20]

ரோமானியர்களுக்கும் ஸஸானியர்களுக்கும் அடங்கிய எல்லைப்புற சிற்றரசுகளான கஸ்ஸனிடுகளும் லக்மிடுகளும் இஸ்லாத்தைத் தழுவி, முஸ்லிம்களுடன் சேர்ந்துகொண்டு தங்களுடைய முன்னாள் எஜமானர்களுக்கு எதிராகப் போரிட்டனர். இந்தச் சிற்றரசுகள், இஸ்லாமியக் கொடியின்கீழ் பழிதீர்த்துக்கொள்ள வாய்ப்புப்பெற்றன. இவ்வாறாக அரேபியர்களுக்கு இஸ்லாம் அளித்தது வேறெதையும்விட ஒரு தேசியப் புரட்சியே என்பதைக் காண்கிறோம். பாலைவனத்தில் அல்லது சிறிய நகரங்களில் வசித்துவந்த முக்கியமில்லாத மக்களாகக் கருதப்பட்ட அரேபியர்கள், ஒரு பரந்த பேரரசின் அதிபதிகள் ஆகிவிட்டனர். ஒருவேளை இதனால்தான் இஸ்லாத்தைத் தழுவுவது அரேபியர்களுக்குக் கட்டாயமானதென்று உமர் கருதியிருக்கலாம். அரேபியரல்லாத மக்களுக்கு அந்தக் கட்டாயம் இல்லை என்பதை நாம் ஏற்கெனவே பார்த்தோம். தபரி கூறுகிறார்: 'பனூ தக்லப் (ஒரு கிறிஸ்தவ இனக்குழு), முஸ்லிமாக வேண்டும் என்று வலீத் பின் அத்பா வற்புறுத்தினார். அவர் உமருக்கு இதைப் பற்றி எழுதினார். உமர் பின்வருமாறு பதிலளித்தார்: 'அரேபியத் தீபகற்பத்தின் மக்கள்

இஸ்லாத்தைத் தழுவுவது மிகவும் அவசியம். அரேபியர்கள் முஸ்லிம்களாகத்தான் வேண்டும். இருந்தாலும் அவர்கள் ஒரு நிபந்தனையின் பேரில் தங்கள் மதத்தைப் பின்பற்ற அனுமதிக்கலாம். அவர்களுடைய குழந்தைகள் தொடர்ந்து கிறிஸ்தவ மதத்தில் இருக்கக்கூடாது. யாரும் (பனூ தக்லபிலிருந்து) முஸ்லிம் ஆக விரும்பினால் அவரது இஸ்லாத்தை ஏற்றுக்கொள்ள வேண்டும்.'[21] இவ்வாறாக அரேபியர்களுக்கு இஸ்லாம் தேசிய மதமாக இருந்தது.

அரேபியர்கள் வெளிநாடுகளின்மேல் தாக்குதல் தொடுத்த போது முற்றிலுமாக ஒற்றுமைப்பட்டிருந்தார்கள் என்பதையும், அதுவே அவர்களுக்குப் பெரிய ஆயுதமாக இருந்தது என்பதையும் நாம் மேலே பார்த்தோம். இஸ்லாம் ஒற்றுமையையும் சகோதரத்துவத்தையும் வலியுறுத்துகிறதே, அவர்கள் நீண்டகாலம் ஒன்றுபட்டிருக்க முடிந்ததா? முடியவில்லை. செல்வமும் அதிகாரமும் சேராதவரை அவர்கள் ஒன்றுபட்டிருந்தார்கள்.

ஆனால், ரோமானிய, ஸஸானிட் மாகாணங்களை வென்ற பின் செல்வமும் அதிகாரமும் வெள்ளமாகப் பெருகிவருவதை நீண்ட காலத்துக்குக் கட்டுப்படுத்த முடியவில்லை. விரைவிலேயே போர் வெற்றிகளுடன் செல்வங்கள் குவிந்தன. மரபுவழக்கப்படி, கொள்ளைப் பொருளாகக் கொண்டுவரப்பட்ட செல்வங்களெல்லாம், சண்டையில் பங்கெடுத்துக் கொண்டவர்களுக்கும், தகுதியான மற்றவர் களுக்கும் உடனடியாகப் பிரித்துக் கொடுக்கப்பட்டன. அரசுக் கருவூலத்துக்கு அதிகமாக எதுவும் மிச்சமிருப்பதில்லை; சில சமயங்களில் ஒன்றுகூட மிச்சமில்லாமல் போகும். வரி வருமானங் களாகவும், மாகாணங்களிலிருந்து பெருமளவில் செல்வம் வந்து கொண்டிருந்தது. ஜார்டனிலிருந்து வந்த வரித்தொகை ஒரு லட்சத்து எண்பதாயிரம் தீனார்கள் என்று பலாதுரீ கூறுகிறார். பாலஸ்தீனத்தி லிருந்து மூன்றரை லட்சம் தீனார், டமாஸ்கஸிலிருந்து நான்கு லட்சம் தீனார், ஹம்ஸ், கினிஸரீன், அல்-அலாஸிம் பகுதிகளிலிருந்து ஏழு முதல் எட்டு லட்சம் தீனார்வரை வரிப்பணம் வந்ததாக அவர் தெரிவிக்கிறார்.[22] இவை தவிர மேலும் பல மாகாணங்களிலிருந்து இதைவிட அதிகமாகவே வரித்தொகை கிடைத்து வந்தது. அபுல் ஃபர்ஜ் தாம் எழுதிய கிதாபுல்-கரஜ் புத்தகத்தில் பல்வேறு மாகாண்ங் களின் வரித்தொகைகள் பற்றி விவரங்கள் கொடுத்திருக்கிறார். ஹுல்வானிலிருந்து மட்டும் சுமார் தொண்ணூறு கோடி திர்ஹம் வருவாய் வந்ததாக அவர் குறிப்பிடுகிறார்.[23]

தொடக்கத்தில் உமர், முஸ்லிம்கள் செல்வங்களோ நில உடைமைகளோ சேர்க்காமல் தடுக்க முயன்றார். தம்முடைய மாகாண ஆளுநர்கள் அனைவருக்கும் கண்டிப்பான உத்தரவுகள் அனுப்பினார்; அவர்களுக்கென நடத்தை நெறிமுறை ஒன்றையும் வகுத்தார். ஆனால் வரலாற்றின் வெள்ளம் அவருக்கு எதிராகச் சென்றது. எதுவும் அதைத் தடுக்க முடியவில்லை. அல்-ஹிஜாஸில் இருந்தது போன்ற எளிமையைப் பின்பற்ற வேண்டும் என்று உமர் வலியுறுத்தியதைப் பொருட்படுத்தாமல் ஸாத், கடஸஃபானின் அரண்மனையைப் போன்ற மாளிகை ஒன்றைக் கட்டினார். ஆடம்பரச் செலவுகள் செய்தவர்களைக் கடுமையாகத் தண்டிக்க உமர் விரும்பினார். புகழ்பெற்ற படைத்தலைவர் காலித் பின் வலீத் ஒரு கவிஞருடைய கவிதையைப் பாராட்டி அவருக்கு 10,000 திர்ஹாம் பரிசளித்தார். செயலர் இதைப் பற்றி உடனடியாக உமருக்குக் கடிதம் எழுதினார். இதற்கு உமர் பதிலளித்து அபூ உபைதாவுக்கு எழுதிய பதிலில், காலித் அந்தப் பரிசுத் தொகையைத் தமது கைப்பணத்திலிருந்து கொடுத்திருந்தால் அது ஆடம்பரச் செலவு என்றும், அரசுப் பணத்திலிருந்து கொடுத்திருந்தால் அது கையாடல் என்றும், எப்படியானாலும் அவர் பதவியிலிருந்து நீக்கப்பட வேண்டியவர் என்று குறிப்பிட்டிருந்தார். உமரிடமிருந்து இந்தக் கடிதத்தைக் கொண்டு வந்தவர், பரிசுத்தொகையை எதிலிருந்து அவர் கொடுத்தார் என்று அவரிடம் பகிரங்கமாகவே கேட்டார். காலித் குற்றத்தை ஒப்புக்கொள்ளவில்லை. பதவியிலிருந்து நீக்கப்படுவதற்கு அடையாளமாக அவரது தொப்பி அகற்றப்பட்டு, அவரது தலைப்பாகையைக் கொண்டே அவரது கழுத்தில் கட்டுப் போடப்பட்டது. இஸ்லாத்தின் அப்போதைய மிக உயர்ந்த படைத் தலைவர்களில் ஒருவருக்கு இவ்வாறு பகிரங்கமாக அவமானப் படுத்தும் தண்டனை அளிக்கப்பட்டது.* இப்படிப்பட்ட கடுமையான

* உமர் இஸ்லாமிய இலட்சியத்தைப் பின்பற்ற விரும்பியதால் கடுமையான தண்டனை அளித்தார். ஆனால் இஸ்லாமே முற்றிலுமாக நிலப் பிரபுத்துவத் தன்மை பெற்று ஆட்சி அதிகாரத்தின் சக்திமிக்க ஒரு பகுதியாக மாறிய போது நிலைமை முற்றிலுமாக மாறிவிட்டது. இதை எடுத்துக் காட்டுவதற்கு தாரிக் அல்-ஃபக்ரீ'யிலிருந்து ஒரு நிகழ்ச்சியை மேற்கோள் காட்டலாம்: அப்பாஸிய காலத்தில் யஹ்யா அல்-பரமகி என்ற ஓர் அமைச்சர் (வஸீர்) மிகுந்த அதிகாரம் பெற்றவராக விளங்கினார். ஒருமுறை அவர் பல வீடுகளைக்கொண்ட ஓர் அழகான பழத் தோட்டத்தையும் 10,000 தீனார் பணத்தையும் ஒருவருக்கு அன்பளிப்பாக வழங்கினார். அந்த நபர் ஏழையாயிருந்தாலும் அமைச்சரைத் தம் இல்லத்தில் விருந்துக்கு ☞

தண்டனைகள் வழங்கினாலும்கூட மக்கள் செல்வம் சேர்ப்பதை நிறுத்தமுடியவில்லை. இந்தத் தண்டனைகள் பிரச்சினையின் அடிவேரை வெட்டவில்லை. இஸ்லாத்தில் தனியார் சொத்துடைமை அனுமதிக்கப் படுகிறது என்றும், செல்வம் சேர்ப்பதற்கு வரம்பு எதுவும் விதிக்கப் படவில்லை என்றும் கருதப்பட்டதே பிரச்சினையின் மூலகாரணம்.*

இப்னு கல்தூன், சேர்த்து வைக்கப்பட்ட செல்வங்கள் பற்றி மஸ்ஊதீயை மேற்கோள்காட்டி சில புள்ளிவிவரங்கள் கொடுத்திருந்தார். அவர் கூறுகிறார்: 'உஸ்மானின் காலத்தில், நபித்தோழர்கள் நிலங்களும் பணமும் சேர்த்தார்கள். உஸ்மான் கொல்லப்பட்ட நாளில் அவரது பொருளாளரிடம் 1.5 இலட்சம் தீனாரும், 10 இலட்சம் திர்ஹமும் இருந்தன. அவருக்குச் சொந்தமாக வாதி அல்-குர்ஆவிலும் ஹுனைனிலும் மற்ற இடங்களிலும் இருந்த நில உடைமைகளின் மதிப்பு 2 இலட்சம் தீனார். இவை தவிர, 1,000 குதிரைகளையும் 1,000 வேலைக்காரிகளையும் அவர் விட்டுச்சென்றார். தல்ஹாவுக்கு இராக்கிலிருந்து நாள் ஒன்றுக்கு 1,000 தீனார் வருமானம் கிடைத்தது. அஷ்-ஷ்ரா பகுதியிலிருந்து கிடைத்த வருமானம் இதைவிட அதிகம். அப்துர் ரஹ்மான் பின் அவ்ஃபிடம் 1,000 குதிரைகளும் 1,000 ஒட்டகங்களும் 10 ஆயிரம் ஆடுகளும் இருந்தன. அவர் இறந்த பிறகு அவரது சொத்துக்களின் நான்கில் ஒரு பங்கின் மதிப்பு 84 ஆயிரம். ஜைத் பின் தாபித் விட்டுச்சென்ற தங்கமும் வெள்ளியும் கோடரியால் வெட்டித் துண்டுகளாக்க வேண்டிய அளவுக்கு இருந்தன. இவை தவிர அவர் விட்டுச்சென்ற மற்ற சொத்துக்கள் நிலங்கள் ஆகியவற்றின் மதிப்பு 1 இலட்சம் தீனார். அஸ்-ஸுபைர் தமக்கு அல்-பஸ்ராவில் ஓர் இல்லமும், எகிப்து, அல்-கூஃபா, அலெக்ஸாண்டரியா ஆகிய இடங்களில் வேறு இல்லங்களும் கட்டினார். தல்ஹா அல்-கூஃபாவில் ஓர் இல்லம் கட்டினார்; மதீனாவில் உள்ள தமது இல்லத்தையும் மேம்படுத்தினார். சுண்ணாம்புச் சாந்து, செங்கல்,

☞ அழைத்தார் என்பதே இந்த தாராள அன்பளிப்புக்குக் காரணம். பார்க்க: முஹம்மத் பின் அலீ பின் தபா தபாவின் தாரிக் அல்-ஃபக்ரி. உருது மொழி பெயர்ப்பு: மவுலவி அலிகான், தில்லி, 1969, பக். 296-97.

* ஆயினும், செல்வத்தைச் சேர்த்துக் குவிப்பதற்குக் குர்ஆன் ஊக்கமளிக்க வில்லை. அது கூறுகிறது: 'தாங்கள் எதைச் செலவிட வேண்டும் என்று அவர்கள் கேட்கிறார்கள். நீர் சொல்லும்: உங்களிடம் உபரியாக (தேவைக்கு மேல் அதிகமாக) இருப்பதை என்று' (2:219).

தேக்குமரம் ஆகியவற்றைப் பயன்படுத்தினார். ஸாத்பின் அபி வக்காஸ் மதீனாவில் தமக்கு ஓர் இல்லம் அமைத்து அதை உள்ளும் புறமும் சாந்தினால் பூசச்செய்தார்.

யாலா பின் முன்யா 50 ஆயிரம் தீனாரும் 3 இலட்சம் திர்ஹம் மதிப்புள்ள நிலங்களும் மற்ற பொருள்களும் விட்டுச் சென்றார். இவ்வாறு மேற்கோள் காட்டியபின் இப்னு கல்தூன் ஒரு கருத்தைக் கூறுகிறார்: 'மக்கள் இம்மாதிரியான இலாபங்களைப் பெற்றார்கள். அவர்களது மதம் இதற்காக அவர்களைக் குற்றம் சொல்லவில்லை; ஏனென்றால் கொள்ளைப் பொருளாகக் கிடைத்த இந்தச் செல்வங்கள் சட்டபூர்வமான சொத்தாகும்.' பெரும் செல்வம் சேர்ப்பதை நியாயப் படுத்த முயலும் வகையில் இப்னு கல்தூன் இவ்வாறு கூறுகிறார்: 'அவர்கள் தங்கள் சொத்துக்களை வீணான வழிகளில் ஈடுபடுத்தாமல், நாம் குறிப்பிட்டபடி தங்களுடைய நிலைமைகளுக்குத் தகுந்தபடி திட்டமிட்டுச் செலவு செய்தார்கள். உலகச் சொத்துக்களைச் சேர்ப்பது கண்டனத்துக்குரியது என்றாலும் அவர்களுக்கு இது பொருந்தவில்லை. ஏனென்றால் நாம் குறிப்பிட்டது போல வீணடிப்பதும், திட்டமின்றிச் செலவிடுவதுமே குற்றம் கூறத் தக்கதாகும். இவர்கள் ஒரு திட்டத்தின் படி செலவு செய்து, உண்மையின் சேவைக்கும் பயன்படச் செய்ததால் இவ்வளவு பெருஞ்செல்வம் சேர்ப்பது இவர்களுக்கு உண்மையின் வழியில் செல்ல உதவியதுடன், மறு உலகத்தை அடையும் நோக்கத்துக்கும் உதவியது.'[24]

இப்னு கல்தூன் என்ன சொன்னாலும், பெருமளவில் செல்வம் சேர்ப்பதும், சிலரிடம் அது குவிக்கப்படுவதும், தொடக்ககால இஸ்லா மியச் சமூகத்துக்கு ஒரு சாபக்கேடாக ஆயிற்று என்பதைச் சற்றுப் பின்னே காணவிருக்கிறோம். அதன் மூலம் சமூகத்தில் பதற்றநிலை ஏற்பட்டதுடன், அதனுடன் அதிகாரப் போட்டியும் சேர்ந்துகொள்ளும் போது உள்நாட்டுப்போர் உருவாகிறது. ஆழ்ந்து நோக்கும் நுண்ணறிவு கொண்ட வரலாற்றாசிரியரான இப்னு கல்தூன், மேலே எடுத்துக்காட்டியபடி, தீர்க்கதரிசியின் தோழர்கள் செல்வம் சேர்த்ததை நியாயப்படுத்த முயல்வது ஆச்சரியமளிக்கிறது. ஏனென்றால் அவரே பெருமளவில் செல்வங்கள் சேர்ப்பதும் உழைப்பில்லாத சுகவாழ்க்கை வாழ்வதும் ஆளும் வம்சத்தின் வீழ்ச்சிக்குக் காரணமாகின்றன என்று கோட்பாடு ரீதியாகக் கூறுகிறார்.

இரண்டாவது கலீஃபாவான உமர், ஏற்கெனவே குறிப்பிட்டது போல, இந்த அபாயத்தை உணர்ந்திருந்தார். செல்வம் குவிவதைத்

தடுக்க அவர் உண்மையாக முயன்றார். தமது ஆட்சியின் கடைசிக் கட்டத்தில் இதற்காக அவர் சில நடவடிக்கைகள் எடுத்தார். மேலும் அவர், 'நான் பிற்காலத்தில் செய்ததை முதலிலேயே செய்திருந்தால், பணக்காரர்களிடமிருந்து உபரி செல்வத்தை எடுத்து, ஏழை எளியவர்களுக்குக் கொடுத்திருப்பேன்' என்று கூறியதாகச் சொல்லப்படுகிறது.[25] சாகுபடி செய்யத்தக்க நிலங்கள் தனியுடைமையாக இருப்பதை அவர் தடைசெய்து அரசுடைமையாக்கினார். சாகுபடியின் நன்மையை முழு உத்தரவாதத்துடன் சாகுபடியாளர்களுக்கே, அவர்கள் இஸ்லாத்தை ஏற்றாலும் சரி இல்லையென்றாலும் சரி, கொடுத்தார்.[26]

உண்மையில் உமர், அலீயுடன் சேர்ந்து, குர்ஆனில் கூறியுள்ளபடி இஸ்லாத்தின் இலட்சியங்களைச் செயல்படுத்தத் தீவிரமாக முயன்றார், ஆனால் தோல்வியடைந்தார். ஏனென்றால், மூன்றாவது கலீஃபாவான உஸ்மான், புதிதாக உருவான சக்திமிக்க பணக்கார வர்க்கத்தின் நிர்ப்பந்தத்தின் பேரில் அவரது கொள்கைகளையெல்லாம் மாற்றி சுயநல சக்திகள் விரும்பிய சலுகைகளையெல்லாம் அளித்தார்.[27]

உமர் செய்தது எதிர் நீச்சல்போடும் முயற்சி. அரேபியர் நுட்ப அறிவு படைத்த எதார்த்த நோக்குடைய மக்கள். நீண்டகாலமாக அவர்கள் ரோமானிய, ஸஸானிட் பேரரசுகளின் செல்வச் சிறப்புகளைப் பார்த்து வந்திருக்கிறார்கள். அவர்களுடைய ஆசைகளை நிறைவேற்றிக் கொள்வதற்கு இஸ்லாம் இப்போது வாய்ப்பை அளித்திருக்கிறது. விரைவிலேயே முஸ்லிம்கள், முஹம்மதின் மரியாதைக்குரிய தோழர்கள் உட்பட, ரோமானிய, ஸஸானிட் பேரரசர்களின் வழியைப் பின்பற்றத் தொடங்கினார்கள். முஆவியா தமது தலைநகரை, முன்னாள் ரோமானிய மாகாணமான ஸிரியாவுக்கு மாற்றியது இதற்கு ஓர் அடையாளம் போல அமைந்தது. முன்னாள் ஆட்சியாளர்களின் பாணியில் ஓர் அழகான அரண்மனை கட்டினார். ஹிட்டி இவ்வாறாக கூறுகிறார்: 'டமாஸ்கஸில் இளம் முஹம்மத் நுழையத் தயங்கியதாக மரபுச்செய்தி கூறுகிறது. சுவர்க்கத்தில் ஒரு முறையே நுழைய விரும்புவதாக அவர் கூறினாராம். அப்படிப்பட்ட டமாஸ்கஸ் இந்த மாபெரும் அரசின் தலைநகராயிற்று. நகரின் நடுவில், மரகதத்தில் பதித்த முத்துப் போல, பசுமையான பூங்காக்கள் சுற்றிலும் அமைந்திருக்க மையத்தில் உமய்யாக்களின் அரண்மனை பிரகாசித்தது. அங்கிருந்து தெற்கே பார்த்தால் செழிப்பான சமவெளி, பனி எப்போதுமே உருகாமல் மூடியிருக்கும் சிகரத்தைக்கொண்ட ஹெர்மான் மலைவரை பரவியிருப்பதைக் காணலாம். அல்-கத்ரா

(பசுமையானது) என்பது அதன் பெயர். வம்ச பரம்பரையை நிறுவிய வரான முஆவியா அதைக் கட்டினார். உமய்யத் பள்ளிவாசலுக்கு அருகே அது அமைந்திருந்தது. அல்-வலீத் அந்தப் பள்ளிவாசலை சமீபத்தில் அழகுபடுத்தி, இப்போதும் அழகை விரும்புவோரைக் கவர்ந்திழுக்கும் சிற்பக்கலை ரத்தினமாக மாற்றியிருந்தார். சபா மண்டபத்தில் சிறப்பான பூவேலைகள் செய்யப்பட்ட மெத்தைகள் பொருத்தப்பட்ட சதுரமான இருக்கை சிம்மாசனமாக அமைந்திருந்தது. அந்த ஆசனத்தின் மீது, அரசு முறையில் சபை கூடும்போது கலீஃபா பளபளக்கும் ஆடைகள் அணிந்த கால்களை மடக்கி அமர்ந்திருப்பார். அவருக்கு இடப்பக்கம் உறவினர்கள் நின்றிருப்பார்கள்.[28] அரசவை உறுப்பினர்கள், கவிஞர்கள், மனுக்கள் கொடுக்க வருவோர் பின்னே நிற்பார்கள்.[29] இவ்வாறாக சரித்திரச் சக்கரம் எந்தத் திசையில் உருள்கிறது என்பதைக் காண்கிறோம்.

அரேபியர்கள் நேற்றுவரை ரோமானியர்களையும் ஸஸானிடு களையும், மனிதர்களுக்கிடையே, எஜமானர் என்றும், அடிமை என்றும், ஆளுவோர் என்றும் ஆளப்படுவோர் என்றும், ஏற்றத் தாழ்வுகளை ஏற்படுத்தியதற்காக எள்ளி நகையாடி வந்தனர். இன்று அவர்களே தங்களுடைய இனக்குழு எளிமையைக் கைவிட்டு, ஜனநாயக முறையிலான செயல்பாட்டை உடைத்து, முன்பு ரோமானியர்களும் பாரசீகர்களும் பின்பற்றிய அதே வழிகளைப் பின்பற்றத் தொடங்கினார்கள். அவர்கள் இஸ்லாமிய வழிகளைக் கைவிட்டு, வெளிநாட்டு சித்தாந்தங்களின் வழிகளைப் பின்பற்றினார்கள் என்றும், அவர்கள் இஸ்லாமிய சித்தாந்தத்தைத் தொடர்ந்து பின்பற்றியிருந்தால், உட்சண்டைகளையும், பிரச்சினைகளையும் தவிர்த்திருக்க முடியும் என்றும் கூறிவிடுவதும் சரியாகாது. ஏனென்றால் அது இலட்சிய வாதமான, வரலாற்றுக்குப் பொருந்தாத கூற்றாகும். பிரச்சினை முழுவதையும் சரியான பின்னணியில் வைத்துப் பார்க்கவேண்டும்.

முஸ்லிம்களின் வெளிநாட்டு வெற்றிகளுக்கு முன்னால் அவர்களிடம் காணப்பட்ட எளிமையும், சமத்துவமும் ஒருவகையான ஜனநாயகச் செயல்பாடும் அப்போதிருந்த நிலைமைகள் காரணமாக அவசியமாகி யிருந்தன; இஸ்லாமிய சித்தாந்தங்களும் தத்துவங்களும் ஓரளவு தான் காரணமாயிருந்தன. பொருட் செல்வங்கள் வந்து குவியத் தொடங்கியதும், நிலைமை முற்றிலுமாக மாறிவிட்டது. இஸ்லாமிய சித்தாந்தங்களும் தத்துவங்களும் இருந்தபோதிலும் அவர்களுடைய

நடத்தை முறைகள் முழுமையாக மாறிப்போயின. இங்கும் அங்குமாக ஒரு சிலரே அந்த சித்தாந்தங்களை விடாப்பிடியாகப் பின்பற்றினர். ஆனால் அது அந்த அளவோடு நின்றுவிட்டது. அலீயைப் போன்ற ஒரு கலீஃபாகூட பழைய எளிமையையும் இஸ்லாமிய சித்தாந்தங்களைப் பின்பற்றி நடக்கும் வழக்கத்தையும் மீண்டும் கொண்டுவர முடியவில்லை. கொள்கைப் பிடிப்பு இல்லாத எதார்த்த நோக்கம்கொண்ட முஆவியா போன்ற நபர்கள் அவரது முயற்சிகளை முறியடித்துவிட்டார்கள்.

இப்போது, முஹம்மதின் முக்கியமான தோழர்களில் ஒருவரான அபூதர் கிஃபாரியின் பங்குப்பணியைச் சுருக்கமாகக் குறிப்பிட வேண்டும். ஒரு சிலரது கைகளில் செல்வம் குவிவதால் ஏற்படும் சமூகப் பதற்ற நிலைகளை அவர் நன்றாக உணர்ந்திருந்தார். முஸ்லிம் நாடுகளில் மிஞ்சியிருக்கும் சோஷலிஸ்டுகளும் கம்யூனிஸ்டுகளும் அவரை சோஷலிசத்தின் முன்னோடியாகக் கருதுகிறார்கள். சோஷலிச இலட்சியங்கள் இஸ்லாத்திற்கு அந்நியமானவை அல்ல என்று நிரூபிப்பதற்கேனும் அவரது கருத்துகள் எடுத்துக்காட்டப்படுகின்றன. வெளிநாட்டு வெற்றிகள் மூலம் கிடைத்த செல்வங்களைப் பெருமளவில் குவித்துவைத்து, சுகபோக வாழ்க்கை நடத்தியவர்களை அவர் கடுமையாகக் கண்டனம் செய்ததாகக் கூறப்படுகிறது.

மாக்ஸிம் ரோடின்ஸன் கூறுகிறார்:

ஒவ்வொருவரும் தமது உயிர்வாழ்க்கைக்குத் தேவையான குறைந்தபட்ச அளவுக்கு மேல் அதிகமாக உள்ள செல்வம், வருமானம் முழுவதையும் கடவுளின் சேவைக்கு அல்லது தர்ம காரியத்துக்குச் செலவிட வேண்டும் என்று அவர் கூறியதாகப் பல கூற்றுகள் எடுத்துக்காட்டப்படுகின்றன. தீர்க்கதரிசி இறந்து பத்தாண்டுகளுக்குப் பிறகு அவர் கூறிய ஒரு கருத்து மக்களுக்குப் பெரும் அதிர்ச்சியாயிருந்ததாகக் கூறப்படுகிறது. தர்மம் செய்ய மனம்வராத பணக்காரர்களை எச்சரித்து குர்ஆனில் உள்ள வசனங்கள் (அதாவது குர்ஆன் 9: 34 முதலாக உள்ளவை), அதற்கு முன் உள்ள வசனத்தில் குறிப்பிடப்பட்ட யூத, கிறிஸ்தவ மத போதகர்களுக்கு மட்டுமின்றி முஸ்லிம் சமுதாயத்தின் முக்கிய நபர்களுக்கும் பொருந்தும் என்று அவர் கூறினார்.[30]

ரோடின்ஸன் மேலும் கூறுகிறார்:

மனத்தில் கொள்ளவேண்டியது இதுதான்: சுன்னாவிலும் மத்திய கால வரலாற்றுப் புத்தகங்களிலும் குறிப்பிடப்படும்

புராண கதாபாத்திரம் போன்ற அபூதர், மதக்கொள்கைகளை மட்டுமின்றி, வாழ்க்கை வசதிகள் பறிக்கப்பட்டு ஏமாற்றமும் கோபமும் அடைந்த மக்கள் அதற்குக் காரணமாக உள்ள பணக் காரர்களும் அதிகாரம் படைத்தவர்களும் கொண்டுள்ள சுகபோகங் களையும் அடக்குமுறைகளையும் எதிர்த்துத் தெரிவிக்கும் கண்டனத்தையும் பிரதிபலித்தார். இந்த எதிர்ப்பு, சமூக அமைப்புக்குத் தீங்கு ஏதும் இல்லாத முறைப்படுத்தப்பட்ட வழிகளிலும், தீவிரமான புரட்சிகர வடிவங்களிலும் காணப்பட்டது. ஆனால் அதன் மூலம் தெளிவான பாதிப்பு எதுவும் ஏற்படவில்லை. [31]

அபூதர் இவ்வாறு தீவிரக் கருத்துகள் கொண்டிருந்ததற்காக முன்பே வரையறுக்கப்பட்ட சட்டங்களால் கொடுமைகளுக்கு உள்ளாக்கப் பட்டதாக வரலாற்றாசிரியர்கள் கூறுகிறார்கள். அவர் தொடர்ந்து ஓரிடத்திலிருந்து மற்றோரிடத்திற்கு வெளியேற்றப்பட்டு வந்தார். அவரைப் போன்றவர்கள் இஸ்லாத்தின் சில போதனைகளையும் இலட்சியங்களையும் முஸ்லிம்களுக்கு நினைவுபடுத்திக்கொண்டு வந்தாலும், யாரும் அதற்குச் செவிசாய்க்கவில்லை என்பதைக் காண்கிறோம். இலட்சியங்களைவிட, பிரத்தியட்ச நிலைமையே (உற்பத்தி உறவு நிலைகளின் சக்திகளும் இதில் அடங்கியவை) செயல்களைத் தீர்மானிக்கிறது என்பது இதிலிருந்து தெரிகிறது.

இனி, தீர்க்கதரிசி காலமாகி முப்பதாண்டுகளுக்குள் முஸ்லிம்கள் உள்நாட்டுப் போர் நிலையை அடைய காரணங்கள் என்ன என்பதைப் பார்ப்போம். வெளிநாட்டு வெற்றிகள் மூலம் வெள்ளமாகப் பெருகி வந்த செல்வத்தினால் ஏற்பட்ட புதிய பதற்றமே இதற்கு அடிப்படைக் காரணம். உமர், கடுமையான தண்டனைகள் மூலம் நிலைமையைக் கட்டுப்பாட்டில் வைக்க முயன்றார். ஆனால் அவருக்கு அடுத்த கலீஃபாவாக வந்த உஸ்மான் அவரது கொள்கையை மாற்றி பலவிதமான சலுகைகளையும் வழங்கினார். மேலும், பல முக்கிய ஆளுநர் பதவிகளுக்குத் தமது குலக்குழுவைச் சேர்ந்தவர்களையே நியமித்து, அதிகத் தகுதியுள்ள பலருக்கு வாய்ப்புகளை மறுத்தார். முன்பு அனுமதிக்கப்படாத வழிகளில் அரசுக் கருவூலத்திலிருந்து அவர் பணம் செலவிட்டதாகவும் கூறப்படுகிறது. தமது சொந்த உறவினர்களுக்கு அவர் அதிலிருந்து தாராளமாகப் பொருள் வழங்கினார். இதைப் பற்றி அவரிடம் கேட்ட போது, 'உமர் இறை பயத்தினால் உறவினர்களுக்கு ஒன்றும் கொடுக்கவில்லை; நான் இறைபயத்தினாலேயே உறவினர்களுக்குக் கொடுக்கிறேன்' என்று

கலீஃபா ஆட்சி ✦ 231

பதிலளித்தார். (குர்ஆன், உறவினர்களைப் பேணிப் பாதுகாக்கும் 'ஸிலா-ஏ-ரஹ்மீ' என்ற பண்பைப் போதிக்கிறது.)[32] இவ்வாறாக, தமக்கு முந்தைய கலீஃபா கவனமாகத் தவிர்த்துவந்த ஒரு வழக்கத்துக்கு உஸ்மான் நியாயம் கூற முயன்றார். இதனுடன் உஸ்மான் பல செயல்களைச் செய்ததாலும், செய்யவேண்டிய செயல்களைச் செய்யாமையாலும் அவர் மீது மக்களின் கோபமும் வெறுப்பும் பெருகி, கடுமையான எதிர்ப்பாக உருவெடுத்தது.

அப்போதைய இஸ்லாமியப் பேரரசில் இருந்த பல்வேறு குழுக்களில் சிலவற்றைப் பற்றி எகிப்திய அறிஞர் டாக்டர் தாஹா ஹுஸைன் விரிவாக எழுதியிருக்கிறார்.[33] அவருடைய புத்தகத்திலிருந்து சில விவரங்களை இங்கே சுருக்கமாகத் தருகிறோம். நான்கு குழுக்கள் இருந்ததாக அவர் குறிப்பிடுகிறார். அவை:

1. மக்காவின் 'குறைஷ்' இனக்குழு மக்கள்
2. மதீனாவுக்கு இடம்பெயர்ந்து சென்ற முஸ்லிம்களுக்கு உதவிபுரிந்தவர்களான 'அன்ஸார்கள்'
3. நாடோடிகளான அரேபியர்கள்
4. வெற்றிகொள்ளப்பட்ட நாடுகளின் குடிமக்கள்.

குறைஷ் இனக்குழு அரேபியா முழுவதிலும் மிக பலம்வாய்ந்த இனக்குழுவாக விளங்கியது. அதற்குக் காரணம் அதனுடைய போர்த்திறன் அல்ல; அதற்கு வேறு காரணங்கள் இருந்தன. முதலாவதாக, அரேபியர் அனைவரும் புனிதத்தலமாகக் கருதிய கஅபா அவர்களின் பொறுப்பில் இருந்தது. இரண்டாவதாக, அதன் மக்கள் செல்வம் மிகுந்த வர்த்தகர்களாக இருந்தார்கள்; சர்வதேச வர்த்தகம் அவர்கள் கட்டுப்பாட்டில் இருந்தது. மேற்கே ரோமானியர்களுக்கும், கிழக்கே இந்தியர்களுக்கும் சீனர்களுக்கும் இடையே அவர்கள் முக்கியமான இணைப்பாக அமைந்து செயல்பட்டார்கள். மற்றப் பிராந்தியத்தில் உள்ள அரேபியர்கள் ஏதாவது ஒருவகையில் அவர்களைச் சார்ந்து இருந்தார்கள். மூன்றாவதாக குறைஷியர்கள் பல்வேறு மக்களுடனும் தொடர்புகொண்டு பழகிவந்ததனால் ராஜீய உறவு நடைமுறைகளில் அவர்கள் மிகுந்த தேர்ச்சி பெற்றிருந்தார்கள். இந்தக் காரணங்களால் மற்ற அரேபியர்கள் அவர்களுக்கு முதன்மை இடம் தந்து அவர்களின் தலைமையை ஏற்றுக்கொண்டிருந்தார்கள். முதல் நான்கு கலீஃபாக்களும் அந்த இனக்குழுவிலிருந்து தெரிந்தெடுக்கப்பட்டார்கள். அரேபிய அரசு அமைந்த பிறகு, அரேபியர்கள் மீது ஆட்சி செலுத்துவது தங்கள் உரிமை

232 ❦ இஸ்லாத்தின் தோற்றமும் வளர்ச்சியும்

என்று அந்த மக்கள் கருதினார்கள். இது, இயல்பாகப் பிற மக்களிடையே மனக்கசப்பை ஏற்படுத்தியது. உமர் இதை நன்கு உணர்ந்திருந்தார் என்றும், ஆளுநர்களையும் மற்ற முக்கிய அதிகாரிகளையும் நியமிப்பதில் குறைஷியர் அல்லாதவர்களின் உரிமைகளையும் அவர் புறக்கணிக்கவில்லை என்றும் தாஹா ஹுஸைன் கூறுகிறார். தமது முன்னுதாரணத்தைப் பின்பற்றி நடக்குமாறு அவர் உஸ்மானுக்கு ஆலோசனை கூறியிருந்தார். ஆனால் உஸ்மான் அதைப் புறக்கணித்து குறைஷியரில் தமது உறவினர்களையே முக்கிய பதவிகளுக்கு நியமனம் செய்தார். இதனால் பிற மக்களிடையே அவர் மீது பகைமை ஏற்பட்டது.

இரண்டாவது குழு உதவி புரிவோரான அன்ஸார்கள். அவர்கள் முஹம்மதுடன் சேர்ந்து குறைஷியரை 'பத்ர்' சண்டையில் தோற்கடித்தவர்கள். எனவே, அவர்களுக்கு ஒரு மதிப்பு இருந்தது. தீர்க்கதரிசி காலமான பின் கலீஃபாவாக வருவதற்கு அவர்கள் தங்கள் உரிமையை வலியுறுத்தினார்கள். ஆனால் இடம்பெயர்ந்து வந்தவர்களான குறைஷியர் அவர்களின் முயற்சியை முறியடித்தார்கள். ஆயினும் அவர்களைச் சமாதானப்படுத்துவதற்காக, 'ஆளுபவர் குறைஷியராகவும், அமைச்சர்கள் அன்ஸார்களாகவும் இருப்பார்கள்' என்று ஓர் ஏற்பாடு கூறப்பட்டது. அவர்கள் முக்கிய விஷயங்களில் கலந்தாலோசிக்கப்பட்டனர். எல்லா கலீஃபாக்களும் இந்தக் கொள்கையைப் பின்பற்றினார்கள். ஆயினும் தீர்க்கதரிசியின் முக்கியமான தோழர்களுடன் மட்டுமே இவ்வாறு ஆலோசனைகள் நடத்தப்பட்டன. ஆனால் உஸ்மான் கலீஃபா ஆன சமயத்தில் பெரியவர்களான புதிய தலைமுறையினரின் மனத்தில் அன்ஸார்கள் புறக்கணிக்கப்பட்டுவிட்டார்கள் என்றும், நிர்வாகத்தில் அவர்களுக்கு முக்கிய பங்கு எதுவும் இல்லை என்றும் அதிருப்தி வளர்ந்து வந்தது. குறைஷியரின் தலைமை பற்றியும், அதை அவர்கள் மற்றவர்கள்மீது சுமத்தி வரும் முறை பற்றியும் ஆழ்ந்த அதிருப்தி உருவாகியது. இந்த அதிருப்தி குறிப்பாக இளைய தலைமுறையினரிடம் அதிகமாகக் காணப்பட்டது. மேலும் இவ்வாறு ஒரு குழுவினருக்கு முக்கியத்துவம் கொடுப்பது இஸ்லாமியக் கோட்பாடுகளுக்குப் பொருத்தமானது அல்ல ஆதலால் குறைஷிகளுக்கு மற்ற முஸ்லிம்களைவிட முக்கியத்துவம் கொடுப்பதை அவர்கள் விரும்பவில்லை. உஸ்மானின் ஆட்சிக் காலத்தில் அவர் முக்கியமான பதவிகளையெல்லாம் குறைஷியர்களுக்கே கொடுத்து மற்ற மக்களைப் புறக்கணித்ததால் இந்த அதிருப்தி உணர்வுகள் மேலும் வலுப்பெற்றன. அன்ஸார்களின்

பகைமை உணர்வு தீவிரமடைந்தது. உள்நாட்டுப் போருக்கான காரணங்களில் இதுவும் ஒன்று.

மூன்றாவது குழு, சூழ்நிலைகளின் நிர்ப்பந்தத்தினால் இஸ்லாத்தை ஏற்றவர்களான நாடோடி அரேபியர்கள் (இஸ்லாம், நகர அரேபியர்களின் மதமாக, கலாசார, ஆன்மிக, பொருளியல் தேவைகளையும் ஆசைகளையும் நிறைவேற்றுவதாகக் கருதப்பட்டது). தீர்க்கதரிசி இறந்தவுடனேயே அவர்கள் கிளர்ச்சிசெய்தார்கள். அவர்களுடைய கிளர்ச்சி ஒடுக்கப்பட்டு, அவர்களின் கோபத்தைத் திசை திருப்ப பெரும் எண்ணிக்கையில் வெளிநாட்டுப் போர்களுக்கு அனுப்பி வைக்கப்பட்டனர். முஸ்லிம்களின் படைகளில் அவர்கள் வலுவான மையப் பகுதியாக அமைந்து முக்கிய வெற்றிகள் பலவற்றுக்குக் காரணமாக இருந்தார்கள். இஸ்லாத்தில் அவர்கள் அனைவருடனும் சமமாக நடத்தப்படுவார்கள் என்று வாக்களிக்கப்பட்டது. இஸ்லாத்தில் அனைவரும் சமமானவர்கள் என்றும், அதிக இறையச்சம் கொண்டவர்களே மற்றவர்களைவிட மேலானவர்கள் என்றும் கூறப்பட்டது. ஆயினும் அவர்கள் பண்பாட்டில் குறைந்தவர்களாகவும், இஸ்லாமிய போதனைகளை உள்வாங்கிக் கொண்டு நடக்க இயலாதவர்களாகவும், இஸ்லாத்தின் உலகளாவிய பார்வையை வளர்த்துக்கொள்ளாதவர்களாகவும் இருந்ததால் நகர அரேபியர்கள் அவர்களைத் தாழ்வானவர்களாகவே கருதினார்கள். எனவே, வாக்களித்தபடி சமமாக நடத்தப்படாதது பற்றி இவர்களுக்குப் பெரிய மனக்குறை இருந்தது. இஸ்லாமிய உலகின் தலைமையைக் குறைஷியர் தங்கள் ஏகபோக உரிமையாக்கிக் கொள்வதை அவர்கள் எதிர்த்தார்கள். (பின்னர் இந்த எதிர்ப்பு மிகத் தீவிரமடைந்ததால், சுதந்திரமான அரேபியர் ஒவ்வொருவரும் கலீஃபாவாக வர முடியும் என்ற கொள்கையைக் கொண்ட கரிஜைட் இயக்கத்துக்கு பதூயின் போர் வீரர்களே முக்கிய ஆதாரமாக இருந்தார்கள்.) இந்த மூன்றாவது குழுவினரும் அப்போதைய அதிகார அமைப்புக்கு எதிராக குமுறிக் கொண்டிருந்தார்கள்.

நான்காவது குழு, முஸ்லிம்களால் வெற்றிகொள்ளப்பட்ட நாடுகளைச் சேர்ந்த அரேபியரல்லாத மக்கள். எல்லாக் குழுவினரிலும் வசதியும் வாய்ப்பும் மிகவும் குறைந்தவர்கள் இந்தக் குழுவினர். அரசாங்க நிர்வாகத்தில் இவர்களுக்கு எந்தப் பங்கும் கிடையாது. உண்மையில் இவர்கள் முற்றிலும் அடக்கி ஒடுக்கப்பட்டவர்களாகவும் எதுவும் செய்ய முடியாதவர்களாகவும் இருந்தனர். வென்று

கைப்பற்றப்பட்ட மாகாணங்களில் இந்த மக்கள் மீது அதிகமாக வரிகள் விதிக்கப்பட்டதனாலேயே உஸ்மானின் காலத்தில் அரசுக் கருவூலத்தின் வருவாய் உயர்ந்தது. முஸ்லிம்கள் வந்தபோது இந்த மக்கள் அவர்களைத் தங்களுக்குக் கொடுங்கோல் ஆட்சியிடமிருந்து விடுதலை தருவோராக எண்ணி வரவேற்றார்கள். அந்த முஸ்லிம்கள் விரைவில் இவர்களின் எஜமானர்கள் ஆகிவிட்டதுடன், இவர் களுடைய எதிர்பார்ப்புகளை நிறைவேற்றாததால் மனக்கசப்புக்கு ஆளானார்கள். இந்தக் காரணத்தால் இராக்கில் உள்ள முக்கிய இராணுவ முகாமான கூஃபா அதிருப்தியாளர்களின் கிளர்ச்சிக்கு மையமாக அமைந்தது. கூஃபாவின் மக்கள்தொகையில் கிட்டத்தட்ட பாதிப் பேர் கைவினைத் தொழில்களிலும் வர்த்தகத்திலும் ஏகபோகம் பெற்றிருந்த 'மவாலீ' என்ற பணிசெய்யும் பிரிவினர். இவர்களில் பெரும்பாலானவர்கள் பாரசீகத்தைச் சேர்ந்தவர்கள். கூஃபாவுக்குப் போர்க்கைதிகளாகக் கொண்டுவரப்பட்டு அங்கே இஸ்லாத்திற்கு மாற்றப்பட்டவர்கள். ஆயினும் இவர்கள் அரேபியர்களைச் சார்ந்தே வாழ்ந்து வந்தார்கள். பணியாளர் என்ற நிலையிலிருந்து தங்களுக்கு விடுதலை கிடைக்கும் என்ற நம்பிக்கையை இழந்துவிட்டார்கள். எனவே இவர்களிடையிலேயும் கொந்தளிப்பு உருவாயிற்று. கூஃபா மக்கள் தங்களின் கோபத்தை வெளிப்படுத்த ஆட்சியாளர்களான 'சன்னி' பிரிவினருக்கு எதிரான மதப்புரட்சி இயக்கமான ஷியா இயக்கத்தை ஆதரித்தார்கள். இஸ்லாத்திற்கு முந்தைய காலத்தில் பைஜாண்டியப் பேரரசின் கீழ் சிற்றரசாயிருந்த 'கஸ்ஸான்'களும் இதே வழியைப் பின்பற்றியதை நாம் ஏற்கெனவே பார்த்திருக்கிறோம். பைஜாண்டிய ஆட்சியாளர்கள் 'ஆர்த்தடாக்ஸ்' கிறிஸ்தவப் பிரிவைச் சேர்ந்தவர்களாயிருந்ததால் 'கஸ்ஸான்கள்' அதற்கு மாறான 'மனாஃபிஸைட்' பிரிவைப் பின்பற்றினார்கள்.

இவ்வாறாக உஸ்மானின் ஆட்சிக்காலத்தில் குறைஷ் இனக் குழுவின் ஒரு பிரிவினர் பதவிகளைத் தங்கள் ஏகபோக உரிமை யாக்கிக்கொண்டு, மற்ற மக்களிடையே பெரும் மனக்கசப்பை ஏற்படுத்தினார்கள். அதிருப்திக்குக் காரணமான நிலைமைகளை மாற்றும்படி பாதிக்கப்பட்டவர்கள் பலமுறை வேண்டுகோள் விடுத்தும் பலன் இல்லாமல் போனதால் கடுமையான உள்நாட்டுப் படையெடுப்புகளுக்காகப் பாலைவன அரேபியர்களான பதூயின்கள் பெரும் எண்ணிக்கையில் இராணுவத்தில் சேர்க்கப்பட்டிருந்தார்கள். அவர்களில் பலர் அப்போது பெரிய இராணுவ முகாமாக இருந்த கூஃபாவில் குடியமர்ந்தார்கள். இந்த பதூயின்கள் நாகரிகமில்லாத

அமைதியற்ற மக்களாக, எந்த அதிகாரத்துக்கும் கட்டுப்பட்டு வாழ விரும்பாதவர்களாகத் தங்களுடைய சுதந்திரத்தைக் காப்பாற்றிக் கொள்வதில் கருத்துள்ளவர்களாக இருந்தார்கள். பதூயின்கள் பெரும் எண்ணிக்கையில் தொடர்ந்து கூஃபாவுக்கு வந்துகொண்டே இருந்தார்கள். இதுதவிர, வெளிநாட்டுப் போர்களில் பிடிக்கப்பட்ட ஆண், பெண் அடிமைகளும் பெரும் எண்ணிக்கையில் கூஃபாவில் குடியமர்த்தப்பட்டிருந்தார்கள். இந்தப் பெண் அடிமைகளுக்குப் பிறந்த குழந்தைகளும் அரேபியரல்லாதவர்களின் குழந்தைகளும் பெருகி, உஸ்மான் ஆட்சிக்கு வருவதற்குமுன் கூஃபாவின் மக்கள்தொகை அமைப்பே பெரிதும் மாறிப்போயிருந்தது. பதூயின்கள் பெரும் எண்ணிக்கையில் கூஃபாவில் வந்து குடியமர்ந்து, அவர்களின் மக்கள்தொகை பெருகிக்கொண்டிருந்ததனால், பண்பாடுபெற்ற பிற அரேபியர்களுக்கும் பதற்றநிலை ஏற்பட்டது. சமூகத்தின் கீழ்நிலையில் இருந்தவர்கள் பலவகைப்பட்ட பிரிவுகளைச் சேர்ந்தவர்களாயிருந்த தனால் ஆட்சியாளர்களுக்கு நிலைமையின் மீது கட்டுப்பாடு விரைவாகத் தளர்ந்துவந்தது. இந்த ஏழைகளில் பெரும்பாலானவர்கள் தங்கள் எஜமானர்களிடம் வெறுப்புகொண்டு அவர்களுக்கு எதிராகத் தந்திரமாகவும் துரோக எண்ணத்துடனும் செயல்பட்டார்கள். கூஃபாவின் ஆளுநரான ஸயீத், கலீஃபா உஸ்மானுக்கு எழுதிய கடிதம் ஒன்றில் எல்லா விவரங்களையும் எடுத்துக்கூறி ஆட்சியாளர் களுக்கு ஏற்பட்டுள்ள பிரச்சினைகளையும் குறிப்பிட்டிருந்தார். கூஃபாவில் வசித்த இந்தப் பல்வேறு பிரிவினரால் ஏற்பட்ட பிரச்சினைகள் கட்டுமீறிப் போய்க்கொண்டிருந்தன.

உஸ்மான் எடுத்த ஒரு முடிவு இஸ்லாமிய உலகில் மிக விரிவான பொருளாதார விளைவுகளுக்குக் காரணமாயிருந்தது என்று டாக்டர் தாஹா ஹுஸைன் கூறுகிறார்.[34] கூஃபா போன்ற சில நகரங்களில் மக்கள்தொகை அதிகமாகப் பெருகிவருவதனால் ஏற்படும் நெருக்கடியைக் குறைக்கும் நோக்கத்துடன் அவர் ஒரு துணிச்சலான நடவடிக்கை எடுத்தார். ஹிஜாஸ் பகுதியில் வசிக்கும் அரேபியர்களுக்கு வெளி மாகாணங்களில் சொந்தமாக உள்ள நிலங்களை, ஹிஜாஸிலேயே உள்ள நிலங்களுக்குப் பரிவர்த்தனை செய்துகொள்ளலாம் என்றும் அதே போல ஹிஜாஸில் உள்ள நிலங்களை வெளிமாகாணங்களில் உள்ள நிலங்களுக்குப் பரிவர்த்தனை செய்துகொள்ளலாம் என்றும் அவர் அனுமதியளித்தார். வேறுவிதமாகச் சொன்னால் நிலங்களை வாங்குவதும் விற்பதும் தாராளமாக அனுமதிக்கப்பட்டது. (ஒரு சிலருடைய கைகளில் செல்வம் குவிவதைத் தடுப்பதற்காக

உமர் நிலங்களை வாங்குதல், விற்றல்மீது சில கட்டுப்பாடுகள் விதித்திருந்தார்; அவரது செயல் சரியானதே). ஹிஜாஸில் உள்ள அரேபியர்கள் இவ்வாறு நிலங்களைப் பரிவர்த்தனை செய்துகொள்ள அனுமதித்தால் அவர்கள் வெளி மாகாணங்களில் உள்ள நிலங்களுக்கு மாற்றாக ஹிஜாஸிலேயே நிலங்களைப் பெற்றுக்கொண்டு அங்கேயே தங்கிவிட விரும்புவார்கள் என்று உஸ்மான் நினைத்தார். அப்போது அவர்களுடைய அடிமைகளும் வேலையாட்களும் அவர்களுடன் கூட ஹிஜாஸிலேயே தங்கியிருக்க முடியும் என்றும், அதன்மூலம், வென்று கைப்பற்றப்பட்ட வெளிமாகாணங்களில் ஆட்சியாளர் களுக்குப் பெரும் பிரச்சினையாயிருந்து வரும் மக்கள்தொகை நெருக்கடியைப் பெரிதும் குறைத்துவிடலாம் என்றும் அவர் எண்ணினார்.

ஆனால் உஸ்மானும் அவரது ஆலோசகர்களும் இத்தகைய் நடவடிக்கையினால் வருங்காலத்தில் ஏற்படக்கூடிய விளைவுகளை உணரவில்லை. உண்மையில் அந்த நடவடிக்கை ஒரு புதிய பொருளா தாரப் புரட்சிக்கே வித்திட்டது. அந்தப் புரட்சி, சமூகத்தின் வர்க்க அமைப்பையே முற்றிலுமாக மாற்றிவிட்டது. நிலங்களைப் பரிவர்த் தனை செய்துகொள்ள அனுமதி பெற்ற பிறகு தல்ஹா போன்ற சில சாமர்த்தியசாலிகள் அதைப் பயன்படுத்தி முழு அளவில் ஆதாயம் பெற்றார்கள். தல்ஹா ஹிஜாஸில் தமக்குச் சொந்தமாயிருந்த வளமற்ற நிலங்களையெல்லாம் விற்றுவிட்டு இராக்கில் வளமான நிலங்களை வாங்கிக்கொண்டார். விரைவிலேயே அவர் மிகுந்த வருமானம் தரும் பெரும் நிலஉடைமைக்கு அதிபதியாகிவிட்டார். அவருடைய நிலங்களில் ஏராளமான அடிமைகளும் வேலையாட்களும் வேலை செய்தார்கள். அவரைப் போலவே மற்றும் பலர் இவ்வாறு பெரிய நில உடைமையாளர்கள் ஆனார்கள். இவ்வாறாக ஒரு புதிய வர்க்கமே உருவாயிற்று. சிறிய நிலங்களுக்குச் சொந்தமானவர்கள் இந்தத் திட்டத்தால் நன்மைபெற முடியவில்லை. கிடைக்கின்ற நல்ல நிலங்களையெல்லாம் ஒரு சிலரே வாங்கிப் போட்டுக் கொண்டார்கள். பெரிய நில உடைமைகள் இராக்கில் மட்டும் உருவாகவில்லை. வென்று கைப்பற்றப்பட்ட எல்லா மாகாணங்களிலும் அது பரவியது. ஹிஜாஸில் அல்லது மாகாணங்களில் நிலங்கள் வைத்திருந்த தீர்க்கதரிசியின் தோழர்களில் பெரும்பாலானவர்கள் இந்தத் திட்டத்தின் மூலம் உயர்ந்தபட்ச நன்மை அடைந்தார்கள். இவ்வாறாக இஸ்லாத்தில் ஒரு புதிய 'பணக்கார அதிகார' வர்க்கம் உருவாயிற்று.

இதேபோல மாகாணங்களில் நிலங்கள் வைத்திருந்த பலர் அவற்றுக்குப் பரிவர்த்தனையாக ஹிஜாஸில் நிலங்கள் வாங்கிக் கொண்டார்கள். அதன்மூலம் ஹிஜாஸிலும் பெரிய நில உடைமைகள் உருவாயின. அந்தப் பெரிய நிலச்சுவான்தார்கள் அந்த நிலங்களில் சாகுபடி செய்ய விரும்பி விவசாய வேலைகளைச் செய்வதற்கு வெளியிலிருந்து பெரும் எண்ணிக்கையில் அடிமைகளையும் வேலையாட்களையும் இறக்குமதி செய்தார்கள். மிக விரைவிலேயே, முன்பு வெற்று நிலமாயிருந்த ஹிஜாஸ், மிகவும் வளம் கொழிக்கும் பகுதியாக மாறிற்று. இப்போது, அதிகாரங்கள் மையப்படுத்தப்பட்ட ஓர் அரசும் அமைந்துவிட்டதால், அதனுடைய நிதி ஆதாரங்களை வைத்துப் பெரிய பாசனத் திட்டங்களைச் செயல்படுத்துவதும் சாத்தியமாயிற்று. (பரந்த பாலைவனப் பரப்புகளைக்கொண்ட பல ஆசியப் பிராந்தியங்களில் மத்திய அதிகார அமைப்பைக்கொண்ட எதேச்சாதிகார அரசுகள் அமைந்தன என்று மார்க்ஸும் சுட்டிக் காட்டியிருக்கிறார். இத்தகைய அரசுகள்தான் பெரிய பாசனத் திட்டங்களைச் செயல்படுத்த முடியும் என்பதே காரணம்.) இரண்டாவது கலீஃபாவான உமர் பல பாசனக் கால்வாய்களையும் கிணறுகளையும் அமைக்கும் பணியைத் தொடங்கியிருந்தார். எகிப்தில் மட்டுமே பாசனத் திட்டங்களில் ஒரு லட்சத்து இருபதாயிரம் பேர் ஆண்டு முழுவதும் வேலையில் வைக்கப்பட்டார்கள் என்று மக்ரீஜீ கூறுகிறார்.[35] உமரின் ஆட்சிக்காலத்தில் தனியான பாசனத்துறை ஒன்று அமைக்கப்பட்டது.[36]

இவ்வாறாக, ஹிஜாஸிலும் பொருளாதார உபரி உற்பத்தியாயிற்று; மேல் வர்க்கத்து மக்கள் பணக்காரர்களானார்கள். மக்கா, தாயிஃப், மதீனா ஆகிய இடங்களில் பணக்கார நிலச்சுவான்தார் வர்க்கம் ஒன்று உருவாயிற்று. இவர்கள், தாங்கள் ஒரு வேலையும் செய்யாமல், அடிமைகளும் வேலையாட்களும் உழைத்த உழைப்பின் மூலம் வருமானம் பெற்று வாழ்ந்தார்கள். அவர்களுக்கு நிறைய ஓய்வுநேரம் இருந்தது. எல்லாவிதமான உலக இன்பங்களிலும் அந்த நேரம் செலவிடப்பட்டது. தீர்க்கதரிசியின் வாழ்நாளில் இவ்வளவு பொருளாதார உபரி இல்லை; எனவே ஆடம்பரமாகவும் கண்ணைக் கவரும் வகையிலும் செலவிடுவது வன்மையாகக் கண்டிக்கப்பட்டது. இப்போது செல்வம் மிகுந்து பெருகியதனால் அதன் மூலமும் சில நிர்ப்பந்தங்கள் ஏற்பட்டு இஸ்லாமிய அறநெறி வாழ்க்கையின் அடிப்படையே உருமாறிப் போயிற்று. இஸ்லாத்தால் தடைசெய்யப் பட்ட நாட்டியம், இசை, கவிதை போன்ற கலைகள் இஸ்லாம்

தோன்றிய இடத்திலேயே தாராளமாக வழங்கலாயின. கவிதையின் தன்மைகூட மாற்றம் பெற்றது. போர்வீரர்களுக்கு ஊக்கமளிப்பதற் காகவும், வாழ்க்கையின் கடினங்களை மனத்திண்மையுடன் சந்திக்க உதவுவதற்காகவும் கவிதைகள் எழுதப்பட்ட நிலை மாறிப் போயிற்று; மனிதனின் சுகானுபவ உணர்வுகளுக்குத் துணை புரிவதாகக் கவிதையின் தன்மை அமைந்தது.

உஸ்மான் என்ன நோக்கத்துக்காக இந்த நடவடிக்கைகளைத் தொடங்கினாரோ அந்த நோக்கம், அதாவது, மாகாணங்களில் மக்கள்தொகை நெருக்கடியைக் குறைக்கும் நோக்கம், நிறைவேற வில்லை. வெளிநாட்டுப் படையெடுப்பு மூலம் நாடுகள் கைப்பற்றப் படுவது நீடித்தது; அடிமைகள் தொடர்ந்து நகரங்களுக்குள் வந்து சேர்ந்து மக்கள்தொகை பெருகுவதும் நீடித்தது. உஸ்மானின் நடவடிக்கை மூலம் மாகாணங்களில் உருவான நில உடைமைகள் காரணமாக அவற்றில் வேலை செய்வதற்கு அடிமைகளுக்குத் தேவையும் அதிகமாயிற்று. இவ்வாறாக, உஸ்மான் எடுத்த நடவடிக்கை பிரச்சினையைத் தீர்ப்பதற்கு மாறாக, அதை மேலும் கடுமை யாக்கியது. உண்மையில் இஸ்லாத்தில் நிலப்பிரபுத்துவம் தோன்றுவதற்கு அதுவே தொடக்கமாயிற்று. (நிலப் பிரபுத்துவம் என்ற சொல் இங்கு ஒரு தளர்த்தியான பொருளில் பயன்படுத்தப்படுகிறது.)

வெளிநாட்டு வெற்றிகளால் உண்மையில் பல பிரச்சினைகளே உருவாயின. முதலாவதாக, போரில் கைப்பற்றப்பட்ட பொருள்களில் ஐந்தில் நான்கு பங்கு, போர் நடவடிக்கைகளில் நேரடியாகவோ மறைமுகமாகவோ ஈடுபட்டிருந்தவர்களுக்கு நேரடியாக விநியோகிக்கப் பட்டது. நகரங்களில் வசித்தவர்கள் நான்கு ஆண்டுகளுக்கு ஒருமுறை எல்லைப் பகுதிகளுக்குச் சென்று, ஆறு மாதங்கள் தங்கி வெளிநாட்டு அடிமைகள் உள்ளிட்ட போரில் கொள்ளையிடப்பட்ட பொருள் களைப் பெற்றுக்கொண்டு திரும்பி வருவார்கள். தனியார் சொத்துடைமைகளைச் சேர்ப்பதற்கு எந்தவிதக் கட்டுப்பாடும் இல்லாததால், ஒவ்வொரு புதிய வெற்றியுடனும், செல்வம் சிலரிடம் மேலும் மேலும் குவிந்துகொண்டிருந்தது. அரேபியர்கள் ஒருவருக்கொருவர் போட்டி போட்டுக்கொண்டு புதிதுபுதிதாக வெளிநாடுகளை வென்று கைப்பற்றினார்கள். அவர்களுக்கு இதன் மூலம் மிகுந்த கொள்ளைப் பொருள்களும், இஸ்லாமிய உலகில் பெரும் கௌரவமும் கிடைத்தன. இரண்டாவதாக, இஸ்லாமியப் பேரரசில் மேலும் மேலும் புதிய மாகாணங்களைச் சேர்த்ததன்

மூலம் அதன் மக்கள்தொகை அமைப்பே மாறிப்போனதுடன் அடிமைகளின் எண்ணிக்கையும் பெருகியது. மக்கள்தொகையிலேயே அடிமைகள்தான் மிகவும் அதிருப்திகொண்டவர்கள் என்று கூறத் தேவையில்லை. எனவே எந்தவொரு அதிருப்தியாளர் இயக்கத்திலும் கிளர்ச்சி இயக்கத்திலும் கலந்துகொள்ள எப்போதும் தயாரா யிருந்தார்கள். உஸ்மான் இந்த நடவடிக்கைகளை ஹிஜ்ரி 30ஆம் ஆண்டில் தொடங்கினார் என்பதும் ஹிஜ்ரி 35இல் அவர் கொலை செய்யப்பட்டார் என்பதும் கவனிக்கத்தக்கது. அந்த இடைக்காலத்தில், குறிப்பாக, அவரது வாழ்வின் கடைசி இரண்டு ஆண்டுகளில், நிலைமை மிகவும் மோசமடைந்து, மாபெரும் கிளர்ச்சி இயக்கம் உண்மையிலேயே தொடங்கிவிட்டது. இந்தக் கிளர்ச்சி இயக்கத்திலும், உஸ்மானின் கொலையிலும் தொடர்புடையவர்களில் பெரும்பாலான வர்கள், வென்று கைப்பற்றப்பட்ட கூஃபா, பஸ்ரா மாகாணங்களைச் சேர்ந்தவர்கள். வெளிநாட்டுப் போர் வெற்றிகள் மூலம் பல்வேறு மாகாணங்கள் இஸ்லாமியப் பேரரசின் கட்டுப்பாட்டுக்குள் வந்தன. அதனால் சர்வதேச வர்த்தக வாய்ப்புகள் அதிகரித்தன. உண்மையில் அந்தப் பிராந்தியத்தில் வர்த்தகம் இப்போது முஸ்லிம்களின் ஏகபோக உரிமையாகிவிட்டது. அவர்கள் இந்த வாய்ப்பை நன்றாகப் பயன் படுத்திக்கொண்டு பெருமளவில் இலாபங்கள் அடைந்தனர். இதுவும் செல்வம் பெருகுவதற்கு ஒரு காரணமாயிற்று. இவ்வாறாக, மிகுந்த அதிகாரம் பெற்ற சிறு குழு ஒன்று உருவாகி கலீஃபாவின் மீது பெருமளவு நிர்ப்பந்தங்களைக் கொண்டுவரும் நிலை ஏற்பட்டது. நிலப் பரிவர்த்தனைகளைத் தாராளமாக அனுமதிக்க உஸ்மான் தீர்மானித்ததுகூட, அதன் மூலம் மிகவும் இலாபம் பெற வாய்ப்புள்ள இந்தச் சிறு குழுவினரின் நிர்ப்பந்தத்தின் விளைவாக இருக்கக்கூடும்.

உஸ்மான், படுகொலைக்கு ஆளான இரண்டாவது கலீஃபா ஆவார். அவரது கொலையுடன் விஷயம் முடிந்துபோகவில்லை. பணம்படைத்த நிலச்சுவான்தார்கள் மற்றும் வர்த்தகர்களுக்கு அரசாங்கம் யார் கையில் போகிறது என்பதில் மிகுந்த அக்கறை இருந்தது. தீர்க்கதரிசியின் மருமகன் (மகளின் கணவர்) அலீ கலீஃபாவாகப் பதவிக்கு வந்தார். உஸ்மானுக்கு எதிரான கிளர்ச்சியில் பங்கெடுத்தவர்கள் மதீனாவிலேயே தங்கிவிட்டார்கள். அலீ பதவிக்கு வருவதற்கு அவர்களே காரணமாயிருந்தார்கள். உஸ்மானின் ஆதரவாளர்கள் தங்களைப் பழிவாங்கக்கூடும் என்ற அச்சம் அவர்களுக்கு இருந்தது. மேலும், ஸிரியாவின் சக்திமிக்க ஆளுநரான முஆவியா மதீனாவைக் கைப்பற்றிக்கொண்டால், உஸ்மானைக்

கொலைசெய்தவர்களைப் பிடித்துத் தண்டிக்கலாம் என்றும் அவர்கள் அஞ்சினார்கள். உஸ்மான் கொலை செய்யப்பட்டு பல நாட்கள் வரை புதிய கலீஃபா பதவிக்கு வரவில்லை. அதற்கு நிர்ணயமான நடைமுறையும் இல்லை. முந்தைய மூன்று கலீஃபாக்களைத் தெரிந்தெடுப்பதற்கு வெவ்வேறு நடைமுறைகள் பின்பற்றப்பட்டன. இஸ்லாமியப் பேரரசின் தலைநகரான மதீனா, உஸ்மானின் கொலைக்குப் பிறகு கிளர்ச்சியாளர்களின் கட்டுப்பாட்டில் இருந்தது. கலீஃபா ஆவதற்கு விருப்பமில்லாத அலீயை அவர்கள் கட்டாயப் படுத்திப் பதவியில் அமர்த்தினார்கள். சக்திவாய்ந்த சிறுகுழுவைச் சேர்ந்த தல்ஹா, ஜுபைர் போன்றவர்கள் கிளர்ச்சியாளர்களைத் தூண்டிவிட்டார்கள், அல்லது ஒதுங்கியிருந்து கொண்டு உஸ்மானைக் காப்பாற்ற எதுவும் செய்யாமல் இருந்தார்கள் என்பது கவனிக்கத்தக்கது. அடுத்து வரும் கலீஃபா மீது அதிக அதிகாரம் செலுத்துவது அல்லது வாய்ப்பு ஏற்பட்டால் தாமே கலீஃபாவாக வருவது இதன் நோக்கமாக இருக்கலாம். ஆனால் கிளர்ச்சியாளர்கள் அலீக்குத் தங்கள் ஆதரவை அளித்ததால் அவர்களது திட்டம் நிறைவேறாமல் போயிற்று.

கலீஃபா பதவிக்கு அலீயைத் தெரிந்தெடுப்பதைத் தவிர கிளர்ச்சி யாளர்களுக்கு வேறு வழி எதுவும் இருக்கவில்லை. எல்லோரிலும் அவரே விவேகத்தில் மிகவும் சிறந்தவர்; அப்பழுக்கற்ற நேர்மையும், சிந்தனைப்போக்கும் உடையவர். அரசியல் தந்திரங்கள் அவருக்குக் கைவந்த கலை அல்ல; எனவே அதில் தேர்ச்சி பெற்றவரான அவரது போட்டியாளர் முஆவியா விரைவிலேயே அவரை அரசியல் சதுரங்கத்தில் தோற்கடித்தார். முஆவியா, முக்கியமான ஸிரியா மாகாணத்தின் ஆளுநராயிருந்தார். தாமே கலீஃபா ஆக வேண்டும் என்பது அவரது ஆசை; தேர்ந்த அரசியல்வாதியான அவர் தமது நோக்கம் நிறைவேற உதவும் எந்த வழியும் தவறானதல்ல என்று கருதியவர். ஸிரியாவில் தம்முடைய ஆளுநராக இருப்பவர் பதவிப் பேராசையும், எதையும் செய்யத் தயங்காத தன்மையும் கொண்டவர் என்பது அலீக்குத் தெரியும். மேலும் அவர் முந்தைய கலீஃபாவால் நியமிக்கப்பட்டவர்; அந்தக் கலீஃபாவின் கொள்கைகளில் அலீக்குச் சம்மதம் இல்லை. கலீஃபா என்ற முறையில் அவர் தமது சொந்தக் கொள்கையை உருவாக்கிக்கொள்ளவும், தமது கொள்கையில் முழுமையான நம்பிக்கை உடையவர்களையே ஆளுநர்களாக நியமித்துக்கொள்ளவும் எல்லா உரிமையும் பெற்றவர். அலீ தமக்கு உள்ள இந்த அதிகாரத்தைப் பயன்படுத்த விரும்பினார். ஆனால் அவரது நண்பர்கள் அவ்வாறு செய்ய வேண்டாம் என்று ஆலோசனை

கூறினார்கள். ஏனென்றால் முஆவியா தாமே ஒரு தனி அதிகாரக் கேந்திரமாக வளர்ந்து தமக்கு விசுவாசமான படை ஒன்றையும் வைத்திருந்தார்.

அலீ இந்த அரசியல் காரணங்களையெல்லாம் கருத்தில் கொள்ளாமல், முஆவியாவை ஸிரியாவின் ஆளுநர் பதவியிலிருந்து விலக்கும் உத்தரவை அனுப்பிவிட்டார். முஆவியா அந்த உத்தரவை ஏளனத்துடன் தூக்கியெறிந்துவிட்டு, அவருக்கெதிராகக் கிளர்ச்சிக் கொடி உயர்த்தினார். உஸ்மானின் கொலைக்குப் பழிவாங்குவது என்பது ஒரு நல்ல சாக்காகக் கிடைத்தது. அலீ குற்றமற்றவர் என்பதும், கொலைகாரர்களைக் கண்டுபிடித்துத் தண்டிப்பது மிக எளிதான காரியமல்ல என்பதும் அவருக்குத் தெரியும். ஆனால், உஸ்மானின் கொலைக்குப் பழிவாங்குவதைவிட அதை ஓர் அரசியல் பிரச்சினையாக்கி அலீக்குச் சங்கடம் ஏற்படுத்த வேண்டும் என்பதே அவர் நோக்கம். அலீயை எதிர்த்துப் போரிடுவதற்கு அவருக்கு ஓர் காரணம் வேண்டியிருந்தது. உஸ்மானின் கொலைக்குப் பழி வாங்குவது என்ற காரணம் மிகச் சிறந்ததாக அமைந்துவிட்டது.

தீர்க்கதரிசியின் தோழர்களில் தல்ஹா, ஜுபைர் போன்ற சிலர் அசையா சொத்துக்களும் அசையும் சொத்துக்களும் நிறையவே சேர்த்து இருந்தார்கள். அவர்கள் அரசுக் கொள்கையில் அதிகச் செல்வாக்குப் பெற்று தங்களுடைய சுயநலங்களைக் காத்துக்கொள்ள ஆசைப் பட்டார்கள். ஆனால் உஸ்மானுக்கு அடுத்து அலீ கலீஃபாவாக வந்ததும், தங்களுடைய நலன்களுக்கு ஆபத்து வந்துவிட்டதை உணர்ந்துகொண்டார்கள். ஏனென்றால் உமரைப் போலவே அவரும் சரியான நடத்தை நெறிமுறைகளை அமல் செய்வார். எனவே, உஸ்மானுக்கு எதிராகக் கிளர்ச்சிகளைத் தூண்டிவிட்டதில் பங்குகொண்ட தல்ஹாவும் ஜுபைரும் முஆவியாவுடன் சேர்ந்து கொண்டு உஸ்மானின் கொலைக்குப் பழிவாங்க வேண்டும் என்று கோரிக்கை எழுப்பினார்கள். இவர்களது நோக்கமும் அலீயைப் பதவியிலிருந்து இறக்க வேண்டும் என்பதே. ஜுபைர், தீர்க்கதரிசியின் மனைவி ஆயிஷாவின் உதவியுடன் தாமே கலீஃபா ஆக ஆசைப் பட்டார். ஆயிஷாவுக்கு அலீயைப் பிடிக்காது. அதற்குக் காரணங்களை இங்கே விவாதிக்க வேண்டியதில்லை. உஸ்மானுக்கு எதிரான கிளர்ச்சியைத் தூண்டிவிட்டதிலும் ஆயிஷாவுக்குப் பங்கு இருந்தது. உஸ்மானையும் அவருடைய ஆளுநர்களையும் தயங்காது குறை கூறியவர்களில் அவரும் ஒருவர். ஆனால் அவரும் இப்போது அலீ,

உஸ்மானின் கொலைக்குப் பழிவாங்கவில்லை என்று கூறி அவரை எதிர்க்கத் தொடங்கினார். மதீனா மக்கள் அலீக்குத் தங்கள் ஆதரவைத் தருவதாக உறுதி கூறியதைக் கேட்டு ஆயிஷா மிகவும் சினங்கொண்டு மக்காவுக்குத் திரும்பிச் சென்றுவிட்டதாக டாக்டர் தாஹா ஹுஸைன் கூறுகிறார். கஅபாவின் முற்றத்தில் சென்று அவர் அமர்ந்துகொண்டு சுற்றிலும் ஒரு திரையைத் தொங்கவிட்டார். திரைக்குப் பின்னால் இருந்துகொண்டு, அங்கு வந்து கூடிய மக்களிடம் அவர் பேசினார். அவர் கூறுவார்: 'உஸ்மானின் நாக்கும் சவுக்கும் நம்மிடையே அவர்மீது கோபத்தை உண்டாக்கின. அவர் அதற்கு மன்னிப்புக் கேட்டுக் கொண்டார். முஸ்லிம்கள் மன்னிப்பு அளித்தார்கள். அதற்குப் பின் பதூயின்களும் கிளர்ச்சியாளர்களும் அவருக்கு எதிராக எழுந்து, துவைத்த துணியைப் பிழிவது போல அவரைப் பிழிந்து கொன்று விட்டார்கள்.'[37]

இவ்வாறாக பலபேர் அலீக்கு எதிராக இருந்தார்கள் என்று காண்கிறோம். ஆயிஷா போன்ற சிலர் சொந்தக் காரணங்களுக்காகவும், தல்ஹா, ஜுபைர் முதலானவர்கள் அரசியல், வர்க்கநலன் காரணங் களுக்காகவும் அவரை எதிர்த்தார்கள். அவர்கள் அனைவரும் பலம் வாய்ந்த ஓர் எதிர்ப்பு அணியாகச் சேர்ந்துகொண்டு அலீயை அகற்றி அரசியல் அதிகாரத்தைக் கைப்பற்றத் திட்டமிட்டார்கள். அலீ இஸ்லாமியச் சட்டங்களைக் கண்டிப்பாக அமல் நடத்த விரும்பினார். இந்தச் சட்டங்கள் தனியார் சொத்துகள் குவிப்பதையும் செல்வம் சேர்ப்பதையும் அனுமதிக்காமல் இல்லை. அனுமதி இருந்தது. ஆயினும் அதற்குச் சில விதிமுறைகள் குறிப்பிடப்பட்டன; இவை முஸ்லிம்கள் அனைவருக்கும் மொத்தத்தில் நன்மை அளிப்பவை. ஆனால் முடிந்த அளவு அதிகமாகச் செல்வங்களைச் சேர்த்துக்கொள்ள விரும்பியவர்களுக்கு இந்த விதிமுறைகள் இடையூறாக இருந்தன. மேலும் போரில் கைப்பற்றப்பட்ட பொருள்களை விநியோகிப்பதில் அலீ கண்டிப்பாக முறைப்படி நடந்துகொண்டார். உரியவர்கள் அனைவருக்கும், அவர்களின் அந்தஸ்து, இனம், பிராந்தியம் எதையும் கருதாமல், சமமாகப் பகிர்ந்து கொடுத்தார். இது அரேபியர் களுக்குப் பிடிக்கவில்லை. அவர்கள் இப்போது தங்களை ஆளும் இனமாகக் கருதினார்கள். ஆனால் அரேபியரல்லாதவர்கள், வெளிநாடு களைச் சேர்ந்த அடிமைகள், சமூகத்தில் தாழ்த்தப்பட்ட நிலையில் இருந்த மற்ற மக்கள் ஆகியோருக்கு அலீயின் செயல் மகிழ்ச்சி அளித்தது. அதனால்தான் இத்தகைய மக்கள் நிறைந்திருந்த கூஃபா, மதத்தில் மாற்றுக் கொள்கைப் பிரிவான ஷியா பிரிவுக்கு முக்கிய

கேந்திரமாயிற்று. சுரண்டப்பட்ட இந்த மக்களின் கோபமும் வெறுப்பும் அந்த வழியில் வெளிப்படுத்தப்பட்டன. நீதியிலும் நியாய நடத்தையிலும் பற்றுகொண்டவரான அலீ இந்தப் பிரிவு மக்களின் மனத்தைக் கவர்ந்த இலட்சியத் தலைவரானார். அலீயைச் சார்ந்தவர்கள் உமய்யத் ஆட்சியாளர்களால் மேலும் கொடுமைகளுக்கு ஆளான போது அவர்களின் பெருமை மேலும் சிறப்படைந்தது.

அலீயின் ஆட்சிக்காலம் குறுகியதாக இருந்தாலும் கொந்தளிப்புகள் நிறைந்ததாக இருந்தது. அவருக்கு எதிராக ஒருபுறம் முஆவியாவும் அவரது சார்பாளர்களும் கலீஃபா பதவியைப் பறிக்கத் துடித்துக் கொண்டிருந்தார்கள்; மற்றொருபுறம் ஆயிஷா, தல்ஹா, ஜுபைர் போன்றவர்கள் எதிர்த்து நின்றார்கள். அவர்கள் அனைவருமே தங்களுடைய உண்மையான நோக்கத்தை மறைப்பதற்காக உஸ்மானின் கொலைக்குப் பழிவாங்க வேண்டும் என்பதைத் தங்கள் கோஷமாக்கிக் கொண்டார்கள். ஆனால் அலீ கடுமையான நிர்ப்பந்தங்களுக்கெல்லாம் பணியாமல், தமது கொள்கையைவிட்டுக் கொடுக்காமல், தாம் கொலை செய்யப்படும்வரை தனியாகப் போராடி நின்றார். உமரைப் போல அவரும் மிக எளிமையான, பகட்டும் ஆடம்பரமும் இல்லாத வாழ்க்கை நடத்தினார். அவருக்கெனச் சொந்த ஆசைகள் கிடையாது. ஆனால் வெளிநாட்டுப் போர் வெற்றிகளால் வந்து குவிந்த செல்வங்கள் காரணமாக சமூகத்தில் பலம்வாய்ந்த சக்திகள் உருவாகியிருந்தன. இஸ்லாமியச் சமூகத்தின் தொடக்ககால்க் கோட்பாடுகளை அலீ செயல்படுத்த முயன்றபோது அவரைச் சுற்றிலும் பலர் பகைவர்களானார்கள். இதில் மிகப் பெரிய சோகம் என்னவென்றால், பஸ்ராவின் ஆளுநராக அலீயால் நியமிக்கப்பட்ட அப்துல்லாஹ் பின் அப்பாஸ் போன்ற அவரது விசுவாசமான தோழர்கள்கூட, பணத்தாசைக்குப் பலியாகி, நடத்தை நெறிகள் பற்றிய அவரது கட்டளைகளுக்குக் கீழ்ப்படிய மறுத்தார்கள். இவையனைத்தும் முஹம்மத் இறந்து முப்பதாண்டுகளுக்குள் நடைபெற்றன. அரசின் கொள்கைகள் இஸ்லாமியக் கோட்பாடுகளின் அடிப்படையில் அமைந்துவிட்டால் எல்லாம் சரியாக இருக்கும் என்றும், வழக்கமான தீமைகள் இல்லாத நீதியான சமூகம் உருவாகிவிடும் என்றும் சிலர் கூறும் வாதம் தவறானது என்பதை இது சரியாக நிரூபிக்கிறது. இவர்கள் சமூகத்தில் செயல்படும் வரலாற்று ரீதியான சக்திகளையும் பொருளியல் சக்திகளையும் கருத்தில் கொள்ளாமல் இலட்சியவாத நோக்கில் பேசுகிறார்கள். முஹம்மதைச் சுற்றி இருந்தவர்களே, மாறிவிட்ட சூழ்நிலைகளில், இஸ்லாமியக் கோட்பாடுகளை

நீண்டகாலத்துக்குப் பின்பற்ற முடியாமல் போயிற்று என்றால், அவற்றை இன்று ஒரு தொழிலியல் சமூகத்தில் யார்தான் பின்பற்ற முடியும்? இஸ்லாமிய அரசு என்ற கருத்தை முன்வைத்துப் பேசுவோர் யாரும் இதற்குத் திருப்தியான விடைகூற முடியவில்லை.

அலீ கலீஃபாவாக வந்த காலத்துக்குள் நிலைமைகள் மிகத் தீவிரமாக மாறிப்போய்விட்டதால், இஸ்லாத்தின் தொடக்ககால எளிமையை மீண்டும் கொண்டுவந்து, நீதியான சமூகம் ஒன்றை அமைக்க அவர் எவ்வளவோ முயன்றாலும்கூட அதிகமாக எதுவும் செய்யமுடிய வில்லை. இறுதியாக அவரும் அவருக்குமுன் இருந்த இரண்டு கலீஃபாக்களைப் போல கொலை செய்யப்பட்டார். டாக்டர் தாஹா ஹுஸைன், 'கைப்பற்றப்பட்ட எல்லாப் பிராந்தியங்களிலும் தமது ஆட்சியை நிலைநிறுத்த அலீ தவறிவிட்டார் என்பதில் சந்தேகமில்லை. ஆனால், இதில் அவர் சொந்த முறையில் மட்டுமே தோல்வி அடைந்த தாகக் கூற முடியாது. கலீஃபா முறை முழுவதுமே தோல்வி அடைந்தது. இந்தப் புதிய வடிவிலான அரசாங்கம் (அதாவது, இஸ்லாமிய வடிவிலான அரசாங்கம்) ஒரு புதிய முறை ஆட்சிக்கு முன்மாதிரியாக அமையும் என்று எதிர்பார்க்கப்பட்டது. ஆனால் கடைசியில் இதுவும் ஒருவகையிலும் வித்தியாசமாக இல்லாமல், முன்பு மற்ற அரசாங்கங்கள் பின்பற்றிய அதே வழியிலேயே சென்றது. முந்தைய அரசாங்கங்களைப் போலவே இதுவும் வர்க்க நலன்களையும், அதிகாரத்தைக் கைப்பற்றும் போராட்டங்களையுமே அடிப்படையாகக் கொண்டு, பல்வேறு தேசிய இனங்களும், (வர்க்கங்களும்), ஆதிக்க பலம்பெற்ற ஒரு தேசிய இனத்தின் ஒரு சிறிய பிரிவினால் சுரண்டப்படும் அரசாங்கமாகவே ஆயிற்று. மேலும், அலீயும், கலீஃபாமுறையும் தோல்வியடைந்ததோடு, கிளர்ச்சியும் தோல்வியடைந்தது. இஸ்லாமியக் கலீஃபாமுறையின் தூய்மையையும், சகிப்புத்தன்மையையும் நீதியான தன்மையையும் பாதுகாத்து, சுயநலம், மனம்போன போக்கு போன்ற தீமைகளை ஒழிப்பதற்காக உஸ்மானின் ஆட்சிக்கு எதிராக நடத்தப்பட்டது என்று கூறப்பட்ட இந்தக் கிளர்ச்சி தோல்வி கண்டது'[38] என்று கூறுகிறார்

முஆவியா, நேர்மையானதும் நேர்மையற்றதுமான எல்லா வழி களிலும் முயற்சி செய்து கடைசியாக அரசியல் அதிகாரத்தைக் கைப்பற்றிவிட்டார். அலீ கொலை செய்யப்பட்ட பின் கலீஃபாவாகத் தேர்ந்தெடுக்கப்பட்ட அவரது மூத்த மகன் ஹஸன் முஆவியாவிடம் அதிகாரத்தை ஒப்படைத்தார். அதற்கு ஒரு நிபந்தனை மட்டும்

விதிக்கப்பட்டது. அவரது மரணத்துக்குப் பிறகு அடுத்த கலீஃபா முஸ்லிம்களால் தேர்ந்தெடுக்கப்பட வேண்டும் என்பது அந்த நிபந்தனை. முஆவியா, அப்போதைக்குத் தேவைப்பட்ட ஒரு செயலாகவே அந்த நிபந்தனையை ஏற்றுக்கொண்டார். விரைவிலேயே அதை மீறி, பைஜாண்டிய, ஸஸானிட் பேரரசர்கள் செய்தது போலவே, தமது மகன் யஸீதை தமக்குப் பிறகு பட்டத்துக்கு வரும் தடையற்ற வழி அமைப்பதற்காகத் தம்மிடம் அதிகாரத்தை ஒப்படைத்த ஹஸனுக்கு அவர் விஷமிட்டதாகக் கூறப்படுகிறது.

இவ்வாறாக இஸ்லாமியக் கலீஃபா முறை குறுகிய காலத்திலேயே தோல்வியடைந்து, உமய்யாக்களின் பரம்பரை ஆட்சி தொடங்கியது. வரலாற்று ரீதியாகப் பார்க்கும்போது பல்வேறு வகையான மக்களையும் கொண்ட இஸ்லாமியப் பேரரசுக்கும், அதன் வரலாற்று ரீதியான வளர்ச்சிக்கும் இதுவே அதிகப் பொருத்தமாக இருந்தது. இஸ்லாமியக் கலீஃபாமுறை, எளிமையான மரபு அமைப்புகளைக் கொண்ட, சக்திவாய்ந்த நிலச்சுவான்தார் வர்க்கம் இல்லாத, ஓரளவுக்குச் சமத்துவம் நிலவுகின்ற அரேபியாவின் நிலைமைகளுக்குப் பொருத்தமானது. ரோமானிய, ஸஸானிட் பேரரசுகளிடமிருந்து கைப்பற்றப்பட்ட பரந்த நிலப்பகுதிகள், அவற்றில் உள்ளார்ந்து அமைந்துள்ள மரபு அமைப்புகளுடன் இராணுவ பலம்பெற்ற நிலப்பிரபுக்களின் நலன்களை அடிப்படையாகக் கொண்ட இஸ்லாமியப் பேரரசில் இணைக்கப்பட்ட பிறகு, இஸ்லாமிய முறையிலான அரசாங்கம் என்ற கருத்து வெற்றி பெறுவது சந்தேகமாகி விட்டது. நில உடைமைப் பரிவர்த்தனைகளைத் தாராளமாக அனுமதிக்க உஸ்மான் முடிவு செய்தது, அவருடைய சொந்தமான விபரீத யோசனையோ தற்செயலான நிகழ்ச்சியோ அல்ல. அந்தத் திசையில் அவர் செல்வதற்கு நிர்ப்பந்தங்கள் பெருகிக் கொண்டிருந்தன. உறுதியான கருத்துகளும் உயர்ந்தோங்கிய ஆளுமையும் கொண்ட உமர் அவற்றை எதிர்த்து நிற்க முயன்றார். ஆனால் ஒவ்வொரு வெளிநாட்டு வெற்றியுடனும் இந்த நிர்ப்பந்தங்கள் வலுவடைந்து வந்ததால் உஸ்மானால் அவற்றை அதற்கு மேலும் எதிர்த்து நிற்க முடியவில்லை. வரலாற்றில் ஒரு தனிமனிதரின் பங்குபணி முக்கியமானதே. ஆயினும் மனிதனுக்கும் அவனது சூழ்நிலைகளுக்குமிடையே தர்க்கரீதியான ஓர் உறவுநிலை எப்போதும் இருக்கிறது. சுயேச்சையாகத் தெரிந்தெடுத்து செயல்படும் வாய்ப்புகள் அவனைச் சுற்றிலும் இயங்கும் பொருளியல் சக்திகளுக்கு உட்பட்டவையாகவே உள்ளன. அலீ, முன்பு இருந்த எளிமையையும்

அரேபியர்களுக்கு வழக்கமான சமத்துவத்தையும் மீண்டும் கொண்டுவர அரும்பாடுபட்டும், தோல்வியடைந்து தமது எண்ணம் நிறைவேற முடியாமலே மரணமடைந்தார். அவர் செய்ய முயன்றது, வரலாற்று சக்திகளுடன் பொருத்தம் அற்றதாகப் போயிருந்தது. பணக்கார நிலச்சுவான்தார் வர்க்கம் ஒன்று உருவாகி, எல்லா முஸ்லிம்களையும் சமமாக நடத்துவதை எதிர்த்தது; அவர்கள் கீழ்நிலையில் உள்ள முஸ்லிம்களுடன் தாங்கள் சமமாக நடத்தப் படுவதை எதிர்த்து தங்களுக்குத் தனிப்பட்ட உரிமைகள் வேண்டும் என்று நிர்ப்பந்தம் செய்தார்கள். மற்றொரு புறம், பதூயின்கள், அல்லது இஸ்லாத்தின் சமத்துவக் கோட்பாட்டால் கவரப்பட்டு அதை ஏற்றுக்கொண்ட வெளிநாட்டினர், இஸ்லாத்தின் போதனைகளைக் கண்டிப்பாகப் பின்பற்றச் செய்யுமாறு கலீஃபா மீது நிர்ப்பந்தம் கொண்டு வந்தார்கள். இஸ்லாமியச் சமூகம் இந்தப் போராட்டத்தால் அலைக்கழிக்கப்பட்டது.

இந்தச் செயல்பாடுகளின் இறுதிக் கட்டமாகத்தான் முஆவியா தமது மகன் யஸீதைத் தமக்கு வாரிசாக அறிவித்த நிகழ்ச்சி அமைந்தது. அதன் மூலம் புதிய நிலைமைகளுக்கு அதிகப் பொருத்தமாக இருக்கக் கூடிய பரம்பரை ஆட்சிக்குத் தொடக்கம் செய்யப்பட்டது. மேலும் உமய்யாக்கள் மத அடிப்படையிலான ஆட்சி நடத்துவதாகப் பாசாங்கு செய்வதை விட்டுவிட்டார்கள். அவர்களின் ஆட்சியை அரேபியர்களின் மதச்சார்பற்ற தேசிய ஆட்சி என்று கூறலாம். உமய்யத் ஆட்சிக் காலத்தில், அரசுச் சம்பளம் பெறுகின்ற இராணுவமும், நிர்வாக அதிகாரிகள் அமைப்பும் விரிவடைந்தன. இஸ்லாத்தின் தொடக்க காலத்தில் இருந்ததைப் போல விருப்பம் உள்ளவர்கள் போர்த் தொழிலை மேற்கொள்வது என்ற நிலை இல்லாமல் போயிற்று. போருக்கெனத் திரட்டப்படும் போர்வீரர் அணிகளுக்குப் பதிலாக முறையான இராணுவம் அமைக்கப்பட்டது. அதேபோல சுய விருப்பத்தின் பேரில் வரி வசூலிக்கும் பணியையும் மற்ற வேலைகளையும் செய்ய முன்வருவோருக்குப் பதிலாக முறையான அதிகாரிகள் அமைப்பு உருவாக்கப்பட்டது. வரி வசூலித்தல், அரசியல் நிர்வாகம், மதத்தலைமை ஆகிய மூன்று பணிகள் மூன்று அதிகாரிகளின் பொறுப்பில் விடப்பட்டன. ஒவ்வொரு அதிகாரியும் 'அமீர்' என்றோ 'ஸாஹிப்' என்றோ அழைக்கப்பட்டார். ஸாஹிப் அல்-கராஜ் என்ற அதிகாரி பெரும்பாலும் நேரடியாக கலீஃபாவுக்கு பதில் சொல்லக் கடமைப்பட்டிருந்தார். இப்படி ஓர் அதிகாரியை முஆவியாதான் முதல் முதலாக நியமித்து, அவரை கூஃபாவுக்கு

அனுப்பி வைத்தார்.[39] அரசியல் நிர்வாகத்தை அரசப் பிரதிநிதி (அதாவது அமீர் அல்லது ஸாஹிப்) கவனித்துக்கொண்டார். அவர் ஒவ்வொரு மாவட்டத்திலும் தமது முகவராக 'ஆமில்' என்ற அதிகாரிகளை நியமித்தார். சில சமயங்களில் இந்த அரசப் பிரதிநிதிகள் தலைநகரில் இருந்துகொண்டு தங்கள் துணை அதிகாரிகளை மாகாணங்களுக்கு அனுப்பிவைத்தார்கள். அரசப் பிரதிநிதி தமது மாகாணத்தில் அரசியல், இராணுவ நிர்வாகத்துக்கு முழுப் பொறுப்பு வகித்தார். அரசின் வருமானம் முக்கியமான பேரரசின் பிரஜைகளாக வாழும் மக்கள் செலுத்தும் கப்பங்கள் மூலமாகவே கிடைத்தது. முஸ்லிம்கள் 'ஜகாத்'தும் முஸ்லிம் அல்லாதவர்கள் இதைத் தவிர 'கராஜ்' என்ற நிலவரியும் கட்டவேண்டியிருந்தது. அரசு அதிகாரிகள் இஸ்லாத்தைவிட வருவாயிலேயே அதிக அக்கறை காட்டினார்கள் என்பதற்கு உதாரணமாகப் பின்வரும் நிகழ்ச்சியைக் கூறலாம்:

> ...மதத்துக்கும் அரசுக் கருவூலத்துக்கும் இடையே உரிமைப் போராட்டம் 728ஆம் ஆண்டில் கலீஃபா ஹிஷாமின் ஆட்சியின் போது நடைபெற்றது. குராஸான் மாகாணத்தின் ஆளுநர் அஷ்ரப் இப்னு அப்துல்லாஹ், ட்ரான்ஸ் ஆக்ஸானியா பகுதியின் மக்கள் அனைவரையும் இஸ்லாத்திற்கு மாற்றத் திட்டமிட்டார். மதம் மாறுவதற்கு ஊக்குவிப்பாக அவர்களுக்கு வரிவிதிப்பிலிருந்து விலக்களிப்பது அவரது திட்டம். இவ்வாறு மதம்மாற்ற அனுப்பப்பட்ட முஸ்லிம் மதப் பிரசாரகர்களுக்குப் பெரும் வெற்றி கிடைத்தது. இதைக் கண்டு வருவாய்த் துறை அதிகாரிகள் எதிர்ப்புக்குரல் எழுப்பினார்கள். மதமாற்றால் அவாகளுக்குக் கிடைக்கும் சலுகை ஊதியங்கள் அவர்கள் வசூலிக்கும் வரித் தொகையைப் பொறுத்தே இருக்கும். உள்ளூர்த் தலைவர்களும் இதை எதிர்த்தார்கள். ஜனநாயகத் தன்மைகொண்ட இஸ்லாம், விவசாய மக்களிடையே பரவினால் தங்களுடைய கௌரவம் பாதிக்கப்படலாம் என்று அவர்கள் அஞ்சினார்கள். கருவூல அதிகாரிகளின் வாதத்தைக் கடைசியாக அரசாங்கம் ஏற்றுக் கொண்டது. பாரசீகத்தில் உள்ள அரபுப் படைகள் அந்நாட்டிலேயே வசூலிக்கப்படும் வரிப்பணத்தையே சார்ந்திருந்தால் முழுமையாக வரிவிலக்கு அளிக்கப்பட்டுவிட்டால் அந்தப் படைகள் பட்டினி தான் கிடக்கவேண்டியிருக்கும். எனவே அவர் மீண்டும் கராஜ் என்ற நிலவரியை விதித்தார். அந்த வரியை முன்பு செலுத்தி வந்தவர்கள் அனைவரும், அவர்கள் 'ஸுன்னத்' பரிசோதனைக்கு உட்பட்டாலும் இல்லாவிட்டாலும் நிலவரி கட்டவேண்டும் என்று

உத்தரவிட்டார். இவ்வாறு கொள்கையில் மாற்றம் செய்யப்பட்டதன் விளைவாகப் பெரும் அளவில் கிளர்ச்சி மூண்டது. இதனால் சில காலத்துக்கு அரேபியர்கள் ட்ரான்ஸ் ஆக்ஸானியா முழுவதையுமே இழந்திருந்தார்கள். இழக்கப்பட்ட இந்தப் பிராந்தியத்தின் சில பகுதிகள் இஸ்லாத்திற்கு மீண்டும் 734ஆம் ஆண்டில் கிடைத்தன; ஆனால் அவை அப்போது டமாஸ்கஸி லிருந்து ஆட்சிபுரிந்த உமய்யத் கலீஃபா ஹிஷாமுக்குக் கிடைக்க வில்லை. தீர்க்கதரிசியின் வம்சத்தினரின் உரிமையை ஆதரிக்கும் 'அலீத்'கள் ஹிஷாமுக்கு எதிராகக் கிளர்ந்தெழுந்து தங்களுக்கு ஆதரவாளர்களைத் திரட்டினார்கள். அவர்கள் பாதுகாக்கப்பட்ட மதங்களை (இங்கே முக்கியமாக ஜொராஸ்ட்ரிய மதம்) பின்பற்றுவோருடன் செய்துகொள்ளப்பட்ட ஒப்பந்தங்களைப் பின்பற்றுவதாகவும், முஸ்லிம்கள் கப்பம் செலுத்த வேண்டியிராது என்றும், யாரும் அடக்கி ஒடுக்கப்படமாட்டார்கள் என்றும் வாக்குறுதி அளித்தார்கள்.[40]

உமய்யாக் கலீஃபாக்கள், விதிவிலக்கான ஓரிருவரைத் தவிர, இஸ்லாத்தின் கட்டளைகளைப் பெரிதாகப் பொருட்படுத்தவில்லை. முஆவியாவின் மகன் யஸீத் பெரிய குடிகாரர் (இஸ்லாம் மதுவைக் கண்டிப்பாகத் தடைசெய்கிறது). அவருக்குப் பெயரே யஸீத் அல்-குமூர் 'மதுபான யஸீத்' என்று ஆகிவிட்டது.[41] அவர் தம்முடன் மதுக்களியாட்டங்களில் பங்குகொள்ள ஒரு குரங்கையும் பழக்கி வைத்திருந்தார். (மாஸீதி, தொகுதி 5, பக்கம் 157 பார்க்க). இரண்டாவது யஸீத் தமது சபையின் இரண்டு பாடகிகளிடம் அளவற்ற பிரியம் வைத்திருந்தார். அவர்களில் ஒருத்தியின் வாயினுள் அவர் விளையாட்டாக ஒரு திராட்சைப் பழத்தைத் தூக்கி வீச அவள் மூச்சுத்திணறி இறந்தாள். இதைக் கண்டு இளம் கலீஃபா பதறி உயிர்விட்டார். அவருடைய மகன் அல்-வலீத் குடியில் எல்லோரையும் மிஞ்சிவிட்டார். அவர் மதுவால் நிரப்பப்பட்ட நீச்சல் குளத்தில் நீந்தும் வழக்கமுடையவர் என்றும், அதில் அவர் குடித்துக் குடித்தே அதன் மேல்மட்டம் இறங்கிவிடும் என்றும் கூறப்படுகிறது.[42] அகனியில் (அகானி, தொகுதி 6, பக்கம் 125) ஒரு நிகழ்ச்சி குறிப்பிடப்படுகிறது. அல்-வலீத் ஒரு நாள் குர்ஆனைத் திறந்தபோது 'அகம்பாவம் கொண்ட ஒவ்வொரு மன்னனும் அழிவை அடைந்தான்' என்ற வசனம் அவருடைய பார்வையில் பட்டது. அவர் கோபமடைந்து புனிதநூலை தமது வில், அம்பால் தூளாக நொறுக்கினார். அப்போது அந்த வசனத்துக்கு மறுப்பாகத் தமது சொந்த வசனங்கள் இரண்டைத்

திரும்பத் திரும்பக் கூறினார்.[43] இவ்வாறாக உமய்யாக் கலீஃபாக்களின் ஆட்சி சாராம்சத்தில் மதச்சார்பற்றதாக இருந்தது எனக் காண்கிறோம். உண்மையில், முதல் நான்கு கலீஃபாக்களுக்குப் பிறகு இஸ்லாமிய மத அடிப்படை அரசு முடிவுக்கு வந்துவிட்டது.

உமய்யாக்களின் இராணுவ அமைப்புப் பற்றி பேராசிரியர் ஹிட்டி இவ்வாறு கூறுகிறார்: 'இராணுவம் பைஜாண்டிய இராணுவத்தின் முறையிலேயே அமைக்கப்பட்டிருந்தது. ஐந்து அணிகளாக அது பிரிக்கப்பட்டது: மத்திய அணி, இரண்டு பக்க அணிகள், ஒரு முகப்பு அணி, ஒரு கடைசி அணி. அணிவகுப்பு பழைய காலத்தின் மாதிரியிலேயே வரிசைகளாக அமைந்தது... ஆயுதங்கள், கவசங்கள் ஆகியவற்றிலும் அரபுப் போர்வீரருக்கும் கிரேக்கப் போர்வீரருக்கும் இடையே வேறுபாடு அதிகம் இல்லை. குதிரைகளின் சேணங்களும் பைஜாண்டிய சேணங்களைப் போலவே இருந்தன. சமீப கிழக்கு நாடுகளில் இப்போதும் வழக்கத்தில் இருக்கும் சேணங்களைப் போன்றவை அவை. தற்காலத்திய கனரக பீரங்கிகளைப் போல அந்த இராணுவத்தில் எதிரிகள் மீது பாறைகளையும் கற்களையும் வீசி எறியும் பாலிஸ்டா-மாங்கனல், கோட்டைகளை இடித்து உடைக்கும் உத்தரங்கள் போன்ற சாதனங்கள் இருந்தன. கனமான இந்தச் சாதனங்களும், முற்றுகை யந்திரங்களும் இராணுவத்தின் பின்னால் ஒட்டகங்களில் ஏற்றிச் செல்லப்பட்டன.'[44]

அரேபியர்கள் சர்வதேச வர்த்தகத்தில் ஈடுபட்டவர்களாக இருந்தாலும் அவர்களுக்கென சொந்தமான நாணயங்கள் கிடையாது. இஸ்லாத்திற்கு முந்தைய காலத்தில் அவர்களுக்கென அரசு எதுவும் இல்லாததே இதற்குக் காரணம். கலீஃபாக்கள் ஆட்சியின் தொடக்க காலத்திலும், அதற்குப் பின் சிலகாலம் வரையும் பெரும்பாலும் பைஜாண்டிய நாணயங்கள் பயன்படுத்தப்பட்டன. செம்பு நாணயங்களைக் குறிக்கும் தீனார், திர்ஹம் என்ற சொற்களும் கிரேக்க மொழியிலிருந்து வந்தவை. அப்துல் மலிக்கின் (ஹஜ்ரி 77/கி.பி. 696) நாணயச் சீர்திருத்தங்களுக்கு முன் வழக்கில் இருந்த செப்பு நாணயங்களை மூன்று பிரிவாகப் பிரிக்கலாம்: அரேபிய-பைஜாண்டிய, அரேபிய-ஸஸானிய, பைஜாண்டிய-பஹ்லவி. அரேபியர்கள் படையெடுத்து வெற்றிபெற்ற நாடுகளில் ஏற்கெனவே இருந்துவந்த நாணயங்களைப் போலவே அவர்களும் நாணயங்கள் அச்சிட்டார்கள்: அவற்றில் இருந்த மதவாசகங்கள், காலங்கடந்த தேதிகள் எல்லாம் அப்படியே அவர்களது நாணயங்களிலும் இருந்தன.

இவ்வாறு நகல் செய்யப்பட்ட நாணயங்கள்தான் இப்போது கிடைக்கும் மிகப் பழமையான இஸ்லாமிய நாணயங்கள். அப்துல் மலிக்கின் சீர்திருத்தங்கள் வரை அடிப்படையான பைஜாண்டிய மாதிரி அப்படியே வைத்துக்கொள்ளப்பட்டது. ஆயினும் அதற்கு முன்பேகூட அரபுமயமாக்கும் சில மாற்றங்களும் செய்யப்பட்டன. அரேபிய- ஸஸானிய மாதிரியிலான செப்பு நாணயங்கள் மிகவும் அரிதாகவே உள்ளன. இவற்றின் முகப் பக்கத்தில் ஸஸானிய மார்பளவு உருவமும், புறப் பக்கத்தில் நெருப்பு வேதியில் சிறிது மாற்றம் செய்யப்பட்டிருந்தன. மூன்றாவது வகையான பைஜாண்டிய- பஹ்லவி நாணயங்கள் செம்பில் மட்டுமே கிடைத்துள்ளன. இவற்றில் பைஜாண்டிய, ஸஸானிய அம்சங்கள் இரண்டும் இடம்பெற்றுள்ளன. முகப்பக்கம் வழக்கமான பைஜாண்டிய மாதிரியிலும், புறப்பக்கம் ஸஸானிய மாதிரியிலும் அமைந்திருந்தன.[45]

இவ்வாறாக, ஓர் அரசு யந்திரத்தை நடத்துவதற்கு வேண்டிய பல அமைப்புகள் அரேபியரிடம் இல்லாதிருந்தபோதிலும் அவர்கள் பழைய பேரரசுகளிடமிருந்து பலவற்றை எடுத்துப் பயன்டுத்திக் கொண்டார்கள். உமய்யாக்கள் பெரும்பாலும் பைஜாண்டியத்தி லிருந்தும் அப்பாஸிகள் பாரசீகத்திலிருந்தும் இரவல் பெற்றார்கள். பல்வேறு மாகாணங்கள் வெற்றிகொள்ளப்பட்டு இஸ்லாமியப் பேரரசில் இணைக்கப்பட்ட பிறகு, அதன் முக்கிய கேந்திரம் மாறிக்கொண்டு வந்தது கவனிக்கத்தக்கது. இது மதீனாவிலிருந்து முதலில் கூஃபாவுக்கும் பின்பு ஸிரியாவுக்கும், கடைசியாக பக்தாதுக்கும் மாறியது. நான்காவது கலீஃபா அலீ முதலில் தமது தலைநகரை மதீனாவிலிருந்து கூஃபாவுக்கு மாற்றினார். பரந்த பேரரசை மதீனாவிலிருந்து நிர்வகிப்பது இயலாமல் போயிற்று என்பது இதற்குக் காரணமாக இருக்கலாம். இரண்டாவதாக, உஸ்மானுக்கு எதிரான கிளர்ச்சியை ஏற்பாடு செய்த எதிர்ப்பாளர்களை சமாதானம் செய்யும் நோக்கத்துடனும் தலைநகரை இராக்குக்கு மாற்றியிருக்கலாம். அவர்களில் பலர் கூஃபாவையும் பஸ்ராவையும் சேர்ந்தவர்கள். இவை இரண்டும் முக்கியமான இராணுவ முகாம்கள்; இவற்றில் வசித்த மக்கள் பெரும்பாலும் அரேபியரல்லாதவர்கள். தமது விவேகமான, பாரபட்சமற்ற கொள்கைகள் காரணமாக இந்த மக்களின் நம்பிக்கையைத் தாம் காப்பாற்றிக்கொள்ள முடியும் என்ற எதிர்பார்ப்பு அலீக்கு இருந்தது; ஆனால் அரேபியர்களிடையே உருவாகியிருந்த பலமான சுயநல சக்திகள் அவருக்கு எதிராக இருந்தன.

இது வெற்றி பெற்றிருக்க முடியும்; ஆனால், முஆவியாவின் சூழ்ச்சிகள் ஒருபுறமும், மறுபுறம், பதூயின் அரேபியரின் எதிர்ப்பு இயக்கமான 'கரிஜைட்' இயக்கமும் இதற்கு இடையூறாயின. அலீயின் போட்டியாளரான முஆவியா ஸிரியாவைத் தமது வலுவான கோட்டையாக்கிக்கொண்டார். பைஜாண்டியத்தின் வர்த்தகம் ஸிரியா வழியாகத்தான் நடைபெற்றதால் அது ஒரு கேந்திர முக்கியத்துவம் பெற்றிருந்தது. பைஜாண்டிய ஆதிக்கத்தைக் கட்டுப்பாட்டில் வைத்திருப்பதற்கும் அது முக்கியமானது. இவ்வாறாக இஸ்லாமியப் பேரரசின் மிக முக்கியமான ஒரு மாகாணம் முஆவியாவின் கட்டுப்பாட்டில் இருந்தது. அரசியல் அதிகாரம் தமது கையில் வந்தவுடன் அவர் அதைத் தமது தலைமையிடமாக ஆக்கிக் கொண்டார். மேலும் இந்த அதிகாரத்தை அவர் பெறுவதற்கும் ஸிரியா இராணுவம்தான் உதவியாயிருந்தது. மக்காவும், மதீனாவும் இவ்வாறாக அரசியல் முக்கியத்துவத்தை இழந்த பிறகு, இஸ்லாமிய வரலாறு முழுவதிலும் மத முக்கியத்துவம் உள்ள இடங்களாக மட்டுமே இருந்துவந்தன. நிகழ்ச்சிகளின் நிர்ப்பந்தங்களால், இஸ்லாம் தோன்றிய நகரமும், முதலாவது இஸ்லாமிய அரசு அமைந்த நகரமும் தங்களுடைய முக்கியத்துவத்தை நிரந்தரமாக இழந்துவிட்டன. இறுதியாகப் பார்க்கும் போது மதம்தான் எல்லாவற்றையும் தீர்மானிக்கும் காரணி என்று இன்னமும் கூறமுடியுமா?

குறிப்புகள்

1 பார்க்க: ஃபத் அல் பாரி, தொகுதி 8, ப. 13.

2 அல்-ஷஹ்ரெஸ்தானீ, ப. 12.

3 அல்முன்ஜித் (மத்ப'அ அல் கதுலிகா, பெய்ரூட்), ப. 57, 'பைஅத்' என்ற வார்த்தையின் கீழ் பார்க்க.

4 சையத் அதார் ஹுஸைன், த குளோரியஸ் கலிஃபாத், லக்னோ, 1974, ப. 19.

5 மவுலானா ஷிப்லி நுஃமானி, அல் ஃபரூக், ப. 99.

6 பார்க்க: கோல்ட்ஜிஹெரின் அறிமுக இயல்கள், முரவ்வா அண்ட் தீன் பற்றி முஹம்மதன் ஸ்டடீஸ் நூலில். பகுதி 1, பக். 1-39.

7 நிகோல்ஸன், ஏ லிட்ரரி ஹிஸ்டரி ஆஃப் தி அராப்ஸ், பக். 178-9

8 பலாதுரீ, ஃபுதுஹுல் புத்தான், உருது மொழிபெயர்ப்பு: சையத் அபுல் கைர் மவுதூதி, ஹைதராபாத், தொகுதி 1, பக். 150-151.

9 ஹகீம், அபுல் பரகாத், அஷ அல்-சியர், ப. 433.

10 பலாதுரீ, தொகுதி 1, முன்பு குறிப்பிடப்பட்ட புத்தகம், பக். 97-8

11. அன்னாலி, தொகுதி 2, பக். 831-61; ஃபிலிப் கே. ஹிட்டியால் மேற்கோள் காட்டப்பட்டுள்ளது, ஹிஸ்டரி ஆஃப் தி அராப்ஸ், ப. 144.
12. கேம்பிரிட்ஜ் மெடியிவல் ஹிஸ்டரி, நியூயார்க், 1913, தொகுதி 2, இயல் xi.
13. பலாதுரீ, தொகுதி 1, முன்பு குறிப்பிடப்பட்ட புத்தகம், ப. 173.
14. மேலது, ப. 443.
15. மேலது, பக். 348-9
16. தபரி, தொகுதி 2, மொழிபெயர்ப்பு, முன்பு குறிப்பிடப்பட்ட புத்தகம், பக். 402-403.
17. பலாதுரீ, முன்பு குறிப்பிடப்பட்ட புத்தகம், பக். 221-2
18. ஷிப்லி நுஃமானி, முன்பு குறிப்பிடப்பட்ட புத்தகம், ப. 164.
19. இப்னு கல்தூன், முகத்திமா, ப. 109.
20. ஷிப்லி நுஃமானி, முன்பு குறிப்பிடப்பட்ட புத்தகம், ப. 166.
21. தபரி, தொகுதி 3, உருது மொழிபெயர்ப்பு: ரஷீத் அகமத் அர்ஷத், ப. 70.
22. பலாதுரீ, முன்பு குறிப்பிடப்பட்ட புத்தகம், ப. 324
23. அபுல் ஃபர்ஜ், கிதாபுல் கரஜ், பதிப்பு: ஜோயி, உருது மொழியெர்ப்பு: சையத் அபுல் கைர் மவுதூதி, ஹைதராபாத், ப. 250.
24. இப்னு கல்தூன், முன்பு குறிப்பிடப்பட்ட புத்தகம், ப. 163.
25. பார்க்க: அஹ்மத் அப்பாஸ் சாலிஹ், அல் யமீன் வஅல் யாசர் ஃபில் இஸ்லாம், பெய்ரூட், 1973, ப. 64.
26. மேலது, ப. 64.
27. மேற்படி, பக்கம் 66. இந்தப் புத்தகம் முழுவதிலும் அடிப்படைக் கருத்தாக அமைந்திருப்பது, முதல் கலீஃபா அபூபக்கர் பொருளாதாரக் கொள்கைகளில் வலதுசாரியாகவோ, இடதுசாரி யாகவோ இல்லாமல் நடுவழியைப் பின்பற்றியவர் என்பதும், உமரும் அலீயும் இடதுசாரி களாகவும் உஸ்மான் வலதுசாரியாகவும் இருந்தார் என்பதும் ஆகும். உஸ்மானின் காலம்வரை நிலத்தில் தனி உடைமைமுறை நிலையாக உருவாகவில்லை என்று ஸாலிஹ் கூறுகிறார். அவருடைய காலத்தில் தான் அப்படிப்பட்ட உடைமைமுறை நிலைபெற்று, தனியார் நிலங்களில் ஆயிரக்கணக்கான அடிமைகள் வேலை செய்யத் தொடங்கினார்கள்.
28. பார்க்க: அகானி, தொகுதி 4, ப. 80.
29. ஃபிலிப் கே. ஹிட்டி, ஹிஸ்டரி ஆஃப் தி அராப்ஸ், ப. 215.
30. மாக்ஸிம் ரோடின்ஸன், இஸ்லாம் அண்ட் கேபிடலிசம், ஆங்கில மொழிபெயர்ப்பு: பிரையன் பியர்ஸ், லண்டன், 1974, ப. 25.
31. மேற்படி, ப. 25.

32 டாக்டர் தாஹா ஹுஸைன், அல் ஃபித்னதுல் குப்ரா, உருது மொழி பெயர்ப்பு: அப்துல் ஹமீத் நுஃமானி தொகுதி 1, ப. 56.

33 மேற்படி, பக். 113-125.

34 இங்கு தரப்படுவது அல்ஃபித்னதுல் குப்ரா என்ற புத்தகத்திலிருந்து எடுத்துச் சுருக்கியது. பக். 146-150.

35 மக்ரீஜீ, தொகுதி 1, கிதாத், ப. 76.

36 ஷிப்லி நுஃமானி, முன்பு குறிப்பிடப்பட்ட புத்தகம், ப. 304.

37 அல் ஃபித்னதுல் குப்ரா, முன்பு குறிப்பிடப்பட்ட புத்தகம், தொகுதி 2, ப. 47.

38 மேலது, பக். 311-12.

39 இப்னு கல்தூன், தொகுதி 3, பக். 4, 1-24; ஃபிலிப் கே. ஹிட்டியின் ஹிஸ்டரி ஆஃப் தி அராப்ஸ் நூலில் மேற்கோள்காட்டப்பட்டுள்ளது.

40 ரூபன் லெவி, சோசியல் ஸ்ட்ரக்சர் ஆஃப் இஸ்லாம், பக். 23-4.

41 இக்துல் ஃபரீத், தொகுதி 3, கெய்ரோ, 1302, ப. 403, மேலும் நவயரி நிஹயத்துல் அராப், கெய்ரோ, 1923-33, தொகுதி 4, ப. 91.

42 அல் நவாஜி, ஹல்பதுல் குமய்த், கெய்ரோ, 1299 ஹிஜ்ரி, ப. 98; ஃபிலிப் கே. ஹிட்டி ஹிஸ்டரி ஆஃப் தி அராப்ஸ் நூலில் மேற்கோள் காட்டி உள்ளார்.

43 ஹிட்டி ஹிஸ்டரி ஆஃப் தி அராப்ஸ் நூலில் மேற்கோள்காட்டியுள்ளார், ப. 227.

44 மேலது, ப. 226.

45 இந்த விவரங்கள் – ஜான் வாகர்ஸ், ஏ கேடலாக் ஆஃப் முஹம்மதன் காய்ன்ஸ் இன் த பிரிட்டிஷ் மியூசியம், லண்டன், 1956 என்னும் புத்தகத்தில் காணப்படுகின்றன. பக். xxviii-xxxii, 22-23; மற்றும் தொகுதி 2, பக். li-liii, 821-3.

6

மாற்றுக் கோட்பாடுகள்
அரசியல்-பொருளாதாரக் காரணங்கள்

'ஒரு மத இயக்கம் விரிந்து பரந்ததாக இருக்குமானால் அதில் சேருபவர்கள் வெவ்வேறு காரணங்களுக்காகச் சேருகிறார்கள்' என்று மாண்ட்காமரி வாட் இஸ்லாம் அண்ட் தி இன்டக்ரேசன் ஆஃப் சொஸைடி (இஸ்லாமும் சமூக ஒருங்கிணைப்பும்) புத்தகத்தில் கூறுகிறார். 'பெரிய மதங்களைப் பின்பற்றுவோர் பல்வேறு வகையினராக இருப்பதிலிருந்தே ஒரு பெரிய மதம் பரவுவதற்கு ஒரே தன்மையான பொருளாதார மாற்றம் காரணமாக இருக்கமுடியாது என்பதை அறியலாம்' என்று அவர் குறிப்பிடுகிறார்.[1] படையெடுப்புகள் மூலம் பல்வேறு மாகாணங்கள் இஸ்லாமிய அரசில் சேர்க்கப்பட்ட பிறகு மக்கள் பல்வேறு வகையினராக இருப்பது மேலும் அதிகரித்தது. அதன் மூலம் திகைப்பூட்டும் பல பிரச்சினைகளும் உருவாயின. வாட் மிகச் சரியாகக் குறிப்பிடுவதைப் போல, பல்வேறு பிராந்தியங் களையும், வர்க்கங்களையும் சேர்ந்த மக்கள் ஒரே மாதிரியான அல்லது ஒரே வகையான காரணங்களுக்காக இஸ்லாத்தில் சேரவில்லை. அவர்களுக்கு வெவ்வேறு காரணங்கள் இருந்தன. முந்தைய இயல்களில் நாம் பார்த்தது போல இஸ்லாம் மக்காவில் நிலவிய சமூகப் பதற்ற நிலையைத் தீர்க்க முயன்றது. இந்த நோக்கத்துடன் அது பணக்காரர் களுக்கு ஏழைகளைக் கவனித்துக்கொள்ளும்படியும், அநாதைகளுக்கு உணவு அளிக்கும்படியும், இன்னும் இது போன்ற அறிவுரைகளையும் அளித்தது. மக்காவின் பிரச்சினை எளிமையானது, சுலபமாகத் தீர்வு காணக்கூடியது. ஆனால், இஸ்லாமிய அரசு வெளியில் விரிவடைந்த பிறகு ஏற்பட்ட சமூகக் கேடுகள் மிகத் தீவிரமானவை. வெவ்வேறு வர்க்கங்களையும் நாடுகளையும் சேர்ந்த மக்களின் ஒன்றுக்கொன்று முரண்பாடான ஆவல்களை நிறைவேற்றுவது பெரும்பாலும் சாத்தியமில்லாததாயிருந்தது.

இந்த இயலில் நாம் இஸ்லாத்தில் தோன்றிய பல்வேறு புறவீச்சுச் சக்திகளை—உள்ளேயும் வெளியேயும் தோன்றிய சக்திகளை—ஆராய விருக்கிறோம். இவை தோன்றுவதற்குக் காரணமாயிருந்த சமூக, பொருளாதாரக் காரணிகள் என்ன என்பதையும் காணவிருக்கிறோம்.

சவால் எழக் காரணமாயிருந்தது பேராசிரியர் டாயின்பீ கூறுகிற 'உள்ளேயும், வெளியேயும் அமைந்த தொழிலாளர் வர்க்கம்' ஆகும். முதலில் உள்ளே அமைந்த தொழிலாளர்களால் எழுந்த சவாலைப் பார்ப்போம். பதூயின்கள் என்று அழைக்கப்பட்ட நாடோடி அரேபியர்களே இஸ்லாமியப் பேரரசின் உள்ளே அமைந்த தொழிலாளர்கள். நகரங்களில் குடியமர்ந்து நிலைத்த வாழ்க்கை நடத்திய அரேபியர்கள் தாங்கள் பதூயின்களைவிட உயர்ந்தவர்கள் என்று கருதினார்கள். குர்ஆன்கூட அவர்கள் இஸ்லாத்தைத் தழுவியதைத் தயக்கமின்றி ஏற்றுக்கொள்ளவில்லை. குர்ஆன் கூறுகிறது:

> பாலைவன அரேபியர்கள் வெளி வேஷத்தில் நகரங்களில் வசிப்பவர்களை மிஞ்சிவிடுகிறார்கள். அல்லாஹ் தனது தூதருக்கு வெளிப்படுத்திய சட்டங்களை அவர்கள் அறியாமலிருக்க அதிகக் காரணங்கள் உள்ளன. அல்லாஹ் ஞானமுள்ளவன், எல்லாம் அறிபவன். சில பாலைவன அரேபியர்கள் அல்லாஹ்வுக்காகக் கொடுப்பதைக் கட்டாய அபராதமாகக் கருதுகிறார்கள். உங்களுக்குக் கேடு வரவேண்டுமென்று அவர்கள் காத்திருக்கிறார்கள். கேடு அவர்களுக்கே வரட்டும்! அல்லாஹ் எல்லாவற்றையும் செவியேற்கிறான், எல்லாவற்றையும் அறிவான் (குர்ஆன் 9:97-98).

பாலைவன அரேபியர்களின் உலகநோக்குத் தத்துவம் வேறாக இருந்தது. குர்ஆனே குறிப்பிடுவது போல, நகரங்களில் வசிக்கும் அரேபியர்களின் நலன்களுக்கு உகந்த சட்டங்களை அவர்கள் பொருட் படுத்தவில்லை. பதூயின்கள் நினைவுக்கெட்டாத காலம் தொட்டே சுதந்திரமாக வாழ்ந்து பழகியவர்கள். அவர்கள் ஒருபோதும் ஒரே இடத்தில் நிரந்தரமாகத் தங்குவதில்லை. எனவே, அவர்களுக்கு அரசாங்கம், வரிவசூல் அமைப்பு போன்றவை பொருளற்றவையாகத் தோன்றின. இந்த அமைப்புகள் தங்கள் மீது சுமத்தப்படுவதை அவர்கள் வெறுத்தார்கள். அவர்கள் முதலில் தீர்க்கதரிசியின் மரணத்துக்குப் பிறகு ஜகாத் செலுத்தும் பிரச்சினையில் கிளர்ச்சி செய்தார்கள். மிகுந்த சிரமத்துடன் அந்தக் கிளர்ச்சி ஒடுக்கப்பட்டது. ஆயினும் அவர்கள் பெரும் எண்ணிக்கையில் படையில் சேர்க்கப் பட்டுப் போர்களுக்கு அனுப்பப்பட்டதாலும், போரில் நிறையக்

கொள்ளைப் பொருள்கள் கிடைத்ததாலும், மத்திய கட்டுப்பாட்டு அதிகாரத்தை ஏற்றுக்கொள்ள ஒருவகையாக இணங்கினார்கள். இவ்வாறாக வாட் கூறிய கருத்தின்படி பார்த்தால் இந்த மதம் தங்கள் வாழ்க்கைக்கு வேண்டிய பொருளை அளித்ததால் அவர்கள் இந்த மதத்தில் சேர்ந்தார்கள். வாட் இரண்டாவதாகக் கூறும் கருத்து மார்க்ஸின் கருத்துக்கு மிக அருகே வருவது குறிப்பிடத்தக்கது. அவர், 'பொருளாதார மாறுதல்கள் எப்போதுமே மதத்தில் மாறுதல் ஏற்படக் காரணமாகின்றனவா என்று கேட்டால், சுருக்கமான ஓர் ஆய்வு மூலம் பின்வரும் விடை கிடைக்கிறது: பொருளாதார மாறுதல் உற்பத்திச் சாதனங்களில் ஏற்பட்ட மாறுதலாயிருந்தால் அதன் மூலம் சமூக விளைவுகள் ஏற்பட்டு அதைத் தொடர்ந்து மதமும் மாறுகிறது... இஸ்லாம், தானே இதுபோன்ற மாபெரும் பொருளாதார மாறுதல்களின் விளைவாகத் தோன்றியதுதான் என்பதை நாம் பார்த்தோம். இங்கே நாம் முக்கியமாகக் கவனிக்க வேண்டியது, பதூயின்களிடையே இனக்குழு கொள்ளைத் தாக்குதல்கள் நின்று போனதால் மாறுதல் ஏற்பட்டுவிட்டது என்பதே. எனவே, அவர்கள் பெரும் எண்ணிக்கையில் இஸ்லாத்தில் சேர்ந்தார்கள்'[2] என்று கூறுகிறார்.

இப்போது, மீண்டும் ஒரு கிளர்ச்சி ஏற்படக் காரணம் என்ன என்ற கேள்வி எழுகிறது. பதூயின்களைப் பொறுத்தமட்டில் வெளிநாட்டு வெற்றிகளும் அவற்றின் விளைவாக அரசு விரிவடைந்ததும் காரணமாக, இஸ்லாமிய அரசின் அடிப்படைத்தன்மையே மாறிப் போய்விட்டது. முன்பு இருந்த எளிமையும், ஜனநாயக, சமத்துவப் பண்புகளும் மறைந்து போய், அரசு குறைஷ் இனக்குழுவைச் சேர்ந்த ஒரு சில பணக்கார ஆட்சியாளர்களின் ஏகபோகமாகிவிட்டது. உஸ்மானின் காலத்தில் உறவினர்களுக்குச் சலுகையளிப்பதும் அரசியல் லஞ்ச ஊழலும் புதிய உச்சநிலையை அடைந்தன. அரசின் எல்லாப் பதவிகளிலும் குறைஷ் இனக்குழுவின் ஒரு பிரிவான உமய்யாக்களே அமர்த்தப்பட்டிருந்தார்கள். இஸ்லாம், கொள்கை யளவிலேனும், எந்த இனக்குழுவுக்கும் சலுகை காட்டவில்லை. ஆனால் நடைமுறையில் நகரவாசிகளான குறைஷியர் அதிகாரம் முழுவதையும் தாமே ஏகபோகமாக வைத்துக்கொண்டு பதூயின் களுக்கு ஒன்றும் இல்லாமல் செய்துவிட்டார்கள். வெளிநாடுகள் மீது படையெடுத்து வென்ற இராணுவங்களிலும் பதூயின்கள் சாதாரணப் போர்வீரர்களாக மட்டுமே இருந்தார்கள். தலைமைப் பொறுப்புகள் எல்லாம் குறைஷியர் கையில் அல்லது மதீனாவின் அன்ஸார்கள்

கையில் இருந்தன. மேலும் ஆட்சி அதிகாரத்தில் உள்ள ஒரே இனக் குழுவின் இரண்டு பிரிவினரிடையே நடந்த இரத்தம் சிந்தும் ஆதிக்கச் சண்டைகள் பதூயின்களுக்கு அர்த்தமற்றவையாகத் தோன்றின. எனவே, அவர்கள் அலீயின் படைகளுக்கும் முஆவியாவின் படை களுக்குமிடையே ஸிஃபீனில் நடந்த சண்டைக்குப் பின் கிளர்ச்சி செய்தார்கள். அவர்கள் அலீயின் இராணுவத்திலிருந்து விலகிச் சென்றதால் 'விலகியவர்கள்' என்று பொருள்படும் 'கரிஜைட்'கள் என்ற பெயரில் அழைக்கப்பட்டார்கள். 'லா இமாரா' (அரசு வேண்டாம்) என்பது அவர்களது கோஷம். இதற்கு அலீ 'நல்லதோ, கெட்டதோ, அரசு என்று ஒன்று இருக்கத்தானே வேண்டும்.' என்று பதில் கூறியதாக அல்-ஷஹ்ரெஸ்தானி குறிப்பிடுகிறார். நகரவாசி அரேபியருக்கும் பாலைவன அரேபியருக்குமிடையில் மனப் போக்கில் இருந்த வேறுபாட்டை இது தெளிவாகக் காட்டுகிறது.

பாலைவன அரேபியரிடையே தனிநபர் சொத்துக்கள் இல்லாததால் அவர்களுக்கு அடக்குமுறை அரசு யந்திரம் அவசியமாகத் தோன்ற வில்லை. ஆனால், நகரவாசி அரேபியர்களுக்கு அது மிகவும் அவசிய மாயிருந்தது. பாலைவன அரேபியர்களுக்கு அது இஸ்லாம் முதலில் இருந்தபடி சமத்துவத்தையும் சகோதரத்துவத்தையும் வலியுறுத்தும் 'தூய்மைகெடாத' வடிவிலேயே ஏற்கத்தக்கதாக இருந்தது. கரிஜைட் தலைவரான முஸ்தவரித் பின் உல்லிஃபா, கடஸிஃபான் ஆளுநருக்குப் பின்வருமாறு கடிதம் எழுதியதாக தபரி தெரிவிக்கிறார்: 'நாம் உங்களை சர்வ வல்லமைக்கும் அனைத்துப் புகழுக்கும் உரிய இறைவனின் புத்தகத்தையும், தீர்க்கதரிசியின் — அவர் மீது அமைதி நிலவுவதாக— ஸுன்னாவை (வழக்கத்தை)யும், அபூபக்கர், உமர் — இறைவன் அவர்கள் மீது மகிழ்ச்சிகொள்வானாக—ஆகியோரின் நிர்வாகத்தையும் பின்பற்றுமாறு அழைக்கிறோம். உஸ்மானையும் அலீயையும் கைவிட்டுவிடுங்கள். ஏனென்றால் அவர்கள் உண்மை யான மதத்தின் தூய்மையைக் கெடுத்து புத்தகத்தின் அதிகாரத்தை ஏற்காமல் விலகிவிட்டார்கள்'[3]

இவ்வாறாக உஸ்மானின் காலம் தொடங்கும் இடத்தில் உண்மை யான, தூய்மை கெடாத மதத்தின் எல்லை முடிவடைவதாக கரிஜைட்கள் கருதுகிறார்கள். படையெடுப்புகளால் வெளிநாடுகள் பிடிக்கப்பட்ட பிறகு இஸ்லாத்தின் உருவமே மாறிவிட்டது என்பதையும் முன்பு இருந்த எளிமை மீண்டும் வரவே இல்லை என்பதையும் நாம் பார்த்தோம். அவ்வப்போது சில சீர்திருத்தவாதிகள்

பழைய எளிமையை மீண்டும் கொண்டுவர முயன்ற போதிலும் வரலாற்று ரீதியாக அது இயலாத காரியமாயிருந்தது. கடிகாரத்தின் முள்ளைப் பின்னே திருப்பி வைப்பது வரலாற்றில் இயலாத செயல். அலீ இஸ்லாமிய நெறிகளைக் கண்டிப்பாகப் பின்பற்ற மிக உண்மையாக முயற்சி செய்தார். ஆனால், அது சக்திவாய்ந்த சுயநல வாதிகளை நேரடியாக பாதித்ததால் அவர் வெற்றி பெற முடியவில்லை.

இப்போது ஒரு கேள்வி எழுகிறது. கரிஜைட்டுகள் உஸ்மானை எதிர்த்தது போலவே அலீயையும் எதிர்த்ததற்குக் காரணம் என்ன? மாண்ட்காமரி வாட் இதற்கு ஒரு விடையைக் குறிப்பிடுகிறார்: ‘கரிஜைட் கிளர்ச்சிகளில் இரண்டு அம்சங்கள் கவனிக்கத்தக்கவை. முதலாவது, கரிஜைட்டுகள், உஸ்மானையும் உமய்யாக்களையும் எதிர்த்த அளவுக்கு அலீயையும் எதிர்த்தார்கள். அவர்கள் சமூக அமைப்பு முழுவதன் மீதும் அதிருப்தி கொண்டிருந்தார்கள். ஒரு தனிமனிதர்மீது அல்லது குடும்பத்தின்மீது மட்டும் அவர்கள் அதிருப்தி கொள்ளவில்லை என்ற கருத்துக்கு இது ஆதரவாக உள்ளது. அலீயும் மக்காவின் அதிகாரக் குழுவின் மற்றொரு பிரிவைச் சேர்ந்தவர்தான் என்பதால், முன்னாள் நாடோடி மக்களைப் பொறுத்தவரை உஸ்மானைவிட அவர் சிறந்தவராகத் தோன்றவில்லை... இரண்டாவது, கரிஜைட்டுகள் சிறுசிறு குழுக்களாகக் கிளர்ச்சியில் ஈடுபட்டார்கள். இதன் மூலம் அவர்கள் தங்களுடைய நாடோடி வாழ்க்கையில் பழக்கமாயிருந்த இனக்குழு அல்லது குலக்குழு போன்ற குழு அமைப்பை மீண்டும் ஏற்படுத்திக்கொண்டார்கள்.’[4] அலீயின் பதவிக் காலத்தில் மீதியிருந்த ஓரிரண்டு ஆண்டுகளில் ஐந்து கரிஜைட் கிளர்ச்சிகள் நடந்தன என்று காமில் பின் ஆதிர், தபரி முதலானவர்கள் தெரிவிக்கிறார்கள். இவற்றில் சுமார் 200 பேர் கலந்துகொண்டார்கள். முஆவியா கலீஃபாவாக இருந்த காலத்தில் (661-680) 30 முதல் 500 பேர் வரை பங்கேற்ற பதினைந்து கிளர்ச்சிகள் நடைபெற்றன.[5] இவ்வாறாக கரிஜைட்டுகள் இஸ்லாத்தின் தொடக்ககால எளிமையை மீண்டும் கொண்டு வருவதற்கு வெறி யுணர்வுடன் போராடிய மிகத் தீவிரப் பிரிவாகச் செயல்பட்டார்கள்.

கரிஜைட்டுகளிலேயே அதிதீவிரவாதிகளைக் கொண்ட சில உள் பிரிவுகள், தங்கள் கருத்தை ஏற்காத மற்ற முஸ்லிம்கள் அனைவரையும் கொன்றுவிட வேண்டும் என்று கருதினார்கள். அவ்வப்போது இந்தக் கரிஜைட்டுகள் அரசுக்கெதிராகக் கிளர்ச்சிசெய்து மிகவும் தொல்லை கொடுத்தார்கள். அவர்கள் தலைமையில் நடந்த பல கிளர்ச்சிகள்

அரசாங்கத்தை உலுக்கிவிட்டன. அவர்களை விரட்டியடித்தாலும் மீண்டும் அணி சேர்ந்துகொண்டு கிளர்ச்சியைத் தொடர்ந்து நடத்தினார்கள். அவர்கள் மிக எளிமையான வாழ்க்கை நடத்தி, குர்ஆனின் கட்டளைகளைக் கண்டிப்பாகப் பின்பற்றினார்கள். அவர்கள் இலட்சியவாதிகளாக இருந்தார்கள். வரலாற்று ரீதியாகப் பார்த்தால் இஸ்லாத்தைப் பற்றிய அவர்களின் கருத்து 'உட்டோப்பிய' இலட்சியக் கற்பனையாக இருந்தது. சில கரிஜைட்டுகள் கலீஃபாவே தேவையில்லை என்றும் குர்ஆனே தெய்வீக வழிகாட்டியாக இருப்பது போதும் என்றும் கருதினார்கள். அல்-ஷஹ்ரெஸ்தானி, பக்தாதி, இப்னு ஹஜம் ஆகியோர் தங்கள் புத்தகங்களில் கரிஜைட்டு களின் வாழ்க்கை பற்றியும் அவர்கள் நடத்திய கிளர்ச்சிகள் பற்றியும் விரிவாக எழுதியிருக்கிறார்கள்.[6]

கரிஜைட் பிரசாரம், அதிருப்தி கொண்டிருந்த அரேபியரல்லாத முஸ்லிம்களிடையே நல்ல வரவேற்பைப் பெற்றது. கரிஜைட்களின் 'இபாதியா' என்ற உட்பிரிவு (அப்துல்லாஹ் பின் இபாத் என்பவர் இதன் தலைவர்) உம்மானில் நிறுவப்பட்டு அங்கிருந்து ஸான்ஸிபாருக்குப் பரவியது. ஹிஜ்ரி இரண்டாம் நூற்றாண்டில் அது வட ஆப்பிரிக்காவுக்கு, குறிப்பாக, பெர்பெர் மக்களிடையே பரவியது. கொந்தளிப்பான இயல்பு கொண்ட இந்த மக்கள் எந்த அதிகாரத்துக்கும் எளிதில் தலைவணங்கமாட்டார்கள். அரசை எதிர்க்கும் எந்தக் கிளர்ச்சி இயக்கத்துக்கும் இந்த மக்களிடையே ஆதரவு கிடைக்கும். கரிஜைட்டுகளுக்கு எதிரான சில ஷியா பிரிவுகளுக்கும் பெர்பெர்கள் ஆதரவளித்தது குறிப்பிடத்தக்கது. அவர்கள் வட ஆப்பிரிக்காவில் தங்கள் பரம்பரையின் ஆட்சியை அமைக்க முடிந்தது. பெர்பெர் மக்கள் அரசாங்கத்தின் மீது கொண்டிருந்த அதிருப்தியை கரிஜைட்டு களும் ஷியாக்களும் முழுமையாகப் பயன்படுத்திக் கொண்டார்கள். இபாதியா பிரிவினர் உம்மானைத் தலைமையிடமாக வைத்துக் கொண்டு பல ஆண்டுகள் அங்கிருந்து செயல்பட்டார்கள். உமய்யாக் களும் அப்பாஸிகளும் அவர்களுடைய கிளர்ச்சிகள் பலவற்றைச் சந்திக்க வேண்டியிருந்தது. பெர்பெர் மக்கள் பற்றி வரலாற்று மேதை இப்னு கல்தூன் இவ்வாறு எழுதுகிறார்:

> தொடக்க காலத்திலிருந்து இதுவரையும் என்ன நடந்தது என்பதை ஒப்பிட்டுப் பார்க்கலாம். அந்த நாடுகளில் வசிக்கும் மக்கள் பெர்பெர் இனக்குழுக்களும் கூட்டங்களும் ஆவார்கள். அவர்கள் மீதும், (மக்ரிபில்) ஐரோப்பிய கிறிஸ்தவர்கள் மீதும் முதலாவது

(முஸ்லிம்) வெற்றிகளால் பலன் ஏதும் ஏற்படவில்லை. அவர்கள் தொடர்ந்து கிளர்ச்சி செய்துவந்தார்கள். ஒவ்வொரு முறையாகத் தொடர்ந்து மதத்தைக் கைவிட்டு வந்தார்கள். முஸ்லிம்கள் அவர்களில் பலரைக் கொலை செய்தார்கள். அவர்களிடையே முஸ்லிம் மதம் நிலைகொண்ட பிறகும் அவர்கள் தொடர்ந்து கிளர்ச்சி செய்துகொண்டும் அரசிலிருந்து தொடர்ந்து பிரிந்து சென்று கொண்டுமிருந்தார்கள். பலமுறை அவர்கள் மாறுபட்ட மதக் கோட்பாடுகளைப் பின்பற்றினார்கள். அவர்கள் கீழ்ப்படியாதவர்களாகவும் கட்டுப்படுத்த முடியாதவர்களாகவும் இருந்தார்கள். மேற்கில் உள்ள பெர்பெர் இனக்குழுக்கள் எண்ணற்றவை. அந்த மக்கள் அனைவரும் பல்வேறு குழுக்களையும் குடும்பங்களையும் சேர்ந்த பதூயின்கள். ஓர் இனக்குழு அழிக்கப்பட்டால் அதன் இடத்தில் வேறொன்று வந்துவிடுகிறது. முந்தைய இனக் குழுவைப் போலவே இதுவும் அடங்காததாகவும் கிளர்ச்சி செய்வதாகவும் உள்ளது. எனவே, இஃப்ரிக்கியாவிலும் மக்ரிபிலும் தங்கள் வம்ச பரம்பரையை நிறுவுவதற்கு அரேபியர்களுக்கு நீண்டகாலம் பிடித்தது.[7]

இஸ்லாத்தில் மற்றொரு முரண் இயக்கமான ஷியா இயக்கத்தைப் பற்றி இப்போது பார்ப்போம். ஷியாக்கள் அலீயின் தரப்பை ஆதரிப்பவர்கள். முஹம்மதுக்குப் பிறகு அவருடைய இடத்துக்கு அலீதான் வந்திருக்க வேண்டும் என்பது இவர்கள் கருத்து. எனவே அவருக்கு முந்தைய மூன்று கலீஃபாக்களும் அந்தப் பதவியைச் சட்டவிரோதமாகக் கைப்பற்றிக்கொண்டவர்கள் என்று இவர்கள் கண்டிக்கிறார்கள். இவர்களுடைய வலுவானக் கேந்திரமாக இருந்தது கூஃபா. 'மவாலீ' என்று அழைக்கப்பட்ட அரேபியரல்லாத கைவினைஞர்களும் தாழ்வாகக் கருதப்பட்ட மற்ற பிரிவுகளைச் சேர்ந்த மக்களுமே இந்த இயக்கத்தின் முக்கிய ஆதரவாளர்கள். ஆனால், இதன் தலைமை வழக்கம் போல ஹாஷிமைட் அரேபியர்களின் கையில் இருந்தது. டாயின்பீ வார்த்தைகளின்படி கரிஜைட்டுகள் இஸ்லாத்தில் உள்ளே அமைந்த தொழிலாளர்கள் என்றால் இந்த இயக்கத்தைச் சேர்ந்தவர்கள் வெளியே அமைந்த தொழிலாளர்கள் என்று கூறலாம்.

கரிஜைட் இயக்கத்தின் முக்கிய ஆதரவாளர்களான நாடோடி அரேபியர்கள் தொடக்ககால நிலையைச் சேர்ந்த ஜனநாயக சமூக அமைப்பில் வாழ்ந்தவர்கள் ஆதலால் அவர்கள் அரசு அதிகாரத்தை விரும்பவில்லை. எனவே 'லா இமாரா' (அரசு வேண்டாம்) என்பது

இந்த இயக்கத்தின் முழக்கமாயிருந்தது. ஷியா இயக்கத்தின் ஆதரவாளர்கள் பாரசீகத்திலிருந்து வந்து கூஃபாவிலும் அதைச் சுற்றியுள்ள இடங்களிலும் குடியமர்ந்தவர்கள். வம்ச பரம்பரையான 'இமாமா' அதாவது மதத்துக்கும் நாட்டின் ஆட்சிக்கும் தலைமை என்பது இந்த இயக்கத்தின் மையக்கருத்தாக இருந்தது குறிப்பிடத்தக்கது. பாரசீகத்தில் மிகப் பழங்காலத்திலிருந்தே பரம்பரை ஆட்சி இருந்தது என்பதை நாம் அறிவோம். அதன் மக்கள் பல நூற்றாண்டுக் காலமாக அதற்குப் பழகிப் போயிருந்தார்கள். எனவே அவர்களிடையே வெற்றிபெற விரும்பும் எந்த இயக்கமும் அவர்களுடைய தேசிய மரபுகளை ஏற்றுக்கொள்வதாக இருக்க வேண்டும். ஷியா இயக்கத்தின் தலைவர்கள் அதைத்தான் செய்தார்கள். கூஃபாவிலும் அதைச் சுற்றிலுமுள்ள மற்ற இடங்களிலும் இருந்த அரேபியரல்லாத அதிருப்தியாளர்களை மக்களின் மனத்தைக் கவரும் சக்திகொண்ட அலீயின் பெயரால் ஓரணியில் திரட்டி, அவருடைய சந்ததியினருக்கு பரம்பரையாக ஆட்சி உரிமை அளிக்க வேண்டும் என்ற கொள்கையை உருவாக்கினார்கள்.

அலீயும் அவரது குடும்பத்தினரும் ஷியா இயக்கத்தின் மைய அச்சாக ஆனதற்குக் காரணம் என்ன? சரியாகப் புரிந்துகொள்ள வேண்டிய மிக முக்கியமான கேள்வி இது. இதற்குப் பல காரணங்கள் உள்ளன. உஸ்மான், முஆவியா போன்ற உமய்யாக்களுடன் ஒப்பிடும்போது அலீ அரேபியர்களுக்கு ஆதரவாக அதிகப் பாரபட்சம் காட்டவில்லை. நம்பிக்கையாளர்கள் அனைவரும் இனம், நாடு என்ற வேறுபாடுகள் இல்லாமல் சரிசமமானவர்கள் என்ற இஸ்லாமியக் கொள்கையை அவர் கண்டிப்பாகப் பின்பற்றினார். அவர் எந்த வகையிலும் —அரசாங்க நியமனங்கள், போரில் கைப்பற்றப்பட்ட பொருள்களை விநியோகித்தல், அரசுக் கருவூலத்திலிருந்து பணம் கொடுத்தல் போன்ற எதிலும்—அரேபியர்களுக்கு ஆதரவாகப் பாரபட்சம் காட்டவில்லை. அடிமைகளிடம்கூட அவர் நடந்து கொண்டமுறை எல்லோருக்கும் உதாரணமாக விளங்கத்தக்கதாக இருந்தது. ஆனால் உமய்யாக்கள், குறிப்பாக தங்கள் குலக்குழுவின் அதிகாரத்தையும், பொதுவாக அரேபியர்களின் அதிகாரத்தையும் நிலைநிறுத்த விரும்பினார்கள். மேலும், உமய்யத் குலக்குழுவின் தலைவரான முஆவியா, அலீக்கு எல்லாவகையிலும் தொல்லை கொடுத்தார். அலீயின் சமத்துவக் கொள்கையை விரும்பாதவர்களான குறைஷ் இனக்குழுவைச் சேர்ந்த தல்ஹா, ஜுபைர் போன்ற பணக்காரர்கள் இதில் முஆவியாவுக்கு ஆதரவாகச் செயல்பட்டார்கள்.

இதற்கு ஓர் உதாரணத்தைக் குறிப்பிடுவது பொருத்தமாகும். ஒரு நாள் இரண்டு பெண்கள் அலீயிடம் வந்து பொருளுதவி கோரினார்கள். அவர் தமது பணியாளரிடம் அவர்களுக்கு உணவு தானியங்களும் உடைகளும் வாங்கிக்கொடுத்து சிறிது பணமும் கொடுக்கச் சொன்னார். ஆனால் அந்த இருவரில் ஒரு பெண், தாம் ஒரு அரேபியராகவும் மற்றப் பெண் அரேபியரல்லாதவராகவும் இருப்பதால் தனக்குச் சிறிது அதிகமாகக் கொடுக்க வேண்டும் என்று கூறினார். அலீ தமது கையில் சிறிது மண்ணை எடுத்து அதைப் பார்த்துக்கொண்டு, 'கடவுள், பயபக்தியையும் தனக்குக் கீழ்ப்படிதலையும் தவிர வேறு எந்தக் காரணத்துக்காகவும் யாருக்கும் சலுகை கொடுக்கிறானா என்று நான் அறியேன்'[8] என்று கூறினார்.

மேலும் அலீ தம்முடைய மாகாண ஆளுநர்களிடம் மிகவும் கண்டிப்பாக நடந்துகொண்டார். யாரேனும் நடத்தையில் சற்றுத் தளர்வு காட்டினாலும் அவர் உடனடியாகத் தண்டிக்கப்பட்டார். ஆளுநர்கள் மீது புகார்கள் கூறப்பட்டால் அவர் அவற்றைப் பற்றித் தனிப்பட்ட விசாரணை நடத்துவார். குற்றம் நிரூபிக்கப்பட்டால் அவர் அவர் களைப் பதவியிலிருந்து நீக்குவதோடு சிறைக்குக்கூட அனுப்புவார். கடிதங்கள் மூலம் அவர்களது தவறுகளைக் கண்டிப்பதுடன், பயபக்தி உள்ள முஸ்லிம் என்று கூறப்படுவதற்குத் தகுந்தபடி நெறிமுறை களைக் கண்டிப்பாகப் பின்பற்ற வேண்டும் என்று வலியுறுத்தினார். பஸ்ராவின் துணை ஆளுநர் ஜியாதுக்கு அவர் எழுதிய ஒரு கடிதத்திலிருந்து ஒரு மேற்கோள் தருகிறேன். ஜியாத் வசூலித்திருந்த வரிப்பணத்தை வாங்கி வருவதற்கு அலீ ஓர் அடிமையை அனுப்பியிருந்தார். அவரிடம் ஜியாத் தவறான முறையில் நடந்து கொண்டதைக் கண்டித்து எழுதிய கடிதத்தில் அலீ, 'நீர் தவறான முறையில் நடந்துகொண்டதாக ஸாத் (அலீ அனுப்பியிருந்த அடிமை) என்னிடம் கூறினார். அவரைத் திட்டியதாகவும் ஆணவத்துடன் அவரது நெற்றியில் அடித்ததாகவும் கூறினார். இறைவனுக்கே எல்லாப் பெருமையும் என்று இறைத்தூதர் கூறியிருக்கிறார். மனிதன் ஆணவத்துடன் நடப்பது அவனுக்குச் சினமளிக்கிறது. உமது உணவு மேஜையில் பலவகையான சுவைமிக்க உணவுப் பொருள்கள் வைக்கப் படுவதாகவும் நீர் தினமும் எண்ணெய் பயன்படுத்துவதாகவும் கூறினார். சில நாட்கள் நீர் பட்டினி இருந்து உமது பொருள்களில் சிலவற்றை தர்மத்துக்காகச் செலவிட்டால் உமக்கு என்ன கெட்டுப்போகும்...? ஏழையான உமது அண்டை அயலாரும், பிச்சைக் காரர்களும், அநாதைகளும், விதவைகளும் கவனிப்பாரின்றி

இருக்க நீர் மட்டும் சுகபோகங்களில் புரள விரும்புகிறீரா?"[9] என்று கூறுகிறார்.

சமூகத்தின் பலவீனப் பிரிவு மக்கள், குறிப்பாக, அரேபியரல்லாதவர்கள் இதையெல்லாம் கவனிக்காமல் இருந்திருக்கமாட்டார்கள். மேலும், முஆவியா இராக்கில் இறுதியாகத் தமது அதிகாரத்தை நிலைநிறுத்திய போது உமய்யத் பிரபு வர்க்கத்தினர் அடக்குமுறைச் செயல்களில் ஈடுபட்டு இந்தப் பிரிவு மக்களைக் கொடுமையாக நடத்தினார்கள். அலீக்கும் உமய்யாக்களுக்குமிடையில் இருந்த இந்தப் பெரிய வேறுபாட்டை இந்த மக்கள் மிகத் தெளிவாக உணர்ந்திருப்பார்கள். மேலும் அலீ அரசியல் படுகொலைக்கு உள்ளாகி இறந்தார். உமய்யாக்கள் தங்கள் போட்டியாளரை ஒழித்துக் கட்டுவதற்குச் செய்த சதிதான் இந்தக் கொலை என்று மக்களின் சில பிரிவினராவது கருதினார்கள். இவையெல்லாம் அலீயின் பெருமையை மேலும் உயர்த்தின. இஸ்லாத்தின் வெளியிலமைந்த தொழிலாளர்கள் அநியாயமான அடக்குமுறை ஆட்சியை எதிர்ப்பதற்கு அலீயின் கொடியின் கீழ் ஒன்றுசேர்ந்து போராட்டம் நடத்த முனைந்தார்கள். எனவே, உமய்யாக்களுக்கு எதிராகவும், பின்னர் அப்பாஸிகளுக்கு எதிராகவும் நடந்த பெரும்பாலான கிளர்ச்சிகள் கரிஜைட்டுகளால் அல்லது ஷியாக்களால் தலைமையேற்று நடத்தப்பட்டன எனக் காண்கிறோம். கர்பலாவில், அலீயின் முதல் மனைவி ஃபாத்திமாவின் இரண்டாவது புதல்வர் ஹுஸைன் உயிர்த்தியாகம் செய்த துயர நிகழ்ச்சி ஷியா இயக்கத்துக்கு மைய நிகழ்ச்சியாக அமைந்தது. கர்பலாவில் நடந்த துயர நிகழ்ச்சி பற்றி இங்கே சிறிது விளக்குவது பொருத்தமாகும். ஹஸன் தமது கலீஃபா பதவியை முஆவியாவிடம் விட்டுக்கொடுத்தபோது ஏற்பட்ட உடன்பாட்டின் ஒரு நிபந்தனை, முஆவியா தமது மரணத்துக்குப் பிறகு அடுத்த கலீஃபாவைத் தேர்ந்தெடுக்கும் பிரச்சினையை முஸ்லிம்களிடம் விட்டுவிட வேண்டும், அவர் தமக்கு வாரிசாக யாரையும் நியமிக்கக் கூடாது என்பதாகும். முஆவியா இந்த நிபந்தனையை மீறி, தமது மரணத்துக்கு முன், நியாயமானவையும் நியாயமற்றவையுமான எல்லா வழிகளையும் பின்பற்றி, தமக்குப் பிற தமது மகன் யஸீதை வாரிசாக நியமிக்க வழி செய்துவிட்டார். தீர்க்கதரிசியின் தோழர்கள் சிலர் உள்ளிட்ட முக்கிய முஸ்லிம் பிரமுகர்கள் பலர் இதனால் மனக்கொதிப்பு அடைந்தார்கள். ஆயினும் முஆவியா பணத்தையும் பலத்தையும் பயன்படுத்தி இவர்களின் எதிர்ப்பை விலக்கினார். சிலருக்கு லஞ்சம் கொடுத்து தமது செயலுக்கு

சம்மதம் பெற்றார். மற்றும் சிலரை அடக்குமுறையால் மிரட்டி அவர்கள் மௌனமாயிருக்கச் செய்தார். ஹஸனுக்கு முஆவியா விஷமிட்டதாகக் கூறப்படுகிறது. ஹுஸைனையும் அப்துல்லாஹ் பின் ஜுபைரையும் சமாளிப்பதில் சாதுரியத்துடன் யஸீதுக்கு அவர் யோசனை கூறினார். (இரண்டாமவர் தாமே கலீஃபா ஆக ஆசை கொண்டிருந்தார்.) யஸீத் தமது தந்தையின் யோசனையை ஏற்று நடக்கவில்லை என்று தோன்றுகிறது.

யஸீத் கலீஃபா ஆனபோது இளைஞராகவும் விரிந்து பரந்த பேரரசின் நிர்வாகத்தை நடத்துவதில் அனுபவம் இல்லாதவராகவும் இருந்தார். முஆவியா தேர்ந்த அரசியல்வாதியாக இருந்ததால் அவசியமானபோது மட்டும் அடக்குமுறையைப் பின்பற்றினார். பணத்தைக் கொடுத்தோ, சூழ்ச்சிகள் மூலமாகவோ தமது எதிரியை வெல்ல முடியாதபோது மட்டுமே அடக்குமுறையைக் கைக்கொண்டார். முஆவியா தமது பேரரசை உருவாக்குவதற்கு இடையறாது முயற்சிசெய்ய வேண்டியிருந்தது. யஸீதுக்கு அது தங்கத் தாம்பாளத்தில் வைத்துக் கையில் கொடுக்கப்பட்டது. மேலும் அவர் இளமையிலிருந்தே தம்மைச் சுற்றிலும் செல்வங்களையே பார்த்துப் பழகி, சுகபோகத்தில் புரண்டவர். அவர் பெரும்பாலான நேரத்தை மது, மாதர் என்ற சூழ்நிலையில் செலவிட்டுப் பெரிய குடிகாரர் என்று பெயரெடுத்தவர். இயல்பாகவே மனமுதிர்ச்சியும் தமது எதிரிகளைச் சமாளிப்பதில் விவேகமும் இல்லாதவராக இருந்ததால் எல்லோரும் தமக்கு உடனே கீழ்ப்படிய வேண்டும் என்றார். அவர் மதீனாவின் ஆளுநர் வலீத் பின் உத்பாவுக்குக் கடிதம் எழுதி, ஹுஸைனிட மிருந்தும், அப்துல்லாஹ் பின் ஜுபைர், இன்னும் மற்றவர்களிட மிருந்தும் விசுவாசப் பிரமாணம் (பைஅத்) பெறும்படிக் கூறினார். அவர்கள் இதற்கு மறுத்து மதீனாவிலிருந்து மக்காவுக்குச் சென்று விட்டார்கள். ஹுஸைன் மதீனாவுக்குப் பிரியா விடை கூறிவிட்டுத் தமது குடும்பத்துடன் மக்காவுக்குச் சென்றுவிட்டார். மதீனாவில் தொடர்ந்து தங்கியிருப்பதன் விளைவை அவர் நன்றாக அறிந்திருந்தார். இதனிடையே கூஃபாவில் உள்ள அவருடைய ஆதரவாளர்கள் பலரிடமிருந்து அவரை அங்கே வந்து யஸீதுக்கு எதிராகத் தங்களுக்குத் தலைமை ஏற்கும்படி அழைப்புவிடுத்துக் கடிதங்கள் வந்தன. உமய்யது கொடுங்கோல் ஆட்சியும் சுரண்டலும் அதிகரித்து வந்தன. உமய்யாக்கள் அரசின் அரசியல் தன்மையில் தலைகீழான மாற்றம் ஏற்பட்டிருந்தது. யஸீத், அரேபிய தீபகற்பத்தில் புயலாக வீசிய இஸ்லாமியப் புரட்சியில் பங்கு பெறாத பிந்தைய தலைமுறையைச்

சேர்ந்தவர் என்பது மட்டுமின்றி அதைப் பற்றித் தெரிந்துகொள்வதில் கூட அக்கறை இல்லாதவர். அவர் அந்நிய நாட்டில் (ஸிரியாவில்) வளர்ந்தவர். அங்கே ரோமானிய ஸீஸர்களின் மரபுகள் வேரூன்றி இருந்தன. இவ்வாறாக சுகபோகத்தில் நாட்டங்கொண்ட சிறுபிள்ளை நாடாளும் தலைவராகிவிட்டார். அலீயின் கண்டிப்பான நெறிமுறை வழுவாத நடத்தை கூஃபா மக்களின் மனத்தில் இன்னமும் பசுமையாக இருந்தது. இப்போது அவர்கள் அவருடைய ஆட்சி வரவேண்டும் என்று அடங்காத ஆவல் கொண்டிருந்தார்கள்.

ஹஸன் காலமாகிவிட்டதால் ஹுஸைன் இப்போது அலீயின் குடும்பத்துக்குத் தலைவராகியிருந்தார். மேலும் அவர் யஸீதை முஸ்லிம்களின் சட்டபூர்வமான கலீஃபாவாக ஏற்க உறுதியாக மறுத்து வந்தார். எனவே கூஃபா மக்கள், யஸீதுக்கெதிரான தங்கள் போராட்டத்துக்கு அவர் வந்து தலைமை ஏற்று நடத்த வேண்டும் என்று அழைப்பு விடுத்தார்கள். அப்துல்லாஹ் பின் ஜுபைரும்கூட யஸீதைக் கலீஃபாவாக ஏற்க மறுத்து மதீனாவிலிருந்து மக்காவுக்குச் சென்று விட்டாலும், கூஃபாவிலிருந்து யாரும் அவரைத் தலைமை ஏற்குமாறு அழைக்கவில்லை என்பது கவனிக்கத்தக்கது. அவர் பெரிய ஆசைகள் கொண்டவர் என்பதும், அவர் ஆட்சிபீடத்தில் அமர்ந்தால் இரக்கம் அற்றவராகச் செயல்படுவார் என்பதும் அவர்களுக்குத் தெரிந்திருந்தது. ஆனால் ஹுஸைன், தமது தந்தையைப் போலவே கொள்கை வழி நிற்பவர் என்பதும், அவர் கலீஃபா ஆனால் இஸ்லாமிய ஆட்சி மீண்டும் மலரும் என்பதும் அவர்களுக்குத் தெரியும்.

கூஃபா மக்கள் ஹுஸைனுக்கு எண்ணற்ற கடிதங்கள் அனுப்பினார்கள். ஆனால் அவர் நிலைமையை நன்கு உறுதிப் படுத்திக்கொள்ள விரும்பி தமது சொந்த தூதராக முஸ்லிம் பின் அக்கீல் என்பவரை அங்கே அனுப்பி வைத்தார். கூஃபா மக்கள் முஸ்லிமைப் பேரன்புடன் வரவேற்று ஹுஸைனுக்குத் தங்கள் விசுவாசத்தைத் தெரிவித்து அவருடைய ஆதரவாளர்களானார்கள். முஸ்லிம் இதை ஹுஸைனுக்குத் தெரிவித்தார். ஹுஸைனுக்கு மக்காவில் பாதுகாப்பும் இருக்கவில்லை. யஸீதின் ஆட்கள் அவரைச் சுற்றிலும் நடமாடி வந்தார்கள். எனவே முஸ்லிமிடமிருந்து கடிதம் வந்ததும் ஹுஸைன் மக்காவிலிருந்து புறப்பட்டுச் சென்றார். அவரது நன்மையை விரும்பிய பலர் அவ்வாறு செய்ய வேண்டாம் என்று ஆலோசனை கூறினார்கள். ஆனால் ஹுஸைன் ஒரே முடிவாகத் தமது குடும்பத்தையும் உடன் அழைத்துக்கொண்டு புறப்பட்டுச் சென்றார்.

ஒருவேளை தாம் மக்காவிலேயே இருந்தால் தம்மையும் தமது குடும்பத்தையும் யஸீத் உயிருடன் விட்டுவைக்க மாட்டார் என்பதை ஹுஸைன் உணர்ந்திருக்கக்கூடும். கூஃபா மக்கள் தம்மை ஆதரித்து நின்றால் தமக்குப் பாதுகாப்பான இடம் கிடைத்துவிடும் என்று அவர் எண்ணியிருக்கலாம். ஆனால் நடந்தது வேறாயிருந்தது. கூஃபாவில் கிளர்ச்சிச் சப்தங்கள் கேட்பதை அறிந்த யஸீத் தமது நம்பிக்கைக்குரிய ஆளுநர் உபைதுல்லாஹ் பின் ஜியாதை அங்கு நிலைமையைக் கட்டுப்படுத்துமாறு அனுப்பிவைத்தார். உபைதுல்லாஹ் பழிபாவத்துக்கு அஞ்சாத கொடுமையான ஆட்சியாளர். அவர் கூஃபா மக்களை அடக்குமுறையால் அஞ்ச வைத்துப் பணியச் செய்தார். ஹுஸைனின் தூதராக வந்திருந்த முஸ்லிம் பின் அக்கீலைக் கொன்றுவிட்டார். ஹுஸைன் கூஃபாவுக்குச் சென்றுகொண்டிருந்த போது அவருக்கு இந்தச் செய்தி கிடைத்தது. ஆனால் அவர் திரும்பிச் செல்ல முடியாமல் காலம் கடந்துவிட்டது.

அவர் கூஃபாவுக்குள் நுழைவதைத் தடுப்பதற்காக உபைதுல்லாஹ் ஒரு படை அணியையும் அனுப்பி வைத்திருந்தார். கூஃபா மக்கள் அழைத்ததால்தான் தாம் வந்ததாக ஹுஸைன் கூறியது யாருடைய செவியிலும் ஏறவில்லை. அடுத்த இரண்டு நாட்களில் மேலும் துருப்புகள் வந்து சேர்ந்து அவரையும் அவருடன் இருந்தவர்களையும் சுற்றி முற்றுகை இடப்பட்டது. ஹுஸைனுடன், அவரிடம் ஆழ்ந்த ஈடுபாடு கொண்ட ஒரு சிறு குழுவினர் —மொத்தம் எழுபத்திரண்டு பேர்—இருந்தார்கள். அவர்களில் பலர் அவரது உறவினர்கள். ஆயினும் ஹுஸைன், தமது ஆட்கள் மிகக் குறைவாகவும் எதிரியின் ஆட்கள் மிகப் பெரும் எண்ணிக்கையிலும் இருந்தபோதிலும், அடங்கிச் சரணடைந்து விடுவதைவிடப் போரிட்டு உயிர் துறப்பதையே விரும்பினார். அவர் யஸீதுடன் பேச்சு நடத்தத் தயாராயிருந்தார். ஆனால் அவருடைய கையாளான உபைதுல்லாஹ் பின் ஜியாதிடம் பைஅத் உறுதிப் பிரமாணம் அளிக்க மறுத்தார். ஹுஸைனின் தலைமையில் அவரது ஆதரவாளர்கள் ஒரு புறமும், இப்னு ஜியாதின் படைகள் மற்றொரு புறமுமாக இரு தரப்புக்கு மிடையே சண்டை நடந்தது. ஹிஜ்ரி 61ஆம் ஆண்டு முஹர்ரம் மாதம் 10 ஆம் தேதி (கி.பி.680 அக்டோபர் 10ஆம் தேதி) அது நடந்தது. அந்தச் சண்டையில் ஹுஸைனும் அவரது ஆதரவாளர்களும் உயிரிழந்தார்கள்.

சாதாரணமாகப் பார்த்தால் இது ஒரு முக்கியமில்லாத நிகழ்ச்சி யாகவே —பலம்மிக்க ஓர் இராணுவத்துக்கும் ஒரு சிறிய கிளர்ச்சிக்

குழுவுக்கும் இடையே நடந்த மோதல் என்றே தோன்றும். ஆனால் இதில் தொடர்புடைய பிரச்சினைகள் மிகவும் ஆழமானவை. இந்த நிகழ்ச்சி இஸ்லாத்தின் வரலாற்றில் ஒரு திருப்புமுனையாக அமைந்தது. இதை ஆராய்ந்து பார்ப்பது பின்னாட்களில் நடந்த நிகழ்ச்சிகளின் பின்னணியில் முக்கியமாகிறது. பேராசிரியர் நிக்கல்ஸன் இதை, 'கர்பலா நிகழ்ச்சி நடந்த நாளை நினைத்து வருந்துவதற்கு உமய்யாக்களுக்கு நிறையக் காரணம் இருந்தது. ஷியா பிரிவுக்கு ஓர் ஒற்றுமை கோஷத்தை அது உண்டாக்கிக் கொடுத்தது. 'ஹுஸைனுக்குப் பழி வாங்குவோம்' என்ற அந்த கோஷத்தை எல்லாப் பக்கங்களிலும் உள்ள மக்கள், எடுத்துக்கொண்டார்கள். குறிப்பாக, அரேபியரின் தளையிலிருந்து விடுதலைபெற ஏங்கிக்கொண்டிருந்த பாரசீகத்தைச் சேர்ந்த 'மவாலீ' என்ற கைவினைஞர்கள் அதை எடுத்துக்கொண்டார்கள். இவர்கள் ஷியா பிரிவுடன் இணைந்தது — அடுத்த சில ஆண்டுகளில் இவர்கள் ஆயிரக்கணக்கில் முக்தாரின் கொடியின் கீழ் சென்று திரண்டார்கள்—மிகுந்த வரலாற்று முக்கியத்துவம் வாய்ந்த நிகழ்ச்சியாகும்...'[10] என்று குறிப்பிடுகிறார். உமய்யாக்கள், ஏற்கெனவே குறிப்பிட்டது போல சட்டப்பூர்வமான கலீஃபாவிடமிருந்து ஆட்சியை முறைகேடாகக் கைப்பற்றிக் கொண்டார்கள் ('சட்டப்பூர்வமான' என்று இங்கே குறிப்பிடுவது வரலாற்றுரீதியான அர்த்தத்தில் அல்ல; முஹம்மதுக்குப் பிந்தைய காலத்தில் ஒருவரைக் கலீஃபாவாகப் பதவியில் அமர்த்துவதற்கு முன் சில முக்கிய முஸ்லிம் பிரமுகர்களைக் கலந்தாலோசிக்க வேண்டும் என்றும், அதைப் பரம்பரைப் பதவியாகக் கருதக்கூடாது என்றும் இருந்த மரபே இங்கு குறிப்பிடப்படுகிறது).

மேலும் உமய்யதுகள் கலீஃபா பதவியை மத ரீதியாகவும் சித்தாந்த ரீதியாகவும் முக்கியத்துவம் உள்ளதாகக் கருதவில்லை. அதை முற்றிலும் அரசியல் கோணத்திலேயே அவர்கள் நோக்கினார்கள். இதனால் அவர்களுக்கு, இஸ்லாம் தங்களைக் கட்டுப்படுத்தி வைத்திருந்த சில கடமைப் பொறுப்புகளிலிருந்து விடுதலை கிடைத்தது. நம்பிக்கையாளர்கள் அனைவரும், இனம், நாடு என்ற வேறுபாடுகள் இல்லாமல் சரிசமமானவர்கள் என்பது போன்ற கருத்துகளுக்குக் கட்டுப்பட்டு நடக்கவேண்டியதில்லை. ஹுஸைன், யஸீதுக்குச் சவால்விட்டதற்குக் காரணம் தாம் கலீஃபா ஆகவேண்டும் என்பதல்ல. சில கொள்கைகளை நிலைநிறுத்துவதே காரணமாக இருந்தது. (பதவியில் உள்ள ஆட்சியாளரை எதிர்த்துப் போராட செல்லும் கிளர்ச்சியாளர், தமது குடும்பத்துடனும் சிறு குழந்தைகளுடனும்

எதிரியின் கைப்பிடிக்குள் தாமே போய் விழமாட்டார்). பதவி நோக்கம் முற்றிலுமாக இல்லாமல் போயிராது என்றாலும் கொள்கையே முக்கிய காரணமாயிருந்தது. மிகவும் நம்பிக்கையற்ற நிலையில் இருந்தபோதும் கூட உபைதுல்லாஹ் பின் ஜியாத் போன்ற கொடிய ஆளுநருக்கு முன் பணிய மறுத்து எதிர்த்து நின்றதால் ஹுஸைனின் புகழுக்கு மேலும் சிறப்புச் சேர்ந்தது. இதனால் இயல்பாகவே அவர் உமய்யாக்கள் வம்சத்தின் எதிரிகள் ஒன்றுசேரும் கேந்திரமாக உருவானார்.

ஹுஸைன் தமது எதிரியின் கையில் தாமே போய் விழுந்தார் என்றும், போர்த்தந்திரத்தில் தேர்ச்சி இல்லாதவராகச் செயல்பட்டார் என்றும் நியாயமாக வாதிக்க முடியும். இந்த வாதத்தில் பெருமளவு உண்மை இருப்பதாகவே தோன்றுகிறது. தமது எதிரி என்ன நடவடிக்கை எடுக்கக்கூடும் என்பதை முன்னதாகவே அவர் எதிர்பார்க்கத் தவறியிருக்கலாம். அதனால் அவர் எதிரி விரித்த வலையில் சென்று சிக்கிக்கொண்டார். ஆனால் அவர் தமது தந்தை அலீயைப் போலவே கொள்கையற்ற அரசியலில் அக்கறைகொள்ள வில்லை என்றும் எனவே போர்த் தந்திரங்களையும் சூழ்ச்சிகளையும் திட்டமிடுவதில் கவனம் செலுத்தவில்லை என்றுகூட வாதிக்க முடியும். அவர் கொள்கைகளைப் பெரிதாக மதித்தார். இங்கே அவரது குணத்துக்கும் அப்துல்லாஹ் பின் ஜுபைரின் குணத்துக்கும் இடையிலுள்ள வேறுபாட்டைக் குறிப்பிடலாம். இப்னு ஜுபைர் கலீஃபா பதவியை அடையவேண்டும் என்ற நோக்கத்தைக் கொண்டிருந்ததால் அவர் அவசரப்பட்டுச் செயல்படாமல் தமது நடவடிக்கைகளைத் திட்டமிட்டு, எதிரியைச் சந்திப்பதற்குத் தமக்குச் சாதகமான காலத்துக்குக் காத்திருந்தார். ஆயினும் அவர் இறுதியில் தோல்வியே அடைந்தார் என்பது வேறு விஷயம்.

அவர் அதிககாலம் தாக்குப்பிடிக்க முடிந்தது என்றாலும், சில முக்கியமான இடங்களைப் பிடிக்க முடிந்தது என்றாலும், இஸ்லாமிய உலகில் அவரால் நீடித்த விளைவு எதையும் ஏற்படுத்த முடியவில்லை. அவர் அதிகாரத்தைக் கைப்பற்றும் நோக்கத்துடனேயே போராடியது தான் இதற்குக் காரணம். ஆனால் ஹுஸைன் போர்த்தந்திரத்தில் தேர்ச்சி இல்லாதவராகவும் ஒரு நாள்கூட எதிரியைத் தாக்குப்பிடிக்க இயலாதவராகவும் இருந்த போதிலும், அவரது உயிர்த் தியாகம் உமய்யத் பேரரசையே உலுக்கிவிட்டது. மேலும் ஷியாக்கள் அதிகாரத்தைக் கைப்பற்ற உறுதி கொண்டு முனைந்தபோது மிகக் கவனமாக இரகசிய இயக்கங்களை உருவாக்கினார்கள். மாண்ட்காமரி வாட் எழுதுகிறார்:

‘ஷியாக்களின் கிளர்ச்சிகள் பெரும்பாலும் கலீஃபாவின் ஆட்சிப் பகுதி முழுவதையும் அல்லது அதில் ஒரு கணிசமான பகுதியைத் தங்கள் கட்டுப்பாட்டில் கொண்டுவருவதற்கான தீவிர முயற்சிகளேயாகும். இம்மாதிரியான முயற்சிகளைக் கவனமாகத் திட்டமிட்டுத்தான் செய்ய முடியும். எனவே ஷியா இயக்கத்தில் ‘தலைமறைவு’ திட்டமிடுதல் ஒரு முக்கிய அம்சமாக இருந்தது. இதற்குக் கூஃபா முக்கிய கேந்திரமாக இருந்தது. அங்கு 671இல் உமய்யாக்களுக்கு எதிராக ஒரு கிளர்ச்சி நடந்தது. 680இல் அல்-ஹுஸைன் கலீஃபா பதவியைக் கைப்பற்ற முயன்றார். இந்த முயற்சிக்குக் கூஃபா மக்கள் முதலில் ஊக்கமளித்தார்கள், ஆனால் இறுதியில் விலகிக் கொண்டார்கள். 684இல் ‘பாவத்துக்கு மனம் வருந்துவோர்’ என்று அழைக்கப்பட்ட ஒரு குழுவினர் கிளர்ச்சி செய்து தோல்வி அடைந்தார்கள். (இந்தக் குழுவில் நான்காயிரம் பேர் இருந்தார்கள் என்பது குறிப்பிடத்தக்கது). இந்தக் கிளர்ச்சியில் மிஞ்சியிருந்தவர்களையும் மற்றும் பலரையும் சேர்த்து அல்-முக்தார் 685இல் ஓர் இராணுவத்தை அமைத்து அதன் உதவியுடன் கூஃபாவையும் அதைச் சுற்றியுள்ள பகுதியையும் ஓராண்டுக் காலம் தமது கட்டுப்பாட்டில் வைத்திருந்தார்’[11] என்கிறார்.

உமய்யத் பேரரசுக்கு முதன்முதலாகப் பெரிய சவாலாக வந்தது முக்தாரின் கிளர்ச்சியே. அது ஹுஸைனின் உயிர்த் தியாகத்தை அரசியல் நோக்கங்களுக்குத் திட்டமிட்டுப் பயன்படுத்தியது. அரேபியரல்லாத கைவினைஞர்களுக்கு ஹுஸைனிடம் இருந்த அனுதாபத்தை முக்தார் நன்கு பயன்படுத்திக்கொண்டார். அரேபியர்கள் அவர்களைத் தாழ்வாகக் கருதினார்கள். இதை எடுத்துக்காட்டும் நிகழ்ச்சி ஒன்றைக் காமில் பின் ஆதிர் குறிப்பிடுகிறார். முக்தாரின் எதிரிகள் அப்துர் ரஹ்மான் அஜ்தீயிடம் சென்று அவரது உதவியைக் கோரினர். அப்போது அவர் முக்தாரை எதிர்த்து அவர்கள் போரிட வேண்டாம் என்று கூறினார். அதற்கு அவர் இவ்வாறு காரணம் கூறினார்: ‘அது உங்களிடம் பிளவை ஏற்படுத்தும். அவருடன் வீரமும் அஞ்சா நெஞ்சமும் கொண்ட உங்கள் குதிரைவீரர்களில் பலர் இருக்கிறார்கள். மேலும் உங்கள் அடிமைகளும், உங்களைச் சார்ந்த கைவினைஞர்களும் அவர் பக்கம் இருக்கிறார்கள். அவர்கள் ஒருவருடன் ஒருவர் ஒற்றுமையாக இருக்கிறார்கள். உங்களைச் சார்ந்த கைவினைஞர்கள் உங்கள் எதிரியைவிட உங்களை அதிகமாக வெறுக்கிறார்கள். அரேபியரும் அரேபியரல்லாதவர்களுமான இவர்களெல்லாம் உங்களை எதிர்த்து அரேபியரின் வீரத்துடனும்

அரேபியரல்லாதவர்களின் பகைமை வெறியுடனும் போரிடுவார்கள்.'[12] இவ்வாறாக அரேபியரல்லாதவர்கள், குறிப்பாக அடிமைகளும் கைவினைஞர்களும் முக்தாரின் ஆதரவாளர்களாக இருந்தார்கள் என்பது தெளிவாகிறது. முக்தார், இந்தக் கைவினைஞர்களுக்கு ஆதரவாக இருந்ததற்கான காரணமும் குறிப்பிடத்தக்கது. உமய்யத் அரசில் இருந்த வர்க்க அமைப்பில் அரேபியர்கள், குறிப்பாக, குறைஷ் இனக் குழுவைச் சேர்ந்தவர்கள் ஆளும் வர்க்கமாக அமைந்திருந்தார்கள். ஆக மொத்தத்தில் அவர்கள்அரசுக்கு எதிராகக் கிளர்ச்சியில் இறங்கமாட்டார்கள். (அரசின் நன்மைகள் கிடைக்கப் பெறாத ஒரு சில பிரிவினர், அப்துல்லாஹ் பின் ஜுபைர் போன்றவர்கள் இதற்கு விதிவிலக்கானவர்கள்.) எனவே அரசுக்கு எதிராகப் புரட்சியோ கிளர்ச்சியோ நடத்தும் இயக்கங்கள் அடிமைகளையும் கைவினைஞர்களையுமே நம்பி நடைபெற வேண்டும். இதை எடுத்துக்காட்டுவதற்கும் இப்னு அதீர் கூறும் நிகழ்ச்சியொன்றைக் குறிப்பிடலாம்.'...அரபு பிரபுக்கள் தங்கள் தலைவரான ஷபத் பின் ரபீயையிடம் கூறினார்கள்: 'முக்தார் நம்முடைய சம்மதம் இல்லாமல் நம்மீது ஆட்சிபுரிந்து வருகிறார். கைவினைஞர்களுக்காக அவர் கஷ்டங்களை ஏற்றதுடன் நம்முடைய பணத்தை அவர்களுக்கு விநியோகித்தார்.' ஷபத் இதைக் கேட்டுத் தாம் முக்தாரிடம் சென்று பேசுவதாகக் கூறி அவரிடம் சென்று எல்லாவற்றையும் விவரமாக எடுத்துக் கூறினார். அவர் கூறிய ஒவ்வொன்றையும் முக்தார் ஏற்றுக்கொண்டு அவர்களுடைய எல்லாக் கோரிக்கைகளுக்கும் சம்மதம் தெரிவித்தார். பின்னர் கைவினைஞர்கள் பற்றியும் அவர்களுக்குப் பணம் கொடுக்கப்பட்டது பற்றியும் கூறினார். அதற்குப் பதிலளித்து முக்தார், 'நான் உங்கள் கைவினைஞர்களை விட்டு விலகி கருவூலப் பணத்தை உங்களுக்கு மட்டுமே ஒதுக்கி வைத்தால், நீங்கள் என்னுடன் சேர்ந்து உமய்யாக்களுக்கும் இப்னு ஜுபைருக்கும் எதிராகப் போரிடுவீர்களா? அதை நான் நம்பும் வகையில் கடவுள் பெயரால் சத்தியம் செய்வீர்களா?' என்று கேட்டார். அதற்கு ஷபத் தமது சகாக்களைக் கலந்தாலோசித்து அவர்கள் கருத்தைத் தெரிவிப்பதாகக் கூறிவிட்டுச் சென்றார். பின்பு அவர் திரும்பி வரவேயில்லை.'[13]

எனவே சமூகத்தில் 'இல்லாதவர்'களாயிருந்த அடிமைகளையும் கைவினைஞர்களையும் முக்தார் நம்பியிருக்க வேண்டிய காரணத்தை நாம் புரிந்துகொள்ளலாம்.

இவர்களின் பங்கு எவ்வளவு அதிகமாயிருந்தது என்பதை ஒரு உதாரணத்திலிருந்து ஊகிக்கலாம். முக்தார் தமது எதிரிக்கெதிராகப் போரிட அனுப்பி வைத்த ஒரு படையில் கைவினைஞர்கள் இரண்டாயிரத்து முந்நூறு பேரும், அரேபியர்கள் முந்நூறு பேருமே இருந்தார்கள். ஆயினும் முக்தார் இறுதியாகத் தோல்வியடைந்து கொல்லப்பட்டார். ஷியாக்கள் மிகவும் கொடுமைகளுக்கு ஆளானார்கள். பலரது கைகளும் கால்களும் வெட்டப்பட்டதாகவும் குருடாக்கப்பட்டதாகவும் மரங்களில் தூக்கிலிடப்பட்டதாகவும் அதீர் கூறுகிறார். முக்தாரின் படையிலிருந்து பிடிபட்டவர்களில்கூட அரேபியர்களைக் கொல்லாமல், கைவினைஞர்கள் மட்டும் சிரச்சேதம் செய்யப்பட்டார்கள்.[14]

முக்தாரின் தோல்வி கிளர்ச்சி இயக்கத்துக்குத் தற்காலிகப் பின்னடைவாக இருந்தது. மதக்கொள்கைகளின் அடிப்படையில் அமைந்ததாகக் கருதப்பட்ட ஓர் அரசு, ஆட்சியாளர்களின் அடக்கு முறைக்கும் ஒரு வர்க்கத்தினரின் அதிகாரத்துக்கும் கருவியாகி விட்டதைக் காண்கிறோம். இந்தக் காலத்துக்குள்ளாக அது பெரிய அதிகாரவர்க்க யந்திரமாகவும் தனது எதிர்ப்பாளர்களை வேட்டையாடும் கட்டுக்காவல் அரசாகவும் உருமாறிவிட்டது. முஹம்மதின் ஆயுட் காலத்தில் இராணுவம்கூட தாமாக முன்வந்து சேர்ந்தவர்களைக் கொண்டே அமைந்திருந்தது. அந்தத் தொடக்ககட்டத்தில் எதிரிகளைத் திட்டமிட்டு அடக்கி ஒடுக்கும் செயல் காணப்படவில்லை. ஆனால் முஆவியா அரசியல் அதிகாரத்தைக் கைப்பற்றும் நோக்கத்துடன் ஓர் அரசுக்குத் தேவையான அடக்குமுறை ஏற்பாடுகளை உருவாக்கத் தொடங்கினார். மேலும் அவர் ஸிரியாவின் ஆளுநராக இருந்ததால் பைஜாண்டியப் பேரரசின் முன்மாதிரியைப் பின்பற்றினார். வெளிநாடுகள் மீது படையெடுத்து வென்று அந்த நாடுகளும் மக்களும் இஸ்லாமிய அரசுடன் சேர்க்கப்பட்டபோது அரேபியர்கள் தங்கள் ஆட்சியை நிலைநிறுத்துவதற்கு அடக்குமுறை வழிகளைப் பின்பற்ற வேண்டியிருந்தது. மேலும் அப்போதைய வரலாற்று நிலைமையில், அரேபிய சமூகத்தில், மிச்சம் மீதியிருந்து இஸ்லாமிய முறையில் இணைத்துக்கொள்ளப்பட்ட ஜனநாயக அம்சங்கள்கூட பல்வேறு வகைப்பட்ட மக்களை உள்ளடக்கிய இஸ்லாமிய அரசில் வெற்றிகரமாகச் செயல்பட்டிருக்க முடியாது. வெவ்வேறு மக்களிடையே இஸ்லாமிய முறை வெற்றிகரமாகச் செயல்படுமென்று எதிர்பார்ப்பது இலட்சிய நாட்டைக் கனவு காண்பதாகவே இருக்க முடியும். வாழ்க்கையின் கடுமையான எதார்த்தங்களுக்கு முன்

இலட்சியங்கள் பலியிடப்பட்டன. இதிலிருந்து உருவாகி வெளி வந்தது, இஸ்லாம் பிரகடனம் செய்த தத்துவங்களுக்கெல்லாம் நேரெதிரான அடக்குமுறை அரசுயந்திரம். உமய்யாக்கள் தங்களுடைய அதிகாரத்தைக் காப்பாற்றிக் கொள்வதற்காக மேலும் மேலும் அடக்குமுறைகளைக் கைக்கொண்டு மக்களிடையே மேலும் மேலும் கெட்டபெயர் பெற்றார்கள். இதன் விளைவாக தலைமறைவான எதிர்ப்புகள் தோன்றத் தொடங்கின.

உமய்யாக்களுக்கு எதிரான கிளர்ச்சி இயக்கங்களுக்குத் தலைமை ஏற்று நடத்திய அரேபியர்கள், தங்களை ஆதரித்த அரேபியரல்லாதவர் களுக்கு ஆட்சி அதிகாரத்தில் சட்டப்படியான பங்கு தருவதாகவும், முஸ்லிம்கள் என்ற முறையில் அவர்களின் உரிமைகளையும் நலன் களையும் பாதுகாப்பதாகவும் வாக்களிக்க வேண்டியிருந்தது. அதாவது இஸ்லாம் கொள்கையளவில் அறிவித்தபடி எல்லோருக்கும் சம அந்தஸ்து கொடுப்பதற்கு அவர்கள் சம்மதிக்க வேண்டியிருந்தது. அப்பாஸிகள் (தீர்க்கதரிசியின் தந்தையின் சகோதரரான அப்பாஸின் வம்சத்தினர்) ஷியாக்களுடன் சேர்ந்துகொண்டு உமய்யாக்களின் ஆட்சியைக் கவிழ்க்கும் முயற்சியில் ஒத்துழைத்தார்கள். தலைமறைவு பிரசார இயக்கத்தைப் பரப்புவதற்கு, குறிப்பாக பாரசீகத்தில் அதை வளர்ப்பதற்கு அவர்கள் துணை செய்தார்கள். இவர்களின் தலைமைப் பிரசாரகர் அபூமுஸ்லிம் குராஸானி என்பவர். அவர் பாரசீகத்தைச் சேர்ந்த அரேபியரல்லாதவர். ஆதலால் தமது மக்களின் நம்பிக்கையை அவர் எளிதாகப் பெறமுடிந்தது. அப்பாஸிகள் நுண்மதியும், எச்சரிக்கை, ஏமாற்றுத்தந்திரம், உலக அனுபவ அறிவு போன்ற அரசியல் சதுரங்கக் களத்தில் வெற்றிபெறுவதற்குத் தேவையான குணங்களையும் பெற்றிருந்தார்கள். அவர்கள் தங்களுடைய பிரசாரகர்கள் ஷியாக்களுடன் இணைந்துகொண்டு, அப்பாஸ், அலீ ஆகிய இருவருக்கும் பொதுவான மூதாதையரான ஹாஷிமின் பெயரை முன்வைத்துப் பிரசாரம் செய்யவேண்டும் என்று கட்டளையிட்டிருந்தார்கள். இருப்பினும் அலீயின் சார்பாளர்களை வீழ்த்திவிட்டு அதிகாரத்தைத் தாங்கள் கைப்பற்றிக் கொள்வதே அவர்களுடைய இரகசிய நோக்கம். அப்பாஸ், அலீ ஆகிய இருவரின் வம்சத்தினரும் சாக்கடல் (டெட் ஸீ) என்ற உள்நாட்டுக் கடலுக்குத் தெற்கேயுள்ள தொலைதூரமான ஹுமய்மா என்ற ஊரில் ஓய்வாக வாழ்ந்து வந்ததாகத் தெரிகிறது. ஆனால் அவர்கள் வசித்த இடம் ஸிரியாவிலிருந்து பயணிகள் மக்காவுக்குச் செல்லும் வழியில் அமைந்திருந்ததால் இஸ்லாமிய நாடுகளின் மூலை முடுக்குகள் வரை

தகவல் தொடர்புகொள்வதற்கு நிறைய வாய்ப்புகள் இருந்தன. இதைப் பயன்படுத்திக்கொண்டு அவர்கள் மிகவும் திறமையாகத் தங்கள் பிரசாரத்தை நடத்திவந்தார்கள்.

உமய்யாக்களுக்கு எதிரான தங்கள் பிரசாரத்துக்கு மிகச் சரியான இடம் பழைய பாரசீகப் பேரரசின் விசால வடகிழக்கு மாகாணமான குராஸான்தான் என்பது அவர்களுக்குத் தெரியும். பேராசிரியர் நிக்கல்ஸன் கூறும்போது, 'அங்கு வசிக்கும் மக்கள் வீரமும் நல்ல ஊக்கமும் உடையவர்கள். உமய்யாக்களின் கொடுங்கோல் ஆட்சியின் கீழ் தாங்க முடியாத துன்பங்களுக்கு ஆளாகியிருந்ததனாலும், வீடுகள் நாசமாக்கப்பட்டதனாலும், மிகவும் தாழ்ந்த நிலைக்குத் தள்ளப் பட்டிருந்ததனாலும், இந்த நிலைமைகளிலிருந்து தங்களுக்கு விடுதலை கிடைக்க வாய்ப்பளிக்கும் எந்த முயற்சிகளிலும் கலந்து கொள்ள ஆர்வமாயிருந்தார்கள். மேலும் குராஸானிலிருந்த அரேபியர்கள் ஏற்கெனவே பெருமளவுக்குப் பாரசீகர்களைப் போலவே மாறி யிருந்தார்கள். அவர்கள் பாரசீகப் பெண்களை மணந்துகொண்டார்கள். பாரசீகர்களைப் போலவே கால்சராய்கள் அணிந்தார்கள். மது அருந்தினார்கள். பாரசீகர்களின் நவ்ரூஜ், மிஹ்ர்கான் பண்டிகை களைக் கொண்டாடினார்கள். பாரசீகமொழியைப் பொதுவாகப் புரிந்துகொண்டது மட்டுமின்றி அதைப் பேசவும் செய்தார்கள்.'[15] அவர்கள் செயல்பட்ட விதம் குறித்து அவர் கூறுவது: 'தங்கள் உயர் தலைவர் வசிக்கும் கூஃபாவிலிருந்து அவருடைய கட்டளைகளின்படி பல இடங்களுக்கும் வியாபாரிகளைப் போலவும் பயணிகளைப் போலவும் நடித்து, தாங்கள் சந்திக்கும் மக்களின் அறிவுநிலைக்குத் தகுந்தபடி தங்கள் கொள்கைகளைத் தந்திரமாக உருவமைத்து எடுத்துக் கூறினார்கள். ஷியாக்களைப் போலவே அவர்கள் 'தீர்க்கதரிசியின் குடும்பம்' என்ற கருத்தை முன்வைத்து அதற்காகவே மக்களின் ஆதரவைக் கோரினார்கள். இந்தக் கருத்து அலீ, அப்பாஸ் ஆகிய இருவரின் வம்சத்தினருக்கும் பொருந்தும்படியாகப் பொதுவானதாக இருந்தது... ஷியா அமைப்பின் ஆதரவு தங்களுக்கு இருக்குமாறு உறுதிப்படுத்திக்கொள்வது அப்பாஸிகளுக்கு மிகவும் அவசியமாக இருந்தது. முக்தாரின் தலைமையில் நடந்து தோல்வியடைந்த கிளர்ச்சிக்குப் பிறகு பாரசீகத்தைச் சேர்ந்த கைவினைஞர்கள் பெரும் எண்ணிக்கையில் அந்த அணியில் சேர்ந்திருந்தார்கள்.'[16]

இவ்வாறாக பிரசாரத்தின் மூலமும் இடைவிடாத முயற்சியுடன் நடத்திய அமைப்பு வேலைகளின் மூலமாகவும் தலைமறைவு

அமைப்புகள் உமய்யாக்களுக்கு எதிராக உருவாகியிருந்த கொந்தளிப்பான சூழ்நிலையை முழுமையாகப் பயன்படுத்திக் கொண்டன. இந்த எதிர்ப்பு இயக்கங்களின் முன்னேற்றத்தைக் கண்டு அந்த மாகாணத்தின் ஆளுநர் நஸர் பின் ஸய்யார் கலக்கமடைந்தார். உடனடியாகக் கூடுதல் இராணுவத்தை அனுப்பி வைக்கும்படி அவர் கலீஃபா மர்வானுக்குக் கடிதம் எழுதினார். அப்பாஸிகளின் தலைமை தாயி (பிரசாரகர்) ஆன அபூ முஸ்லிமுக்கு இரண்டு லட்சம் பேர் விசுவாசப் பிரமாணம் செய்து கொடுத்திருப்பதாக அவர் குறிப்பிட்டார். கடிதத்தில் அடிக்குறிப்பாகப் பின்வரும் வரிகளை அவர் எழுதியிருந்தார்:

மேலே நீறுபூத்து உள்ளே செந்தழல் இருப்பதை நான் காண்கிறேன்,
தழல் பெரும் நெருப்பாகப் பொங்கி எரியப் போகிறது!
கட்டைகள் உராய்ந்து நெருப்பை மூட்டுகின்றன,
சொற்கள் உராய்ந்து கலக்கத்தைத் தூண்டுகின்றன.
'ஓ, உமய்யதின் குலமே, உறக்கமா, விழிப்பா?'
வியப்பும் வேதனையுமாக வினவுகிறேன் நான்.[17]

நிலைமையை மேலும் மோசமாக்கும் வகையில் குராஸானில் இருந்த அரபு துருப்புகளிடையே இனக்குழு அடிப்படையில் பிளவுகள் ஏற்பட்டன. உமய்யாக்களின் நிலை சரிந்து வருவதைக் காட்டும் மற்றொரு அடையாளமாக இது இருந்தது. குராஸானிகளை இந்தக் கவிஞர் 'மதமோ, உயர்பண்போ இல்லாத கலப்படக் கூட்டம், அரேபியரைக் கொல்' என்ற ஒன்றையே கொள்கையாகக் கொண்ட கும்பல்' என்று வர்ணிக்கிறார். இது மிகைபடக் கூறிய கூற்று அல்ல என்பது நிரூபணமாயிற்று. கிளர்ச்சி மூண்டபோது அரேபியர்கள் கண்மூடித்தனமாகக் கொல்லப்பட்டார்கள். அரேபியர்களின் பாரசீக மனைவியர்கூட தங்கள் நாட்டினருடன் சேர்ந்துகொண்டு தங்கள் கணவர்களைக் கொன்றார்கள். இதிலிருந்து பாரசீகர்களுக்கு அரேபிய ஆதிக்கக்காரர்கள் மீது இருந்த வெறுப்பின் ஆழத்தைப் புரிந்துகொள்ளலாம். கி.பி. 747ஜூன் 9ஆம் தேதி, கொர்வ் நகருக்கு அருகே சிக்கதஞ்ஜ் என்ற இடத்தில் அபூமுஸ்லிம் அப்பாஸிகளின் கறுப்புக் கொடியை ஏற்றியதைத் தொடக்கமாகக் கொண்டு இந்தக் கிளர்ச்சி எழுந்தது (அடுத்த சில மாதங்களில் அபூ முஸ்லிம், கொர்வ் நகரைக் கைப்பற்றினார்). அரேபியர்கள், முன்னே குறிப்பிட்டது போல, தங்களுக்குள் ஒற்றுமை இல்லாமல் இருந்தார்கள். முதாருக்கும் யேமனுக்கும் இடையில் இருந்த பழைய பகைமைகள் மீண்டும் தலைதூக்கின. வடபகுதியைச் சேர்ந்தவர்கள் உமய்யாக்களுக்கு

விசுவாசமாக இருந்தார்கள். ஆனால் யேமனைச் சேர்ந்தவர்கள் அநேக மாக கிளர்ச்சிக்காரர்களுடன் பகிரங்கமாகச் சேர்ந்துகொண்டார்கள். உமய்யாக்கள் ஒருவர் விடாமல் கொல்லப்பட்டார்கள். ஓடிப்போக முடிந்தவர்கள் மட்டுமே உயிர் பிழைத்தார்கள். அவர்கள் ஒரு சிலரே. இவ்வாறாக நடந்த இந்தக் கிளர்ச்சியின் விளைவாக கி.பி.749இல் அப்பாஸி வம்சம் ஆட்சிக்கு வந்தது. அபுல் அப்பாஸ் அல்-ஸஃபா கலீஃபாவாகப் பதவி ஏற்றார். உமய்யாக்கள் இறுதியாகத் தங்களுடைய கொடுமைகளுக்குத் தண்டனை பெற்றார்கள்.

அப்பாஸிகள், புரட்சியின் காரணமாகப் பாரசீகர்களிடையே ஏற்பட்டிருந்த புதிய எதிர்பார்ப்புகளுக்கு ஏற்றபடி தங்கள் தலைநகரை டமாஸ்கஸிலிருந்து பக்தாதுக்கு மாற்றினார்கள். முன்பு ஸஸானிடு களின் தலைநகராக இருந்த கடஸிஃபான் நகருக்கு அருகில் பக்தாத் அமைந்திருந்தது. அரசு அதிகாரிகள் பதவிகளில் பாரசீகர்களுக்கு முன்பு மறுக்கப்பட்டிருந்த பங்கு இப்போது அவர்களுக்குக் கிடைத்தது. அமைச்சர் பொறுப்பு இப்போது பாரசீகத்தைச் சேர்ந்தவர்களான பார்மிஸைடுகளின் கையில் இருந்தது (பார்மிஸைடுகள் தொடக்கத்தில் ஆப்கானிஸ்தானின் இப்போதைய தலைநகரான காபுலுக்கு அருகே இருந்த ஒரு பௌத்த விஹாரத்துடன் தொடர்புடையவர்கள் என்று கூறப்படுகிறது). ஆனால் இந்தச் சலுகைகள் இதற்கு மேல் அதிமாகப் போகவில்லை. அரேபியரும் பாரசீகரும் சுமூகமாக இணைந்திருந்த ஒற்றுமை ஐம்பது ஆண்டுகளுக்கு மேல் நீடிக்க வில்லை. ஏற்கெனவே குறிப்பிட்டது போல அப்பாஸிகள், உமய்யாக்களை வீழ்த்துவதற்காகவே ஷியாக்களுடன் சேர்ந்திருந்தார்கள். அது வெறும அரசியல தநதிரமே. விரைவிலேயே அவாகள தங்களுடைய முன்னாள் கூட்டாளிகளுக்கு எதிரிகளாக மாறி அவர்களைக் கொடுமைக்கு ஆளாக்கத் தொடங்கினார்கள். ஆயினும், ஷியாக்களில் ஒரு பிரிவான இஸ்மாயிலிகள் நிர்வாகத்தைத் திறமையாக நடத்தியதன் மூலம் மேற்கு ஆப்பிரிக்காவில் தங்கள் ஆட்சியை அமைத்துக்கொண்டார்கள். ஃபிலிப் கே. ஹிட்டி, ‘இஸ்லாமிய உலகிலேயே மிகவும் நுட்பமாகவும் பலனுள்ளதாகவும் நடந்த மத-அரசியல் பிரசார இயக்கங்களில் ஒன்றாக இஸ்மாயிலி களின் இயக்கம் செயல்பட்டது. அவர்கள் முஸ்லிம் உலகம் முழுவதிலும் தங்கள் பிரசாரகர்களை அனுப்பி ‘பாதின்’, அதாவது உள்ளே அமைந்தது, இரகசியமானது என்ற ஒரு தத்துவத்தைப் போதித்தார்கள். குர்ஆனில் கூறப்படுவதை உருவகமாகக் கொண்டு பொருள் காணவேண்டும் என்பது இவர்கள் கொள்கை. அதன்

வாசகங்களில் உள்ளே அமைந்துள்ள பொருளைக் கண்டறிவதன் மூலம்தான் மதத்தின் உண்மைத் தத்துவங்களைத் தெரிந்துகொள்ள முடியும் என்றும், அதை அறியும் வழியை அறிந்தோருக்கு அன்றி மற்றவர்களுக்கு உண்மையை மறைத்து வைக்கும் திரையாகவே 'ஜஹிர்' என்ற புறவடிவம் அமைந்துள்ளது என்றும் இவர்கள் கூறுகிறார்கள்'[18] என்று கூறுகிறார்.

இஸ்லாத்தில் இது ஒரு தனிச்சிறப்புக் கொண்ட பிரிவு என்பதில் சந்தேகம் இல்லை. இதன் கொள்கைகளை உருவாக்குவதில் கிரேக்கத் தத்துவங்கள் பெரிதும் பயன்படுத்தப்பட்டுள்ளன என்றாலும் அவற்றை அப்படியே நகல் செய்யாமல் ஆக்கரீதியான சிந்தனை மூலம் ஒரு புதிய தத்துவப் படைப்பாக இது உருவாக்கப்பட்டுள்ளது. அப்பாஸியப் பேரரசு மிகவும் சிறப்புற்று விளங்கிய காலத்தில் கல்வி, அறிவுத் துறைகளின் வளர்ச்சியில் ஈடுபடுத்துவதற்குப் பெருமளவில் செல்வம் உபரியாயிருந்தது. அப்பாஸிய ஆட்சியாளர்களும் அதைப் பயன்படுத்தி இலக்கியப் படைப்புகளுக்கு ஊக்கமளித்தார்கள். அரேபியர்கள் ஓரளவு நாடோடி வாழ்க்கை வாழ்ந்ததாலும், வர்த்தக நடவடிக்கைகளில் ஈடுபட்டிருந்ததாலும் தங்களுக்கென ஒரு தத்துவ முறைமையையோ, சிந்தனை மரபையோ உருவாக்கிக் கொள்ளவில்லை. அவர்களுடைய மிக உயர்ந்த சாதனையாக இருந்தது இஸ்லாமிய மதமே. அவர்கள் தங்களது என்று பெருமையாகக் கூறிக்கொள்ளக்கூடிய ஒரே புத்தகம் குர்ஆன். அது மதநெறியில் மக்களுக்கு வழிகாட்டியாக இருந்ததாலும், எழுத்தறிவு அதிகம் இல்லாத, பண்பாட்டில் உயர்ந்திராத சாதாரண மக்களை நோக்கிக் கூறப்பட்டதாக இருந்ததாலும், எளிதில் புரிந்துகொள்ளக்கூடிய எளிய மொழியில் அமைந்து, நுட்பமான தத்துவ விசாரங்களைத் தவிர்த்திருந்தது. மிகவும் எதார்த்த நோக்குகொண்ட அரபுமக்களை நோக்கிக் கூறப்பட்டதாக இருந்ததால் அதன் நோக்குமுறை அகநோக்காக இன்றி புறநோக்காக இருந்தது. இப்போது நிலைமைகள் முற்றிலுமாக மாறிவிட்டன. இஸ்லாத்தின் அதிகாரக் கேந்திரம் இப்போது மக்கா, மதீனா அல்ல. அது டமாஸ்கஸுக்கு மாறி இப்போது பக்தாதுக்குச் சென்றிருந்தது. முஸ்லிம்களிடம் இப்போது பல்வேறு வழிகளிலும் செலவிடுவதற்கு நிறைய செல்வம் இருந்தது. மக்காவிலும் மதீனாவிலும் அவற்றைச் சுற்றிய பாலைவனப் பகுதியிலும் முஸ்லிம்களுக்கு எப்படி உணவளிப்பது என்பதே பெரிய பிரச்சினையாயிருந்தது. வேறு எதிலும் சிந்தனையைச் செலுத்த முடியவில்லை. தத்துவம், கலைகள், மனித மனத்தின் உள்ளே புகுந்து

ஆராய்வது என்பனவெல்லாம் முஸ்லிம்கள் அப்போது நினைத்துப் பார்க்க முடியாதவையாக இருந்தன. கவிதை ஒரு 'பயனற்ற' கலை என்றும், கவனத்தை வேண்டாத வழியில் சிதறச் செய்வது என்றும் குர்ஆன் குறிப்பிடுகிறது. இத்தகைய மனமகிழ்ச்சிக் காரியங்கள் எல்லாம் விரும்பத்தகாதவையாகக் கருதப்பட்டன.

முஸ்லிம்களின் சக்தியெல்லாம் இஸ்லாத்தை உறுதியாக நிலைப் படுத்துவதற்கும் அதைப் பரப்புவதற்கும் மக்காவிலும் மதீனாவிலும் இருந்த அதன் எதிரிகளிடமிருந்து அதைப் பாதுகாப்பதற்கும் தேவைப் பட்டன. ஆனால் இப்போது வெளிநாடுகளை வென்று கைப்பற்றிய பின் கனவிலும் நினைக்காத செல்வங்கள் வந்து சேர்ந்ததால் முன்பு இருந்த தட்டுப்பாடுகள் நீங்கிவிட்டன. உமய்யாக்கள் ஆட்சிக்கு வந்த காலத்துக்குள் முஸ்லிம்களிடம் மிகுந்த செல்வம் சேர்ந்து, அதன் பின்பும் தொடர்ந்த வெளிநாட்டு வெற்றிகள் மூலம் மேலும் பெருகி வந்தது. அவர்களுடைய அதிகார மையமாக டமாஸ்கஸ் அமைந் திருந்தது. அந்த நகரம் அதுவரை கிரேக்கப் பண்பாட்டின் கேந்திரமாக விளங்கியது. ஆனால் அங்கு வசித்த உள்ளூர் மக்கள் பைஜாண்டிய ஆட்சியாளர்களை வெறுத்ததனால் அந்தப் பண்பாட்டை அவர்கள் தங்கள் வாழ்க்கையில் ஏற்று இணைத்துக்கொள்ளவில்லை. எனவே அரேபியர் அதை ஏற்றுக்கொள்ளும் பிரச்சினை இல்லை. ஆதலால், உமய்யாக்கள், இஸ்லாத்திற்கு முந்தைய காலத்தைச் சேர்ந்த தங்களுடைய சொந்த தேசிய பண்பாட்டுக்குப் புத்துயிர் கொடுத்தார்கள். அந்தப் பண்பாட்டை இஸ்லாம் கண்டித்தது என்பதைப் பற்றி அவர்கள் கவலைப்படவில்லை. அதை இழந்திருப்பதை அவர்கள் பெரிய குறைபாடாக உணர்ந்தார்கள். இஸ்லாத்திற்கு முந்தைய ஜாஹிலிய்யா காலத்தின் கவிதைக்குப் பெருமளவில் மறுமலர்ச்சி கொடுத்தார்கள். உண்மையில் அது ஆளும் வர்க்கத்தினரின் விருப்பமான பொழுது போக்கு ஆயிற்று. அரேபியர்கள் சொந்தமாக தத்துவச் சிந்தனைகளில் கருத்துச் செலுத்தவில்லை. குர்ஆனில் கிரேக்கப் பண்பாட்டின் சாயல் படியவில்லை.

ஆனால் அப்பாஸிய கலீஃபா அரசு தோன்றிய விதம் முற்றிலும் வித்தியாசமானது. அந்நிய நாடுகளின் மீது படையெடுத்துக் கைப்பற்றியதன் மூலம் அந்த அரசு அமைக்கப்படவில்லை. மாறாக அரேபியரில் ஒரு பிரிவினர், அதிருப்தியடைந்திருந்த பாரசீகர்களின் உதவியுடன், மற்றொரு பிரிவினரிடமிருந்து ஆட்சியைக் கைப்பற்றி அமைக்கப்பட்ட டமாஸ்கஸிலிருந்து (இஸ்லாத்திற்கு அந்நியமான

ஸிரியா சமூகச் சூழ்நிலையிலிருந்து) பக்தாதுக்கு (இதுவும் இஸ்லாத்திற்கு அந்நியமான ஈரானிய சமூகச் சூழ்நிலையைக் கொண்டதே) மாறியது. இந்த மாற்றம் இஸ்லாமிய நாகரிகத்தில் ஒரு திருப்புமுனையாக அமைந்தது. இப்போது இஸ்லாம் ஒரு 'ஈரானிய வண்ணம்' பெறத் தொடங்கியது. பண்பாட்டு ரீதியாகக் கூறினால் இஸ்லாம் தன்னுடைய இயல்பான எல்லைகளுக்குள் கட்டுப்பட்டு நிற்கவில்லை. அது ஓர் உலகத் தன்மையைப் பெறத் தொடங்கியிருந்தது. இந்தக் காரணத்தினால் அப்பாஸிய கலீஃபா அரசை டாயின்பீ இஸ்லாத்தின் உலக அரசு என்று வர்ணிக்கிறார். அரேபியர்களுக்குக் கல்விப்புலமை பெறுவதில் நாட்டமில்லை; அந்தத் துறையில் பாரசீகர்களே ஈடுபட்டார்கள். இவர்கள் இஸ்லாத்திற்கு அந்நியமான பல அம்சங்களை அதில் புகுத்தினார்கள். கிரேக்க, இந்தியத் தத்துவ சாத்திர நூல்கள் பல, அரபியில் மொழி பெயர்க்கப்பட்டன. இஸ்லாம் இப்போது கிரேக்க, இந்தியத் தத்துவங்களின் செல்வாக்கின் கீழ் வந்தது. சுயேச்சையான தாராளக் கருத்துகள்கொண்ட இந்த அறிஞர்கள் இஸ்லாத்தையும் அதன் கொள்கைகளையும், பகுத்தறிவையும் காரணகாரிய தர்க்கரீதியையும் கொண்டு மதிப்பிடத் தொடங்கினார்கள்.

நீதிபதி அமீர் அலீ எழுதுகிறார்: 'மாமூன் தம்மைச் சுற்றிலும் பல சிறந்த கல்வியாளர்களையும் கலைஞர்களையும் கூட்டி வைத்திருந்தார். அவர் அலெக்ஸாண்டிரியாவில் இருந்த அறிஞர்களின் புத்தகங்களையெல்லாம் மீண்டும் சேர்த்துத் தொகுக்கத் தொடங்கினார். கான்ஸ்டாண்டிநோபில் பேரரசருடன் தமக்கு இருந்த தொடர்பின் மூலம் ஏதென்ஸிலிருந்து பண்டைய கிரீஸின் மிகச் சிறந்த தத்துவ நூல்களையெல்லாம் வரவழைத்தார். அவற்றைச் சிறந்த புலமையாளர்களைக் கொண்டு மொழிபெயர்த்து மக்களுக்கு வழங்கச் செய்தார். கிரேக்கம், ஸிரியாக், சால்டேயிக் மொழிகளில் உள்ள நூல்கள் லூக்கின் மகன் காஸ்டாவின் மேற்பார்வையில் மொழிபெயர்க்கப் பட்டன. புராதன பாரசீக மொழி நூல்கள் யஹ்யா பின் ஹாரூனின் மேற்பார்வையிலும் சம்ஸ்கிருத நூல்கள் தூபான் என்ற பிராமணரின் மேற்பார்வையில் மொழிபெயர்க்கப்பட்டன. புதிய ஆராய்ச்சிகள் நடத்துவதற்கும் புதிதாகப் புத்தகங்கள் எழுதுவதற்கும் ஊக்கமளிக்கப் பட்டது. இதற்கெனத் தகுதிவாய்ந்த பேராசிரியர்களின் கீழ் சிறப்புத் துறைகள் அமைக்கப்பட்டுத் தாராளமாக மானியங்கள் வழங்கப் பட்டன.'[19] இவ்வாறாக உயர்ந்த அறிவுத் துறைகளில் அப்போது இருந்த சிறப்பான அம்சங்களையெல்லாம் இஸ்லாத்தில்

கொண்டுவந்து இணைத்துக்கொள்வதற்குப் பெரும் முயற்சி மேற்கொள்ளப்பட்டது.

கிரேக்கத் தத்துவஞானத்தில் அறிவாளிகளிடையே ஒரு புதிய மோகம் ஏற்பட்டது. இந்தத் தத்துவங்களைப் பல்வேறு அளவுகளில் ஏற்றுக்கொண்டு இஸ்லாத்தில் பல புதிய உட்பிரிவுகள் உருவாயின. புதிய தத்துவக் கோட்பாடுகளின் அடிப்படையில் குர்ஆனுக்கேகூட பல்வேறு விளக்கங்கள் கூறப்பட்டன. அது எளிமையான, எதார்த்த ரீதியான, நடைமுறைக்குரிய வெளிப்படையான புத்தகமாக, புலன்களால் உணர்வதன் மூலம் அறிவைப் பெறுவதை வலியுறுத்துவதாக இருந்தநிலை மாறிவிட்டது (இஸ்லாத்திற்கு முன் இருந்த நாடோடி அரபுக் கலாசாரம் போன்ற ஆரம்பநிலைக் கலாசாரத்தில் புலனுணர்வு அறிவுதான் எப்போதும் வலியுறுத்தப்படும்).

சிந்தித்து ஆய்ந்து அறிவைப் பெறுவதை வலியுறுத்தும் கிரேக்க அறிஞர்களின் நூல்களின் செல்வாக்கினால் குர்ஆனுக்குப் புதிய விளக்கங்கள் கூறப்பட்டு, அது நுட்பமான உட்பொருள்கள் கொண்ட ஒரு நூலாக மாற்றப்பட்டுவிட்டது. முத்தஜிலா என்ற ஒரு புதிய பிரிவு ஏற்பட்டது. இஸ்லாத்தின் போதனைகள், நம்பிக்கைகள் ஆகிய அனைத்தையும் காரணகாரிய பகுத்தறிவைப் பயன்படுத்திச் சோதித்துப் பார்க்க வேண்டும் என்பது இந்தப் பிரிவின் கொள்கை. இதன் காரண மாக இந்தப் பிரிவினர் பகுத்தறிவுவாதிகள் என்று கூறப்படுகிறார்கள். இவர்களைப் பற்றிக் குறிப்பிட்டு ஹெச்.ஏ.ஆர். கிப் இவ்வாறு கூறுகிறார்: 'இந்தச் சிந்தனையாளர்கள் கிரேக்க தர்க்கவாதத்தின் உதவியுடன் தங்கள் கோட்பாட்டுக்கு ஆதரவாகப் புதிய இறையியல் கொள்கைமுறை ஒன்றை உருவாக்கினார்கள். காலம் செல்லச் செல்ல இவர்கள் துணிச்சலுடன் புதிய தத்துவக் கோட்பாடுகளை உருவாக்கினார்கள். ஆனால், இவர்களில் அதிதீவிரவாதிகள் சிலர் தங்களுடைய கடவுள் கொள்கையையே குர்ஆனிலிருந்து பெறுவதை விட்டு கிரேக்கத் தத்துவக் கோட்பாடுகளிலிருந்து ஊகித்துப் பெறவும், முஸ்லிம் கோட்பாடுகளைக் கிரேக்கக் கருத்துகளின் வார்ப்படமாக உருவாக்கவும் முயன்றபோது இதற்கு ஒரு முற்றுப்புள்ளி வைக்கப் பட்டது.'[20] சில சமயங்களில் கிரேக்க தர்க்கவாதத்தைப் பயன்படுத்தும் இந்தப் போக்கு மிதமிஞ்சிப் போய், 'ஜெர்மன் தத்துவவாதிகளுக்கும் ஒருபடி மேலே போய், சாதாரண வாழ்க்கையுடன் தொடர்பற்றதாக, தர்க்கவாத முறைகளின் அடிப்படையில் இறுதியான உண்மையைக் காணப்போவதாகக் கூறும் வறட்டுத் தேடல் ஆகிவிட்டது.'[21]

இவ்வாறு எல்லாவற்றிலும் கிரேக்கத் தத்துவ ஞானத்தையும் தர்க்கவாதத்தையும் புகுத்தும் போக்குக்கு இஸ்லாமிய உலகில் எதிர்விளைவு தோன்றியது. கிரேக்கத் தர்க்கவாதத்தையே பயன்படுத்தி இஸ்லாமியக் கோட்பாடுகளை ஆதரித்துப் பேசும்'முத்தகல்லிமூன்' என்ற பிரிவு ஒன்று தோன்றியது. இவ்வாறாக கிரேக்கத் தத்துவ ஞானத்தைப் பயன்படுத்துவதை ஆதரிப்போர், எதிர்ப்போர் ஆகிய இரு சாராருக்குமே, குர்ஆனுக்கு விளக்கங்கள் அளிப்பதில் அந்தத் தத்துவஞானத்தைப் பயன்படுத்துவது அவசியமாகிவிட்டது. இனி, கிரேக்கத் தத்துவ ஞானத்தின் துணை இல்லாமல் குர்ஆனைப் புரிந்துகொள்ள முடியாது என்று ஆகிவிட்டது. மௌலானா அபுல்கலாம் ஆஸாத் கூறுகிறார்: 'தீர்க்கதரிசி தமது வாதங்களை எடுத்துக் கூறிய முறை தர்க்க சாஸ்திர வழிகளைப் பின்பற்றி, கேட்பவர்களைக் குழப்பத்தில் ஆழ்த்துவதாக இல்லாமல் இயற்கையான முறையில் நேரடியாகப் பேசி, ஒவ்வொருவரின் அறிவையும் உள்ளத்து உணர்வையும் தொடுவதாக இருந்தது. ஆனால், குர்ஆனுக்கு உரை எழுத வந்தவர்கள் கிரேக்க தத்துவ ஞானத்தையும் தர்க்க சாஸ்திரத்தையும் மனத்தில் நிறைத்துக்கொண்டு, உண்மையை அதன் இயல்பான உருவத்தில் காணவும் புரிந்துகொள்ளவும் இயலாதவர்களாக இருந்தார்கள். தர்க்க நூலறிஞர்களாக நின்று எழுதுவதன் மூலம் தங்கள் தீர்க்கதரிசிக்கு கௌரவம் செய்வதாக அவர்கள் நினைத்தார்கள். குர்ஆனை அரிஸ்டாட்டிலின் தர்க்கமுறை வார்ப்பட அச்சுக்குள் பொருத்திக் காட்டுவதன் மூலம் குர்ஆனின் பெருமையை நிலைநிறுத்த அவர்கள் முயன்றார்கள். குர்ஆனின் அடிப்படை நோக்கம் அதுவல்ல என்பதை அவர்கள் உணரத் தவறிவிட்டார்கள்.

இவர்கள் பின்பற்றிய இந்த முறையினால் குர்ஆன் தனது வாதங்களை எடுத்துக்கூறுவதிலும் உண்மையை நிரூபிக்கும் வழிகளிலும் இருந்த அழகும் கவர்ச்சியும் இவர்களது தர்க்கவாதச் சொற்சிலம்பத்தில் அடிபட்டு மறைந்துபோயின'[22] எப்படியானாலும் இந்த மாறுபட்ட சூழ்நிலையில் குர்ஆனின் எளிமையும் நேரடித் தன்மையும் நிலைத்து நின்றிருக்க முடியாது. அதை இப்போது கையாண்டவர்கள் எதார்த்த மனோபாவம் கொண்ட எழுத்தறிவற்ற அல்லது அரைகுறைப் படிப்புள்ள சாதாரண மக்கள் அல்ல. மக்காவிலும் மதீனாவிலும் இருந்த வர்த்தகர்கள், கைத்தொழில் செய்வோர் ஆகிய மக்களிடையே குர்ஆன் வெளிப்படுத்தப்பட்டது. அந்த மக்கள் எதார்த்த நோக்கும் பகுத்தறிவு அணுகுமுறையும்

கொண்டவர்கள். எனவே குர்ஆன் எளிமையான, நேரடியான நடையில் அமைந்திருந்தது. இப்போது செல்வங்கள் நிறைந்த செழிப்புமிக்க சூழ்நிலைகொண்ட புதிய சமூகத்தில் மதவியலையே சிறப்புத் துறையாகக் கொண்டு முழுக்க முழுக்க அதையே கற்றுப் புலமை பெற்ற மதவியல் அறிஞர்கள் உருவானார்கள். இவர்களது பகுத்தறிவு நூலறிவை அடிப்படையாகக் கொண்டது. உயர்ந்த அறிவுக்கெல்லாம் முழுமுதல் மூலமாக இவர்கள் கிரேக்கத் தத்துவ ஞானத்தையே கருதினார்கள். எனவே அதிலிருந்து கருத்துகளையும் தத்துவங்களையும் இஸ்லாத்தில் புகுத்தி குர்ஆனையும் அந்த அறிவின் வழியிலேயே அணுகினார்கள். வரலாற்றின் முன்னேற்றத்தில் மக்கள் மாறிவிட்டார்கள். குர்ஆன் உபதேசிக்கப்பட்ட போது இருந்த மக்கள் இப்போது இல்லை. அவர்கள் காலத்தில் இருந்த எளிமையும் நேரடித் தன்மையும் இப்போதும் நீடிப்பது இயலாது. எனவே கிரேக்க சிந்தனை களின் செல்வாக்கு மேலோங்கியதால்தான் இஸ்லாம் தனது முந்தைய வீரியத்தை இழந்துவிட்டது என்று டாக்டர் இக்பால் போன்ற சிலர் கூறுவது சரியாகாது. மாறிவிட்ட சூழ்நிலையில் இது தவிர்க்க முடியாதது.

குர்ஆன் முன்பு எப்படி இருந்தது என்பதற்கும், பின்பு எப்படி ஆயிற்று என்பதற்கும் அந்தந்தக் காலத்தில் இருந்த சூழ்நிலைகளே காரணம். அரேபிய பாலைவனத்தில் வரலாறு அசைவற்று நின்றிருக்க முடியாது. வெளிநாடுகள் வென்று கைப்பற்றப்பட்டதன் மூலம் இயக்கம் கொடுக்கப்பட்ட சில சக்திகள் இஸ்லாத்தைப் பண்பாட்டில் முன்னேறிய பாரசீகர்கள் போன்ற மக்களுக்கு ஏற்புடையதாகும் வகையில் மாற்றியமைப்பது தவிர்க்க முடியாததாக இருந்தது. இஸ்லாத்தின் மீது கிரேக்க சிந்தனையின் செல்வாக்கை இக்பால் குறைகூறுவது வரலாற்று உண்மை களைக் காண மறுப்பதாக உள்ளது. குர்ஆன், வெளி உலகை உற்று நோக்கி புலன்களால் உணர்வதைக் கொண்டு உண்மையை அறிவதற்கு ஊக்கமளிக்கிறது என்பதை அவர் குறிப்பிட்டு, முஸ்லிம்கள், கிரேக்கர்களின் தத்துவச் சிந்தனைகளால் கவரப்பட்டு, குர்ஆனின் உண்மையான பொருளைக் காணத் தவறிவிட்டார்கள் என்று கூறுகிறார்.

மக்காவும், மதீனாவும் அப்போதுதான் ஒரு நகரக் கலாசாரத்தை வளர்த்துக்கொண்டிருந்தன என்ற நிலையில் அவற்றின் மக்கள் இயற்கையை அறிவதற்கு சுற்றுப்புறத்தை உற்றுநோக்குவதையும் புலனுணர்வையும் நம்பினார்கள். ஊகச் சிந்தனைகள், ஆழ்ந்த

ஆன்மிக அனுபவங்கள், மன உலகில் ஆழ்ந்து காணும் தேடல்கள் என்பவையெல்லாம், கைக்கும் வாய்க்குமாக வாழும் நிலைக்கு மேலே மிகவும் உயர்ந்துள்ள முன்னேற்றமான கலாசாரத்தின் அடையாளங்கள். பாரசீகம் அத்தகைய முன்னேறிய கலாசாரத்தைக் கொண்டிருந்தது; அதன் சிந்தனையாளர்களும், கவிஞர்களும் அக உலகில் ஆழ்ந்து தேடும் முயற்சிகளை நடத்தியிருந்தார்கள். அந்த நாட்டின் அறிவாளிகள் இஸ்லாத்தில் மதச் சிந்தனைத் தலைவர்கள் ஆகியபோது உள்முகமாக நோக்கும் அவர்களது அணுகுமுறை அதில் இடம்பெறாமலிருக்க முடியாது. புலன் உணர்வுகளையும் சுற்றுப் புறத்தை நோக்குவதையும் மட்டும் வலியுறுத்துவதாக அவர்களது அணுகுமுறை இராது. ஆழ்ந்த அகத்தேடல்களிலும் உண்மையை அறிவதற்கான தத்துவஞான விசாரணைகளிலும் அந்நாட்டின் அறிஞர்கள் ஆர்வம்கொண்டார்கள். இந்தப் போக்கை நிறுத்த வேண்டுமானால் அதற்கு ஒரே வழி இஸ்லாத்தை மீண்டும் அரேபியப் பாலைவனத்துக்குக் கொண்டு செல்வதேயாகும். ஆனால், அது வரலாற்று ரீதியாக இயலாத செயல். எனவே, இக்பால் இஸ்லாத்தைக் காணும் நோக்கு வரலாற்றுக்குப் பொருந்தாததாகும். கிரேக்க தத்துவச் செல்வாக்கினால்தான் இஸ்லாம் தனது வீரியத்தை இழந்தது என்று அவர் கூறுவதும்கூட எதார்த்த நிலைமைக்குத் தொடர்பில்லாத இலட்சியவாதக் கூற்றாகும். எந்தவொரு இயக்கமும் பொருளாதாரத் தட்டுப்பாட்டு நிலையைக் கடந்த பிறகு (சவால்களும் அவற்றை எதிர்கொள்வதும் ஆகிய நிலை மாறிய பிறகு) ஓரளவுக்குச் செல்வச் செழிப்பு நிலையை அடையும்போது தனது முழு வேகத்தை இழந்துவிடுகிறது என்பதே உண்மை (இந்த நிலை வந்தபின் மக்கள் வாழ்க்கையின் வசதிகளுக்குப் பழக்கப்பட்டுப் போவதுடன், பௌதிக மான போராட்டங்களிலேயே ஈடுபட்டு நின்றுவிடாமல் மனமும் மனோதத்துவமும் தொடர்பான விஷயங்களில் கவனம் செலுத்து கிறார்கள். ஓய்வுநேரம் மிகுதியாக உள்ள மேல்வர்க்கத்தினர் விஷயத்தில் இது மேலும் உண்மையாகிறது. இவர்களைத்தான் டாயின்பீ 'ஆக்கத்திறன் கொண்ட சிறுபான்மையினர்' என்று குறிப்பிட்டு சமூகத்துக்கு அறிவுத் தலைமை அளிக்கிறார்கள் என்று கூறுகிறார்).

இஸ்லாத்தைக் கிரேக்கத் தத்துவஞானத்துடன் இணைத்து, குறிப்பாக பிளேட்டோவின் கருத்துகளைப் பெரும் அளவில் எடுத்துக் கொண்டு இஸ்லாத்திற்குப் புதிய முறையில் பொருள்கூற முயன்ற முதலாவது பிரிவு இஸ்மாயிலி பிரிவுதான் என்பதை மனத்தில் கொள்வது முக்கியம். பிரபஞ்சம் எவ்வாறு தோன்றியது என்பதை

விளக்குவதற்குகூட அவர்கள் அந்தக் கருத்துகளையே பயன் படுத்தினார்கள். இந்தப் பிரிவின் தலைவர்களாக வந்தவர்கள் முன்னணி பாரசீக அறிஞர்கள் என்பதையும் நினைவில் வைக்க வேண்டும்.

கிரேக்கத் தத்துவக் கருத்துகளை இவர்கள் திட்டமிட்ட முறையில் பயன்படுத்தினார்கள். ஹமீதுத்தீன் கிர்மானி, ஹாதிம், ராஸி, முவய்யத் ஷீராஸி, நாஸிர் குஸ்ரவ் முதலானவர்கள் இந்தப் பிரிவின் தூண்களாக இருந்தனர். இவர்கள் அனைவரும் அரேபிய பரம்பரையைச் சேர்ந்தவர்கள். இதை நிறுவியவர்களான மைமூன் அல்-குதாஹ்வும் அவரது புதல்வர் அப்துல்லாஹ் பின் மைமூனும் பாரசீக வம்சத்தைச் சேர்ந்தவர்கள். அவர்கள் கிரேக்க கருத்துகளை அடிப்படையாகக்கொண்ட இரகசியக் கோட்பாடுகளைப் போதித்தார்கள். ஆயினும், மதவேதத்தின் உட்பொருளை அலீயிடமிருந்து தெய்வீக ஞானத்தைப் பரம்பரைச் செல்வமாகப் பெற்ற இமாம்களே அறிவார்கள் என்று இவர்கள் நம்பினார்கள். மேலும், குர்ஆனுக்கு உருவகமாகப் பொருள் காண்பது இறைவனைப் பற்றிய மத அறிவு (மாரிஃபா) என்பதும், ஆன்ம மீட்சிக்கு அது அவசியம் என்பதும் இவர்கள் கருத்து. வழிபாடு இருவகையானது; ஒன்று செயலையும், மற்றொன்று ஞானத்தையும் சார்ந்தது என்பது இஸ்மாயிலிகளின் கொள்கை. தீர்க்கதரிசி வெளிப்படையான புறமுக வழிபாட்டைப் போதித்தார் என்றும், இரகசிய அகமுக வழிபாடு (இல்மல் மாரிஃபா) அலீ, மற்றும் அவரது வம்சத்தினரான இமாம்களின் பொறுப்பாக விடப்பட்டது என்றும் ஹமீதுத்தீன் கிர்மானி கூறுகிறார். இருவகையான வழிபாடுகளும் ஒன்றையொன்று சார்ந்தவையாக உள்ளன.²³ 'எனவே, மதம் புலனுணர்வு மூலம் கிடைத்த அறிவு அல்ல ஆதலால் தாலீம் அவசியம் என்பது இஸ்மாயிலி களின் கருத்து. ஒரு குருவின் மூலம் தெரிந்துகொள்ள வேண்டிய 'ஆன்மஞானம்' அது. தீர்க்கதரிசியும் அவரது வம்சத்தினரும் மட்டுமே இரகசியமானதும், வெளிப்படையானதுமான மத விஞ்ஞானங்களில் சிறப்பு அறிவைப் பெற்றிருக்கிறார்கள். இமாம்கள் 'துவாத்' என்று 'அழைப்போரு'க்கு இதைக் கற்பிக்கிறார்கள். 'துவாத்'கள் 'முஸ்தஜிபின்' எனும் சாதகர்களுக்குக் கற்பிக்கிறார்கள்.'²⁴ (உண்மையில், டாக்டர் காமில் ஹுஸைன் தமது 'மஜாலிஸ் அல்-முஸ்தன்ஸிரியா' என்ற புத்தகத்தின் முன்னுரையில், இரகசியக் கோட்பாடுகளை 'துவாத்'களே உருவாக்கி இமாம்களின் பெயரில் பரப்பினார்கள் என்று குறிப்பிடுகிறார்).

இஸ்மாயிலி இயக்கத்தின் தலைவர்கள் அப்பாஸிய ஆட்சியாளர்களுக்கெதிராகக் கிளர்ச்சியை உருவாக்க விரும்பியதால் சில காலம் வரை அந்த இயக்கம் தலைமறைவாகவே இருந்தது. அதற்குத் தகுந்த முறையில் அந்த இயக்கத்தின் அமைப்புமுறை இருந்தது. கண்டிப்பாக இரகசியத்தைக் காப்பாற்ற வேண்டிய அவசியம் இருந்ததால் இயக்கத்தில் சேர விரும்பியவர்கள் இரகசியத்தைக் காப்பாற்ற உறுதிசெய்யும் ஒரு சடங்குக்குப் பிறகே சேர்த்துக் கொள்ளப்பட்டார்கள். புதிதாகச் சேர விரும்புபவரை தாயியும் அவருடைய உதவியாளர்களும் சோதனை செய்து, பின்பு அவருக்கு 'மீட்டாக்' எனப்படும் இரகசியப் பிரமாணம் செய்விக்கப்பட்டது. அப்பாஸிய வம்சத்துக்கு எதிரான எதிர்ப்பு இயக்கங்களை ஒடுக்குவதற்காக அரசின் கையாட்கள் எங்கும் சுற்றிக்கொண்டிருந்ததால் அப்படிப்பட்ட ஆட்கள் இயக்கத்தினுள் வந்துவிடாமல் பாதுகாத்துக் கொள்வதற்கு இந்த முறை பின்பற்றப்பட்டது.

மேலே குறிப்பிட்ட 'துவாத்'கள் இஸ்லாமிய உலகம் முழுவதிலும் தங்கள் அமைப்புகளைப் பரப்பி, இஸ்லாத்தைப் பற்றிய தங்களுடைய விரிவான புதிய விளக்கங்கள் மூலம் அறிவாளிகள் பலரையும் தங்கள் பக்கம் கவர்ந்தார்கள். இவர்களின் ஷியா கோட்பாடுகள் பொதுவாக அரேபியரல்லாத மக்களுக்கும் குறிப்பாக பாரசீகர்களுக்கும் பிடித்தவையாக இருந்ததால் சாதாரண மக்களும் பெரும் எண்ணிக்கையில் இந்த இயக்கத்தால் கவரப்பட்டார்கள். இந்த இயக்கம் தலைமறைவாகச் செயல்பட்ட காரணத்தால் இஸ்லாத்தில் முதல்முதலாகக் கட்டுக்கோப்பான தலைமை இடவரிசை ஒன்றை உருவாக்கியது இதுவே என்பதும் குறிப்பிடத்தக்கது. இந்த இடவரிசை கிறிஸ்தவ மதத்தில் அமைக்கப்பட்டிருந்த இடவரிசையைப் போல இருந்தது. உயர் தலைவராக இமாம் இருந்தார். அவருக்குக் கீழே ஹீஜ்ஜாக்களும், அடுத்து பல்வேறு வகையான தாயீ (அழைப்போர்) என்பவர்களும் இருந்தார்கள். இவர்களுக்கு உதவியாக மாதுன்கள் (அனுமதிக்கப்பட்டவர்கள்), முகாதிர்கள் (எதிரிகளை உடைப்பவர்கள்) என்பவர்கள் இருந்தார்கள். இஸ்மாயிலி என்றும் போரா என்றும் அழைக்கப்படும் இந்தப் பிரிவைச் சேர்ந்தவர்கள் பெரும்பாலும் இந்தியாவிலேயே இருக்கிறார்கள். இந்தப் பிரிவுகளை நிறுவியவர்கள் தங்கள் கொள்கைகளில் அரேபிய அம்சங்களையும், பாரசீக-கிரேக்க அம்சங்களையும் முழுமையாக ஒன்றிணைப்பதில் வெற்றி கண்டார்கள். இஸ்மாயிலிகள்—இவர்கள் ஃபாத்திமிடுகள் என்றும் அழைக்கப்படுகிறார்கள்—இறுதியாக மேற்கு ஆப்பிரிக்காவில்

தங்கள் ஆட்சியை நிறுவினார்கள். பின்பு எகிப்திலும் ஆட்சியை நிறுவினார்கள். அங்கே இவர்கள் மிகச் சிறந்த புகழும் பெருமையும் பெற்றவர்களாக உயர்ந்தார்கள்.

இஸ்மாயிலிகளின் உட்பிரிவுகளில் ஒன்று கராமித்தா அல்லது கரமேத்தியன் என்பது. கி.பி.874இல் ஹமதான் கர்மத் என்பவரால் நிறுவப்பட்ட இந்தப் பிரிவு இஸ்லாத்திலேயே மிகவும் புரட்சிகரமான பிரிவுகளில் ஒன்றாகக் கருதப்படுகிறது. 'கர்மத்' என்ற சொல் அராமிக் மொழியைச் சேர்ந்தது என்றும் 'இரகசிய குரு' அல்லது இரகசிய ஞானத்தை போதிப்பவர் என்று பொருள்படுவதாகவும் தபரி கூறுகிறார். ஹம்தான், இராக்கைச் சேர்ந்த விவசாயி. அப்துல்லாஹ் பின் மைமூன் அவரை இஸ்மாயிலி இரகசியக் கோட்பாட்டுக்கு மாற்றினார். இந்தப் பிரிவின் பல்வேறு தீட்சை நிலைகளையும் அவர் கடந்து சென்றபோது, இதன் மேல்நிலைகளில் உள்ளவர்களுக்கு மிகுந்த அதிகாரத்துக்கு வாய்ப்பு இருப்பதை உணர்ந்தார். உயர்ந்த பதவிகளை அடைவதற்கு மிகவும் ஆசை கொண்டிருந்த அவர் நபாட்டிய விவசாயிகளிடையே கடுமையான வரிவிதிப்பினால் ஏற்பட்டிருந்த அதிருப்தியையும், உள்ளூர் விவசாயிகளுக்கும் பாலைவனப் புதல்வர்களுக்கும் இடையே இருந்த பழைய பகைமையையும் முழுமையாகப் பயன்படுத்திக்கொண்டார். அவர் உள்நாட்டு மக்களிடையே, குறிப்பாக நபாட்டிய விவசாயிகள், கைவினைஞர்கள் ஆகியோரிடையிலும், அரேபியர்களிடையிலும் தீவிரப் பிரசாரம் நடத்தினார். கரமேத்திய சமூகத்தினர் கம்யூனிசத் தத்துவங்களின் அடிப்படையில் செயல்பட்டார்கள். இந்தக் காரணத்தினால் தற்கால எழுத்தாளர்கள் சிலர் இவர்களை இஸ்லாத்தின் போல்ஷ்விக்குகள் என்று அழைக்கிறார்கள்.

பேராசிரியர் ஹிட்டி எழுதுகிறார்: 'அவர்கள் சகிப்புத்தன்மையும் சமத்துவத்தையும் வலியுறுத்தினார்கள். தொழிலாளர்களையும் கைவினைஞர்களையும் தொழில் அடிப்படையில் அமைப்புகளாக உருவாக்கினார்கள். அவர்களுடைய மதச் சடங்குகளிலும் சங்கத்தின் சடங்குகள் இடம்பெற்றன. முஸ்லிம்களின் இந்தத் தொழில்முறைச் சங்கங்களைப் பற்றிய வர்ணனை இக்வான் அல்-ஸஃபா என்ற குழுவினரின் எட்டாவது கடிதத்தில் முதல் முதலாகக் காணப்படுகிறது. இந்தக் குழுவினரும் கரமேத்தியர்களாக இருந்திருக்கலாம். (ஆனால், இது உண்மையல்ல — நூலாசிரியர்.) இந்தத் தொழில் அடிப்படைச் சங்க அமைப்பு ஐரோப்பாவுக்குப் பரவி அங்கு 'கில்டு' என்ற

தொழில்முறைச் சங்கங்களும் ஃப்ரீமேஸன் என்ற அமைப்பும் தோன்றுவதற்கு முன்மாதிரியாக இருந்தன என்று மஸிக்னா கூறுகிறார்.'[25]

அப்பாஸிய பேரரசு மிகவும் பரந்து விரிந்ததாகவும் மிகவும் வித்தியாசமான பல்வேறு வகை மக்களை உள்ளடக்கியதாகவும் இருந்தது. கலீஃபாவுக்குக் கப்பம் செலுத்துவதும் மதரீதியாக அவருக்கு விசுவாசமாக இருப்பதும் ஆகிய அம்சங்களே இவர்களிடையே பொதுவான இணைப்பாக இருந்தன. ஆனால், கடுமையான வசூல் முறைகளும் அளவுக்கதிகமான சுரண்டல்களும் காரணமாக மக்களின் பல பிரிவினர் அரசுக்கு எதிராகக் கிளர்ச்சி செய்தார்கள். பல சமயங்களில் இந்தக் கிளர்ச்சிகள் மத உட்பிரிவுகளாக வடிவம் பெற்றன. நபாட்டிய விவசாயிகள் மிகவும் அமைதியற்றவர்களாக இருந்தனர் என்பது தெளிவாகத் தெரிகிறது. எனவே, கர்மத் கம்யூனிசக் கொள்கைகளைப் போதித்தபோது அவர்களிடையே அதற்கு நல்ல வரவேற்புக் கிடைத்தது.

இஸ்லாமியல் அறிஞர்கள் பெரும்பாலானவர்கள் கராமிதா பிரிவின் தீவிரக் கொள்கைகள் காரணமாக அதன் மீது விரோத பாவம் காட்டி யுள்ளார்கள் என்று நினைக்கிறேன். அவர்களை மிக இளப்பமாகக் குறிப்பிடுகிறார்கள். அமீர் அலீ 'ஸாரஸன்களின் வரலாறு' என்ற தமது புத்தகத்தில் இவ்வாறு கூறுகிறார்: 'ஆப்பிரிக்காவில் ஃபாத்திமிடுகளின் ஆதிக்கமும், கம்யூனிச கரமேத்தியர்கள் தோன்றியதும் இந்த ஆட்சியில்தான் நடந்தன. கரமேத்தியர்கள் விரைவிலேயே அரேபியா, ஸிரியா, இராக் ஆகியவற்றில் எங்கும் கொள்ளையும் கொலையும் நடத்தி இறுதியாக முஸ்லிம் உலகத்துக்கே பெரும் நாசத்தை ஏற்படுத்தினார்கள்... இவர்கள் தொடர்ந்து இவ்வாறே செயல்பட்டு, ஒவ்வொரு படையாகத் தோற்கடித்துக் கொண்டே வந்து இறுதியில் ஹிஜிரி 317ஆம் ஆண்டில் (முக்தாதிர் ஆட்சியில்) திடீரென்று மக்காமீது ஹஜ் பயணத்தின் மிக முக்கியமான நாளன்று தாக்குதல் நடத்தி பயணிகளைக் கொன்று கஅபாவின் புனிதத்தைக் கெடுத்து, கஅபா கருப்புக்கல்லைத் தூக்கிச் சென்று விட்டார்கள்.'[26] கராமிதா பிரிவினர் செயல்பட்ட பகுதி இராக்கிலும் அதன் சுற்றுப்புறங்களிலும் அமைந்திருந்ததும் குறிப்பிடத்தக்கது. அந்தப் பகுதியின் மக்கள் சமூக அமைப்பில் கீழ்ப்படியில் இருந்ததால், கருத்துவேறுபாடு கொண்ட பிரிவுகளுக்கும் புரட்சிக் கொள்கை களுக்கும் அது எப்போதும் வாய்ப்பான இடமாக இருந்தது. கராமிதா

சமுதாயம், உறுப்பினர்கள் அனைவரும் சமமானவர்கள், எல்லாச் சொத்துக்களும் எல்லோருக்கும் (சில காலம்வரை பெண்களுக்கும்) உடைமையானவை என்ற கொள்கைகளை அடிப்படையாகக் கொண்டு அமைந்திருந்தது. தொழில்முறைக் குழுக்களாக அமைந்திருந்த தொழிலாளர்கள் போர்வீரர்கள் வாழ்க்கைக்குத் தேவையான பொருள்கள் கிடைக்க உதவினார்கள். பொதுநிதி முதலில் மக்கள் தாமாகக் கொடுப்பதைக் கொண்டு அமைந்தது. ஆனால், நாட்கள் செல்லச் செல்ல வரிவிதிப்பை அதிகமாகச் சார்ந்திருக்கத் தொடங்கியது. இறுதியில் இவை மிகக் கடுமையாக விதிக்கப்பட்டன. குர்ஆனை ஓரளவுக்குப் பகுத்தறிவு முறையிலும் ஓரளவுக்கு உருவக முறையிலும் விளக்குவது சாதாரண விவசாயியின் அறிவுக்குப் புரியும் வகையில் எடுத்துக் கூறப்பட்டது.

இஸ்மாயிலி பிரிவைச் சேர்ந்த பிரபல நூலாசிரியரும், பல இடங்களுக்கும் பயணம் செய்தவரும், நுட்பமாகக் கூர்ந்து கவனிப்பவருமான நாஸிர் குஸ்ரவ் (11ஆம் நூற்றாண்டு) கரமேத்திய அரசு அமைப்புமுறை பற்றிப் பின்வருமாறு கூறுகிறார்: ‘அபூஸயீதின் ஆறு புதல்வர்களும் ஆட்சியைத் தங்களுக்குள் பொதுவாக வைத்து நடத்துகிறார்கள். அவர்களுடைய அரண்மனையில் அவர்கள் அமருவதற்கு ஒரு மேடை இருந்தது. அதில் அவர்கள் ஒரு சபையாக அமர்ந்து, தங்களுக்குள் உடன்பட்டு உத்தரவுகளை வெளியிடு கிறார்கள். இந்த இளவரசர்களுக்கு விலைக்கு வாங்கப்பட்ட 30,000 நீக்ரோ அடிமைகள் இருந்தார்கள். இவர்கள் விவசாயத்திலும் தோட்ட வேலையிலும் ஈடுபடுத்தப்பட்டார்கள். மக்கள் வரிகளோ, பங்குப்பணங்களோ செலுத்த வேண்டியிருக்கவில்லை. யாரேனும் ஏழையாகிவிட்டால் அல்லது கடனாளியாகிவிட்டால், அவருடைய நிலைமை சீர்ப்படும்வரை பொதுநிதியிலிருந்து முன்பணம் கொடுத்து உதவப்பட்டது. இந்த முன்பணத்தின் அசல் தொகையை மட்டுமே அவர் திருப்பிச் செலுத்தவேண்டும். வட்டி எதுவும் கிடையாது...’[27]

இவ்வாறாக கராமிதா இயக்கத்தினர் கொள்ளைக்காரர்களோ கொலைகாரர்களோ அல்ல என்பது தெரிகிறது. ஆனால் வரலாற்றாசிரியர்கள் அவர்களை அவ்வாறு கூறியதற்குக் காரணம் அவர்களது தீவிரக் கொள்கைகளும் சோஷலிசத் தத்துவங்களும் காரணமாக அவர்கள் மேல் ஏற்பட்ட துவேஷமேயாகும். நாஸிர் குஸ்ரவ் கூறுவதை இலேசாக ஒதுக்கித் தள்ளிவிட முடியாது. ஏனென்றால் அவர் இஸ்மாயிலிகளின் மற்றொரு உட்பிரிவைச்

சேர்ந்தவர். அவரது உட்பிரிவுக்கும் கராமிதாவுக்கும் இடையில் உறவுகள் சுமுகமானவை அல்ல. மேலும் அவர் துவேஷ மனப்பான்மை இல்லாமல் விஷயங்களை நுணுக்கமாக கவனிக்கும் இயல்பு உடையவர். குஸ்ரவ் தெரிவிக்கும் விவரங்களிலிருந்து கராமிதா இயக்கத்தினர் உருவாக்கிய 'கம்யூனிஸத்தன்மை' கொண்ட அமைப்பிலும்கூட அடிமைகள் சமமாக நடத்தப்படவில்லை என்பதைக் காண்கிறோம். அடிமைகள் விலைக்கு வாங்கப்பட்டு விவசாய வேலைகளுக்குப் பயன்படுத்தப்பட்டார்கள். அடிமைகளைக் கருணையோடு நடத்தவேண்டும் என்று இஸ்லாம் கூறியுள்ள போதிலும் இவ்வாறு நடந்திருக்கிறது. (நாம் ஏற்கெனவே பார்த்தபடி, இஸ்லாம், மக்கா காலத்தின்போது அடிமைகளை வைத்திருப்பதைத் தவிர்க்குமாறு கூறியதேயன்றி அடிமைமுறையை முற்றிலுமாக ஒழித்துவிடவில்லை). ஆனால், கராமிதாவினர் அடிமைகளை எவ்வாறு நடத்தினார்கள் என்பது வரலாற்றாசிரியர்களின் எழுத்துகளிலிருந்து சரியாகத் தெரியவில்லை. டாக்டர் ஜாஹித் அலீ (இவர் இஸ்மாயிலி ஆதரவாளர் என்று கூற முடியாது) கராமிதா அமைப்புப் பற்றிச் சில விவரங்கள் தெரிவிக்கிறார்: 'இந்தப் பிரிவைச் சேர்ந்தவர்கள் அனைவரும் தங்களுடைய அசையும் சொத்துகள் அசையாச் சொத்துகள் அனைத்தையும் தலைவரான தாயியின் கருவூலத்துக்கு அளித்துவிட வேண்டுமென்று கட்டளையிடப்பட்டது. யாரும் எந்த உடைமையும் வைத்துக்கொள்ளக்கூடாது. இதன் மூலம் நிதிவிஷயத்தில் யாருக்கும் மற்றவரைவிட எந்த அனுகூலமும் இராது. ஒவ்வொருவரும் தமது தேவைக்குத் தகுந்தபடி தாயியின் கருவூலத்திலிருந்து பெற்றுக்கொள்ள வேண்டும். இதற்கு ஆதாரமாகக் குர்ஆனிலிருந்து ஒரு மேற்கோள் காட்டப்படுகிறது: 'இறைவன் உங்களுக்கு அளித்துள்ள கொடைகளை நினையுங்கள். நீங்கள் ஒருவருக்கொருவர் எதிரிகளாயிருந்தீர்கள். இறைவன் உங்கள் இதயங்களை சமரசப்படுத்தினான். அவனது கருணையால் நீங்கள் சகோதரர் ஆனீர்கள்.'

'மக்கள் தங்கள் உடைமைகளை வைத்துக்கொள்ள வேண்டிய தில்லை என்றும், ஏனென்றால் விரைவிலேயே அவர்கள் இந்த உலகத்துக்கே உடைமையாளர்கள் ஆகப்போகிறார்கள் என்றும் போதனை செய்யப்பட்டது. இப்போதைய காலம் அவர்களுடைய மனப்பூர்வமான ஈடுபாட்டையும் உண்மையையும் சோதிக்கும் காலமாகும்... கிராம மக்கள் சம்பாதிக்கும் பொருள்களைச் சேகரித்து வருவதற்கு தாயி ஒருவர் நியமிக்கப்பட்டார். அவர் தாம் சேர்க்கும்

நிதியிலிருந்து, பசித்தவர்களுக்கு உணவும், உடையில்லாதவர்களுக்கு உடையும், பலவீனர்களுக்கு உதவியும் அளிக்கும்படிக் கட்டளை யிடப்பட்டது. இந்த ஏற்பாடு முழுவதும் மிக கவனமாகச் செயல்படுத்தப்பட்டதால் இல்லாதவர்களாகவும் இரப்பவர்களாகவும் யாரும் இருக்கவில்லை. மக்கள் அனைவரும் தங்கள் கடமைகளை உடனுக்குடன் உறுதியாக நிறைவேற்றினார்கள்; திருப்தியாக வாழ்ந்தார்கள். ஏழைப் பெண்கள்கூட நூல் நூற்பதன் மூலம் கிடைத்த பணத்தை தாயியின் கருவூலத்தில் கொடுத்தார்கள். சிறுகுழந்தைகள்கூட பறவைகளைக் கவனித்துக் கொள்வதன் மூலம் பெற்ற ஊதியத்தை அவ்வாறே கருவூலத்தில் கொடுத்தார்கள்.' [28]

இவ்வாறாக கராமிதா இயக்கம், வரலாற்று ரீதியாக அப்போது சாத்தியமான அளவில் கம்யூனிசத்தன்மை கொண்ட சமூகம் ஒன்றை அமைத்திருந்ததைக் காண்கிறோம். கராமிதா இயக்கம் தனது செயல்களைக் குர்ஆனின் அடிப்படையிலும் நியாயப்படுத்தியது என்பதில் சந்தேகம் இல்லை. இஸ்லாத்தில் நியாயம் என்ற தத்துவத்தை அவர்கள் வலியுறுத்தி அதற்கு ஆதரவான குர்ஆன் வசனங்களை எடுத்துக்காட்டினார்கள். இப்னு அதீர் ஒரு நிகழ்ச்சியைக் குறிப்பிடுகிறார்: கலீஃபா முக்ததிர் அப்பாஸியின் அமைச்சரான அலீ பின் இஸாவுக்கு உடைமையாக ஏராளமான நிலங்கள் இருந்தன. அவர் ஒருமுறை கரமேத்தியன் ஒருவரைப் பிடித்து அவர் அந்த இயக்கத்தில் சேர்ந்ததற்கு என்ன காரணம் என்று கேட்டார். அதற்கு அவர் தாம் பின்பற்றுவதுதான் உண்மையான மதம் என்றும், அமைச்சரும் அவரது தலைவரும் (அதாவது, கலீஃபாவும்) நம்பிக்கையாளர்கள் அல்லர் (காஃபிர்கள்) என்றும் கூறினார். அதற்குக் காரணம் அவர்கள் தங்களுடையது அல்லாததை (மக்களிடமிருந்து) எடுத்துக் கொள்கிறார்கள் என்று பதில் கூறினார். இதிலிருந்து கரமேத்தியாவினர் இஸ்லாம் கூறும் நியாய தத்துவத்தைச் செயல்படுத்தினார்கள் என்றும், அவர்களது எதிரிகள் கூறியது போல ஷரீயாவுக்கு எதிராகச் செயல்படவில்லை என்றும் தெரிகிறது.[29] சிறுவிவசாயிகளும், தொழிலாளர்களும் இத்தகைய முயற்சியில் ஈடுபடுவதைக் கண்டு அப்பாஸிய ஆட்சியாளர்கள் பீதியடைந்திருப்பார்கள் என்பதில் சந்தேகமில்லை. சுரண்டலில் வாழும் ஆட்சியாளர்கள் வழக்கமாகச் செய்வது போல அந்த இயக்கத்தை எப்படியாவது ஒடுக்கிவிட வேண்டுமென்று முயன்றிருப்பார்கள். கராமிதா இதை எதிர்த்துப் பதிலடி கொடுத்திருக்கும். வரலாற்றாசிரியர்கள் தங்களுடைய வர்க்க துவேஷத்துக்கு இரையாகி, கராமிதா மீது இழைக்கப்பட்ட

வன்முறைகளை விட்டுவிட்டு அவர்கள் பதிலடியாகச் செய்த வன்முறைகளை மட்டும் கடுமையாகக் கண்டித்திருக்கிறார்கள். ஆனால் இது ஒன்றும் புதியதல்ல. எப்போதும் நடப்பதுதான். சக்திமிக்க ஒரு பேரரசை எதிர்த்து அவ்வளவு காலம் நிற்க முடிந்தது என்பதும், மக்கா போன்ற முக்கிய நகரங்களைக் கைப்பற்ற முடிந்தது என்பதும் அவர்களுக்கு ஒடுக்கப்பட்ட மக்களின் ஆதரவு இருந்ததையே காட்டுகின்றன. கராமிதா இயக்கத்தினர் கட்டுப்பாடற்ற பாலுறவு முறையைப் பின்பற்றியதாகவும் பொதுவான மனைவிகளை வைத்திருந்ததாகவும் வரலாற்றாசிரியர்கள் கூறுகிறார்கள்.

ஆனால், இதற்கு ஆதரவாக எந்த வரலாற்று ஆதாரமும் இல்லை. இது வரலாற்றாசிரியர்களின் கற்பனையைத் தவிர வேறொன்றும் இல்லை. அதே சமயம் இதை நிச்சயமாக மறுப்பதற்கும் ஆதாரங்கள் இல்லை. கரமேத்தியர்கள் பொதுவான சமுதாயக் குடியிருப்பில் வசித்ததால், பொதுவான மனைவிகள் இருந்ததாக வரலாற்றாசிரியர்கள் நினைத்திருக்கலாம். ஆனால் இது உண்மையாயிருக்க முடியாது. சில வரலாற்றாசிரியர்கள் வேண்டுமென்றே பழிகூறும் எண்ணம் காரணமாகவோ, உண்மையை அறியாத காரணத்தினாலோ பொதுவாகவே இஸ்மாயிலிகள் பெண்களைப் பொதுவுடைமையாக வைத்திருந்ததாகவும் சோஷலிச மாதிரியிலான சமூக அமைப்பைக் கொண்டிருந்ததாகவும் குறைகூறுகிறார்கள். இவ்வாறாக ஜோயல் கார்மிக்கேல் எழுதுகிறார்: 'பத்தாவது நூற்றாண்டின் தொடக்கத்துக்குள் (அப்பாஸியப்) பேரரசு கடுமையான சமூக நெருக்கடியை எதிர்கொண்டது. விவசாயிகளும் அடிமைகளும் தோற்கடிக்கப்பட்டு அரசின் மேல் சினம் கொண்டிருந்தார்கள். உழைப்பும் மூலதனமும் மேலும் மேலும் ஒரு சில இடங்களில் குவிந்து வந்ததனால் நகரங்களில் பெரும் எண்ணிக்கையில் வசித்த தொழிலாளர்களும் மனக்கொதிப்பு அடைந்திருந்தார்கள். இவ்வாறாக சமூகத்தில் இருந்த அதிருப்தியில் பெரும்பகுதியைத் தனக்குச் சாதகமாகப் பயன்படுத்திக் கொள்ளும் வகையில் இஸ்மாயிலி பிரிவின் கோட்பாடுகள் உருவாக்கப்பட்டதாகத் தெரிகிறது. அந்தக் காலத்தின் சமூகச் சீர்கேட்டினால் பாதிக்கப்பட்டுத் துன்பத்துக்குள்ளாகியிருந்த சாதாரண மக்கள் இதனால் கவரப் பட்டார்கள். விவசாயிகளிடையே கணிசமான ஆதரவுடன் தொடங்கிய இஸ்மாயிலி இயக்கம் படிப்படியாக நகர்ப்புறத் தொழிலாளர் களிடையே, குறிப்பாக கைவினைஞர்களிடையே தனது புரட்சிகர கருத்துகளைப் பரப்பி ஊடுருவியது. இஸ்லாமிய தொழில்முறைச் சங்கங்கள் சிலவற்றை இஸ்மாயிலிகளே உருவாக்கியதாகத்

தோன்றுகிறது; எப்படியானாலும் தங்கள் மதப் பிரிவில் அவர்கள் அதை இணைத்துக்கொண்டார்கள். இந்தப் பிரிவினர் கம்யூனிசத்தைக் கடைப்பிடித்ததாகக் குற்றம் சாட்டப்படுகிறது. அதைவிட ஆச்சரிய மாக, அவர்கள் பெண்களைப் பொது உடைமையாக வைத்திருந்ததாக, அதாவது கட்டுப்பாடற்ற பாலுறவு முறையைப் பின்பற்றியதாகக் குற்றம் சாட்டப்படுகிறது. இவையெல்லாம், கீழ்மட்டத்து மக்களின் கஷ்டங்களைத் தணிக்க ஏதேனும் ஒருவகை சமூக நலத்திட்டங்களை அவர்கள் செயல்படுத்தினார்கள் என்பதையும், இஸ்லாத்தில் அப்போது பெண்களுக்கு இருந்ததைவிட உயர்வான அந்தஸ்தை அளிக்க முயன்றார்கள் என்பதையுமே காட்டுவதாகலாம்.'[30] இந்தத் தீவிர இயக்கம் தோன்றி வளர்ந்த விதம் பற்றி இவர் கூறுவது முற்றிலும் சரியாக உள்ள போதிலும், இஸ்மாயிலிகளையும் கராமிதா வினரையும் ஒன்றாகக் கருதிக் குழப்பிக்கொள்வதாகத் தோன்றுகிறது. கராமிதா இயக்கம் இஸ்மாயிலி பிரிவின் ஓர் உட்பிரிவாகும். சில முஸ்லிம் வரலாற்றாசிரியர்கள்கூட இரண்டையும் ஒன்றாகக் கருதிக் குழப்பி இருக்கிறார்கள்.

அப்பாஸியப் பேரரசை உலுக்கிய மற்றொரு கிளர்ச்சி நீக்ரோ அடிமைகளின் கிளர்ச்சியாகும். இது ஸஞ்ச் கிளர்ச்சி என்று அழைக்கப்படுகிறது. இது கி.பி. 869 முதல் 883 வரை பதினான்காண்டு காலம் நீடித்தது. இஸ்லாமிய சமூகத்தில் எப்போதுமே அடிமைகள் இருந்தார்கள் என்றாலும் ரோமானிய சமூகத்தில் இருந்தது போல அவர்கள் முக்கியமான உற்பத்திக் காரணியாக இருக்கவில்லை. இஸ்லாமியப் பேரரசில் பொருளாதார உபரியின் கணிசமான பகுதி வர்த்தகத்தின் மூலம் கிடைத்தது. அதனால்தான் விவசாயிகளைச் சுரண்டுவதன் மூலம் உபரி பெறுகின்ற நிலப்பிரபுத்துவ சமூகங் களைவிட அதிகமாக இஸ்லாமியச் சமூகம் செயல்திறன் கொண்டிருந்தது. ஆயினும், இஸ்லாமியச் சமூகத்திலும்கூட உபரியின் ஒரு பகுதி உணவுதானியங்களையும் வேறு பணப்பயிர்களையும் உற்பத்தி செய்த விவசாயிகளிடமிருந்து கிடைத்தது. இவர்கள் சுதந்திரமானவர்களாக அல்லது ஓரளவு சுதந்திரமானவர்களாக இருந்தனர். அடிமைகள் பொதுவாக வீட்டு வேலைகளுக்கு அல்லது இராணுவக் காரியங்களுக்குப் பயன்படுத்தப்பட்டார்கள். இராணுவ காரியங்களுக்குப் பயன்படுத்தப்பட்டவர்கள் மம்லூக்குகள் எனப் பட்டார்கள். இவர்கள் உண்மையில் பல்வேறு சலுகைகளைப் பெற்ற இராணுவ சாதியாகவே இருந்தார்கள். இஸ்லாமிய அரசு தன்னுடைய தொடக்ககாலத்தில் வர்த்தக வர்க்கத்தினரின் நலன்களை

நல்லமுறையில் கவனித்துக்கொண்டது. ஏனென்றால் அரேபிய சமூகத்தில் அப்போது இவர்களைத் தவிர தனிப்பட்ட நலன்கள் கொண்டதாகக் குறிப்பிடத்தக்க வேறு வர்க்கங்கள் எதுவும் இல்லை. ஆனால், காலம் செல்லச் செல்ல இஸ்லாமிய அரசில் புதிய நாடுகள் சேர்க்கப்பட்டு வர்த்தகம் விரிவடைந்த போதிலும், வர்த்தக வர்க்கத்துக்கு அரசில் இருந்த செல்வாக்கு கொஞ்சம் கொஞ்சமாகக் குறையத் தொடங்கியது. இதற்கு ஒரு முக்கிய காரணம் வெளிநாட்டு வெற்றிகளுக்குக் காரணமான இராணுவத்தின் செல்வாக்கு உயர்ந்து வந்ததாகும். போர் மூலம் கைப்பற்றப்பட்ட புதிய நாடுகளை அடக்கி ஆள்வதற்கு அங்கே பெருமளவில் இராணுவங்களை நிறுத்திவைக்க வேண்டியிருந்தது. இராணுவம் போரைத் தொழிலாக எடுத்துக் கொண்ட வீரர்களைக் கொண்டு அமைக்கப்பட்டதாக மாறிவிட்டதால், அதில் சேர்க்கப்பட்டவர்களில் பெரும்பாலானவர்கள் மத்திய ஆசியாவையும் மற்ற இடங்களையும் சேர்ந்த அடிமைகளாக இருந்தார்கள்.

அப்பாஸியப் பேரரசின் பிற்காலத்தில் 'மம்லூக்' என்ற இந்த அடிமைகள் மிகவும் சக்தி பெற்றவர்களாகி உண்மையான ஆட்சி அதிகாரம் அவர்கள் கையில் இருந்தது. கலீஃபா முன்பு இருந்தது போல அதிகாரம் பெற்றவராக அன்றி வெறும் நிழலாக மாறிவிட்டார். கலீஃபாவின் மெய்க்காவல் படையினராக இருந்த இந்த அடிமைகள் இவ்வாறு அதிகாரம் படைத்தவர்கள் ஆனதற்கு மற்றொரு காரணம் கலீஃபா பதவியின் அதிகாரம் அவரது மதத்தலைமை காரணமாகக் கிடைத்ததாகும். அதிகார சமநிலை ஏற்படுத்தும் வகையில் நிலப் பிரபுத்துவ நிலஉடைமை வர்க்கம் இல்லை. எனவே, கலீஃபா பலவீனமானவராக இருந்ததால் உண்மையான அதிகாரம் அவரது மெய்க்காவல் படையினரிடம் சேர்ந்தது. இவர்கள் பிற்காலத்தில் கலீஃபாக்களையும் ஆக்கவும் அழிக்கவும் சக்தி பெற்றவர்களானார்கள்.

இனி ஸஞ்ச் கிளர்ச்சியைத் தொடர்ந்து கவனிப்போம். அப்பாஸியப் பேரரசில் அடிமைகளின் வாழ்க்கையில் இருந்த மற்றொரு பக்கத்தைக் குறிப்பிட வேண்டும். குறிப்பிட்ட விவசாயத் தொழில்களில் பெரும் எண்ணிக்கையில் அடிமைகள் ஓரிடத்தில் கூடி வேலைசெய்ய வேண்டி யிருந்தது. பெருமளவில் நடந்த வர்த்தகங்கள் மூலம் கிடைத்த செல்வங்கள் விவசாயத் தொழிலில் முதலீடு செய்யப்பட்டன. விவசாயத்தில் ஈடுபடுத்தப்பட்ட அடிமைகள் ஆயிரக்கணக்கானவர்கள்

ஒரு குடியிருப்பாகச் சேர்ந்து வசித்துக்கொண்டு ஒரு நிலச் சொந்தக் காரருக்கு வேலை செய்தார்கள். இந்த அடிமைகள் கிழக்கு ஆப்பிரிக்காவில் பிடிக்கப்பட்டவர்கள். அல்லது அப்பாஸியப் பேரரசுக்கு உட்பட்ட வெளிநாடுகளிலிருந்து கப்பமாகப் பெறப் பட்டவர்கள். பஸ்ரா நகருக்குக் கிழக்கே பெரும்பரப்பு உப்புநீர்ச் சதுப்பு நிலமாக இருந்தது. இந்த நிலங்களிலிருந்து தண்ணீரை வடித்து அதை விவசாயத்துக்குத் தகுதியாக்கும் வேலையிலும், உப்பைப் பிரித்தெடுத்து விற்பனைக்கு அனுப்பும் வேலையிலும் லட்சக் கணக்கான அடிமைகள் ஈடுபடுத்தப்பட்டார்கள். இவர்களுடைய நிலைமை மிக மோசமாக இருந்தது. மேலும் இவர்கள் புதிதாக வந்தவர்களாதலால் அங்கு பேசப்படும் மொழிகூடத் தெரியாதவர் களாகவும் அங்குள்ள சமூகத்துக்கும் மதத்துக்கும் அந்நியமானவர் களாகவும் இருந்தார்கள்.

அலீ பின் முஹம்மத் என்பவர் (இவர் அரேபியரா, பாரசீகரா என்று தெரியவில்லை; சில வரலாற்றாசிரியர்கள் இவர் கலப்பு இனத்தவர் என்று கூறுகிறார்கள்.) இவர்களைத் தங்களுடைய எஜமானர்களுக் கெதிராக ஒன்றுதிரட்டினார். இவர் ஸாஹிப் அல்-ஸஞ்ஜ், அதாவது, ஸஞ்ஜ் தலைவர் என்று அழைக்கப்பட்டார். அவர் சீர்திருத்தக் கொள்கை எதையும் போதிக்கவில்லை. அடிமைமுறையை ஒழிக்க வேண்டும் என்றும் கூறவில்லை. அவர்கள் ஒன்றுசேர்ந்து கிளர்ச்சி நடத்தினால் அவர்களின் நிலை மேம்படும் என்று வாக்களித்தார். தபரி அவரை ஏமாற்றுக்காரர் என்றும் அல்லாஹ்வின் எதிரி என்றும் கண்டனம் செய்தார்.[31] ஆனால், அடிமைகள் அவரைத் தங்களுக்கு விடுதலையளிக்கக் கடவுள் அளித்த தலைவராகக் கருதி அவருடைய கொடியின் கீழ் ஒன்றுபட்டார்கள். அவர், தீர்க்கதரிசியின் மருமகனான அலீயைப் பின்பற்றுவதாகக் கூறிக்கொண்ட போதிலும் ஷியாக் களுடன் சேரவில்லை. அடிமைகளின் பிரச்சினை முற்றிலும் வேறாக இருந்ததே இதற்குக் காரணம். சமத்துவக் கொள்கையை வலியுறுத்தி ஆட்சிமுறை அமைப்பை எதிர்ப்பவர்களும் ஷியாக்களை ஆதரிப்பதற்குப் பதிலாக எதிர்ப்பவர்களுமான கரிஜைட்டுகளுடன் அவர் சேர்ந்துகொண்டார். ஷியாக்கள் பிறப்பின் மூலம் தலைமைப் பதவி பெறுவதை ஆதரித்தார்கள் என்பதும் கரிஜைட்டுகள் ஒரு நபரின் தகுதியைத்தான் கருத வேண்டும் என்ற கொள்கைகொண்டிருந்தார்கள் என்பதும் இதற்குக் காரணமாயிருக்கலாம். கரிஜைட்டுகள் மற்ற எல்லா முஸ்லிம்களையும், முஸ்லிமல்லாதவர்களைப் போலவே

கருதினார்கள். ஸஞ்ஜ் இயக்கம் அவர்களைப் பின்பற்றியது. இதன்படி, பிடிக்கப்படும் எல்லா முஸ்லிம்களும் அடிமையாவதற்கோ கொல்லப்படுவதற்கோ உரியவர்களே.

இந்த இயக்கம் பெரும் வெற்றியுடன் விரைவாகப் பரவியது. இதை அடக்குவதற்கு அனுப்பப்பட்ட கறுப்பின மக்களைக்கொண்ட இராணுவம் இவர்களுடன் சேர்ந்துகொண்ட நிகழ்ச்சி, இதன் புரட்சிக் கருத்துகளின் வெற்றியை எடுத்துக்காட்டுவதாக இருந்தது. சுதந்திரமான சில விவசாயிகள்கூட இதில் சேர்ந்தார்கள். நில உடைமை வர்க்கத்தின் மேல் அவர்களுக்கு இருந்த கோபம் இதற்குக் காரணமாயிருக்கலாம். கி.பி. 870க்குள் ஸஞ்ஜ் இயக்கம் உபுல்லா என்ற முக்கிய துறைமுகத்தைக் கைப்பற்றிக்கொண்டு, தென்மேற்கு பாரசீகத்திற்குள் பரவி, இஸ்லாமியப் பேரரசுக்கே ஒரு பெரிய அபாயமாக வளர்ந்துவிட்டது. அடுத்த ஆண்டில் அவர்கள் பஸ்ரா நகரைக் கைப்பற்றினார்கள். அந்நகரைக் கொள்ளையடித்துவிட்டுத் திரும்பிச் சென்றுவிட்டார்கள். கி.பி. 879 ஆம் ஆண்டுக்குள் அவர்கள், பேரரசின் தலைநகரமான பக்தாதுக்கு அருகே பதினேழு மைல் தூரம் வரை சென்று கொள்ளையடித்துச் சென்றார்கள்.[32] இந்த ஆபத்தான கிளர்ச்சியை ஒடுக்குவதற்கு கலீஃபாவின் சகோதரர் அல்-முவஃபக், நடவடிக்கைகளைத் தம் பொறுப்பில் எடுத்து நடத்த வேண்டியிருந்தது. கடைசியாக, கி.பி.883இல் கிளர்ச்சி இயக்கத்தின் தலைவர் கட்டியிருந்த அல்-முக்தராஹ் என்ற கோட்டை கைப்பற்றப்பட்டு அவரும் கொல்லப்பட்டார். இவ்வாறாக, முஸ்லிம் வரலாற்றிலேயே மிகவும் புரட்சிகரமான, மிகக் கடுமையான எதிர்ப்பு இயக்கங்களில் ஒன்றாகக் குறிப்பிடப்படும் இந்த இயக்கம் முடிவு பெற்றது. சக்திவாய்ந்த பேரரசின் இராணுவ பலத்தை எதிர்த்துப் பதினைந்து ஆண்டுகள் இந்த இயக்கம் நீடிக்க முடிந்தது என்பதே அதன் புரட்சித் தன்மைக்கு இருந்த பேராதரவைக் காட்டுகிறது.

மேலும் சில சிறிய, பெரிய கிளர்ச்சிகளும் நடைபெற்றன. பெரும் பாலும் இவை எல்லாமே இராக் அல்லது பாரசீகத்தை மையமாகக் கொண்டே நடைபெற்றன. இஸ்லாம் தோன்றிய அரேபியாவில் அநேக மாக கிளர்ச்சி எதுவும் நடக்கவில்லை. பேரரசின் அரேபியரல்லாத மக்கள் அரேபிய ஆதிக்கத்தின் மேல் வெறுப்பு கொண்டிருந்ததே இதற்குக் காரணம். உமர் ஃபரூக், 'அப்பாஸிகளின் தொடக்க காலத்தில் நடந்த ஈரானியக் கிளர்ச்சிகளின் இயல்பு' என்பது பற்றி எழுதியுள்ள ஒரு கட்டுரையில் இவ்வாறு கூறுகிறார்: 'அப்பாஸிகள் ஆட்சிக்கு

வந்ததும், அரேபியர், அரேபியரல்லாதோர் ஆகிய எல்லா மக்களும், சமத்துவமும் செழிப்பும் கொண்ட புதிய சகாப்தம் தொடங்கும் என்று எதிர்பார்த்தார்கள். இந்த எதிர்பார்ப்பு உணர்வை அடக்கிவிட இயலாது. ஈரானில் மத்திய அரசுக்கு இரண்டுவிதமான பிரச்சினைகள் இருந்தன. 1. மக்களின் கிளர்ச்சி, அப்பாஸியக் கிளர்ச்சியின் மூலம் மக்களிடையே தங்கள் வாழ்க்கை நிலை உயரும் என்று ஏற்பட்டிருந்த நம்பிக்கையின் காரணமாக அப்பாஸியக் கிளர்ச்சியின் தொடர்ச்சியாகவும், அதன் விளைவாகவும் இது ஏற்பட்டது. 2. மத்திய அரசுக்கும் காஸ்பியன் கடல் பகுதியில் உள்ள தகரிஸ்தான், டைலாம், ட்ரான்ஸ் ஆக்ஸானியா பிராந்தியங்களின் உள்ளூர் அரசர்களுக்கும் இடையே நடந்த போராட்டங்கள். அரேபியர்களின் ஆட்சியை ஏற்படுத்துவது என்றால் இஸ்லாத்தைப் புகுத்துவதும் அதன் ஒரு அம்சமே. ஆனால், அந்தப் பகுதி மக்கள் அந்நிய ஆட்சியாளர்களின் அடக்குமுறையுடன் தொடர்புள்ள அந்த மதத்தையும் எதிர்த்தார்கள். முஸ்லிம்கள் அந்தப் பிராந்தியங்களைக் கைப்பற்றிய பின்பும் அங்கிருந்த சமூக அமைப்பு தொடர்ந்து நீடித்தது. ஈரானிய கிராம நிலப்பிரபுக்கள் இஸ்லாத்தைத் தழுவிக்கொண்டு அரபு ஆட்சியாளர் களுடன் ஒத்துழைத்தார்கள்.' [33] கட்டுரையின் அடிக்குறிப்பில் ஆசிரியர் இப்னு குத்தைபாவை மேற்கோள்காட்டி, அரேபிய ஆளும் வர்க்கத்தை மக்கள்தான் வெறுத்தார்களேயன்றி பிரபுவர்க்கத்தினர் வெறுக்கவில்லை என்று சுட்டிக்காட்டுகிறார். [34] இந்தக் காரணத்தால் தான் அப்பாஸிகளுக்கு எதிரான பெரும்பாலான இயக்கங்களில் ஒடுக்கப்பட்ட, நசுக்கப்பட்ட மக்கள் பெரும் எண்ணிக்கையில் ஈடுபட்டார்கள்.

உமர் ஃபரூக் மேலும் எழுதுகிறார்: 'ஸோன்பாத், உஸ்தாத் ஸீஸ், அல்-முகன்னா போன்ற இயக்கங்களை ஆராய்ந்து பார்த்தால் அவையெல்லாம் ஒடுக்கப்பட்ட மக்களுக்கும் ஆட்சியாளர்களுக்கும் இடையில் நடந்த போராட்டங்களாக இருப்பதைக் காணலாம். மக்கள் அல்லது ஆட்சியாளர்கள் அரேபியர்களா அல்லது அரேபியரல்லாதவரா என்பதைப் பொறுத்தவை அல்ல அவை. பொதுவாக அவை இன அடிப்படையில் அல்லாமல், சமூக, பொருளாதாரக் காரணங் களால் நடைபெற்றன. மக்கள், உள்ளூர்க் கிளர்ச்சியாளர்களான, பிஹாஃபாரித், உஸ்தாத் ஸீஸ், ஸோன்பாத், இஸ்ஹாக் அல்-துர்க், அல்-முகன்னா போன்றவர்கள் நடத்திய கிளர்ச்சிகளில் கலந்து கொண்டார்கள், அல்லது ஸீஸ்தானிலும் குராஸானிலும் கரிஜைட் களுடனும், குராஸானிலும் டைலாமிலும் அலீதுகளுடனும் சேர்ந்து

கொண்டார்கள். மற்றொருபுறம் அவர்கள், ஜவ்ஹர் அல்-இஜ்லீ, அப்துல் ஜப்பார் அல்-அஜ்தீ, ரஃபிபின் அல்-லைத் போன்ற அரபுக் கிளர்ச்சிக்காரர்களுக்கும் ஆதரவளித்தார்கள். ஆளுநர் மத்திய ஆட்சிக்கு விசுவாசமாக இருந்தால் அவர்கள் அவரை எதிர்த்தார்கள்; மத்திய அரசை அவர் எதிர்த்தால் அவர்கள் அவரை ஆதரித்தார்கள்.'

இந்தக் கிளர்ச்சிகள், பல மேற்கத்திய இஸ்லாமியல் அறிஞர்கள் கூறுவதுபோல், முற்றிலும் இன அடிப்படையில் மட்டும் நடந்தவை என்பதை உமர் ஃபரூக் மறுத்து, முக்கியமாக அவை, ஸஞ்ஜ் கிளர்ச்சியைப் போல, சமூக, பொருளாதாரக் காரணங்களால் நடந்தவை என்று கூறுவது மிகவும் சரியானது. மற்ற கிளர்ச்சிகளில் ஹுருஃபியா கிளர்ச்சியும், பஸிகனியான் கிளர்ச்சியும் குறிப்பிடத்தக்கவை. ஆனால், இவற்றைப் பற்றி அதிகமாக எழுதப்படவில்லை. ஹுருஃபியா இயக்கத்தை நிறுவியவர் ஃபத்லுல்லாஹ் நயீமி என்பவர். தொப்பி தைப்பது அவர் தொழில். அவர் ஈரானின் ஒரு மாகாணமான அஸ்த்ராபாதில் பிறந்தவர். ஹிஜ்ரி எட்டாம் நூற்றாண்டில் நடந்த அவரது இயக்கத்தில் பெரும்பாலும் நகர்ப்புற கைவினைஞர்கள் கலந்துகொண்டார்கள். நயீமி ஒரு கவிஞரும் ஆவார். அவர் கீழ்த்திசை நகரங்கள் பலவற்றுக்கும் சென்று முற்போக்கான மனப்பாங்கை வளர்த்துக்கொண்டவர். மனிதன் எல்லாவற்றுக்கும் ஓர் அளவுகோல் என்றும் மதத்துக்கும் தத்துவஞானத்துக்கும் அடிப்படை முக்கியத்துவம் உள்ளவன் என்றும் அவர் கூறினார். ஒருவகையில் பார்த்தால் அவரது கொள்கை ஹல்லஜின் வாக்கியமான 'அனல் ஹக்' அதாவது, 'நானே உண்மை' என்பதை ஆதரிப்பதாக இருந்தது. அவருடைய பல கவிதைகள் இந்தக் கருத்தை மிக உணர்ச்சியுடனும் வன்மையாகவும் வெளியிடுகின்றன.[35] 'நன்று', 'தீது' என்பவை புறத்தேயிருந்து பிறர் தர வருவன அல்ல என்றும் அவை நம்மில் அகத்தேயே உள்ளன என்றும் ஃபத்லுல்லாஹ் கூறுகிறார். அவர் ஆட்சி அதிகாரத்தில் உள்ளவர்களுக்கு எதிராகக் கிளர்ச்சி செய்கிறார். அவருடைய கவிதை ஒன்றில் 'கைஸரின் மகுடத்தின் மீது நான் உமிழ்கிறேன்' என்று அவர் கூறுகிறார்.[36]

ஹுருஃபியாவின் மற்றொரு முக்கிய தலைவர் இமாதுத்தீன் நஸீமி அவர் ஒரு பொருள்முதல்வாதி. பொருள் என்றும் உள்ளது என்றும் அதன் வடிவம் மட்டுமே மாறுகிறது என்றும் அவர் கூறினார். அதனால் அந்த இயக்கத்தின் தலைவர்களும் அதைப் பின்பற்றியவர்களும் கொல்லப்பட்டு அவர்களது உடல்கள் எரிக்கப்பட்டன. அவர்களது

இயக்கம் தலைமறைவாகச் செயல்பட்டது என்று அப்துர் ரஜாக் ஸமர்கண்டி கூறுகிறார்.[37]

முன் ஓர் இயலில் குறிப்பிட்டது போல அப்பாஸிகள் தங்களுக்காக குராஸானில் ஆதரவு திரட்டிய தங்களுடைய தலைமைப் பிரசாரகர் அபூமுஸ்லிம் குராஸானியை, தாங்கள் பதவிக்கு வந்த பிறகு சிரச்சேதம் செய்துவிட்டார்கள். ஆனால் விரைவிலேயே பாரசீக மக்கள் அப்பாஸிய ஆட்சியின் சுரண்டல் தன்மையை உணர்ந்தார்கள். அவர்கள் இப்போது அபூமுஸ்லிமை ஒரு வீரத் தலைவராகக் கருதினார்கள். அவரைச் சுற்றிப் பற்பல கதைகள் உருவாயின. ஈரானியர்களின் இலட்சியங்களுக்கு அவர் ஓர் அடையாளச் சின்னம் ஆனார். அவர்களில் சிலர் அவர் கொல்லப்பட்டார் என்பதைக்கூட நம்ப மறுத்தார்கள். அப்பாஸிகளுக்கு எதிரான பல கிளர்ச்சிகளில், அவர்கள் அபூமுஸ்லிமைக் கொல்ல முடியவில்லை என்றும் அவருக்குப் பதிலாக வேறொருவர் கொல்லப்பட்டார் என்றும் பிரசாரம் செய்யப்பட்டது. ஒரு நாள் அவர் மீண்டும் வருவார் என்று அவர்கள் நம்பினார்கள். அரசியல் நிலைமை மேலும் மேலும் மோசமடைய இந்த நம்பிக்கை மேலும் உறுதியாக வேரூன்றியது. சிலர் அவரை ஒரு தெய்வமாக மாற்றி, தங்களுடைய மீட்பரான ஜொராஸ்டருக்கு அடுத்தபடியாக வந்திருக்கும் மீட்பராகக் கருதினார்கள். பாரசீகத்தில் ஜொராஸ்ட்ரிய மதத்தைப் பின்தள்ளி இஸ்லாம் நிலைநிறுத்தப்பட்டிருந்தபோதிலும், பாரசீக மக்கள் பலர் ஜொராஸ்டர் அல்லது அவரால் நியமிக்கப்பட்ட ஒருவர் மீண்டும் வருவார் என்ற நம்பிக்கையை விடாமலிருந்தது குறிப்பிடத்தக்கது. ட்ரான்ஸ் ஆக்ஸானியாவில் இஸ்ஹாக் அல்-துர்க் தலைமையில் நடந்த கிளர்ச்சியின் முக்கிய அம்சம், அபூமுஸ்லிம் இன்னமும் உயிருடன் இருக்கிறார், திரும்பிவந்து தமது மதத்தை மீண்டும் நிலைநிறுத்துவார் என்றும் பரப்பப்பட்ட நம்பிக்கையாகும்.[38]

பாரசீகம் இஸ்லாத்தை ஏற்றுக்கொள்ளச் செய்த காரணங்கள் என்ன? பொருளாதார மாறுதல் காரணமா? அப்படியானால் என்ன பொருளாதார மாறுதல்கள் ஏற்பட்டிருந்தன? மாண்ட்காமரி வாட் ஒரு கருத்தைக் கூறுகிறார். அதை முன் ஓர் இயலில் விவாதித்தோம். அவர் கூறுவது: 'பொருளாதார மாற்றங்கள் எப்போதுமே மத மாற்றங்களுக்குக் காரணமாகின்றனவா என்று கேட்டால், சுருக்கமாக ஓர் ஆய்வு செய்யும்போது பின்வரும் விடை கிடைக்கிறது: பொருளாதார மாற்றம், உற்பத்தி சாதனங்களில் மாற்றமாக

அமைந்தால், அதன் மூலம் சமூக விளைவுகள் ஏற்படுகின்றன; இந்த மாறுதல்கள் காரணமாக மதமும் மாறுகிறது. இவ்வாறில்லாமல், பொருளாதார மாற்றம் ஆட்சியாளர் பழைய ஆட்சியாளரைப் போன்றவரா அல்லது வேறு மாதிரியானவரா என்பதைப் பொறுத்த தாகத் தோன்றுகிறது. இந்த வகையில், மத்திய கால ஐரோப்பாவில் நிலப்பிரபுத்துவ முறையின் பிரபுக்கள் எல்லோரும் ஒரே மாதிரியானவர்களே. ஆனால் பாரசீகத்தை வெற்றிகண்ட முஸ்லிம்கள், பாரசீகத்தின் பழைய ஆட்சியாளர்களைப் போலன்றி வேறுபட்ட சமூக அமைப்பைச் சேர்ந்தவர்கள். எனவே நாளடைவில் இவர்களின் வெற்றியின் காரணமாக மதமும் மாறியது.' [39]

பாரசீகத்தைப் பொறுத்தமட்டில் பேராசிரியர் வாட்டின் கருத்து சரியாக இருக்கிறது. ஆனால் ஸ்பெயினில் நடந்த நிகழ்ச்சிகளுக்கு அதைப் பொருத்திப் பார்த்தால் அது பொருந்தவில்லை. ஸ்பெயினிலும் அரபு ஆட்சியாளர்கள், அதன் பழைய ஆட்சியாளர்களிலிருந்தும் அந்நாட்டின் மக்களிலிருந்தும் மாறுபட்ட கலாசார முறைமையைச் சேர்ந்தவர்களாயிருந்தனர். ஆயினும் ஸ்பெயினில் அரபுச் செல்வாக்கு நகர எல்லைகளுக்கு வெளியே பரவவில்லை; ஸ்பெயினில் விவசாய மக்கள் இஸ்லாத்திற்கு மாறிவிடவில்லை. இந்தக் காரணத்தினால்தான் ஸ்பெயினில் அரேபியர்களின் ஆட்சி தூக்கியெறியப்பட்டவுடன் இஸ்லாமும் தனது பிடியை இழந்துவிட்டது. எனவே இந்தப் பிரச்சினை பேராசிரியர் வாட் கூறுவதைவிட மிகச் சிக்கலானது. அவர் கூறும் கருத்துடன் மேலும் ஒரு அம்சத்தைச் சேர்த்தால் நமது பிரச்சினைக்கு விடை கிடைக்கும் என்று நினைக்கிறேன்: ஆட்சியாளர் மாறும்போது புதிய ஆட்சியாளர் பழைய ஆட்சியாளரிலிருந்து மாறுபட்ட சமூக அமைப்பைச் சேர்ந்தவராயிருந்து, பழைய ஆட்சியாளரின் மதம், அரசின் அடக்குமுறை அமைப்புடன் ஒன்றிணைந்ததாக மக்கள் மனத்தில் பதிந்திருந்தால், ஆட்சியாளர் மாற்றத்துடன் மதமாற்றமும் ஏற்படும். பாரசீகத்தில் இஸ்லாம் தோன்றுவதற்கு முன் ஜொராஸ்ட்ரிய மதம் அந்நாட்டின் ஆளும் வர்க்கத்தின் அடக்குமுறைக்கு ஒரு கருவியாகப் பயன்பட்டது. ஆனால் ஸ்பெயினில் கிறிஸ்தவம் அவ்வாறு இல்லை. பாரசீகத்தில் இஸ்லாம் அடக்குமுறைக் கருவியாக, அதுவும் அந்நிய ஆட்சியாளர்களின் கருவியாக மாறிவிட்டது. எனவே அதன் எதிர்விளைவாக பாரசீகத்தில் ஜொராஸ்ட்ரிய மதம், மஜ்டக் மதம் போன்ற பழைய உள்நாட்டு மதங்கள் மீண்டும் மக்களிடையே செல்வாக்குப் பெறத் தொடங்கின.

அபூமுஸ்லிம், ஜொராஸ்டரால் அனுப்பப்பட்ட தீர்க்கதரிசி என்று பல எதிர்ப்பு இயக்கங்கள் பிரசாரம் செய்தன என்பதை ஏற்கெனவே பார்த்தோம்.

இதுவரை, உமய்யத் மற்றும் அப்பாஸிய ஆட்சியாளர்களுக்கு எதிராக, சுரண்டப்பட்ட, நசுக்கப்பட்ட மக்கள் பங்கெடுத்த புரட்சி இயக்கங்கள், வெற்றி பெறாமல் போன கிளர்ச்சிகள் ஆகியவற்றைச் சுருக்கமாக விவரித்தோம். அரேபியரல்லாத மேல் வகுப்புகளைச் சேர்ந்தவர்கள் அப்பாஸிய ஆட்சியின்போது தங்களுடைய வர்க்கத்தின் இயல்புப்படி, இந்தக் கிளர்ச்சிகளில் கலந்துகொள்ளாமல், கடுமை யில்லாத முறையில் எதிர்ப்புத் தெரிவித்தார்கள். இந்த வகையில் ‘ஷுபிய்யா’ என்ற இயக்கம் தொடங்கப்பட்டது. இது ஓர் இலக்கிய இயக்கமாக, அரபு ஆதிக்கத்தால் காயப்படுத்தப்பட்ட பாரசீக தேசிய உணர்வுகளின் வெளிப்பாடாக உருவாயிற்று. இது நாடு முழுவதும் பரவி அரேபியரல்லாத மக்களின் கலாசார வாழ்க்கை முழுவதிலும் ஊடுருவியது. அரேபியரல்லாத அரபு ஆதிக்கத்துக்கு எதிரான இந்தக் கலாசார எதிர்ப்பு இயக்கத்தைப் பற்றி கோல்ட்ஜிஹர் தம்முடைய *முஸ்லிம் ஸ்டடீஸ்* (முஸ்லிம் ஆய்வுகள்) என்னும் புத்தகத்தில் மிகச் சிறப்பான ஆய்வுரை ஒன்றை அளித்திருக்கிறார். அப்பாஸிய ஆட்சியில் ஒரு படைத்தலைவராக இருந்த அஃப்ஷினின் உதாரணம் இந்த வகையில் மிகவும் பிரபலமானது. அதைப் பற்றிக் குறிப்பிட்டு அவர் கூறுகிறார்: ‘கல்வியறிவு பெற்ற அரேபியரல்லாத மக்களின் வட்டத்தில் இஸ்லாத்தின் தாக்கம் மேற்பரப்பை மட்டுமே தொட்டதாக இருந்தது என்பதை மிகத் தெளிவாகக் காட்டுவது அஃப்ஷின் — அவர் கைதர் பின் கவுஸ் என்றும் அழைக்கப்பட்டார் —என்ற படைத் தலைவரின் உதாரணம்.’

அல்-முத்தஸிமின் படைத்தலைவரான அவர் ஸாக்டியானாவைச் சேர்ந்தவர். இஸ்லாத்திற்குப் பெரும் அபாயமாயிருந்த பாபக் புரட்சியை அடக்கியவர். கிறிஸ்தவர்களுக்கெதிரான போரில் கலீஃபாவின் துருப்புகளுக்குத் தலைமை தாங்கியவர். இஸ்லாத்தின் மதப்போர்கள் பலவற்றில் மிக முக்கிய பங்குபெற்றவர். ஆனால் அவர் முஸ்லிம் என்ற மதத்தன்மையில் மிகக் குறைந்தவராக இருந்தார். முஸ்லிமல்லாதவர்களின் ஆலயம் ஒன்றை மசூதியாக மாற்ற முயன்ற இரண்டு மதப் பிரசாரகர்களை அவர் மிகக் கொடுமையாக நடத்தினார். இஸ்லாமியச் சட்டங்ளை அவர் எள்ளி நகையாடினார். கழுத்தை நெரித்துக் கொல்லப்பட்ட கால்நடைகளின்

இறைச்சியை அவர் உட்கொண்டார். (முஸ்லிம்கள் பயங்கரப் பாவமாகக் கருதும் செயல் இது). அவர் இவ்வாறு செய்ததாக முஸ்லிமாக மாறிய பாரசீகர் ஒருவர் சாட்சியம் கூறினார். இஸ்லாமிய நெறிப்படி கொல்லப்பட்ட மிருகத்தின் இறைச்சியைவிட இந்த இறைச்சி புதுமை மாறாமல் இருப்பதாகக் கூறி மற்றவர்களையும் அதை உண்ணச் செய்தார்... சுன்னத்துச் செய்தல் போன்ற முஸ்லிம் வழக்கங்களையும் அவர் கேலி செய்து அவற்றை அலட்சியம் செய்தார். முஸ்லிமாக இருந்தபோது தமது நாட்டின் மதப் புத்தகங் களைப் படிப்பதை அவர் விட்டுவிடவில்லை. அந்தப் புத்தங்களுக்குப் பொன்னும் மணியும் இழைத்து அலங்காரம் செய்து வைத்திருந்தார். முஸ்லிம் அரசின் எதிரிகளை ஒடுக்கும் இராணுவ நடவடிக்கைகளில் அவர் கலீஃபாவுக்கு உதவி செய்தபோதிலும் அதே சமயத்தில் பாரசீகப் பேரரசும் 'வெள்ளைப் பிராந்திய'மும் மீண்டும் நிலைநிறுத்தப்படுவது அவரது கனவாக இருந்தது. அரேபியர்கள், மாக்ரிபியர், முஸ்லிம் துருக்கர்கள் ஆகியோரை அவர் இளப்பமாகப் பேசினார். அரேபியரை அவர், எலும்புத்துண்டை வீசியெறிந்து, பின் தலையில் அடித்து நொறுக்கப்படும் நாய்கள் என்று குறிப்பிட்டார்.[40]

ஷூபைட்டுகள், குர்ஆனின் போதனைக்கு(*49:13*) இணங்க, முஸ்லிம்கள் அனைவரும், அரேபிய இனக்குழுக்களின் வம்சத்தைச் சேர்ந்தவர்களானாலும், மற்ற இனங்களைச் சேர்ந்தவர்களானாலும், சம அந்தஸ்து உடையவர்கள் என்று வலியுறுத்தினார்கள். இந்தச் சமத்துவத் தத்துவத்தை மிகத் தீவிரமாக ஆதரித்தவர்கள் தங்கள் நாட்டின் புராதன நாகரிகத்தையும் கல்விச்சிறப்பையும் குறித்து மிகுந்த பெருமை கொண்ட பாரசீக அறிவாளிகளே. குர்ஆனின் வார்த்தையை வாழ்க்கையின் எல்லா அம்சங்களிலும் அடிப்படை முக்கியத்துவம் உள்ளதாகக் கருதிய பயபக்தியுள்ள அரபு முஸ்லிம்களும் இவர்களை ஆதரித்தார்கள். ஷூபிய்யாக்களில் மிதவாதிகள் அரேபிய மேல்தட்டுப் பிரபுக்களின் விசேஷ சலுகைகளைக் கண்டிப்பதோடு திருப்தியடைந் தார்கள். ஆனால் அவர்களில் தீவிரவாதிகள் அதோடு நிற்கவில்லை. அவர்கள் நாகரிகத்தில் தங்கள் மக்களின் உயர்ந்த சாதனைகளைச் சுட்டிக்காட்டி பாலைவன இனக்குழுவினரைவிட தாங்களே உயர்ந்தவர்கள் என்று கூறினார்கள். அரேபியர்கள் கல்வியில்லாத, நாகரிகமற்ற, அகங்காரம் பிடித்த கூட்டத்தினர் என்றும், நாகரிகமற்ற பதூயின் முன்னோர்களைவிட எந்த வகையிலும் மேலானவர்கள் அல்ல என்றும் அவர்கள் கூறினார்கள்.

இந்தப் பகைமையுணர்வு சிலரிடம் மிக அதிகமாக ஊறிப் போயிருந்தது. அத்தகையவர்களில் ஒருவரான 9ஆம் நூற்றாண்டைச் சேர்ந்த நூலாசிரியர் ஒருவர் இஸ்லாத்திற்கு முந்தைய காலத்தைச் சேர்ந்த அரேபியக் கவிஞர்கள் தங்கள் தங்கள் இனக்குழுக்களுக்குப் பகையான இனக்குழூக்களை இழித்தும் பழித்தும் பாடிய கவிதை களிலிருந்து வசைமொழிகளைத் தொகுத்து, அரேபியர்கள் தங்களைத் தாங்களே எவ்வாறு வர்ணித்திருக்கிறார்கள் என்பதற்கு உதாரணங் களாக எடுத்துக்காட்டினார். ஷூபிய்யா சர்ச்சை, சாராம்சத்தில் ஓர் இலக்கிய விவாதமே என்றாலும், அதில் இருதரப்பினரும் மிகுந்த தீவிரத்துடன் ஈடுபட்டார்கள். அவ்வப்போது மதம், கடவுள் பற்றிய வாதங்களும் எதிர்வாதங்களும் இடம்பெற்றன. அரசியல் அதிருப்தியாளர்களான பல்வேறு தலைவர்களின் கருத்துப் பிரசாரங்களும் அரசு விரோதச் செயல்களும்கூட அதன் அம்சங்களாக இருந்தன.[41]

ஷூபிய்யா கருத்துகள் மிக வன்மையாக வெளியிடப்பட்டது இராக்கில்தான் என்பது குறிப்பிடத்தக்கது. சக்திவாய்ந்த செயலர் வர்க்கம் இதில் ஈடுபட்டிருந்ததே இதற்குக் காரணம். இவர்கள் தங்கள் கருத்தைத் தயங்காமல் வெளியிடுவோராகவும், அரசியல் நடவடிக்கைகளில் அதிகத் திறமை உள்ளவர்களாகவும் இருந்தார்கள்... ஷூபிய்யா இயக்கம் தோன்றிய போது அரேபியரல்லாதோர் என்பது முக்கிய பிரச்சினையாக இருக்கவில்லை. அரேபியர்களின் பாலைவன வாழ்க்கையில் போற்றப்பட்ட கருத்துகள் இஸ்லாத்தில் இணைக்கப் பட்டிருந்தது ஏற்கத்தக்கதா என்பதே பிரச்சினையாயிருந்தது. ஷூபிய்யாக்கள், குறிப்பாக செயலர் வர்க்கத்தினர் அவை காலத்துக்குப் பொருந்தாதவை என்று கருதினார்கள்.[42]

இவ்வாறாக, ஒடுக்கப்பட்ட மக்களின் பல்வேறு கிளர்ச்சி அல்லது புரட்சி நடவடிக்கைகளில் மேல்வர்க்கத்தினர் கலந்துகொள்ளவில்லை என்பதையும், நாகரிகமற்ற அரேபியர்களைவிடத் தாங்கள் உயர்ந்தவர்கள் என்று கூறிக்கொண்டு அதிலேயே திருப்தி கண்டார்கள் என்பதையும் காண்கிறோம். ஆனால் விவசாயிகள், கைவினைஞர்கள், தொழிலாளர்கள், அடிமைகள் போன்ற சாதாரண மக்கள் தாங்கள் கொடுமையாகச் சுரண்டப்படுவதை எதிர்த்து ஆயுதமேந்திப் போராடினார்கள். இத்தகைய போராட்டங்கள் சிலவற்றை மேலே விவரித்தோம். இந்த வகையில் குறிப்பிடத்தக்க மற்றொன்று பாபகி இயக்கம் எனப்படுவது. பாபக் என்பவர் நடத்திய இந்த

இயக்கம்(816-37) விவசாயிகளை அடிப்படையாகக் கொண்டிருந்தது. மிக விரிவான முறையிலும் மிகுந்த செயல் வேகத்துடனும் நடத்தப் பட்டது இதன் சிறப்பு அம்சம். பாபக்கின் கோரிக்கைகள், இன்று ஆசிய அல்லது ஆப்பிரிக்க நாடுகளில் எந்த விவசாயி இயக்கமும் எழுப்பக்கூடிய கோரிக்கைகளுடன் ஒப்பிடக் கூடியனவாக இருந்தன. பெரிய நில உடைமைகளைப் பிரித்து விவசாயிகளுக்கு வினியோகிக்க வேண்டும் என்று அவர் கோரினார். பாரசீக பிரபு வர்க்கத்தைச் சேர்ந்தவர்கள்கூட இப்போது சாதாரண விவசாயிகள் நிலைக்குத் தாழ்ந்துபோனதால் அவர்களும் பாபக்கை ஆதரித்தார்கள் என்பது குறிப்பிடத்தக்கது. ஆயினும் இந்த ஆதரவு அரைகுறை மனத்துடன் தாங்கள் பிரபு வர்க்கத்தினர் என்ற பாவனையை விட்டுவிடாத முறையிலும் அளிக்கப்பட்டது. இந்த இயக்கம் அதர்பய்ஜானை மையமாகக் கொண்டு தென்கிழக்கு பாரசீகத்துக்குப் பரவியது. அங்கு மலைப்பகுதிகளில் வசித்த 'குர்த்'* மக்களின் ஆதரவைப் பெற்றது. அங்கிருந்து வடக்கேயுள்ள காஸ்பியன் பகுதிகளுக்கும் மேற்கே ஆர்மீனியாவுக்கும் பரவியது. பாபக் வெளிப்படையாக மத எதிர்ப்புக் கருத்தைப் பேசினார். அமைப்பை உருவாக்கி நடத்துவதில் மிகுந்த திறமை கொண்டிருந்தார். தமது குறிக்கோளை அடைவதற்காக அவர் அப்பாஸியப் பேரரசின் எதிரியான பைஜாண்டியப் பேரரசருடன் கூட்டுச் சேர்ந்துகொண்டார். பாபக் ஏழாண்டுக் காலம் மாமூனின் நான்கு படைத்தலைவர்களை எதிர்த்து நின்று தாக்குப்பிடித்தார். முத்தஸிம் ஆட்சிக்கு வந்த பின்புதான் இந்த இயக்கம் அதர்பய்ஜானில் மட்டும் செயல்பட்டு, இறுதியாக ஒடுக்கப்பட்டது.

இஸ்லாமிய வரலாற்றை இவ்வாறு நாம் சுருக்கமாகப் பார்த்த பின் சில அம்சங்கள் கவனிக்கத்தக்கவையாக உள்ளன. சில இஸ்லாமிய சிந்தனையாளர்களும் மத ஆதரவாளர்களும், இஸ்லாத்தின் சமத்துவக் கொள்கை (செல்வத்திலும், சாதி, இனம், கோட்பாடு போன்றவற்றிலும் உயர்வுதாழ்வு கருதாமை) காரணமாக தற்காலத்திய சமூக-பொருளாதார, அரசியல் சவால்களுக்கு பதிலளிக்கும் திறனுள்ள ஒரே மதம் இஸ்லாம்தான் என்று கூறியுள்ளனர். சித்தாந்த அளவில் இது உண்மை (குர்ஆனின் மதத்தத்துவம் செல்வத்திலும்,

* குர்துகள் இன்றும்கூட கட்டுக்கு அடங்காத மக்களாகவே இருக்கிறார்கள்; அவர்களுடைய தேசியவாதக் கோரிக்கைகள் ஈரான், இராக் அரசுகளுக்கு ஏற்புடையனவாக இல்லை; அவர்கள் குமைனியின் புரட்சி அரசுக்கு எதிராகக் கிளர்ச்சி செய்கிறார்கள்.

இனம், நிறம் என்பனவற்றிலும் சமத்துவத்தை வலியுறுத்துகிறது) என்றபோதிலும், வரலாற்று ரீதியாக இது உண்மை அல்ல. இஸ்லாமிய சமூகங்கள் மற்ற எந்தச் சமூகத்தையும் போலவே சமத்துவம் அற்றவையாகவே இருந்துள்ளன. நிலப்பிரபுத்துவமுறையும் நிலப்பிரபுத்துவத் தலைமை வரிசை முறையும் பல இஸ்லாமிய சமூகங்களில் விரைவிலேயே வேரூன்றிவிட்டன. அரேபியருக்கும் 'அஜம்' எனப்படும் அரேபியரல்லாதவருக்கும் இடையே கருதப்படும் வேறுபாடும் ஒதுக்கித்தள்ள முடியாதது. ஏற்கெனவே குறிப்பிட்டது போல, கிளர்ச்சிகள் அரேபியரின் ஆதிக்கத்தை எதிர்த்த மனக் குமுறல்களின் வெளிப்பாடாகவே தோற்றம் கொண்டன.

சித்தாந்தம்தான் வரலாற்றை உருவாக்க வேண்டும் என்று சித்தாந்த வாதிகள் விரும்பினாலும் உண்மையில் வரலாற்றை உருவாக்குவது சித்தாந்தம் அல்ல. பிரத்தியட்ச உண்மைகள்தான் அதை உருவாக்கு கின்றன. உற்றுநோக்கி உண்மைகாணும் வரலாற்றாசிரியர் யாரும், தமது சித்தாந்தம் எதுவாக இருந்தாலும், நிதர்சன உண்மைகளைப் புறக்கணிக்க முடியாது. ஒரு சித்தாந்தத்தைத் திரிபுபடாமல் ஏற்கெனவே உள்ள ஒரு நிலைமையின் மீது அதைத் திணிக்க முடியாது. உற்பத்தி சக்திகளையும் உறவு நிலையையும் மாற்றுவதன் மூலம் நிதர்சன உண்மையில் அடிப்படையான மாற்றம் செய்ய முயன்றாலும்கூட, அவ்வாறு மாறும்போதே எதார்த்தத்தின் செல்வாக்கு சித்தாந்தத்தின் மீதும் படிகின்றது. இஸ்லாத்தின் சமத்துவக் கோட்பாடு வரலாற்று ரீதியான உண்மையாக (ஒரு குறுகிய காலம் தவிர) செயல்படவில்லை. ஏனென்றால் இந்த சித்தாந்தக் கருத்துக்கு ஏற்ப அடித்தளத்தில் உள்ள சமூக-பொருளாதாரக் கட்டமைப்பை மாற்றுவதற்கு தீவிரமான முயற்சி மேற்கொள்ளப்படவில்லை. இஸ்லாத்திற்கு முன்பேகூட மஜ்டக் போன்ற இயக்கங்கள் இதே காரணத்தினால் தோல்வி அடைந்தன. இஸ்லாம் நிலைத்து நீடிக்க முடிந்தது என்றாலும் ஒரு மதம் என்ற அளவிலேயே நீடிக்க முடிந்தது. அதனுடைய சமூக-பொருளாதார தீவிர மாறுதல் நோக்கம் மறைந்துவிட்டது. இஸ்லாம் போதித்த சமத்துவத்தை மிகக் குறுகியகாலத்துக்கே (அதுவும்கூட சில முக்கியமான நிபந்தனைகளுடன்) செயல்படுத்த முடிந்தது. புதிய மதத்தைப் பின்பற்றியவர்கள் ஒருபுறம் மக்காநகர மக்களுடனும், மற்றொருபுறம் மதீனாவின் யூதர்களுடனும் வாழ்வா, சாவா என்ற போராட்டத்தில் ஈடுபட்டிருந்த காலம் அது. வாழ்க்கைக்குத் தேவையான பொருள்கள் மிகக் குறைவாகவும், பெறுவதற்குக்

கடினமாகவும் இருந்த சமயம் அது. எனவே கிடைக்கின்ற பொருள்களை நியாயமாக விநியோகிப்பது அவசியமாயிருந்தது. ஆயினும், முஹம்மதின் கடைசி நாட்களின்போது ஓரளவுக்கு உபரி கிடைத்தது. கொள்ளைப் பொருள்களை விநியோகம் செய்வதில் முஹம்மத் அரசியல் முக்கியஸ்தர்களுக்கு ஓரளவு சலுகைகாட்டி, அரசியல் காரணங்களுக்காக அவர்களுக்கு மற்றவர்களைவிட அதிக மாகக் கொடுக்க வேண்டியிருந்தது. வெளிநாட்டுப் படையெடுப்பு வெற்றிகள் அபூபக்கர் காலம் முதல் தொடங்கின. அப்போதிருந்த புதிய இஸ்லாமிய அரசின் கருவூலத்துக்குப் பெருமளவில் செல்வங்கள் வந்து குவியத் தொடங்கின.

உமர் எளிய வாழ்க்கையையும் சமத்துவத்தையும் செயலில் கொண்டு வர முயன்றார். ஆனால் அவர் சமூகத்தில் உருவாகி வந்த பலம்மிக்க சக்திகளை எதிர்த்துப் போராட வேண்டியிருந்தது. மூன்றாவது கலீஃபாவான உஸ்மான் பலவீனமானவராயிருந்ததால் புதிய வரலாற்று ரீதியான சக்திகளை அவர் எதிர்த்து நிற்க முடியாமல் உள்நாட்டுப் போர் தொடங்கிவிட்டது. நான்காவது கலீஃபாவான அலீதான் அரேபியர்களின் மரபுப்படி தேர்ந்தெடுக்கப்பட்ட கடைசி கலீஃபா. அவர் 'இஸ்லாத்தின் கோட்பாடுகள்'படி ஆட்சிநடத்த உண்மையாக முயன்றார்; ஆனால் தோல்வியடைந்தார். வெளிநாட்டுப் போர் வெற்றிகளால் சக்திகளின் சமன்பாடு முற்றிலுமாக மாறிப் போயிருந்ததே இதற்குக் காரணம். முதலாவது இஸ்லாமியக் குடியரசு, முடியாட்சியாக மாற்றப்பட்டது. அதன் பிறகு 'பழைய நல்ல நாட்கள்' திரும்பி வரவில்லை. சில இலட்சியவாதிகள், இஸ்லாத்தின் முதல் முப்பது ஆண்டுகளில் இருந்தது போன்ற இஸ்லாமிய சமூகத்தை அமைக்க முடியும் என்று ஆவலுடன் நம்புகிறார்கள். இந்த இலட்சியவாதிகள் வரலாற்றுச் சக்திகளை முற்றிலுமாகக் கருத்தில் கொள்ளாமல் விடுகிறார்கள். அப்போதிருந்தது போன்ற அரசையோ சமூகத்தையோ ஏற்படுத்துவது அப்போது இருந்தது போன்ற வரலாற்று ரீதியான நிலைமையை உருவாக்காமல் சாத்தியமாகாது என்பதையும் இவர்கள் புரிந்துகொள்ளவில்லை. அவ்வாறான நிலைமையை உருவாக்குவதும் சாத்தியமில்லை. மேலும் அந்தச் சமூகத்தை 'இலட்சிய' சமூகம் என்றோ 'பொற்கால' சமூகம் என்றோ சித்திரித்துக் காட்டுவது தவறாகும். ஏனென்றால், நாம் முந்தைய இயல்களில் பார்த்ததுபோல அந்தச் சமூகத்தில் போராட்டங்களும் பதற்ற நிலைகளும் இல்லாமல் போகவில்லை.

இந்த இலட்சியவாதிகள் பிரசாரம் செய்யும் மற்றொரு மாயை இஸ்லாமிய சகோதரத்துவம் என்பது. இஸ்லாமிய சமூகம், அதன் தொடக்க காலத்திலிருந்தே பல்வேறு வர்க்கங்களாகவும் வகைகளாகவும் பிரிவுபட்டிருந்தது. எஜமானர்கள், அடிமைகள், சொத்துள்ளவர்கள், சொத்தில்லாத வர்க்கம், அரேபியர்கள், அரேபியரல்லாதவர்கள் என்று ஒன்றுக்கொன்று நேரெதிரான முரண்பாடுகள் கொண்ட பிரிவுகள் இருந்தன. நமது காலத்தில் இஸ்லாமிய சகோதரத்துவம் பற்றிப் பேசுகிறவர்கள் பிரத்தியட்சமான சமூக உண்மைகளையும், சமூகத்தின் பல்வேறு பிரிவுகளுக்கும் வர்க்கங்களுக்கும் இடையிலுள்ள முரண்பாடுகளையும் உணரத் தவறுகிறார்கள். எனவே மதத்தை மட்டும் அடிப்படையாகக் கொண்டு முழுமையான சகோதரத்துவம் ஏற்பட முடியும் என்று கூறுவது வெறும் இலட்சியவாதப் பேச்சே யாகும். மதம் இத்தகைய சகோதரத்துவம் நிலைத்துச் செயல் படுத்துவதற்கு அவசியமாயிருக்கலாம், ஆனால் போதுமானதாகாது. பொதுவாகவே மதங்களின் வரலாறும், குறிப்பாக இஸ்லாத்தின் வரலாறும் இதை நிரூபிக்கின்றன. ஆயினும் இஸ்லாம் மத ஆதரவாளர்கள், உண்மைகள் இவ்வாறு எதிர்மறையாக இருந்த போதிலும், இஸ்லாமிய சகோதரத்துவம் என்ற மாயையை உண்மைத் தோற்றமாகக் காட்ட முயன்றிருக்கிறார்கள். இவர்கள் இஸ்லாத்திற்கு நன்மை எதுவும் செய்வதாக நான் கருதவில்லை.

இஸ்லாத்தைச் சரியான வரலாற்றுப் பின்னணியில் பார்த்து, பல்வேறு சமூக சக்திகளையும் கருத்தில் கொண்டு பார்ப்பவர்கள்தான் இன்று இஸ்லாமிய உலகம் எதிர்கொள்ளும் நிலைமையைச் சரியாகப் புரிந்துகொள்ள முடியும். இஸ்லாம் போற்றும் பண்புமுறை, சோஷலிசம் போற்றும் பண்புமுறையுடன் பொதுவான அம்சங்கள் கொண்டிருக்கிறது. இந்தப் பண்புமுறைகள், இஸ்லாத்தையோ சோஷலிசத்தையோ சார்ந்தவையாக இருந்தாலும், மற்ற மரபுமுறை அமைப்புகளைவிட நீடித்து நிற்கக்கூடியவை. மற்ற மரபுமுறைகள் மாறிவரும் வரலாற்றுச் சூழ்நிலைக்கும், அதனுடன் இணைந்த சமூக பொருளாதார அமைப்புகளுக்கும் தகுந்தபடி பொருத்தம் இல்லாதவையாகிவிடுகின்றன. பண்புமுறைகள்தான் ஒரு சித்தாந்தத்துக்கு அல்லது மதத்துக்கு எல்லாவற்றிலும் உயர்ந்த ஒரு பரிமாணத்தைத் தருகின்றன. இந்தப் பண்புமுறைகளை, இலட்சியவாத முறையிலன்றி, தற்கால வரலாற்று ரீதியான சக்திகளைக் கருத்தில்கொண்டு, வலியுறுத்துவதன் மூலம் இஸ்லாத்திற்கும் சோஷலிசத்துக்கும் இடையே ஆக்கப்பூர்வமான கூட்டிணைப்பை

உருவாக்க வழிகாண முடியும். பெரும்பாலான முஸ்லிம் நாடுகள் தொழில்துறையில் பின்தங்கி ஏகாதிபத்தியத்துக்கு இரையாகி உள்ளன. இப்படிப்பட்ட கூட்டிணைப்பை உருவாக்க முடிந்தால் அது இந்த நாடுகளின் சுரண்டப்பட்ட ஏழை மக்கள் ஏற்கத்தக்கதாக இருக்கும். அதை அடிப்படையாகக் கொண்டு அவர்களை முற்போக்கான சோஷலிச சக்திகளுடன் இணைந்து செயல்படவும், தங்களை ஏகாதிபத்தியத்தின் பிடியிலிருந்து விடுவித்துக்கொள்ளப் போராட்டம் தொடங்கவும் தூண்ட முடியும். முஸ்லிம்களின் மனத்தில் மதத்துக்கு இருக்கும் ஆழ்ந்த பிடிப்பைக் கருத்தில்கொண்டு இத்தகைய அணுகுமுறை தேவை என்று நான் வேண்டிக்கொள்கிறேன்.

முஸ்லிம் நாடுகளில் உள்ள பிற்போக்கு ஆட்சியாளர்கள் தங்களுடைய சுரண்டல் ஆட்சியை நிரந்தரப்படுத்துவதற்காக முஸ்லிம்களின் மதஉணர்வுடன் விளையாடுகிறார்கள். இஸ்லாத்தின் 'பொற்காலம்' என்று பழங்காலத்தைக் கூறி தங்கள் ஆட்சியில் உள்ள மக்களின் மனத்தில் ஒரு மாயையை ஏற்படுத்த முயலுகிறார்கள்.

சோஷலிசம் மட்டுமே, தன்னுடைய தகுதியின் அடிப்படையிலோ, இஸ்லாத்தின் மதக்கட்டளைகளை நிறைவேற்றும் வழி என்று ஏற்கப்படும் அடிப்படையிலோ (எனது சொந்தக் கருத்து, அதன் தகுதி அடிப்படையில் என்பது), முஸ்லிம் உலகம் தனது சொந்தக் கால்களில் நிற்க உதவ முடியும் என்பது எனது பணிவான கருத்து. தொடக்ககால இஸ்லாத்தை நவீன சமூக விஞ்ஞானங்கள் தரும் விளக்கங்களின் துணையுடன் பகுத்தாய்ந்து பார்க்கும் கடினமான, ஆனால் அவசியமான பணியை, மேல்நாடுகளைச் சேர்ந்த கீழை நாட்டியல் அறிஞர்கள் செய்துள்ளபோதிலும், உலகம் முழுவதிலும் உள்ள முஸ்லிம் அறிஞர்கள் அதைத் தவிர்த்தே வந்திருக்கிறார்கள். இந்தத் திசையில் முதல் அடியெடுத்து வைப்பதாக இந்தப் புத்தகம் கருதப்பட்டால் எனது உழைப்புக்கு மிகுந்த பலன் கிடைத்ததாகும்.

குறிப்புகள்

1 *மாண்டகாமரி வாட், இஸ்லாம் அண்ட் தி இன்டக்ரேசன் ஆஃப் சொஸைடி, லண்டன், 1966, ப. 33.*

2 *மேலது, ப. 33.*

3 *தபரி, II, 40, 13 முதல் ரோடின்ஸன், ஏ லிட்ரரி ஹிஸ்டரி ஆஃப் தி அராப்ஸ், கேம்பிரிட்ஜ், 1930, புத்தகத்தில் மேற்கோள், ப. 210.*

4 *மாண்ட்காமரி வாட், முன்பு குறிப்பிடப்பட்ட புத்தகம், ப. 99.*

5 தபரி, I, 3310, 3339, 3380, II, 10, 15 முதல், 20 முதல் 27, 29, 35 முதல், 40-59, 61, 64, 67, 76, 83, 90 முதல். இப்னுல் அதீர், III 205-7, 209-17, 225 முதல், 229,244, 254-6. இஸ்லாம் அண்ட் தி இன்டக்ரேசன் ஆஃப் சொஸைடி புத்தகத்தில் வாட்டின் மேற்கோள்.

6 பார்க்க: ஹாதிர் அல் அலமல் இஸ்லாமி, அரபு மொழிபெயர்ப்பு: இஜால் நுசாயிஸ், தொகுதி 2, கெய்ரோ 1343 ஹிஜ்ரி, பக். 351-66. அமீர் ஷகேப் அர்ஸ்லான் தந்துள்ள பின்னிணைப்பில் கரிஜைட்டுகள் பற்றிய விரிவான குறிப்பு காணப்படுகிறது.

7 இப்னு கல்தூன், முகத்திமா, பக். 130-31.

8 டாக்டர் தாஹா ஹுஸைன், அல் ஃபித்னதுல் குப்ரா, தொகுதி 2, ப. 288.

9 மேலது, பக். 296-7.

10 ஆர்.ஏ. நிகோல்ஸன், முன்பு குறிப்பிடப்பட்ட புத்தகம், ப. 198,

11 வாட், முன்பு குறிப்பிடப்பட்ட புத்தகம், ப. 106.

12 காமில் பின் அதீர், தாரிக், தொகுதி III&IV, உருது மொழிபெயர்ப்பு: மவுல்வி முஹம்மத் ஜமீலுர் ரஹ்மான், ஜாமியா உஸ்மானியா, 1922, ப. 381.

13 மேலது, ப. 397,

14 மேலது, ப. 369.

15 நிகோல்ஸன், முன்பு குறிப்பிடப்பட்ட புத்தகம், ப. 250.

16 மேலது, ப. 307.

17 நிகோல்ஸன், முன்பு குறிப்பிடப்பட்ட புத்தகம். அவர் இந்த வரிகளை தினவரீ, பதிப்பு: குய்கிராஸ், ப. 356 மேற்கோள் காட்டுகிறார்.

18 ஃபிலிப் கே. ஹிட்டி, ஹிஸ்டரி ஆஃப் தி அராப்ஸ், ப. 443.

19 அமீர் அலீ, ஏ ஷார்ட் ஹிஸ்டரி ஆஃப் த சாரசென்ஸ், லண்டன், 1951, பக். 278-9.

20 ஹெச்.ஏ.ஆர். கிப், முஹம்மதனிசம், லண்டன், 1969, ப.78,

21 டி.பி. மெடோனால்ட், டெவலப்மெண்ட் ஆஃப் முஸ்லிம் தியாலஜி, ப. 140. கிப் முன்பு குறிப்பிடப்பட்ட புத்தகத்தில் மேற்கோள்.

22 மவுலானா அபுல் கலாம் ஆஸாத், த தர்ஜுமானுல் குர்ஆன், தொகுதி 1, ஆங்கிலத்தில் மொழிபெயர்ப்பு: சையத் அப்துல் லத்தீஃப், ஏசியா பப்ளிசிங், 1965, ப. xxxvi.

23 ஹமீதுத்தீன் கிர்மானி, ராஹதல் அ'க்ல், பக். 27, 30-32.

24 பனாயியோடிஸ் ஜே. வாடிகியோடிஸ், த ஃபாதிமிட் தியரி ஆஃப் ஸ்டேட், ஓரியண்ட் பப்ளிசர்ஸ், லாகூர், ப. 37.

25 ஹிட்டி, முன்பு குறிப்பிடப்பட்ட புத்தகம், ப. 445.

26 அமீர் அலீ, முன்பு குறிப்பிடப்பட்ட புத்தகம், ப. 298.

27 ஸ்டீஃபன், நந்தி ரோனார்ட், கோன்சைஸ் என்சைக்ளோபீடியா ஆஃப் அராபிக் சிவிலைசேஷன், அம்ஸ்டர்டாம், 1966, பக். 433-34.

28 டாக்டர் ஜாஹித் ஹுசைன், தரீக் ஃபாதிமியீன் இ மிஸ்ர், கராச்சி, 1963, பக். 436-7.

29 பார்க்க: மஹ்மூத் இஸ்மாயில், அல் ஹரகத்துல் ஷரிய்யா ஃபில் இஸ்லாம், கெய்ரோ, 1973, ப. 192.

30 ஜோயல் கார்மிக்கேல், த ஷேப்பிங் ஆஃப் தி அராப்ஸ், பக். 239-40.

31 தபரி, தொகுதி III, பக். 1785-6.

32 கார்மிக்கேல், முன்பு குறிப்பிடப்பட்ட புத்தகம், பக். 237-8.

33 உமர் ஃபரூக், த நேட்சர் ஆஃப் தி ஈரானியன் ரிவோட்ஸ் இன் தி ஏர்லி அப்பாஸிட் பீரியட், இஸ்லாமிக் கல்ச்சர் கட்டுரை, தொகுதி XLVIII, எண். 1, ஜனவரி 1974.

34 மேலது பக். 344-5.

35 பார்க்க: அலீ மிர் ஃபிட்ரோஸ், ஜும்பிஸ் இ ஹிரூஃபியா வ நஹ்தத் இ பசி கானியன் இன்டிஸாரத் இ கர், ப. 51.

36 மேலது, ப. 56.

37 மேலது, ப. 59.

38 இப்னு அல் நதீம், ஃபிஹ்ரிஸ்ட், தொகுதி 1, ப. 344 முதல்; தபரி III ப. 147.

39 வாட், முன்பு குறிப்பிட்ட புத்தகம், ப. 33.

40 இக்னஜ் கோல்ட்ஜிஹர், முஸ்லிம் ஸ்டடீஸ், லண்டன், 1967, பக். 139-40.

41 பார்க்க: ஸ்டீஃபன், நந்தி ரோனார்ட், முன்பு குறிப்பிடப்பட்ட புத்தகம், பக். 493-4.

42 பார்க்க: ஜொஹ்ருல் பர்ள், ஈரான் அண்ட் இராக் அன்டர் இஸ்லாம், இஸ்லாம் அண்ட் மோடர்ன் ஏஜ், டெல்லி, தொகுதி XVI, எண். 3, 1985, ப. 157.

படித்துவிட்டீர்களா?

இஸ்லாத்தின் பிரச்சினைகள்

ஒரு மறுபார்வை

அஸ்கர் அலீ எஞ்ஜினியர்

பக்கம்: 192, விலை: ₹160

ISBN: 978 81 7720 012 6

இஸ்லாத்தின் தோற்றம்

ஒரு சமூக-பண்பாட்டுப் பார்வை

எம். எஸ். எம். அனஸ்

பக்கம்: 192, விலை: ₹ 160

ISBN: 978 81 7720 309 7